DÂN TỘC TÔI

Nguyễn văn Canh

Tường thuật một số hoạt động của một Người Việt Tị Nạn Cộng Sản Tại Hoa Kỳ

April 23, 2013
Ủy Ban Bảo Vệ Sự Vẹn Toàn Lãnh Thổ
Redwood City, California

Copyright © 2023 by Canh Nguyen

All rights reserved.

No portion of this book may be reproduced in any form without written permission from the publisher or author, except as permitted by U.S. copyright law.

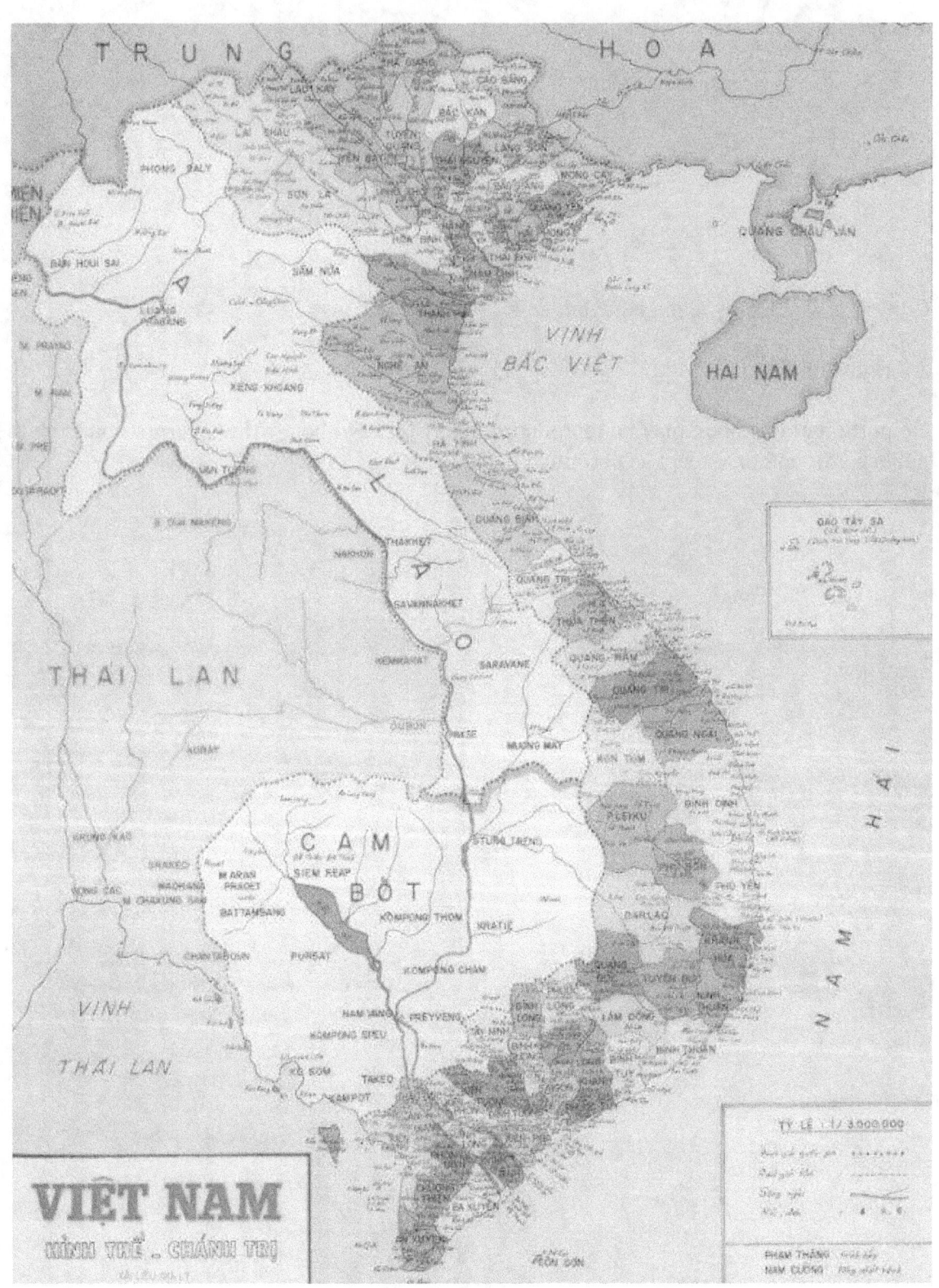

LỜI MỞ ĐẦU

Ngày 30 tháng 4, năm 1975, tôi và đại gia đình ở trên một tàu đánh cá nhỏ đậu ở Bến Cảng số 3, Thương Cảng Sài gòn. Vào lúc 3 giờ chiều, tàu khởi hành đi qua sông Lòng Tảo hướng ra Biển Đông. Lúc tàu đã ra khơi, tôi mới biết chủ nhân của tàu ấy là Kỹ sư Trương thái Tôn, có một thời làm Tổng Trưởng Kinh Tế của VNCH, sử dụng tàu này để tìm tự do. Và người lái tàu là cựu Thiếu tá Hải quân Nguyễn hữu Tố. Thiếu tá Tố là một người bạn thân của tôi, có làm Dân Biểu, Pháp Nhiệm 3, thời TT Ngô Đình Diệm.

Và gia đình tôi tình cờ chuyển sang chiếc tàu này từ một tàu khác đậu ở ngay kế cạnh nhờ đó chúng tôi rời bỏ quê hương.

Đến khoảng 4 giờ sáng, tàu của chúng tôi gặp một LST (Landing Ship Tank) của hải quân Mỹ, xin vớt người tị nạn. Một sỹ quan Hải quân Mỹ dùng loa, nói rằng đây là tàu của Ban Chỉ Huy, và nên tránh xa, rồi bảo đi theo hướng Đông sẽ gặp một LST khác. Họ sẽ vớt người tị nạn. Khoảng sau 5 giờ sáng, chúng tôi gặp một LST như hướng dẫn. Và họ cho đàn bà và trẻ em lên tàu của họ. Còn lại là người lớn ở lại, về sau được biết là 108 người, và đi theo họ, sau khi họ cho thức ăn và nước uống. Từ lúc này, sau 5 ngày và 4 đêm nữa đi theo, chúng tôi đến Subic Bay của Phi Luật Tân. Chúng tôi được một tàu hải quân Mỹ, dẫn tàu của chúng tôi vào Vịnh, và chúng tôi tạm trú trong một trại. Nghỉ ở đó 3 ngày, chúng tôi được máy bay C 130 chở tới căn cứ không quân Andersen, Guam. Ở đây 21 ngày, chúng tôi chọn đi Camp Pendleton và ngày 4 tháng 8, 75, tôi ra định cư tại vùng San Francisco Bay Area, tiểu bang California, nơi đây là Vùng Đất Mới mà tôi coi là BIÊN CƯƠNG MỚI, và cũng từ nơi đây các hoạt động ưu tiên hướng về quê nhà.

Trên đây là sơ lược đoạn đường phải trải qua của tôi, để trở thành một người tị nạn Cộng Sản.

****

Tôi có cơ hội làm việc trong môi trường phù hợp, nhờ đó tôi có điều kiện phát huy khả năng của tôi. Việc làm của tôi đòi hỏi tôi phải viết và đi nói chuyện ở nhiều nơi. Số lượng tài liệu được sản xuất ra tích lũy lại, rất nhiều. Tôi phải bỏ ra nhiều tháng để lựa chọn, sắp xếp lại những gì tôi giữ được, cả hình ảnh, với các chú giải, trong đống hồ sơ to lớn, tích luỹ lại từ sau 1975. Có làm như vậy, tôi mới hi vọng trình bày một số HOẠT ĐỘNG mà tôi đã thực hiện cho DÂN TỘC TÔI.

Hồ sơ này không phải là tất cả trong việc làm của tôi. Nó chỉ gồm một số trong nhiều việc tiêu biểu, nổi bật mà thôi.

Hồ sơ này sẽ gồm 3 Tập. Mỗi Tập gồm có một số câu chuyện được sắp xếp theo một "tiêu đề" và được kể lại với nhiều chi tiết mà mỗi chuyện là Hồ Sơ. Tôi hy vọng rằng những ai có dịp đọc hồ sơ này có thể biết thêm một góc cạnh trong Hoàn cảnh của người tị nạn phải đối phó, ngoài vấn đề lập nghiệp nghĩa là vấn đề cơm ăn áo mặc, gia đình, con cái học hành, khi bị bắt buộc phải tìm đến vùng đất mới này để được sống một đời sống của con người tự do....

Tôi phổ biến các hoạt động này là để tri ân đối với:

Thân Phụ Mẫu của tôi, là những người không những đã cho tôi đời sống, mà còn, với tư cách đại điền chủ ở miền trung du, Bắc phần VN, phải chịu đựng muôn vàn khổ sở, trong việc nuôi dưỡng năm anh em chúng tôi trong thời kỳ khó khăn nhất của dân tộc kể từ khi Việt Cộng xâm nhập vào đất nước này.

- Nhà tôi, cô Vũ thị Thanh đã quên mình không những hỗ trợ tôi và còn tận tụy cho cả gia đình chồng.
- Cô em gái kế tôi là Nguyễn thị Hợi, không lập gia đình, luôn ở với Bố Mẹ, thông minh, gan dạ, đảm đang quản trị công việc giúp Bố Mẹ. Cô phải đối phó với muôn vàn khó khăn vì:
  - Một mặt, nông thôn (các làng xã) được Cộng sản sử dụng làn địa bàn cho cuộc chiến với danh nghĩa dành độc lập: ở đây, Cộng sản huy động, sử dụng các "bần và cố nông" làm công cụ chính của cuộc chiến. Những người này là lực lượng tiền phong để 'chống' quân đội Pháp đóng quân tại các đồn bót rải rác khắp nơi. Chống Pháp chẳng thấy, họ thực hiện các công tác khủng bố, ám sát, đe doạ, không chế nông dân nhiều hơn. Và cũng chính là họ tiếp tay cho Đảng cộng sản của Hồ với mọi thủ đoạn cưỡng chế các điền chủ để thu góp tài nguyên cho cuộc chiến. Không có các đóng góp này, Hồ làm sao có tiền để trang trải chiến phí.
  - Mặt khác, phải đối phó với "càn quét" 'bom đạn hàng ngày của quân đội Pháp từ các đồn bót gần đó, tìm bắt du kích của Việt cộng vì chúng trà trộn trong hàng ngũ nông dân. Đây là một sự hi sinh cao quí.
- Người anh cả âm thầm hết lòng lo lắng cho các em; và thêm nữa, hai em khác của tôi cũng là những người tuyệt vời.
- Các thày giáo đã trang bị cho tôi các kiến thức cần thiết trong nhiều lãnh vực của xã hội loài người, để giúp tôi đối phó với các tình huống mà tôi gặp phải trong suốt chặng đường mà tôi trải qua.

Tôi cũng bày tỏ lòng cám ơn đến:

- Các bạn hữu đã nhiệt tình hỗ trợ tôi trong nhiều công tác, nhất là hàng trăm các anh chị cựu sinh viên tại nhiều trường mà trước đây tôi dạy hồi còn ở Việt Nam, thêm cả các anh chị mà tôi có dịp quen biết sau năm 1975, đã sát cánh với đồng hương trong nhiều công tác phát huy chính nghĩa quốc gia suốt hơn 40 năm qua.

- o Khoảng 40 hội đoàn sát cánh với các Hội cựu sĩ quan Cảnh sát và Hội Cựu Tù Nhân Chính Trị đã đứng lên công khai phát biểu lập trường của người tị nạn về vấn đề Bảo Vệ Chủ Quyền trên Biển Đông và Hòa Bình Thế Giới mà mục đích nhằm gây tác động đến suy tư và hành động của các người làm chính sách quốc gia trên thế giới có quan tâm đến vấn đề này. 535 cuốn "Dossiers On Paracels & Spratlys and National Sovereignty" đã được gửi đến từng Nghị Sĩ, Dân Biểu Liên Bang, và một số khác được gửi tới các Tổng Thống/Thủ tướng, các Bộ trưởng Ngoại Giao và Quốc Phòng của 20 Quốc gia trên thế giới để cảnh giác họ về nguy cơ nhãn tiền gây ra do bọn bành trướng Bá quyền Bắc Kinh.

Cũng đã có một phản hồi như sau:

Trích 2 emails từ trong một chuỗi nhiều emails của ông Tim England, một nhà ngoại giao Gia Nã Đại nay đã hồi hưu, hiện cư ngụ tại Thủ Đô Ottawa, tìm địa chỉ và gửi cho tôi

…………..

Email 1. July 17, 2021, AM Tim England TimEngland@gmx.fr Replied to me

Good morning Distinguished Professor,

…………..

I owe and I owe you a debt of thanks for your outstanding keen mind, your book is living testament to your keen mind, you are simply a National Treasure, not just in the US, but also a gift to the world.

I have read briefly your book, and you are simply the absolute best.

…………..

Best.

Email 2. August 12, 2021, 2:21PM Tim England < TimEngland@gmx.fr > Reply to me

Good morning Distinguished Professor,
I think your book is more powerful than any other document, and that book actually changed the Vietnamese communists treatment of their own people, would you think so?

At least, it was a major factor that rallied the world opinion against the communists?

Best

- o   Và các tổ chức và cá nhân góp phần không nhỏ vào việc lên tiếng hay tham dự vào nhiều công tác qui mô khác về Bảo Vệ Chủ Quyền và Lên Án Bọn Tay Sai Bán Nước như Bạch Thư, Công Nhận Phán Quyết Tòa Trọng Tài Thường Trực La Haye về Biển Đông, Phản Kháng Bá Quyền Bành Trướng Bắc Kinh về Âm Mưu chiếm Biển Đông, Vận Động Thông Qua Dự Luật Trừng Phạt Biển Đông, Ngày Hoàng Sa Toàn Cầu khắp nơi trên thế giới

    …và một số vấn đề khác như Chính Nghĩa Quốc Gia và các Quyền Tự Do Dân Sự của người tị nạn.

- Các tổ chức, các anh chị ấy đã lao mình vào các công việc mỗi khi cần, tôi bày tỏ lòng quí mến và biết ơn. Tôi nhấn mạnh đến tinh thần của các anh em cùng với đông đảo đồng hương khắp nơi trên thế giới, từ Bắc Mỹ qua Âu Châu, xuống Úc Châu,… đã không mệt mỏi, thực sự hoạt động một cách vô vị lợi, nhờ đó chính nghĩa quốc gia của chúng ta luôn sáng ngời và tồn tại.

Rất nhiều trong tổng số hơn 20 hồ sơ trong cuốn Dân Tộc Tôi được tường thuật ở đây có được kết quả rõ rệt. Kết quả ấy đạt được là do chính những nỗ lực đấu tranh của tất cả các anh chị và đồng hương.

Nếu không có tham dự tích cực quí báu này của đồng hương, nhiều hoạt động không thể đạt được kết quả mong đợi.

Thật là hơn cả tuyệt vời.

Cuối cùng, tôi hi vọng rằng tập tài liệu này và phương pháp giải quyết vấn đề đã được trình bày có thể giúp ích phần nào vào các suy tư của các bạn trẻ yêu dân tộc nhờ đó Định Hình Hướng Đi cho chính mình.

Tôi cầu mong DÂN TỘC TÔI sớm vượt qua được khó khăn hiện tại để đạt được tự do. Nhờ thế, mới phát huy được khả năng và trí tuệ của mỗi con dân và làm cho nước Việt trở nên cường mạnh.

Quan trọng hơn là để ghi công các chiến sỹ anh hùng đã xả thân chống thực dân Pháp đô hộ, đòi độc lập cho xứ sở, hay chống lại cộng sản để mưu cầu tự do, hạnh phúc cho dân tộc. Đó là những hy sinh thiêng liêng, cáo quí. Chính các đóng góp xương máu của các anh hùng này tạo nên Hồn Việt, nhờ đó dân tộc Việt được trường tồn.

Ngày 1 tháng 4, 2023 Nguyễn văn Canh

Dân Tộc Tôi – Tập III: Biên Cương Mới & Tự Do Dân Sự

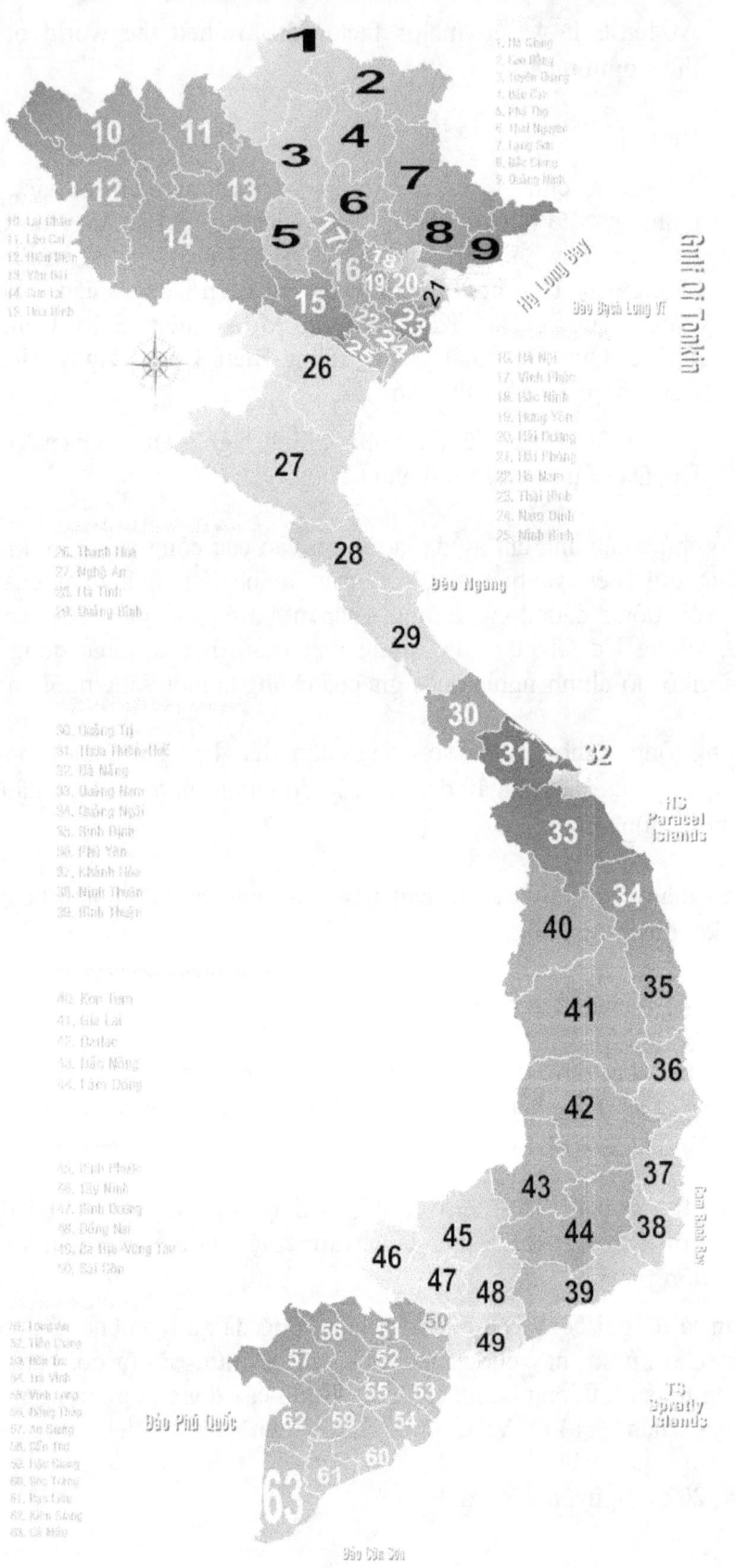

TẬP III
BIÊN CƯƠNG MỚI:
CHÍNH NGHĨA DÂN TỘC
VÀ TỰ DO DÂN SỰ

1). Nghị quyết Cờ Vàng: Chính thức Dựng lại Cờ VNCH, biểu tượng Phát Huy Chính Nghĩa Dân Tộc & An Toàn Đời Sống.

2). Nghị Quyết Vô Hiệu Hóa Âm Mưu đưa Cán bộ VC vào sinh hoạt tại Học Khu Đại học San Jose.

3). Chuẩn bị một đội ngũ chuyên viên luật pháp để bảo vệ Tự Do Dân Sự 4). "Tù Cải Tạo" trong chính sách ngoại giao.

5). Viết về Cải Tạo Xã Hội trong cuộc Cách Mạng Vô Sản. 6). Chuyện cũ: Trường Luật Sài gòn

7). Vài Hoạt Động Khác.

8). Một Đánh Giá Về Hoạt Động củ Người Tị Nạn trong cuốn DÂN TỘC TÔI HỒ SƠ CUỐI. Hướng Về Đất Mẹ: Đàn Chim Lạc Việt

MỤC LỤC – NỘI DUNG
TẬP III. BIÊN CƯƠNG MỚI:
CHÍNH NGHĨA VÀ TỰ DO DÂN SỰ

HỒ SƠ I. NGHỊ QUYẾT CỜ VÀNG: Chính thức Dựng lại Cờ VNCH, biểu tượng Phát Huy Chính Nghĩa Dân Tộc & An Toàn Đời Sống

    I. Vận động cho một ứng viên vào Hội Đồng Thành Phố San Jose

    II. Nghị Quyết Ban Khen

    III. Phản ứng đối với NQ Ban Khen & NQ Công Nhận Cờ Vàng:Chính Nghĩa của Dân Tộc & An Toàn Đời Sống

    IV. Lễ Thượng Kỳ VNCH trước tiền đình Tòa Thị Chính TP San Jose

        - Hình Ảnh

    V. Tài liệu

        a). Thư của Nghị Viên Chuck Reed, trả lời phản kháng của GS Trần công Thiện

        b). Thư của GS Trần công Thiện phản đối giấy Ban Khen

        c). Báo Tường Thuật Bài Nói Chuyện của GS Nguyễn văn Canh

        d). Bài phát biểu của GS Nguyễn văn Canh

HỒ SƠ II. AN TOÀN ĐỜI SỐNG CỦA NGƯỜI TỊ NẠN: Nghị Quyết Vô Hiệu Hóa Âm Mưu đưa Cán bộ VC vào sinh hoạt công khai tại Học Khu Đại học San Jose nhân danh Hợp Tác Giáo Dục

    I. Lý Do: Văn thư gửi Hội Đồng Thụ Ủy Học Khu Đại Học EvergreenValley-San Jose

        a. Nội dung Thư: Học Khu âm thầm mang Cán Bộ vào hoạt động……

        b. Biện Pháp Ngăn Chặn tái diễn: Nghị Quyết Cấm Hợp Tác với VC..

    II   Các hành động chống lại các âm mưu Hợp Tác với VC

    A. Gửi văn thư kèm theo Dự Thảo Nghị Quyết cấm đưa VC vào Học Khu

    B. Nội Dung Bản Nghị Quyết đòi HĐ biểu quyết

      1)Bản văn nguyên hủy

      2) Bản văn sửa lại

    C. Đòi Hội Đồng họp về Nghị Quyết: Ghi Nghị Quyết vào Chương Trình Nghị Sự, Thông qua Nghị Quyết, Chuẩn bị và Phát biểu của công dân

    D. Nghị Quyết được Tu chính

    III. TÀI LIỆU BỔ TÚC

    A. Phát Biểu trước Hội Đồng

B. Bản Nghị Quyết được tu chính

IV. PHỤ LỤC: Tài liệu về GEO, San Jose City College, 2006

HỒ SƠ III. CHUẨN BỊ MỘT ĐỘI NGŨ CHUYÊN VIÊN LUẬT PHÁP ĐỂ BẢO VỆ TỰ DO DÂN SỰ

I. MỘT NHU CẦU PHÁP LÝ BẢO VỆ NGƯỜI TỴ NẠN

II. HỘI LUẬT GIA VIỆT NAM TẠI HOA KỲ và chương trình TÁI HUẤN LUYỆN LUẬT GIA

1. Hastings, College of the Laws, San Francisco
2. Magna Carta Law School, S. San Francisco
3. Lincoln Law School, SF và San Jose

HỒ SƠ IV. TÙ CẢI TẠO TRONG CHÍNH SÁCH NGOẠI GIAO CỦA MỸ

I. ĐÒI HỎI ĐỐI XỬ BÌNH ĐẲNG GIỮA TÙ CẢI TẠO VÀ MIAs & POWs

II. TÙ NHÂN LƯƠNG TÂM VÀ GINETTA SAGAN

III. PHỤ LỤC

HỒ SƠ V. VIẾT VỀ 'CẢI TẠO XÃ HỘI TRONG CUỘC CÁCH MẠNG VÔ SẢN': Cuốn Vietnam Under Communism

I. VÀI HÀNG GIỚI THIỆU

II. CUỐN SÁCH VIETNAM UNDER COMMUNISM

III. NỘI DUNG

IV. MỘT KINH NGHIỆM VỀ EDITING

V. SAU KHI IN VÀ PHÁT HÀNH

VI. TÀI LIỆU

HỒ SƠ VI. Chuyện cũ: TRƯỜNG LUẬT SÀI GÒN

I. BÀI I: LUẬT KHOA ĐẠI HỌC SÀI GÒN

    A. Thành Lập & Tổng Quát

    B. Tổ Chức

    C. Chương Trình Học

    D. Trường Sở

    E. Cải Tổ Thi Cử

    F. Vài con số

    G. Các Công Tác khác

II. BÀI II: VẤN ĐỀ THI CỬ

- III. BÀI III: NHỮNG NGÀY CUỐI VỚI TRƯỜNG LUẬT
- IV. BÀI IV: NHỮNG KỶ NIỆM VỚI SINH VIÊN TRÊN ĐƯỜNG TỴ NẠN
- V. BÀI V: SINH VIÊN LUẬT VÀ VẤN ĐỀ LẬP NGHIỆP TẠI HOA KỲ
- VI. KỶ YẾU
- VII. PHỤ CHƯƠNG
- VIII. PHỤ LỤC
  1. Danh sách Tiến sĩ
  2. Tài liệu học vụ
  3. Giấy xác nhận tương đương với tín chỉ
  4. Thống kê sinh viên
- IX TÀI LIỆU ĐỌC THÊM

HỒ SƠ VII. VÀI HOẠT ĐỘNG KHÁC

1. Ứng cử Thượng Viện
2. Truyền Đơn Chiêu Hồi
3. . Tiền Rúp (Nga): 10 đồng
4. Việt cộng nói về tác giả
5. GS Nguyễn khắc Kham và vấn đề Hoàng Sa & Trường Sa..
6. GS Vũ quốc Thúc với Hiệp Định Paris 1973

HỒ SƠ VIII. MỘT ĐÁNH GIÁ VỀ HOẠT ĐỘNG CỦA GS CANH

HỒ SƠ CUỐI. HƯỚNG ĐẤT MẸ: ĐÀN CHIM LẠC VIỆT

ỦY BAN BẢO VỆ SỰ VẸN TOÀN LÃNH THỔ

ỦY BAN HOÀNG SA

CÁM ƠN

TIỂU SỬ GIÁO SƯ NGUYỄN VĂN CANH

Giáo sư Nguyễn Văn Canh phát biểu trong buổi THƯỢNG KỲ tại San Jose

HỒ SƠ I: NGHỊ QUYẾT CỜ VÀNG:

Chính quyền Mỹ tại Địa phương Dựng Lại Quốc Kỳ VNCH trên đất Mỹ (BiênCương Mới), biểu tượng cho Phát Huy Chính Nghĩa, bảo vệ Quyền Tự Do Dân Sự.

I. VẬN ĐỘNG CHO MỘT ỨNG VIÊN VÀO HỘI ĐỒNG THÀNH PHỐ SAN JOSE.

Câu chuyện bắt đầu từ việc Vận động cho một ứng viên vào Hội Đồng Thành Phố San Jose với hy vọng có được một Nghị Quyết công nhận Cờ Vàng.

Vào khoảng mùa hè 2004, GS Trần đình Trị của trường Evergreen Valley College, thuộc Học Khu Đại Học San Jose-Evergreen Community College District, gọi cho tôi, đề nghị vận động cử tri người Việt bầu phiếu cho một ứng viên có tên là Nancy Pyle vào Hội Đồng Thành Phố San Jose (HĐTP) trong kỳ bầu cử vào tháng 11 năm đó. GS Trị cho biết bà Pyle hiện đang làm Trustee của Học Khu này. Ở cương vị này, bà ấy đã giúp đỡ sinh viên Việt rất nhiều trong những năm qua và bà ấy sẽ giúp ích cho đồng bào sinh sống ở San Jose, nếu được bầu vào HĐTP. GS Trị đã dạy ở trường này hơn chục năm nay biết rõ bà Pyle. Tôi đồng ý và nói rằng tôi sẽ nhờ nhiều anh em giúp.

GS Trị có sắp xếp một buổi họp mặt ở San Jose với bà Pyle.

VẬN ĐỘNG CHO BÀ NANCY PYLE.

Trong lần họp này, tôi hỏi ứng viên rằng: bà có ước tính là cần phải thu được bao nhiêu phiếu thì thắng cử. Bà ta trả lời rằng 12,000 trong địa hạt bầu cử số 10 này. Bà đã có các lực lượng quần chúng nào hứa yểm trợ chưa và ước lượng số phiếu mỗi tổ chức, lực lượng cung cấp cho bà ta? Bà ta có nói tới tên một số tổ chức yểm trợ. Tôi có hỏi về điểm mạnh, điểm yếu của đối thủ, chương trình hành động v.v…

Tôi có hỏi GS Trị về địa hạt 10 này về con số cử tri người Việt đi bầu năm ngoái là bao nhiêu. Câu trả lời là 1,600.

Kế đó, tôi cho Bà Pyle biết rằng sẽ có một số người có uy tín vận động cử tri người Việt bầu cho bà. Tuy nhiên, tôi hy vọng có được ½ số phiếu của cử tri đi bầu năm ngoái, nghĩa là chúng tôi không đủ sức kiếm được con số áp đảo, mà chỉ kiếm được số phiếu gọi là **"swing vote"**, thay vì họ bỏ phiếu cho đối thủ, thì nay ủng hộ bà.

Về phía người tỵ nạn, chúng tôi có một nhu cầu. Đó là **an toàn sinh sống** tại đây và chính quyền phải có nghĩa vụ lo cho cư dân của họ. Tôi phải nhấn mạnh đến nhu cầu này là vì rất nhiều chính quyền địa phương xao lãng tới nhiệm vụ này. Cũng có thể họ không để ý tới, mặc dù có khi có sự đe dọa đến sinh mạng của họ. Tôi lấy thí dụ như Đảng Cộng Sản Việt nam biết có một cư dân gốc Việt sống ở San Jose, mà trở nên giàu có, và chúng cũng biết được cư dân đó còn có thân nhân, như cha mẹ, anh em, con cái còn ở Việt nam. Thân nhân này bị ĐCSVN gọi đến đồn Công An, buộc thân nhân ở San Jose phải gửi tiền về cho chúng thì được bình yên. Hiện nay thì nếu một cư dân tham dự biểu tình đòi CHXHCNVN phải tôn trọng nhân quyền, có trường hợp thân nhân bị gọi đến đồn công an để thẩm vấn, buộc nạn nhân phải đòi hỏi thân nhân sống ở San Jose, phải ngưng các hoạt động này. Cũng có thể, CSVN bắt thân nhân làm con tin, để cư dân ở San Jose phải làm một việc bất hợp pháp, thí dụ như nếu người này ở vào một vị trí nào đó, như một kỹ sư chuyên môn có thể ăn cắp bí mật quốc phòng chẳng hạn. **Vậy an toàn của đời sống là như vậy**. Tại Mỹ, ít ai biết đến sự việc ấy.

Tóm lại, tôi cần chính quyền địa phương ở Hoa Kỳ ý thức được vấn đề này và dĩ nhiên đây là trách vụ phải bảo đảm an toàn cho đời sống của cư dân, không phải nhiệm vụ của chính phủ liên bang mà thôi.

Điều mà tôi cần là sau khi đắc cử bà có nghĩa vụ vận động với các đồng nghiệp thông qua và ban hành một Nghị Quyết vinh danh Cờ Việt nam Cộng Hòa hay gọi là Cờ Vàng. Cờ này là biểu tượng cho tự do, cho lý tưởng của chúng tôi. Vì nó mà chúng tôi đã phải chiến đấu. Trong nghị quyết này, phải có một điều khoản, đại ý là' **Chính Quyền San Jose cam kết có nghĩa vụ bảo đảm an toàn cho người Mỹ gốc Việt sinh sống tại San Jose chống lại các âm mưu 'áp lực' hay "khống chế" của 'ngoại bang'**.

Nghị Quyết của thành phố Boston đã làm theo tinh thần này. Bà Pyle đồng ý với những gì tôi trình bày.

Tôi nhờ GS Trần công Thiện liên lạc với quý anh em lãnh đạo trong cộng đồng, tổ chức một buổi họp về vụ này, và tôi sẽ xuống họp. Mọi người tham dự buổi họp người đồng ý vận động cho bà Pyle.

Và cuộc vận động bắt đầu. Có một lần tôi xuống thăm lớp học (mùa hè) của GS Trần công Thiện ở Evergreen. Có chừng 20 sinh viên Việt. Ở đó, tôi được nghe nói một số sinh viên theo lời kêu gọi của GS Thiện đi từng nhà cử tri người Việt theo danh sách mà bà Pyle cung cấp để xin phiếu.

Kết quả là bà Pyle thắng, hơn đối thủ 667 phiếu.

Vào một buổi họp của một đoàn thể ở Nhà Hàng Phú Lâm, bà Pyle có yêu cầu được dự. Ban tổ chức cho bà ấy nói ít phút để cảm ơn cử tri Việt đã giúp bà ấy thắng cuộc đua và hứa sẽ làm những gì bà ấy đã cam kết. Bà Pyle có nói với tôi rằng, bắt đầu 1 tháng giêng năm tới là 2005, sau khi sắp xếp công việc Bà ấy sẽ mời tôi xuống để lo vụ Nghị Quyết. Tôi nói rằng Bà gọi cho GS Thiện và sắp xếp thời Khóa biểu.

Vào khoảng tháng 2 (nếu tôi không nhớ lầm), GS Thiện đồng ý với Bà Pyle có một buổi họp. GS Thiện dẫn tôi vào văn phòng của bà tại City Hall. Trong buổi họp, Bà Pyle giới thiệu một phụ tá tên là Chien sẽ lo vụ Nghị Quyết và nói Chien đã hiểu rõ vấn đề, còn bà ấy bị bận nhiều việc, phải đi. Sau đó chúng tôi làm việc với Chien. Tôi hỏi thì được biết Chien là người Tàu Đài Loan. Tôi cũng nói với Chien những gì mà tôi nói với Bà Pyle trước đây. Và yêu cầu được xem qua Dự Thảo Nghị Quyết trước khi ghi vào Chương Trình Nghị Sự để Hội Đồng thảo luận và biểu quyết. Về vấn đề thủ tục này, tôi nói rất chi tiết vì tôi thấy anh này còn trẻ, như là mới tốt nghiệp đại học, không biết gì. Tôi nhấn mạnh rằng **anh nói với Bà Pyle nếu cần cộng đồng người Việt tiếp xúc với bất cứ nghị viên nào, và cho GS Thiện biết. Chúng tôi sẽ tiếp xúc.** (Ám chỉ về tránh vi phạm Brown Act). Và cuối cùng là yêu cầu anh tiếp xúc thẳng với GS Thiện, nếu cần điều gì và cũng cho GS Thiện biết sự tiến triển của công việc này.

II. NGHỊ QUYẾT BAN KHEN CỘNG ĐỒNG VIỆT THÀNH CÔNG Ở MỸ.

Ngày 18 tháng 4, GS Thiện gọi cho tôi nói rằng: "văn phòng bà Pyle gọi và mời tôi đến Hội đồng Thành phố nhận lãnh Nghị Quyết" vào tối ngày mai (19 tháng 4). Tôi hỏi lại văn phòng hay người phụ tá tên Chien? GS Thiện nói rằng "văn phòng". Vậy ông Chien từ hôm họp đến nay, nó có liên lạc với anh không? Câu trả lời là KHÔNG. Tôi cho biết rằng tôi "rất ngạc nhiên vì lẽ chưa có dự thảo nghị quyết để tôi xem lại như đã hứa. Chưa thấy đưa vấn đề vào Chương trình Nghị sự trong một phiên họp của HĐ, chưa bàn cãi gì mà nay đã có NQ rồi. Không nghe nói về nhật kỳ Họp của HĐ. Có điều gì trục trặc đây?" GS Thiện hỏi lại "Tối mai, tôi có nên đến HĐ không?" Tôi khuyến cáo là nên đến để coi xem tình hình diễn tiến ra sao.

Buổi tối hôm 19 tháng 4, GS Thiện gọi cho biết "HĐ có họp, và có đông cư dân vào trong phòng họp của HĐ. Người Việt mình chỉ có vài bô lão là cụ Sửu và cụ Hãn ăn mặc chỉnh tề, áo dài theo nghi lễ truyền thống. Có lẽ có vài người nữa mà tôi không nhận ra. Chỉ có một nhà báo. Tôi có hỏi cụ Sửu, thì được biết rằng có người tên là..., mời chúng tôi là bô lão đến Phòng Hội Đồng lãnh Nghị Quyết. Ngoài ra, chúng tôi không biết gì hết." GS Thiện hỏi ông nhà báo, thì cũng được biết như vậy.

Tôi khuyến cáo GS Thiện là anh chịu khó chờ và xem chuyện gì xảy ra. Đến khoảng 11 giờ đêm, GS Thiện gọi lại cho biết rằng trong buổi họp này HĐ chỉ phát NQ cho khoảng hơn một chục nhóm, phần nhiều là thiểu số. Họ gọi tên mỗi nhóm, thì có một đại diện lên nhận NQ. Các bô lão Việt cũng nhận được một NQ như vậy.

Tôi hỏi lại rằng anh có trông thấy NQ mà cụ Sửu cầm không? Có. Có nhìn thấy nó là NQ. Tôi cho GS Thiện biết có chuyện gì lạ, chứ không phải như dự tính. Và nhờ GS Thiện đến gặp cụ Sửu ngày hôm sau, chụp cho tôi một bản để xem "nó là cái gì."

Hôm đó, tôi xuống gặp GS Thiện để tìm hiểu sự thực, Bản văn mà HĐ Thành Phố ban phát cho mọi người mang tên NQ, Nhưng nội dung **là NQ BAN KHEN CỘNG ĐỒNG NGƯỜI VIỆT THÀNH CÔNG TẠI HOA KỲ**. NQ có 4 chữ ký: Thị trưởng Gonzales, Phó thị trưởng là Cindy Chavez, và 2 Nghị viên là Nancy Pyle và Chuck Reed.

III. PHẢN ỨNG ĐỐI VỚI NQ BAN KHEN & NQ CÔNG NHẬN CỜ VÀNG: CHÍNH NGHĨA DÂN TỘC VÀ AN TOÀN ĐỜI SỐNG

Tôi nói với GS Thiện rằng chúng ta bị phản bội rồi. "Tôi đã nói rõ và chi tiết cho bà Nancy Pyle về nhu cầu của một NQ về **bảo đảm an toàn cho cư dân Việt ở San Jose, chống lại ngoại bang 'blackmail' họ**. Tôi nói rất chi tiết. Bà ấy hiểu rõ. Tôi không nói gì về khen thưởng cả. Và lại những gì xảy ra tối hôm qua mà anh mô tả thì phải có bàn tay của "đối phương" tiếp tay với Nancy Pyle. Tôi đã có sẵn dữ kiện về vấn đề này. Và Nancy Pyle đã trả ơn cộng đồng người Việt vì đã vận động bầu cho bà ấy như vậy đó."

Và "Anh cho triệu tập một buổi họp cộng đồng, nhất là các đại diện của những nhóm tham dự vào vận động cho bà ta. Mặt khác, tôi sẽ có Dự Thảo văn thư phản đối gửi cho HĐ và anh sẽ là Phát Ngôn Viên của Cộng Đồng ký tên và gửi đi. Lý do là cộng đồng người Việt đâu cần họ ban khen, và họ (Hội Đồng Thành Phố) là gì mà dám ban khen chúng ta" (xin xem văn thư trong phần Tài Liệu kèm).

Giáo sư Thiện gửi thư phản đối qua e-mail ngày 24 tháng 4, ông Chuck Reed trả lời ngay và yêu cầu được gặp về phản ứng này. Tôi nhận được email này của GS Thiện và nói với GS Thiện rằng anh quyết định ngày giờ và nơi họp với Nghị Viên Reed. Và rồi xuống tôi gặp ông Reed tại phòng họp của Khu Hội Tù Nhân Chính trị (Khu Hội) do Thiếu tá Đỗ văn Trảng làm chủ tịch. Tôi cũng nói với ông Reed về nhu cầu có một NQ với các chi tiết mà tôi nói với Bà Nancy Pyle. Ông Reed là cựu Trung tá Thủy Quân Lục Chiến, có tham dự chiến đấu tại Việt nam, nên tiếp nhận các ưu tư của tôi dễ dàng. Tuy nhiên, tôi còn dự phòng các điều cần phải làm nếu có việc gì xảy ra cho một cư dân Việt ở San Jose để cho ông Reed biết: **là chính quyền địa phương, ông cần giúp cho họ được sống an toàn, có tự do**. Nếu có một trường hợp như một cư dân bị VC ở Hà nội "blackmail", thì **HĐ là một tập thể** phải hành động tích cực, như nếu là gián tiếp thì có thể họp báo, công khai hỏi Tòa Đại sứ VC phải trả lời về việc làm phi pháp này, hỏi các Dân biểu, Nghị sĩ liên bang, hỏi giới chức Ngoại giao trả lời về cách chống lại các vị phạm ấy, còn nếu là trực tiếp thì cử phái đoàn đến gặp các người kể trên, nếu cần đi Hà Nội đòi điều tra và trả lời về việc làm của CHXHCNVN…

Ông Reed Hoàn toàn ủng hộ việc này và cho biết sẽ ủng hộ một nghị quyết và hành động như trên. Kế đó vào khoảng ngày 5 tháng 5, Nghị viên Cortese đến. Tôi gặp ông Cortese cũng ở Khu Hội. Khi đến gặp tôi, ông mang sẵn một Bản thảo Nghị Quyết vinh danh Cờ Vàng. Xem xong, tôi có đề nghị sửa đổi đôi chút, thêm về trách nhiệm của HĐ là phải bảo vệ an toàn cho cư dân Việt tỵ nạn sinh sống ở San Jose chống lại bất cứ hành vi nào của ngoại bang xâm phạm đến an toàn của cư dân là người tỵ nạn Việt nam. Ông Cortese rất nhanh trí và sửa ngay tại chỗ Bản Dự Thảo.

Lúc này, Trung tá Võ Đại cho biết có liên lạc trực tiếp với ông Cortese và cũng cho tôi biết NQ sau khi sửa xong, ông Cortese đưa ngay Dự Thảo cho Thư Ký Thành Phố ghi vấn đề vào Chương trình Nghị sự của phiên họp sớm nhất. Đó là ngày 17 tháng 5. Ông Cortese là người rất thông minh, nhanh trí đáp ứng ngay với đòi hỏi của tôi.

Từ hôm đó đến ngày HĐ Thành Phố họp cũng có nhiều điều đáng chú ý. Có người đề nghị là phải thêm vào NQ một điều khoản là phải bảo vệ Hiến Pháp. Tôi có trả lời rằng vấn đề ấy là đương nhiên một công dân Mỹ phải làm. Tuy nhiên, cứ để thêm vào một điều khoản như vậy, cũng không hại gì. Có người đòi hủy bỏ NQ. Lại có người yêu cầu hoãn lại, không biểu quyết vội. Quan điểm của tôi là NQ đã có trong chương trình nghị sự, thì cứ việc hành động. Họ dùng điện thoại gọi vào cho Nghị viên, có người gửi e-mail. GS Thiện cho biết có người chống đối không được, vào lúc 6 giờ buổi tối hôm HĐ họp, quay ngược lại, họp báo kêu gọi các nghị viên ủng hộ NQ. Tôi có nhớ đến một việc là hình như vào ngày 12 tháng 5, nhân có buổi họp mặt về cuốn sách có nhan đề là "25 Năm, Một Thế Kỷ" của Trung tướng Lâm quang Thi tại tư gia của ông ở Milpitas. Thiếu tá Lê văn Cưu, một thành viên của Ủy Ban Vận Động Thông qua NQ trên, ghé vào tai tôi nói rằng "nhân dịp có đại diện của 24 Khóa Võ Bị hiện diện, Giáo sư có cho tôi nói về NQ và nhờ Trung tướng kêu gọi anh em vận động cho NQ? Tôi trả lời ý kiến này rất hay. Sau khi thiếu tá Cưu phát biểu, tôi tiếp thêm rằng T.T. Cưu muốn Trung tướng kêu gọi mọi người tích cực tiếp tay để NQ được thông qua… Tr. T Thi nói với mọi người có mặt "Đây là công việc mà Đại diện 24 Khóa có mặt ngày hôm nay phải làm. Mỗi anh đem vợ và 2 con đến dự. Nếu không có đủ 4 người, thì kiếm 2 người bạn thay vào đó. Như vậy các anh có 100 người cho GS Canh."

Buổi tối hôm 17 tháng 5, đồng hương đến rất đông. GS Thiện có mặt từ sớm tai City Hall. Ông báo cho tôi biết rằng trong hội trường đồng hương chiếm hết 300 ghế ngồi. Những người đến muộn, phải ngồi, cũng chật ở cafeteria của Thành phố để theo dõi buổi họp qua truyền hình.

Kết quả tất cả hội viên của HĐ đã thông qua NQ.

Vào lúc ra về, có lẽ sau 11 giờ tối, GS Thiện lại gọi cho tôi, nói rằng tôi ra xe để đi về, thấy có đứa nào đập vỡ của kính xe của tôi.

Thật là tội nghiệp. GS Thiện là một người làm việc tận tuy và rất giỏi.

VI. LỄ THƯỢNG KỲ VNCH TẠI TIỀN ĐÌNH TÒA THỊ CHÍNH CỦA THÀNH PHỐ.

Sau khi Hội Đồng Thành phố thông qua Nghị Quyết Cờ Vàng, **NV** Cortese có sáng kiến tổ chức buổi lễ công bố Nghị Quyết vinh danh Cờ Vàng. Cuối cùng Ông sắp xếp để Tòa Thị Chính đứng ra tổ chức. Tôi có lưu ý Tr. Tá Võ Đại, bàn với NV Cortese về cách thức tổ chức LỄ THƯỢNG KỲ VNCH do chính quyền đứng ra tổ chức, sao cho nghiêm trang để cho Chính Nghĩa của Việt nam Tự do được sáng ngời và từ đây là khởi đầu một thời kỳ mới.

QUỐC KỲ VIỆT NAM CỘNG HÒA BỊ BUỘC PHẢI HẠ XUỐNG TRÊN MỘT CHIẾN HẠM NGOÀI KHƠI LÃNH THỔ VIỆT NAM VÀO NGÀY 30/4/75, NAY ĐƯỢC CHÍNH THỨC TREO VÀO CỘT CỜ CỦA THÀNH PHỐ SAN JOSE. TRƯỚC TIỀN ĐÌNH CỦA THÀNH PHỐ NÀY CÓ 2 CỘT CỜ SONG SONG VỚI NHAU: MỘT DÙNG ĐỂ TREO CỜ TIỂU BANG CALIFORNIA, CÁI KIA DÙNG TREO CỜ HOA KỲ. THÀNH PHỐ HẠ CỜ TIỂU BANG XUỐNG VÀ NHƯỜNG CHỖ CHO CỜ VIỆT NAM CỘNG HÒA. CỜ VNCH ĐƯỢC KÉO LÊN TRONG MỘT BUỔI LỄ LONG TRỌNG, DO MỘT TOÁN QUỐC QUÂN KỲ GỒM CỰU SỸ QUAN VÕ BỊ QUỐC GIA ĐẢM TRÁCH. BUỔI LỄ ĐƯỢC CHÍNH QUYỀN ĐỊA PHƯƠNG HOA KỲ CHÍNH THỨC TỔ CHỨC MỘT CÁCH LONG TRỌNG VỚI SỰ CHỨNG KIẾN CỦA CÁC VIÊN CHỨC CHÍNH QUYỀN, CÙNG VỚI SỰ HIỆN DIỆN CỦA CÁC CỰU VIÊN CHỨC VNCH, GỒM TẤT CẢ CÁC TƯỚNG LÃNH VNCH CƯ NGỤ TRONG VÙNG VÀ KHOẢNG HAI NGÀN ĐỒNG HƯƠNG THAM DỰ.

QUỐC KỲ VIỆT NAM BẮT ĐẦU HIÊN NGANG TUNG BAY TRƯỚC GIÓ LỘNG, DƯỚI BẦU TRỜI XANH NGẮT, SONG SONG VỚI QUỐC KỲ HOA KỲ, BIỂU TƯỢNG CHO CHÍNH NGHĨA TỰ DO ĐƯỢC CHÍNH THỨC PHỤC HỒI, KHỞI ĐẦU CHO MỘT THỜI KỲ MỚI CHO DÂN TỘC VIỆT TỪ "NƠI BIÊN CƯƠNG MỚI" NÀY.

Ngày 3 tháng 6, 2005, buổi lễ Thượng Kỳ Việt nam Cộng Hòa này được tổ chức tại tiền đình thị xã, vào lúc 5 giờ chiều.

Cờ Việt nam Cộng Hòa được một cựu quân nhân Việt nam, buộc vào dây, thay thế cờ TB California đã gỡ ra trước đó, tại chân một trong 2 cột cờ của Thành phố, song song với cột cờ kia là lá quốc kỳ Hoa Kỳ đang phất phới tung bay trước gió, trước tiền đình thị xã và Quốc kỳ VNCH được từ từ kéo lên trong khi toán cựu sĩ quan Võ Bị, trong quân phục truyền thống nghiêm chỉnh kính chào theo nghi lễ truyền thống của quân đội VNCH theo nhịp bài ca và nhạc hùng tráng của quân lực VNCH, để khởi đầu cho trang sử mới của nước Việt.

Dưới bóng cờ VNCH ở trên tột đỉnh cột cờ của thành phố và tung bay trước gió, dưới bầu trời trong sáng, mây xanh, NV Cortese đại diện thành phố thong thả đọc Nghị Quyết Cờ Vàng mà tất cả Hội viên của Hội Đồng Thành Phố San Jose thông qua tối hôm 17 tháng 5.

Tiếp theo ông Cortese, đại diện cho Hội Đồng Thành Phố tuyên đọc Nghị Quyết, rồi tôi có đôi lời Phát Biểu (Bài nói chuyện đăng trong phần Phụ Lục bên dưới) trước khi Ông Cortese xuống trao tận tay Nghị Quyết cho từng đại diện các Hội đoàn địa

phương mà tôi xướng danh.

Thượng Kỳ

Cựu SQVB làm lễ Thượng kỳ

HÌNH ẢNH BUỔI LỄ THƯỢNG KỲ VÀ TRAO NGHỊ QUYẾT CỜ VÀNG

Quang cảnh buổi lễ Thượng Kỳ tại Tòa Thị Chánh San Jose ngày 3 tháng 6/2005
Supervisor Hughe, NV Cortese,
Quang cảnh buổi lễ Thượng Kỳ tại Tòa Thị Chánh San Jose ngày 3 tháng 6/2005
Tr.T. Lâm quang Thi, Tht Nguyễn khắc Bình, ThT Bùi đình Đạm, NV Reed

NGHỊ QUYẾT

NV Cortese trao NQ cho BS Trần công Luyện

GS Trần công Thiện và LS Đỗ doãn Quế

NV Chuck Reed

Cắt Bánh

NV Reed, GS Nguyễn v. Canh, Th.t Bùi đình Đạm, GS Trần C.Thiện

V. TÀI LIỆU:
VỀ NGHỊ QUYẾT CỜ VÀNG, THÀNH PHỐ SAN JOSE, 2005

Để vận động để Hội Đồng thành phố San Jose thông qua và ban hành Nghị quyết Cờ Vàng, hơn 10 hội đoàn địa phương đã tích cực tham dự. Công tác đã chuẩn bị từ 2004. Một Hội Đồng Cử Tri được thiết lập, kêu gọi cộng đồng đóng góp tiền bạc và vận động bỏ phiếu cho một ứng cử viên, là Nancy Pyle vào Hội Đồng (HĐ) thành phố để Nghị viên này, sau khi đắc cử bà Pyle sẽ vận động các đồng nghiệp thông qua nghị quyết trên. Điểm chính yếu của nghị quyết là khi công nhận Cờ Vàng, HĐ ban hành một Nghị Quyết (NQ) vinh danh là cờ chính nghĩa của dân tộc và minh thị loan báo là chính quyền địa phương phải có nghĩa vụ bảo vệ sự **an toàn của cư dân** là người Việt tỵ nạn chống lại các 'khống chế', 'bắt chẹt' của ngoại bang (Việt cộng), cũng như bác khước các hành động của Cộng Hòa Xã Hội Chủ Nghĩa đối với họ.

Sau khi đắc cử và nhận chức vụ vào tháng 1 năm 2005, Nancy Pyle đã bị một nhóm chân tay của Hà nội vận động, cùng với 2 nghị viên khác và Thị trưởng **công bố một nghị quyết khen ngợi người Việt về các thành công của họ tại Hoa Kỳ**, thay vì có Nghị quyết như nội dung nêu trên.

Như thế qua Nghị viên Nancy Pyle, Việt cộng đã vô hiệu hóa nhiệm vụ này.

Trước tình trạng này, Cố Giáo sư Trần công Thiện điện thoại cho tôi tìm cách đối phó với âm mưu này. Một buổi họp gồm 13 đoàn thể được triệu tập. Tôi viết một văn thư phản đối nặng nề Nghị quyết trên, đòi hỏi 9 Nghị viên thông qua một Nghị Quyết công bố và nhận "trách nhiệm của Hội Đồng Thành Phố với tư cách một cơ quan công quyền địa phương theo quy định của Hiến Pháp và Luật Pháp Hoa Kỳ là

phải bảo vệ sự an toàn của các công dân cư trú trong lãnh thổ của thành phố chống lại các âm mưu/ đe dọa của ngoại bang."

Thị trưởng và hầu hết các nghị viên trả lời ủng hộ. Tuy nhiên hai nghị viên là ông Dave Cortese and Chuck Reed (nay là Thị trưởng) hẹn gặp và đề nghị với Ủy Ban là ủng hộ một nghị quyết đưa ra trong một phiên họp của Hội Đồng thành phố. Ông Cortese mang sẵn một nghị quyết đến và GS Nguyễn văn Canh duyệt lại và bổ túc cho đầy đủ. Nghị quyết ấy được thông qua tối ngày 17 tháng 5 năm 2005. Và buổi lễ Thượng Kỳ VNCH được tổ chức trọng thể ngày 3 tháng 6, trước tiền đình thành phố.

a). Thư của NV Chuck Reed

---------- Forwarded message ----------

From: "Reed, Chuck" <Chuck.Reed@sanjoseca.gov>

To: "'vietculture_association@yahoo.com'" <vietculture_association@yahoo.com>

Cc: Mandy Nguyen <Mandy.Nguyen@ci.sj.ca.us>, Dawn Wright <Dawn.Wright@ci.sj.ca.us>, Armando Gomez <Armando.Gomez@ci.sj.ca.us>

Date: Tue, 26 Apr 2005 11:28:24 -0700

Subject: FW: Letter to San Jose City Mayor and Council Members from VietAmerican Council of Voters

Prof. Tran cong Thien,

I received your message. I regret that anyone was offended by the actions of the City Council. No disrespect was intended.

I would appreciate an opportunity to meet with you and all the others who signed the email to discuss this matter. Please let me know if you would like to have a meeting. You may call Mandy Nguyen at 277-2438 to make an arrangement.

Chuck Reed

b). Thư gửi Thị Trưởng và 9 Nghị Viên về NQ Ban Khen người Tỵ nạn: Chúng tôi không cần ai khen

-----Original Message-----

From: thien tran [mailto:vietculture_association@yahoo.com]

Sent: Monday, April 25, 2005 4:36 PM

To: mayoremail@sanjoseca.gov; district10@sanjoseca.gov; district3@sanjoseca.gov; forrest.williams@sanjoseca.gov; district4@sanjoseca.gov; district5@sanjoseca.gov; District6@sanjoseca.gov; dave.cortese@sanjoseca.gov; judy.chirco@sanjoseca.gov;

YDanNews@aol.com; mosf@aol.com; vnnb@vietnamdaily.com; vietcommunications@yahoo.com; tinvietnews@aol.com; vnthoibao@aol.com; qhradio@aol.com; tuanbaosongmoi@tuanbaosongmoi.net; viet_dieu@yahoo.com; Ngthanh44@aol.com; doimoimagazine@yahoo.com; vbsanjose@vietbao.com; vntdnews@aol.com; tiengdanweekly@yahoo.com; info@calitoday.com; sonnynguyen@hotmail.com; thitruongtudo@netzero.com; NguyenChau2000@aol.com; binhle@nangtheky21.com; hoavp@yahoo.com; saigonusanews@yahoo.com; chanhdao@sbcglobal.net

Subject: Letter to San Jose City Mayor and Council Members from VietAmerican Council of Voters

San Jose, April 24, 2005

Mayor Ron Gonzales and Members of the City Council: Linda J. LeZotte; Forest Williams; Cindy Chavez; Chuck Reed; Nora Campos; Ken Yeager; David D. Cortese; Judy Chirco; and Nancy Pyle.

801 North First Street, Rm. 600
San Jose CA 95110

Subject: Commendation to Vietnamese Americans.

Dear Ladies and Gentlemen:

Through local Vietnamese media, we have learned that the City of San Jose Council presented a COMMENDATION to Vietnamese Americans for their accomplishments after 30 years of resettlement in the United States of America as refugees.

The award was signed by Mayor Ron. Gonzales, Deputy Mayor Cindy Chavez, and council members: Nancy Pyle, and Chuck Reed while 6 others did not sign it.

During a City Council public business meeting on April 19,05 at 8:01 p.m., the award was handed to 3 Vietnamese Elders wearing traditional and ceremonial robes. This event was unknown to most local Vietnamese Americans; only a handful of them were present.

The award includes a clause recognizing the Yellow and Three-Stripe Flag saying that it symbolizes Vietnam's culture and long history; and many Vietnamese Americans continue to remember and honor the flag as that of freedom etc...

We, the undersigned, as leaders of local based Vietnamese American organizations and individuals wish to reject the award for the following reasons:

1) We, Vietnamese Americans, embrace the flag as a symbol of Heritage and Freedom that are value we have adopted and have struggled for over a thousand years. In addition, in America, they symbolize Vietnamese Americans 'aspirations for Freedom, Democracy and human Rights in our homeland. We believe that the American people adopt them. Therefore, the symbol is definitely something **more than sacred** not only to Vietnamese Americans locally, and nationwide, but also to the Vietnamese people who are living in our homeland.

When you included the flag in an event of **commending** Vietnamese Americans for their achievements and you presented the commendation to somebody **under these circumstances, with no formal solemnity**, and the certificate was signed by only 3 out of 9 members of the City Council, you have morally defaced it.

On the other hand, you are not in position to offer your commendation to all Vietnamese Americans as written in the Commendation.

We do not object to an award when you present it to a specific group of your friends or to your employees.

You have shown disrespect for the symbol that we adore. That fact is unacceptable.

2) The City of San Jose has already recognized the Yellow and Three Red Stripes Flag in a proclamation since April 2003. It has existed and is still there. In that year, Mayor Gonzales and two other members of the City Council: Chuck Reed, and Terry Gregory signed it.

Besides, we would like to add something to make the matter clear. In 2 different meetings before June 04 with Ms. Nancy Pyle (introduced by Prof. Tran dinh Tri of the Every Green Valley College in April, 04), then candidate for the council, Professor Nguyen van Canh expressed his serious concerns about the safety to be caused by foreign agents to Vietnamese Americans living in the City of San Jose, about a duty to protect them by local authorities, and about a need to have a **RESOLUTION** to honor the flag with a content as the one that the City of Boston, Mass, made previously; and in the proposed Resolution, the City proclaims measures to protect its citizens from threats by a foreign country. Ms. Nancy Pyle committed herself to sponsor and introduce a **RESOLUTION** to honor the Flag with the content suggested by Prof. Canh as a first thing to do if and when becoming a council woman. In order for her to keep in mind her promise, Prof. Canh on June 18, 04 officially wrote her a letter (attached) stating the same purpose. Then, Prof. Canh had the local Vietnamese American Council of Voters to launch a campaign to support her. During the campaign, on Sept.5, 04 in an interview by Prof. Tran cong Thien on radio, she replied on the issue of the resolution, that *"I will voice for freedom of religion, human rights and democracy. I will apply measures necessary to protect refugees from threats by a foreign country and do all whatever possible to encourage ... and honor the Flag of the Republic of Vietnam."* She further replied to another question related to the same issue, saying *"I will establish a coalition of officials between city, state, federal and human rights officials to put pressure on Vietnam authorities to stop all violations of human rights as conditions for the US to establish full trade relations with Vietnam."*

After having been elected, on January 19, 2005 at Phu Lam Restaurant, San Jose, before over 250 Vietnameses, she thanked Vietnamese American voters who really made her a council member and also declared publicly that the first thing she will do is to introduce a **resolution recognizing the flag**. She also asked Prof. Canh to have a meeting with her at her office to discuss the Resolution.

This serves a purpose to prove that at least a member of the City of San Jose Council is fully aware of what has been going on.

However, now the problem is that the City of San Jose makes a new instrument (Commendation) with the same content with the previous one (Proclamation) which still exists.

It appears that you intended to nullify the 2003 Proclamation by means of this Commendation. As a principle, a new instrument with similar contents promulgated by the same body, in the same manner will replace the old one. We don't think that it would apply in this case.

In fact, from the legal technicality viewpoint, this principle does not apply in this case for the following reason: A municipal resolution is the highest law of a city below its Charter. It binds all of its residents. At a lower level, Proclamation is only an expression of a standpoint on any issue. It does not bind anyone as a Resolution does. A Commendation is an instrument given to someone you like. It means nothing to other people.

So the Commendation could not destroy an instrument belonging to a higher level of the City legal system which is the Proclamation.

A very important point we would like to make here is that the April 19 commendation **excludes** a phrase that we consider very important- **"IN OPPOSITION TO TYRANY IN ALL FORMS"** written in clause 4 of the Proclamation. This phrase reflects a fact that the Socialist Republic of Vietnam has viciously and ferociously persecuted its citizens. In Feb. 2001, military units and police units with heavy weapons rounded up Montagnards in Ban me Thuot, murdering them. Only about 1,000 successfully fled to Cambodia and the US Government finally accepted them as refugees. Now they are living in Northern Carolina. Another massacre occurred again at the same place on Easter days, 2004. Again, the US rescued some. Police forces rounded up members of the Unified Buddhist Church of Vietnam when they met in

September 2003, in Nguyen Thieu Temple, Binh Dinh, to fill up vacancies. The suppression was so notorious, so fierce that on Nov. 19, 2003, the US House of Representatives passed Resolution # 427 strongly condemning the act. All 626 members of the European Community Parliament issued a similar Resolution two days later.

Such a situation remains unchanged at this point of time.

What do you think of when you eliminate the clause?

Our question to you is what is your motivation to do such a thing? Who provided an input of such ideas to you? Who lobbied you to eliminate the phrase? We would appreciate a public answer to the question.

By the fact, the 2003 Proclamation still stands. And Vietnamese Americans don't need the award. And we declare that the Commendation is invalid.

Thank you for your attention, Sincerely,

-**Prof. Tran cong Thien**, President, Vietnamese Cultures Association.

3153 Oakbridge Dr. San Jose CA 95121 (408) 233-8433

- **Mr. Nghiep Phan,** Vice President, Assembly of Veterans of Former Republic of Vietnam, Northwest USA

-**Former Lt Col. Dai Vo**, Chairman, Coalition of ARVN Reserve Officers Association

-**Former Lt. Col. Doan Thi**, Secretary Gen, Vietnamese Veterans of Northern California

-**Former Major Trang Do,** President, Association of Former Vietnamese Political Prisoners, North California

-**Mr. Thai van Hoa**, President, Vietnamese National Political Forces Mutual Association, Northern California

-**Mr. Ngo van Tiep**, President, Vietnamese American Council of Voters, Santa Clara County

-**Dr. Nguyen van Canh,** Director, Center of Vietnamese Studies, San Jose

-**Mr. Do doan Que,** Lawyer

-**Mr, Nguyen tuong Ba**, Lawyer

-**Mr Tran thien Hai**, ex. President, Viet Lawyers Association

-**Professor Nguyen thi Ngoc Dung**, National Public Administration College

VIETNAMESE VERSION

San Jose, ngày 24 tháng 4, năm 05

Kính gửi Ông Ron Gonzales, Thị trưởng Thị xã San Jose, và

Qúi vị Nghị Viên: Linda J. LeZotte; Forrest Williams, Cindy Chavez; Chuck Reed; Nora Campos; Ken Yeager; David D. Cortese Judy Chirco và Nancy Pyle:

801 North First St # 600 San Jose CA 95110

Đề mục: Ban Khen cho Người Mỹ Gốc Việt

Thưa qúi vị:

Qua vài cơ quan truyền thông bằng tiếng Việt, chúng tôi được biết rằng Thị Xã San Jose đã cấp Bằng Ban Khen cho người Mỹ Gốc Việt vì các thành tích của họ sau 30 năm lập nghiệp tại Hoa Kỳ với tư cách tỵ nạn.

Bằng Ban Khen này được Thị trưởng Gonzales, Phụ tá Thị trưởng Cindy Chavez, và hai nghị viên là Chuck Reed và Nancy Pyle ký, trong khi đó không thấy có chữ ký của 6 nghị viên còn lại.

Trong phiên họp công khai vào ngày 19 tháng 4, 05 vào lúc 8:01 phút tối, Bằng Ban Khen được trao tay cho 3 bô lão người Việt ăn mặc quần áo dài truyền thống và theo nghi lễ.

Hầu hết người Mỹ gốc Việt không hay biết gì về sự việc này; chỉ có một số ít người Việt có mặt.

Bằng Ban Khen này gồm một đoạn công nhận Cờ Vàng Ba Sọc Đỏ, nói rằng nó làm biểu tượng cho Văn Hóa và Lịch Sử lâu dài của Việt nam; và nhiều người Mỹ Gốc Việt tiếp tục nhớ và vinh danh cờ đó như là lá cờ của Tự Do v.v.

Chúng tôi ký tên dưới đây, là lãnh đạo một số tổ chức Người Mỹ Gốc Việt và cá nhân tại

địa phương lên tiếng bác bỏ Bằng Ban Khen Người Mỹ Gốc Việt ấy vì lý do sau đây:

1). Chúng tôi, Người Mỹ Gốc Việt, tôn trọng và bảo vệ cờ ấy vì nó là biểu tượng của Di Sản và Tự Do. Đó là những giá trị mà người Việt chúng tôi lựa chọn và đã chiến đấu vì nó cả ngàn năm nay. Tại Hoa Kỳ này, các giá trị ấy cũng làm biểu tượng các khát vọng của Người Mỹ Gốc Việt về tự do, dân chủ và nhân quyền tại quê hương của chúng tôi; và chúng tôi tin rằng chúng cũng chính là của người Mỹ. Biểu tượng này nhất quyết phải là một **cái gì còn hơn cả Thiêng Liêng**, không những cho Người Mỹ Gốc Việt tại địa phương này, tại Hoa Kỳ và cả người Việt còn đang sinh sống tại Việt nam.

Khi quý vị bao gồm cờ ấy trong một dịp quý vị khen thưởng người Mỹ Gốc Việt về những thành tích của họ và quý vị ban cấp giấy khen cho một người nào đó **trong khung cảnh như vậy, không lễ nghi long trọng**, là quý vị đã bôi nhọ cờ ấy. Mặt khác, quý vị không thể ở vị trí khen thưởng cho tất cả người Mỹ Gốc Việt như quý vị viết trong giấy Ban Khen ấy.

Chúng tôi không phản đối một bằng Ban Khen, khi quý vị cấp lời khen hay thưởng của quý vị cho một nhóm bạn bè hay thuộc cấp của quý vị về một việc gì đó đã làm cho quý vị.

Như vậy quý vị đã tỏ ra bất kính với biểu tượng mà chúng tôi tôn thờ. Điều này không thể chấp nhận được.

2) Trong một bản tuyên bố năm 2003, Thị xã San Jose đã công nhận cờ này rồi. Bản tuyên bố đó hãy còn đó. Thị trưởng Gonzales và hai nghị viên: Chuck Reed và Terry Gregory đã ký Bản Tuyên Cáo công nhận cờ này.

Ngoài ra, chúng tôi cũng cần phải thêm vào đây ít điều để làm sang tỏ vấn đề. Trong hai buổi họp khác nhau xảy ra từ trước tháng 6, 04 với Bà Nancy Pyle (do GS Trần đình Trị của Evergreen Valley College giới thiệu), GS Nguyễn văn Canh bày tỏ mối quan tâm nghiêm trọng của ông về các mối an toàn do âm mưu đe dọa của ngoại bang đối với người Việt, cư dân của Thành phố San Jose, về bổn phận và trách nhiệm bảo vệ an toàn cho công dân của chính quyền địa phương, về cần có một Nghị Quyết vinh danh cờ VNCH với nội dung nói đến chống đe dọa đối với người Mỹ Gốc Việt, ít nhất như Nghị Quyết của Thành phố Boston, Mass. Bà Nancy Pyle cam kết rằng nếu đắc cử việc làm đầu tiên là bảo trợ và đệ nạp một Nghị Quyết vinh danh cờ VNCH với nội dung như vậy. Để cho Bà ta nhớ những gì đã cam kết, vào ngày 18 tháng 6, GS Canh viết một văn thư nhắc lại những gì mà ông quan tâm. Kế đó, GS Canh đã yêu cầu Hội Đồng Cử Tri Người Mỹ Gốc Việt địa phương phát động chiến dịch vận động bầu cho Bà ta. Vào ngày 5 tháng 9, 04 trong một buổi phỏng vấn trên đài phát thanh với GS Trần công Thiện, Bà Nancy Pyle trả lời về vụ Cờ Vàng: **"Tôi sẽ cất tiếng nói cho tự do, nhân quyền và dân chủ. Tôi sẽ áp dụng mọi biện pháp cần thiết chống lại đe dọa của ngoại bang đối với người Việt, và làm tất những gì có thể để khuyến khích...và vinh danh cờ VNCH"**. Trả lời một câu hỏi khác cũng về vấn đề này, Bà Pyle nói: **"Tôi sẽ thiết lập một liên minh giữa các viên chức Thị Xã, counties, tiểu bang, liên bang và các tổ chức nhân quyền để đòi hỏi VC ngưng đàn áp tôn giáo, là điều kiện để thiết lập mối liên hệ thương mại toàn diện với VN"**.

Sau khi đắc cử, tại nhà hàng Phú Lâm trước độ 250 quan khách, Bà ta tuyên bố:" Quý vị đã làm tôi đắc cử. Việc làm đầu tiên của tôi là đệ nạp Nghị Quyết công nhận Cờ Vàng. Bà ấy còn đến gặp riêng GS Canh mời GS Canh đến văn phòng để thảo luận về Nghị Quyết này.

Chi tiết trên đây có mục đích chứng minh rằng ít nhất một Nghị viên của Hội Đồng Thành phố biết rõ vấn đề này.

Tuy nhiên vấn đề là nay Thành phố ban hành một văn kiện mới với cùng nội dung với văn kiện đã có trước đó, và văn kiện cũ đó vẫn còn hiệu lực.

Có vẻ như là Thị Xã có ý định thay thế Bản Tuyên Bố 2003 bằng giấy Ban Khen vừa ban hành ngày 19 tháng 4 vừa qua.

Như là một nguyên tắc, một văn kiện mới với cùng một nội dung như vậy và được cùng một cơ quan ban hành, và cùng một thủ tục, sẽ thay thế văn kiện cũ. Như vậy rõ ràng là quý vị đã có ý định hủy bỏ Bản Tuyên Cáo 2003 bằng Văn Kiện Ban Khen.

Thực vậy, về phương diện kỹ thuật pháp lý, nguyên tắc trên sẽ không áp dụng trong trường hợp này vì lý do sau đây: một Nghị Quyết của Hội Đồng Thành Phố là luật cao nhất của thị xã, sau Hiến Chương. Nó ràng buộc các cư dân của thị xã. Ở một cấp độ thấp hơn, bản Tuyên Cáo chỉ là phát biểu một lập trường về một vấn đề gì đó. Tuyên cáo không ràng buộc ai. Còn Bằng Ban Khen là một Chứng từ để khen thưởng cho người nào mà ta thích. Nó không có một ý nghĩa gì cho người khác.

Vậy, giấy Ban Khen trong trường hợp này không thể hủy bỏ một văn kiện ở cấp độ cao hơn trong hệ thống luật pháp của thị xã. Thêm vào đó, điều rất quan trọng là bằng giấy Ban Khen của quý vị cấp cho vào ngày 19 tháng 4 của quý vị đã hủy bỏ một câu quan trọng của Bản Tuyên bố 2003. Khoản 4 của bản Tuyên Bố nói **"OPPOSITON TO TYRANY IN ALL FORMS"** (chống lại độc tài tàn bạo dưới mọi hình thức).

Thực vậy những chữ này phản ảnh một thực trạng là Cộng Hòa Xã Hội Chủ Nghĩa Việt Nam đã và đang đàn áp công dân của họ một cách hung bạo. Vào tháng 2, 2001, các đơn vị quân đội và cảnh sát của Cộng sản bao vây và tàn sát người Thượng ở Ban Mê Thuột. Chỉ có độ hơn 1,000 trốn thoát sang Cao Miên và họ được Hoa Kỳ chấp nhận làm tỵ nạn và nay họ sống ở North Carolina. Một vụ tàn sát khác lại xảy ra cùng một nơi vào Mùa Lễ Phục Sinh vào tháng 4 năm 2004. Hoa Kỳ đã cứu trợ một số người. Vào tháng 9 năm 2003, Cảnh Sát vây hãm và tấn công một cuộc họp của Giáo Hội Việt Nam Thống Nhất ở Chùa Nguyên Thiều, Bình Định. Sự ngược đãi thô bạo đến nỗi vào ngày 19 tháng 11 năm ấy, Hạ Viện Hoa Kỳ thông qua Nghị Quyết số 427 cực lực lên án hành động ấy. Tất cả 626 Nghị Viên của Nghị Viện Âu Châu cũng thông qua một Nghị Quyết tương tự hai ngày sau đó.

Tình hình ấy cho đến nay không thay đổi gì.

Khi bỏ câu này, quý vị nghĩ gì về chế độ độc tài ở Việt nam?

Câu hỏi của chúng tôi muốn biết là động lực nào giúp quý vị thay đổi vị trí của quý vị về vấn đề này. Ai là người đã thúc đẩy, vận động quý vị làm việc ấy? Chúng tôi muốn có câu trả lời công khai cho cử tri chúng tôi biết.

Về văn kiện Ban Khen của quý vị, thì với sự kiện trên, Bản Tuyên Cáo 2003 nói trên vẫn còn giá trị. Và người Mỹ Gốc Việt chúng tôi không cần Khen Thưởng của quý vị. Và chúng tôi tuyên bố Bản Khen thưởng đó là vô giá trị.

Cám ơn về sự lưu ý của quý vị. Kính Chào.

c). BÀI BÁO TƯỜNG THUẬT.

Bài Phát biểu của GS Nguyễn văn Canh nhân dịp công bố Nghị Quyết của Thành phố San Jose **Vinh Danh** Cờ Việt nam Cộng Hòa, biểu tượng của Tự Do Dân Chủ và long trọng **Xác Nhận Trách Nhiệm bảo vệ** an toàn của cư dân sinh sống trong thành phố chống lại âm mưu của ngoại bang hãm hại họ.

Bài nói chuyện được báo Saigon USA đăng ngày 4 tháng 6, 2005.

website: www.saigonusanews.com   7

VIETNAMESE AMERICAN COUNCIL OF VOTERS
3153 Oakbridge Dr.
San Jose, CA 95121
(408) 223-8433
E-mail: vietculture_association@yahoo.com

chúng tôi mang theo từ khi chúng tôi từ bỏ chế độ toàn trị. Biểu tượng ấy là Độc Lập, là Tự Do. Trước đây, dân tộc Việt chúng tôi chống lại ngoại bang đô hộ bằng một chế độ bạo ngược. Nay, chúng tôi chống lại thừa sai ngoại bang, vì được quan thầy dựng lên để đàn áp thô bạo, cướp bóc, tước đoạt mọi quyền căn bản của nhân dân Việt, kể cả quyền sống.

Độc Lập, Tự Do chính là giá trị mà dân tộc Việt chiến đấu để bảo vệ. Nó được tượng trưng trong lá Cờ Vàng.

Cờ Vàng có cả từ 2 ngàn năm nay. Nó hiện diện trên đất Việt ít nhất từ thời hai vị nữ anh hùng dân tộc Việt - Hai Bà Trưng *phất ngọn Cờ Vàng*, đứng lên đánh đuổi quân Tàu vào năm 40 sau Tây Lịch. Năm 43, Hai Bà bị một lực lượng lớn mạnh của quân Tàu sang đánh. Hai Bà bị thua và tuẫn tiết.

Máu của Hai Bà và của dân tộc Việt ít nhất đã đổ ra từ đó. Máu của các Anh Hùng đất Việt đổ tiếp theo đó suốt gần 1,000 năm quân Tàu xâm lăng và đô hộ nước tôi, và gần 100 năm khi giặc Pháp cai trị và suốt trong thời gian chống lại Cộng sản Quốc Tế. Và máu dân Việt tiếp tục đổ từ khi thừa sai của chúng cai trị dân Việt bắt đầu từ 1975.

Máu của dân Việt qua bao thế hệ đã quyện vào lá Cờ này.

Cờ Vàng được Chính phủ Việt nam độc lập đầu tiên ra đời vào năm 1945 của dân tộc Việt tiếp tục dùng. Chính phủ này thêm 3 gạch đỏ vào với ý nghĩa là 3 miền Nam Trung Bắc thống nhất lại vì trong gần 100 năm đô hộ, người Pháp đã "chia" Việt nam thành 3 quốc gia nhỏ để dễ "trị". Và cờ đó được chế độ Cộng Hoà cũng vẫn tiếp tục dùng.

Biện minh rằng Cờ đó là cờ của chế độ VNCH là cái cớ bề ngoài để vận động bác bỏ các giá trị của người Việt Tự Do. Cộng sản Việt muốn những giá trị của chúng, giá trị Mác-xít-Lê nin nít được thay thế. Đó chém giết, là lừa lọc, là phản phúc, là cướp của, là bán gái vị thành niên, là bán đất, ảng biển cho ngoại bang để nhờ ngoại bang giúp củng cố quyền hành.... Có ai phủ nhận việc này đã và đang xảy ra tại Việt Nam?

Người Việt Tự Do chúng tôi chống lại âm

mưu đó.

Cờ Vàng là vấn đề nội bộ nước Mỹ: vấn đề giữa chính quyền và công dân Mỹ gốc Việt. Việc VC vận động bác bỏ Cờ này là can thiệp vào nội bộ nước Mỹ, vào đời sống của công dân Mỹ, với ý đồ áp đặt giá trị *xã hội chủ nghĩa* của chúng lên dân người tị nạn sinh sống tại đây, để từ đó tìm cách không chế người tị nạn Việt. Chính VC bám theo người tị nạn mang chiến tranh đến đây chống lại người tị nạn, trong khi đó lại hô hoán rằng công nhân Cờ Vàng là tiếp tục chiến tranh. Và, chúng đã làm một việc phi pháp trong bang giao quốc tế.

Có người nói rằng giới trẻ Việt tại Mỹ đã thay đổi: không nghĩ về quá khứ, không oán thù, không ưa dùng bạo lực, sẵn sàng hợp tác với chế độ hiện tại để xây dựng lại quê hương nghèo đói. Điều này có ngụ ý rằng thế hệ cha anh vẫn còn hận thù, thích dùng bạo lực, vì thế không chấp nhận chế độ hiện tại. Vậy, hãy nhìn xem trong số 600 người tham dự buổi đêm hôm 17 tháng 5-2005 vừa qua tại Hội Đồng Thành phố San Jose thì thấy. Đa số là giới trẻ tham dự. Giới trẻ qua thật không có hận thù, nhìn về tương lai. Vậy, tại sao họ lại ủng hộ Cờ Vàng? Cũng hôm 17 vừa qua, không một người nào, nhất là giới trẻ đến phát biểu tại Hội Đồng tha xã để chống Nghị Quyết. Ngoài ra, nào có ai trong số người Việt dùng bạo lực? Tuy nhiên, ngày hôm sau VC lại nhờ báo chí Mỹ nói rằng chúng vì ý "đe doạ" nên không đến. Vậy thế trong buổi điều trần ngày 25 tháng 5 vừa qua tại Sacramento, có vài VC đến phát biểu chống Nghị Quyết SCR-17, nào có ai bị đánh đập? Họ được tự do phát biểu, nhưng toàn thể các nghị sĩ Ủy Ban Nội Qui Thượng Viện đã bác bỏ quan điểm của họ.

2) CĂN CƯỚC NGƯỜI TỊ NẠN LÀ CĂN CƯỚC CỦA NGƯỜI VIỆT TỰ DO. Hoa Kỳ là một quốc gia đa sắc tộc, đa văn hoá. Mỗi sắc dân có một căn cước riêng, nhưng tất cả đều hoà trộn vào để cùng sinh sống hài hoà nhằm vào tiến bộ và hạnh phúc cho mỗi người, mỗi nhóm. Sự hoà trộn này không cho phép chính quyền hay một nhóm đa số nào có thể tìm cách đồng hoá hay ép buộc các nhóm khác từ bỏ căn cước của mình. Cờ Vàng là trương trưng cho căn cước của người Mỹ gốc Việt yêu tự do dân chủ. Phủ nhận Cờ Vàng là phủ nhận căn cước của họ. Không ai ngạc nhiên rằng VC đứng đằng sau âm mưu ấy. Nếu không có Cờ Vàng thì cờ của Cộng Hoà Xã Hội Chủ Nghĩa đứng vào vị trí đó. Như thế có nghĩa là áp

lật giá trị Mác-xist-Leninist lên trên đầu họ. Một giá trị mà họ đã chiến đấu, chống lại ... Trong tháng 3 vừa qua, cựu Đại sứ Mỹ tại Việt nam Raymond Burghardt trong buổi điều trần trước Ủy Ban Quốc Tế Vụ Hạ Viện Tiểu Bang Hawaii về Nghị Quyết thiết lập Mối Liên Hệ Chị Em giữa TB này và Thị Xã Thừa Thiên-Huế đã nói rằng Chính phủ Mỹ không cần có cho một nhóm thiểu số nào *"phủ quyết"* (veto) chính sách của Mỹ. Lời tuyên bố này cốt ý là vận động với quốc Hội TB Hawaii bác bỏ vị trí của người tị nạn Việt Tự Do chống lại Nghị Quyết trên mà Burghardt là người quyết liệt ủng hộ. Lập luận như vậy có nghĩa là phủ nhận quyền phát biểu của một thiểu số về chính sách nào đó của nhà cầm quyền Hoa Kỳ mà thiểu số này lại là người Việt tị nạn Cộng sản, yêu chuộng Tự Do. Burghardt như vậy đã phủ nhận căn cước của người Việt.

Để trả lời luận điệu ấy, chị Ngọc Nhung, Chủ tịch Hội Đồng Cử Tri Người Mỹ Gốc Việt, Tiểu Bang Hawaii viện dẫn quyền của công dân Mỹ với căn cước của Người Việt Tị Nạn, yêu tự do, đã nói rằng *"tôi không hành diện gì khi làm chị em với một quốc gia, dân áp nhân quyền một cách thô bạo. Chính quyền đó đã giết 6000 người nhân dịp Tết Mậu Thân, năm 1968, trong số ngày có nhiều đàn bà, trẻ em, tay họ bị trói lại, đầu bị đánh vỡ, VC tàn bạo đến nỗi, đến cả ngày hôm nay thân nhân của họ chỉ được quyền có những giọt nước mắt thầm lặng mà thôi"*, nghĩa là sau gần 40 năm, họ (cũng không được công khai khóc thường cho số phận của chồng, anh, cha của họ bị VC giết chết trong cuộc thảm sát đó.

Tiểu Ban Quốc Tế Viện Quốc Hội tiểu bang Hawaii đã bác bỏ lập luận của Burghardt và tiêu hủy Nghị Quyết Suky.

3) ĐE DOẠ AN TOÀN NGƯỜI MỸ GỐC VIỆT. Với Nghị Quyết công nhận Cờ Vàng, chính quyền San Jose, California đã ra một tín hiệu rõ ràng và mạnh mẽ cho ngoại bang (VC) biết rằng chính quyền San Jose lên tiếng chống lại các đe doạ công dân của họ bất cứ từ đâu đến và bằng bất cứ hình thức nào. Việc loan báo có nghĩa là cảnh cáo âm mưu của phía Việt Cộng qua Nghị Quyết 36 ban hành ngày 26 tháng 3, 2004 bởi một tổ chức tư nhân tại Việt Nam. Tổ chức đó là Chính Trị Bộ Đảng Cộng Sản Việt Nam, ra lệnh cho Cộng Hoà Xã Hội Chủ Nghĩa Việt Nam chỉ người vào các Cơ sở ngoại giao để khống chế người Mỹ gốc Việt, đồng thời cũng cảnh cáo VC rằng đây là tội phạm hình sự, không được tha thứ. Tôi kêu gọi TT. Bush, nhân dịp Thủ tướng VC Phan Văn Khải đến gặp ông vào ngày 21 tháng 6 này, đòi VC phải cắt nghĩa tại sao có hành vi của một tổ chức tư nhân là Đảng CSVN lại có thể ra lệnh cho chính quyền CHXHCNVN thực hiện các hoạt động trái Bang Giao Quốc Tế Công Pháp, trái với các nguyên tắc Bang Giao giữa các quốc gia, và có âm mưu phạm luật hình sự của Mỹ như vậy? Đây rõ ràng là hành vi tội phạm có tổ chức. Việc này phải được chấm dứt. Thị Xã San Jose là chính quyền địa phương tiên phong trên toàn quốc Hoa Kỳ trong lãnh vực bảo vệ quyền Tự Do Dân Sự cho Công Dân mình. Hành vi sáng suốt này đáng ca ngợi.

VC theo chân chúng tôi, đến đây để gây ra cuộc chiến tranh chống người tị nạn trên đất Mỹ, bất chấp luật lệ Mỹ. Vì không thấy có phản ứng công khai của chính phủ liên bang, người Mỹ gốc Việt phải tìm phương cách tự vệ. Nhân dịp này, tôi đòi hỏi Chính phủ Liên bang phải có câu trả lời, nhất là của Bộ Ngoại Giao và Bộ Nội An.

Tôi đã phác họa xong một kế hoạch để thực hiện nhằm tiếp sức với các anh chị em trong tổ chức cộng đồng ở San Diego, đang lo về Nghị Quyết SCR-17. Công việc còn nhiều khó khăn. Ngoài ra, tôi cũng đang chuẩn bị một số công tác khác tại vùng này. Tôi chờ mong sự tiếp tay của quí đồng hương để đạt được những thắng lợi như đã xảy ra.

Cuối cùng, nhân dịp này tôi ngỏ lời ngợi khen quí anh chị sau đây đã đóng góp tích cực vào các công tác để người Việt ở San Jose có được một luật của thị xã chính thức công nhận Cờ Vàng ngày hôm nay. Anh chị em đó là:

- GS. Trần Công Thiện, Chủ Tịch và Hội Văn Hoá Việt.
- LS. Ngô Văn Tiệp, Chủ Tịch và Hội Đồng Cử tri Người Mỹ gốc Việt

Trung tá Võ Đại, Chủ Tịch và Liên Hội Cựu Sỹ Quan Trừ Bị.

- BS. Trần Công Luyện, Chủ Tịch, Tập Thể cựu chiến sĩ Miền Tây Bắc Hoa Kỳ
- Thiếu Tá Phan Quang Nghiệp, Phó Chủ tịch Tập Thể cựu chiến sĩ VNCH.
- Thiếu Tá Thái Văn Hoà, Chủ Tịch và Hội Cựu Sỹ Quan Cảnh Sát, Bắc California.
- Thiếu Tá Nguyễn Ngọc Thụy, Chủ Tịch và Hội Cựu Sinh Viên Sỹ Quan Học Viện CSQG.
- Thiếu Tá Lê Văn Cưu, Đại diện các khoá trưởng Võ Bị Quốc Gia từ 1950 đến 1975.
- Thiếu Tá Đỗ Văn Trắng, Chủ Tịch Khu Hội Cựu Tù Nhân Chính Trị.
- LS. Đỗ Doãn Quế, Chủ Tịch Hội Luật Gia, Bắc California.
- LS. Trần Thiện Hải, Cựu Chủ Tịch Hội Luật Gia, Bắc California.
- Cựu GS. Học Viện Quốc Gia Hành Chánh, Nguyễn thị Ngọc Dung.

Trong suốt thời gian vận động cho Nghị Quyết, tôi ghi nhận tinh thần phục vụ và nỗ lực âm thầm của KS. Lê Cường, Ủy Viên Thông Tin của Hội Đồng Cử Tri Người Mỹ Gốc Việt. Ngoài ra, tôi cũng không quên ngợi khen tinh thần phục vụ của anh Nguyễn Thế Vũ, một thanh niên trẻ rất hăng say, đứng đắn, tận tụy tiếp tay cho Ông Cortese trong công tác này.

Cảm ơn quí vị,
GS. NGUYỄN VĂN CANH.

d). CỜ VÀNG TRONG NGHỊ QUYẾT THÀNH PHỐ, SAN JOSE, CA

Bài phát biểu ứng khẩu của GS Nguyễn văn Canh, nhân buổi lễ công bố Nghị Quyết Cờ Vàng và lễ Thượng Kỳ chính thức, cờ VNCH trước tiền đình tòa Thị Chính San Jose, California vào ngày hôm nay, 3 tháng 6, 05.

Thưa ông Cortese, Nghị viên Hội Đồng Thành Phố, San Jose, California.

Theo thư mời của ông ký ngày 27 tháng 5, Ủy Ban Cờ Vàng chúng tôi rất vui mừng đến dự buổi lễ công bố Nghị Quyết mà Hội Đồng Thị Xã San Jose thông qua ngày 17 tháng 5 công nhận Cờ Việt Nam Cộng Hòa. Sự công bố này có một ý nghĩa rất đặc biệt vì được thực hiện một cách long trọng, công khai ngay dưới ngọn Cờ Vàng, vừa được kéo lên trên cột cờ của Thị Xã, trước tiền đình Tòa Thị Chính Thành phố San Jose và cờ ấy hiện đang bay phấp phới dưới bầu trời trong sáng của vùng thung lũng điện tử của Tiểu Bang California, trước sự chứng kiến của nhiều quan khách và hàng trăm đồng hương của chúng tôi.

Thật là một điều cảm động.

Chúng tôi cảm ơn Ông về sự ưu ái này.

Tôi rất đề cao việc Ông ý thức ngay được tính cách **thiêng liêng** của Cờ Vàng mà chúng tôi nói tới trong thư phản kháng với văn kiện của Thị Xã ban hành ngày 19 tháng 4. Dù không ký vào văn kiện này, nhưng Ông đã đáp ứng rất mau lẹ bằng một Văn Thư ký ngày 26 tháng 4 và đến họp với chúng tôi, tìm cách giúp giải quyết ngay các ưu tư của chúng tôi. Và theo thư yêu cầu của Ủy Ban Cờ Vàng ký ngày 2 tháng 5, ông đã nộp ngay một Dự Thảo Nghị Quyết công nhận Cờ Di Sản và Tự Do vào Ủy Ban Nội Quy của Hội Đồng Thị Xã để được biểu quyết vào ngày 17 tháng 5 vừa qua.

Thật là một kỷ lục. Chỉ trong vòng 12 ngày, sau khi họp với Ủy Ban, Ông đã giúp có một Luật của Thị Xã công nhận lá Cờ mà chúng tôi yêu quý, trong khi đó suốt 30 năm qua 'mảnh băng đá' nằm trong Thị Xã vẫn không hề chuyển động.

Trong thư đề ngày 18 tháng 5 gửi cho Hội Đồng Thị Xã để cám ơn việc toàn thể Hội Đồng bỏ phiếu thuận cho Nghị Quyết ấy, tôi có nói rằng toàn thể người Việt khắp nơi trên thế giới theo dõi việc này, ngoài Hoa Kỳ ra, gồm cả những người từ Úc Châu, Pháp, Anh, Đức, Nhật v.v…Tất cả đều vui mừng về kết quả này. Nhiều người Việt biết tới Ông. Ngày hôm nay, tên của ông lại được nhắc tới cho mọi người biết, nhất là trong buổi lễ long trọng và đặc biệt này.

Tôi cảm ơn về đóng góp và nỗ lực của ông trong công tác này.

Tôi cũng cám ơn Thị Trưởng Ron Gonzales, Nghị Viên Chuck Reed đã giải thích vị trí của quý vị đối với thư của chúng tôi. Tôi vui mừng chấp nhận sự giải thích đó.Và cũng không quên cám ơn quý vị và các nghị viên khác đã đồng thanh thông qua Nghị Quyết ấy vào ngày 17 tháng 5 vừa qua.

Thưa quý vị quan khách và quý đồng hương:

Chúng ta tụ họp nơi đây ngày hôm nay để mừng ngày mà Cờ Vàng của chúng ta lần đầu tiên kể từ năm 1975 khi chúng ta đến San Jose được kéo lên trên cột cờ của thị xã và chính thức tung bay trước gió. Đây không phải là điều hân hoan riêng của người Việt sinh sống ở thị xã này, và như quý vị biết, đó còn là niềm vui chung cho tất cả những người Việt yêu chuộng tự do trên khắp thế giới.

Thành quả này có được là do sự đóng góp của cá nhân mỗi đồng hương. Thực vậy, tối ngày 17 tháng 5 vừa qua, mỗi đồng hương đến dự cuộc họp của Hội Đồng Thành Phố là biểu lộ lập trường, quan điểm của mình về vấn đề Cờ. Tổng hợp 600 đồng hương tại hội trường hôm đó là sức mạnh chung được phát biểu cho mọi thành viên Hội Đồng Thành Phố biết về các ước vọng của chúng ta. Vì thế chúng ta đạt được sự đồng thanh chấp thuận. Ngoài ra, trong các cuộc bầu cử trong quá khứ mà mỗi người trong chúng ta tham dự đã tích luỹ lại để tạo sức mạnh đó. Sự đóng góp của quý đồng hương vào thành quả này thực là to lớn.

Tôi nhiệt liệt đề cao và hãnh diện về việc làm của quý đồng hương. Trong tương lai gần, tôi mong rằng quý đồng hương tiếp tục hưởng ứng như thế đối với các công tác khác. Mỗi người trong chúng ta phải có trách vụ nói lên tiếng nói của mình, phát biểu quan điểm của mình về quyền lợi của mình. Không ai có thể thay thế được.

Tôi đã phác họa xong một kế hoạch để thực hiện nhằm tiếp sức với các anh chị em trong tổ chức cộng đồng ở San Diego, đang lo về Nghị Quyết SCR-17. Công việc còn nhiều khó khăn. Ngoài ra, tôi cũng đang chuẩn bị một số công tác khác tại vùng này. Tôi mong sự tiếp tay của quý đồng hương để đạt được những thắng lợi như đã xảy ra.

Đối với những người Mỹ phản chiến trong các giới: truyền thông, Đại Học và một ít trong chính quyền, nhân dịp này tôi nói với họ rằng họ đã bị Cộng sản Việt nam đầu độc nặng nề. Cộng sản Việt nam là những kẻ chuyên xuyên tạc, bóp méo sự thật, đánh phá và gây rối khắp nơi để tìm cách thuyết phục, lôi cuốn người khác ủng hộ mục tiêu của họ.

Tôi trả lời vài luận cứ của một số người trên và đồng thời cũng là để nói tới ít điểm quan trọng trong Nghị Quyết được công bố ngày hôm nay.

1.Cờ Vàng là Cờ Di Sản và Tự Do. Có người nói rằng Cờ này là Cờ Việt Nam Cộng Hòa, một chế độ thối nát, tham nhũng mà Mỹ dựng lên. Đó là cờ của một chế độ đã chết. Chấp thuận cho treo cờ đó là một hình thức tiếp tục chiến tranh. Hãy để cho quá khứ qua đi, xoá bỏ hận thù và nên nghĩ tới tương lai; giới trẻ ngày nay khác với cha anh của họ vì giới trẻ không mất địa vị, không ưa hận thù, không dùng bạo lực, nay nghĩ tới quê hương đau khổ. Ngày nay Mỹ đã bang giao với VC, và nếu chấp nhận cho treo cờ đó là đối đầu với quốc gia có chủ quyền, không đúng với bang giao quốc tế, treo Cờ Vàng là chia rẽ cộng đồng…

Tôi có thể trả lời rằng họ đã sai.

Cờ Vàng là biểu tượng của **di sản** mà chúng tôi mang theo từ khi chúng tôi từ bỏ chế độ toàn trị. Biểu tượng ấy là **độc lập, là tự do**. Trước đây, dân tộc Việt chúng tôi chống lại ngoại bang đô hộ bằng một chế độ bạo ngược. Nay, chúng tôi chống lại thừa sai ngoại bang, vì được quan thầy dựng lên để đàn áp thô bạo, cướp bóc, tước đoạt mọi quyền căn bản của nhân dân Việt, kể cả quyền sống.

Độc lập, tự do chính là **giá trị** mà dân tộc Việt chiến đấu để bảo vệ. Nó được tượng trưng trong lá Cờ Vàng.

Cờ Vàng có cả từ 2 ngàn năm nay. Nó hiện diện trên đất Việt ít nhất từ thời hai vị nữ anh hùng dân tộc Việt- Hai Bà Trưng '**phất ngọn Cờ Vàng'**, đứng lên đánh đuổi quân Tàu vào năm 40 sau Tây Lịch. Năm 43, Hai Bà bị một lực lượng lớn mạnh của quân Tàu sang đánh. Hai bà bị thua và tuẫn tiết. Máu của Hai Bà và của dân tộc Việt ít nhất đã đổ ra từ đó. Máu của các anh hùng đất Việt đổ tiếp theo đó suốt gần 1,000 quân Tầu xâm lăng và đô hộ nước tôi, và gần 100 năm khi giặc Pháp cai trị và suốt trong thời gian chống lại Cộng sản Quốc tế. Và máu dân Việt tiếp tục đổ từ khi Thừa sai của chúng cai trị dân Việt bắt đầu từ 1975.

Máu của dân Việt qua bao thế hệ đã quện vào lá Cờ này.

Cờ vàng được Chính phủ Việt nam độc lập đầu tiên ra đời vào năm 1945 của dân tộc Việt tiếp tục dùng. Chính phủ này thêm 3 gạch đỏ vào với ý nghĩa là 3 miền từ Nam tới Bắc thống nhất lại vì trong gần 100 năm đô hộ, người Pháp đã "chia" Việt nam thành 3 quốc gia nhỏ để dễ "trị". Và cờ đó được chế độ Cộng Hòa cũng vẫn tiếp tục dùng.

Biện minh rằng Cờ đó là cờ của chế độ VNCH là cái cớ bề ngoài để vận động bác bỏ các giá trị của người Việt tự do. Cộng sản Việt muốn những giá trị của chúng, **giá trị Marxist- Leninist** được thay thế vào. Đó chém giết, là lừa lọc, là phản phúc, là cướp của, là bán gái vị thành niên, là bán đất, dâng biển cho ngoại bang để nhờ ngoại bang giúp củng cố quyền hành….. Có ai phủ nhận việc này đã và đang xảy ra tại Việt nam?

Người Việt tự do chúng tôi chống lại âm mưu đó.

Cờ Vàng là vấn đề nội bộ nước Mỹ: vấn đề giữa chính quyền và công dân Mỹ gốc Việt. Việc VC vận động bác bỏ Cờ này là can thiệp vào nội bộ nước Mỹ, vào đời sống của công dân Mỹ, với ý đồ áp đặt giá trị xã hội chủ nghĩa của chúng lên đầu người ty nạn sinh sống tại đây, để từ đó tìm cách khống chế người ty nạn Việt. Chính VC bám theo người ty nạn mang chiến tranh đến đây chống lại người ty nạn, trong khi đó lại hô hán rằng công nhận Cờ Vàng là tiếp tục chiến tranh. Và, chúng đã làm một việc phi pháp trong bang giao quốc tế.

Có người nói rằng giới trẻ Việt tại Mỹ đã thay đổi: không nghĩ về quá khứ, không oán thù, không ưa dùng bạo lực, sẵn sàng hợp tác với chế độ hiện tại để xây dựng lại quê hương nghèo đói. Điều này có ngụ ý rằng thế hệ cha anh vẫn còn hận thù, thích dùng bạo lực, vì thế không chấp nhận chế độ hiện tại. Vậy, hãy nhìn xem trong số 600 người tham dự buổi đêm hôm 17 tháng 5 vừa qua tại Hội Đồng Thành phố San Jose thì thấy. Đa số là giới trẻ tham dự. Giới trẻ quả thật không có hận thù, nhìn về tương lai. Vậy, tại sao họ lại ủng hộ Cờ Vàng? Cũng hôm 17 vừa qua, không một người nào, nhất là giới trẻ đến phát biểu tại Hội Đồng thị xã để chống Nghị Quyết. Ngoài ra, nào có ai trong số người Việt dùng bạo lực? Tuy nhiên, ngày hôm sau VC lại nhờ báo chí Mỹ nói rằng chúng sợ bị "đe dọa" nên không đến. Vậy thế trong buổi điều trần ngày 25 tháng 5 vừa qua tại Sacramento, có 4 hay 5 VC đến phát biểu chống Nghị Quyết SCR-17, nào có ai bị đánh đập? Họ được tự do phát biểu, nhưng toàn thể các nghị sĩ Ủy Ban Nội Quy Thượng Viện đã bác bỏ quan điểm của họ. Và nào có thấy cộng đồng nào là của VC?

2. Căn cước người ty nạn là <u>**căn cước của người Việt tự do**</u>. Hoa Kỳ là một quốc gia đa sắc tộc, đa văn hóa. Mỗi sắc dân có một căn cước riêng, nhưng tất cả đều Hòa trộn vào để cùng sinh sống hài Hòa nhắm vào tiến bộ và hạnh phúc cho mỗi người, mỗi nhóm. Sự Hòa trộn này không cho phép chính quyền hay một nhóm đa số nào có thể tìm cách đồng hóa hay ép buộc các nhóm khác từ bỏ căn cước của mình. Cờ vàng là tượng trưng cho căn cước của người Mỹ gốc Việt yêu tự do dân chủ. Phủ nhận Cờ vàng là phủ nhận căn cước của họ. Không ai ngạc nhiên rằng VC đứng đằng sau âm mưu ấy. Nếu không có Cờ Vàng. thì có cờ của Cộng Hòa Xã Hội Chủ Nghĩa đứng vào vị trí đó. Như thế có nghĩa là áp đặt giá trị Mác xist- Leninist lên trên đầu họ. Một giá trị mà họ đã chiến đấu, chống lại. Trong tháng 3 vừa qua, cựu Đại sứ Mỹ tại Việt nam Raymond Burghardt trong buổi điều trần trước Ủy Ban Quốc Tế Vụ Hạ Viện Tiểu Bang Hawaii về Nghị quyết thiết lập Mối Liên Hệ Chị Em giữa TB này và Thị Xã Thừa Thiên-Huế đã nói rằng <u>Chính phủ Mỹ không thể để cho một nhóm thiểu số nào "phủ quyết" (veto) chính sách của Mỹ</u>. Lời tuyên bố này cốt ý là vận động với quốc Hội TB Hawaii bác bỏ vị trí của **người ty nạn Việt tự do** chống lại Nghị Quyết trên mà Burghardt là người quyết liệt ủng hộ. Lập luận như vậy có nghĩa là phủ nhận quyền phát biểu của một thiểu số về chính sách nào đó của nhà cầm quyền Hoa Kỳ mà thiểu số này lại là người Việt ty nạn Cộng sản, yêu chuộng tự do. Burghardt như vậy đã phủ nhận căn cước của người Việt.

Để trả lời luận điệu ấy, chị Ngọc Nhung, Chủ tịch Hội Đồng Cử Tri Người Mỹ Gốc Việt, Tiểu Bang Hawaii viện dẫn quyền của công dân Mỹ với căn cước của Người Việt Ty Nạn, yêu tự do, đã nói rằng *"Tôi không hãnh diện gì khi làm chị em với một quốc gia, đàn áp nhân quyền một cách thô bạo. Chính quyền đó đã giết 6000 người nhân dịp Tết Mậu Thân, năm 1968, trong số này có nhiều đàn bà, trẻ em, tay họ bị trói lại, đầu bị đánh vỡ. VC tàn bạo đến nỗi, đến cả ngày hôm nay thân nhân của họ <u>**chỉ được quyền có những giọt nước mắt thầm lặng**</u> mà thôi"*, nghĩa là sau gần 40 năm, họ cũng không được công khai khóc thương cho số phận của chồng, anh, cha của họ bị VC giết chết trong cuộc thảm sát đó.

Tiểu Ban Quốc tế Viện Quốc Hội TB Hawaii đã bác bỏ lập luận của Burghadt và tiêu hủy Nghị Quyết này.

3. Đe dọa **An Toàn** người Mỹ gốc Việt. Với Nghị Quyết công nhận Cờ Vàng, chính quyền San Jose, Ca. đã ra một tín hiệu rõ ràng và mạnh mẽ cho ngoại bang (VC) biết rằng chính quyền San Jose lên tiếng chống lại các đe dọa công dân của họ bất cứ từ đâu đến và bằng bất cứ hình thức nào. Việc loan báo đó có nghĩa là cảnh cáo âm mưu của Việt cộng qua Nghị Quyết 36 ban hành ngày 26 tháng 3, 2004 bởi một tổ chức tư nhân tại Việt nam. Tổ chức đó là Chính trị Bộ Đảng Cộng Sản Việt nam, ra lệnh cho Cộng Hòa Xã Hội Chủ Nghĩa Việt nam cài người vào các Cơ sở ngoại giao để khống chế người Mỹ gốc Việt. Đồng thời cũng là để cảnh cáo VC rằng đây là tội phạm hình sự, không được tha thứ. Đoạn 7, Phần III "Nhiệm Vụ Chủ Yếu" của Nghị Quyết nói tới "các biện pháp phù hợp với những phá hoại quan hệ bang giao…, hoặc gây chia rẽ cộng đồng." Tôi kêu gọi TT Bush, nhân dịp Thủ tướng VC Phan văn Khải đến gặp ông vào 21 tháng 6 này, đòi VC này phải cắt nghĩa tại sao CHXHCNVN lại thực hiện các hoạt động trái với Bang Giao Quốc Tế Pháp, trái với các nguyên tắc Bang Giao giữa các quốc gia, và có âm mưu phạm luật hình sự của Mỹ trên đất Mỹ như vậy? Đây rõ ràng là hành vi tội phạm có tổ chức. Việc này phải được chấm dứt. Thị Xã San Jose là chính quyền địa phương tiên phong trên toàn quốc Hoa Kỳ trong lãnh vực bảo vệ <u>**quyền tự do dân sự**</u> cho công dân mình. Hành vi sáng suốt này đáng ca ngợi.

VC theo chân chúng tôi, đến đây để gây ra cuộc chiến tranh chống người ty nạn trên đất Mỹ, bất chấp luật lệ Mỹ. Vì không thấy có phản ứng công khai của chính phủ liên bang, người Mỹ gốc Việt phải tìm phương cách tự vệ. Nhân dịp này, tôi đòi hỏi Chính phủ Liên bang phải có câu trả lời, nhất là của Bộ Ngoại Giao và Bộ Nội An.

Cuối cùng, nhân dịp này tôi ngỏ lời ngợi khen quý anh chị sau đây đã đóng góp tích cực vào các công tác để người Việt ở San Jose có được một luật của thị xã chính thức công nhận Cờ Vàng ngày hôm nay. Anh chị em đó là:

GS Trần công Thiện, Chủ tịch Hội Văn Hóa Việt.

LS Ngô văn Tiệp, Chủ Tịch và Hội Đồng Cử tri Người Mỹ gốc Việt

Trung tá Võ Đại, Chủ tịch và Liên Hội Cựu Sĩ Quan Trừ Bị.

LS Đỗ doãn Quế, Chủ Tịch, Hội Luật Gia Việt nam California.

BS Trần công Luyện, Chủ tịch, Tập Thể cựu chiến sĩ Miền Tây Bắc Hoa Kỳ Thiếu tá Phan quang Nghiệp, Phó Chủ tịch Tập Thể cựu chiến sĩ VNCH

Thiếu tá Thái văn Hòa, Chủ tịch và Hội Cựu Sĩ Quan Cảnh Sát, Bắc California

Thiếu tá Nguyễn ngọc Thuy, Chủ tịch và Hội Cựu Sinh Viên Sĩ Quan Học Viện CSQG Thiếu tá Lê văn Cưu, Đại diện các Khóa trường Võ Bị Quốc Gia từ 1950 đến 1975 Thiếu tá Đỗ văn Trảng, Chủ tịch Khu Hội Tù Nhân Chính Trị

LS Trần thiện Hải, Cựu Chủ tịch Hội Luật Gia, Bắc California. Cựu GS Học Viện Quốc Gia Hành Chánh Nguyễn thị Ngọc Dung.

Ngoài ra, cũng tôi cần đề cao Kỹ sư Lê Cường, Ủy Viên Thông Tin, Hội Đồng Cử tri

Người Mỹ Gốc Việt đã Hoàn thành nhiệm vụ được giao phó một cách xuất sắc.

Cuối cùng, tôi cũng không quên ngợi khen tinh thần phục vụ của Anh Nguyễn thế Vũ, một thanh niên trẻ rất hăng say, đứng đắn, tận tuỵ tiếp tay cho Ông Cortese trong công tác này.

Cảm ơn quý vị. Nguyễn văn Canh

HỒ SƠ II. AN TOÀN ĐỜI SỐNG CỦA NGƯỜI TỊ NẠN
NGHỊ QUYẾT VÔ HIỆU HÓA ÂM MƯU
MANG VIỆT CỘNG VÀO HOẠT ĐỘNG CÔNG KHAI
tại HỌC KHU ĐẠI HỌC SAN JOSE /EVERGREEN VALLEY COLLEGE.

I. LÝ DO:

Kêu gọi tiếp tay để ngăn chặn HOẠT ĐỘNG đưa VC vào 2 Đại Học ở San Jose.

Thân gửi quý anh chị:

Tôi đã Hoàn tất hồ sơ đính kèm trong attachment. Hồ sơ này có 2 văn kiện. Văn kiện I, là Thư gửi cho thành viên Hội Đồng Quản Trị (Board of Trustees: HĐ Thụ Ủy) và văn kiện II là Dự Thảo Nghị Quyết cấm việc móc nối để thực hiện việc hợp tác với VC nhân danh Trao Đổi Giáo Dục giữa Học Khu Đại Học Cộng Đồng San Jose và Evergreen (Học Khu) với VC. Hồ sơ này đã được mang tay nộp tại Văn Phòng Học Khu ở San Jose, vào chiều ngày Thứ Hai, 7 tháng 3, 2016 vừa qua.

Tôi đã lập ra tổ chức là Group of Concerned Citizens để đối phó với Học Khu về vấn đề này. Tôi cũng đã soạn thảo một Dự thảo Nghị Quyết và các tài liệu cần thiết để hành động.

A. Nội dung Thư

Thư nói cho Hội Đồng biết rằng chính sách của Đảng Cộng Sản Việt nam (VC) là đưa cán bộ nòng cốt của Đảng vào trong hệ thống giáo dục của Mỹ tại đây, làm các giáo chức. Với chương trình hợp tác và trao đổi giáo dục như thế, cán bộ VC xâm nhập vào các Đại Học Hoa Kỳ với tư cách Giáo sư hoạt động một cách công khai. Sự hiện diện của chúng như vậy sẽ khơi lại vết thương chưa lành của người tỵ nạn, nạn nhân của chế độ toàn trị, và làm cho đời sống của họ bất ổn. Hơn nữa, nhiệm vụ chính của mỗi giáo chức Cộng Sản là reo rắc vi khuẩn Cộng Sản cho các thế hệ trẻ, con cháu chúng tôi. Chưa hết, Cộng sản sẽ tạo một vị thế công khai từ đó gây ảnh hưởng đến an toàn đời sống của người tỵ nạn…

Chúng tôi không thể tha thứ được hành vi này.

Trong vòng 10 năm qua, VC đã cố gắng 2 lần xâm nhập vào 2 trường Đại Học của Học Khu này. Việc đó đã làm cho cộng đồng người Việt tỵ nạn phẫn nộ, chống đối dữ dội đến nỗi Hội Đồng đã phải hủy bỏ các chương trình nhân danh trao đổi giáo dục ấy.

Để chấm dứt việc kẻ nào trong Học Khu còn có âm mưu mang VC đến đây qua ngả giáo dục, hay VC ngầm móc nối với một một viên chức hay giáo sư để xâm nhập vào các Đại học ở đây, với Nghị quyết mà chúng tôi đưa ra ở đây, chúng tôi hy vọng rằng điều bất hạnh này sẽ không được tái diễn tại Học Khu này trong tương lai.

Nhìn vào hoạt động của hai trường Đại học trong 10 năm qua liên quan tới "trao đổi giáo dục với VC", tôi thấy cả hai bên, VC và Đại Học đều có các vận động ngầm. Trong thực tế, thì VC chủ động nhiều hơn cốt ý xâm nhập vào hai Đại học này dưới nhãn hiệu "thỏa hiệp hợp tác hay trao đổi", một phương cách hợp thức hóa sự hiện diện của chúng tại đây.

Có thể nói là "định chế hóa" sự hiện diện của chúng, rồi từ đó chi phối và khống chế cộng đồng…

Bắt nguồn từ nhận thức căn bản đó, Dự thảo Nghị Quyết: "cấm chỉ các quản trị viên Học Khu (trustees), viên tổng quản trị (Chancellor), người chỉ huy trực tiếp của hai viện đại học (San Jose City College, và Evergreen Valley College), các Viện trưởng, khoa trưởng, các nhân viên khác (như giáo sư, nhân viên v.v.) **đi tiếp xúc (dù ngầm như đã xảy ra) với VC hay được VC móc nối** để làm dự án hợp tác…

Như thế, ta có ý định thiết lập một chính sách của Học Khu đối với VC, ngăn cản Học Khu, không trở thành kẻ tiếp tay/tay sai của VC, giúp chúng chính thức xâm nhập vào đây qua hai đại học này.

Những hợp tác âm thầm với VC trong những năm qua.

Trước hết tôi cần nói qua về Học Khu này. Học Khu này có tên là San Jose- Evergreen Community College District. Học Khu này có 2 trường là San Jose City College và Evergreen Valley College. Như thường lệ, trên cao nhất là Hội Đồng Quản Trị (Board of Trustees), dưới là Chancellor, Tổng Quản Trị, viên chức lớn nhất về hành chánh, thay mặt Board, điều khiển 2 trường của Học Khu (HK). Hại Viện trưởng hai đại học này nằm dưới quyền khiển của Chancellor. Trong vòng 10 năm qua, Học Khu này đã 2 lần âm thầm (mờ ám) làm ăn với VC.

Lần 1 vào năm 2006, Chính phủ VC và San Jose City College hợp tác:

Tại trường Evergreen (gọi là E), có 2 nữ Giáo sư là kiêm cả chức cố vấn, là GS Lê thị Huệ và GS Vũ thị Gấm. Ngay từ những năm đầu của thập niên 2000, hai GS này có nghe nói về VC đến họp và có chương trình hợp tác với San Jose Community College (gọi là SJ), không phải ở trường mà các chị dạy. Tìm mãi không ra sự thật, hai chị đích thân đặt vấn đề này với Bà Chancellor là Rosa Perez và được trả lời rằng "KHÔNG CÓ".

Tôi phải nói rằng thái độ và hành động của 2 Giáo sư này thực đáng ca ngợi, vì lẽ dám nêu vấn đề ấy với Chancellor, một thượng cấp cao nhất, cao hơn cả Viện trưởng và Khoa Trưởng trường E mà các chị dạy vì không e ngại về trả thù liên hệ tới việc làm, đến kế sinh nhai của mình, hơn nữa việc này là việc xảy ra ở SJ. Tin rằng Rosa Perez có gì **mờ ám**, các chị ấy vẫn tiếp tục theo dõi sau cả năm trời không kết quả, hai chị có nêu vấn đề với tôi. Tôi có ý kiến là những gì các chị cho tôi biết chỉ là loại 'tin đồn', không thể căn cứ vào đó mà hành động được. Các chị cần cung cấp chứng cớ hay tài liệu cho tôi, rồi mới tính được. Mãi tới cuối năm 2006, hai chị gửi cho tôi một tài liệu, hình như 146 trang nói tới một chương trình gọi là GEO (Global Education Opportunities) của SJ.

Hai Giáo sư Huệ và Gấm cuối cùng cung cấp cho tôi hồ sơ liên hệ. Đây là một hồ sơ SJ nộp cho Bộ Giáo Dục Liên Bang xin tài trợ Dự Án GEO để huấn luyện cũng như giúp Sinh Viên các quốc gia khác có cơ hội học hỏi để kiếm việc làm tốt. SJ City College được cấp $170,000 trong tổng số $300,000 của dự án này với VC. Hồ sơ này có mô tả một số phái đoàn của chính phủ VC, tôi nhấn mạnh là **chính phủ** CHXHCNVN, mà Bộ Giáo Dục VC là đại diện lui tới họp với SJ từ 2001. Có lần thứ trưởng Giáo dục, có lần khác một phái đoàn 6 người gồm 3 phó viện trưởng và 3 viên chức chính phủ (government officials) đến SJ. Dĩ nhiên, ngược lại có những phái đoàn và nhiều nhân viên SJ riêng rẽ đến VN họp, trong đó có cả trustees về vụ hợp tác giữa SJ và chính phủ

VC...

Nhìn qua tài liệu, trong chương trình đã được chấp thuận, có những chi tiết dù nhỏ nhưng vô cùng quan trọng là

a) các sinh viên từ SJ (dĩ nhiên là trẻ, được tuyển lựa theo cách nào đó mà người ngoài không kiểm soát được), sẽ được đưa về **học tập lịch sử, văn hóa ở 32 Hoàng Diệu, Hà nội, trụ sở của Ủy Ban Người Việt Nước Ngoài**, Bộ Ngoại Giao. Đây là trụ sở của Đảng CS, núp dưới danh nghĩa thuộc Bộ Ngoại Giao, không phải là cơ sở Đại Học để dạy về Văn Hóa, Lịch Sử VN,

b) có chi tiết nêu ra khi Học Khu Đại Học này khai để xin trợ cấp của Chính Phủ Liên Bang theo chương trình GEO có sai phạm nghiêm trọng về pháp lý, tới mức trở thành vấn đề hình sự.

Về điểm thứ nhất a) người ty nạn CSVN không thể nào chấp nhận được sự kiện là một trường Đại Học ở đây lại lấy tiền đóng thuế của dân trong đó người ty nạn đã góp để đưa con em ty nạn về học tập ở trường Đảng CS dù ngụy trang dưới hình thức học lịch sử, văn hóa... Và điểm thứ hai là b) man khai không đúng về thủ tục về pháp lý để xin tiền của chính phủ liên bang tài trợ cho Dự Án.

******

Hai điểm này được tôi nêu ra trong Bản Tuyên bố của tôi để cảnh cáo rằng Hội Đồng Quản Trị Học Khu (HĐ) về vấn đề của SJ có thể sẽ bị truy tố tội hình sự về vụ này (có thể 2 hay 3 tội đại hình). GS Mỹ Hường thuộc SJ (ái nữ cố GS Nguyễn đình Hòa) có đề nghị dịch bản Tuyên Bố ra Anh ngữ và GS Hường đích thân phổ biến rộng rãi cho toàn bộ viên chức chỉ huy của Học Khu và giáo sư của Học Khu và trường Đại học SJ College.

Hai Giáo sư Lê thị Huệ và Nguyễn vũ Gấm cung cấp toàn bộ Dự Án cho tôi. Khi tôi nhận được tài liệu thì Dự án đã được thực hiện đến năm thứ 2 rồi. Một năm trước đó, SJ College đã đưa một toán 14 sinh viên, đa số sinh viên gốc Việt, con của người ty nạn sinh ra tại Mỹ về VN học văn hóa, lịch sử ở trường Đảng, 32 Hoàng Diệu Hà nội...

Việc chống đối đã làm cho chương trình này phải bị dẹp bỏ, dù đã hoạt động từ năm trước.

Dẹp bỏ như thế nào?

Tôi cần nói thêm một chi tiết là sau khi GS Mỹ Hường phổ biến bản tuyên bố của tôi về GEO ở SJ, thì Bà Rosa Perez có phàn nàn với một Giám Đốc của Học Khu rằng bà ta thức trắng 2 đêm về vụ GEO này.

Bà ấy tuyên bố mời Cộng đồng Tỵ nạn đến thương thảo về vấn đề này và muốn nhượng bộ Cộng Đồng người ty nạn bằng cách mời tham dự vào Dự Án với tư cách **Giám Sát** và đồng thời **Kiểm soát mọi hoạt động, nghĩa là không để cho VC thao túng**. Đó là lý do, GS Nguyễn xuân Vinh được cử làm Đại Diện CĐ Tỵ nạn San Jose đến Văn phòng để họp với Chancellor Rosa Perez. GS Vinh trong phái đoàn ty nạn đã ký một Joint Statement với bà Rosa Perez về vụ này. Để bảo đảm về phương luật pháp, nhất là để phòng trường hợp nhóm HĐ/ Perez thất hứa, tráo trở, tôi nhờ LS Nguyễn ngọc Bích đi kèm. Có 3 đồng hương đi theo. Dĩ nhiên là để tránh cho sự việc nổ lớn là mất uy tín của người tỵ nạn, Cộng đồng chấp thuận đề nghị ấy cho êm chuyện. Tuy nhiên khi ai được cử vào sẽ kiểm soát chặt chẽ mọi hoạt động của Rosa Perez và của SJ. Thí dụ như trong Chương Trình hợp tác này có một hoạt động trong đó CHXHCNVN cử các viên chức chính phủ (Government officials) sang học. Nếu chương trình này bắt đầu, cộng đồng đòi hỏi là các học viên phải kê khai lý lịch, xem có phải là Đảng viên CS VN không? Nếu là đảng viên, thì phải đuổi học tức khắc…

Biết ý định đó của Cộng đồng tỵ nạn Cộng sản, Rosa Perez để cho chương trình này từ từ ngưng rồi chấm dứt hoạt động.

Đó là chưa kể đến việc tại sao lại chọn con cháu của người tỵ nạn sinh ở Mỹ về học văn hóa và lịch sử ở văn phòng UB lo về Người Việt ở nước ngoài, thuộc Bộ Ngoại Giao sẽ được nêu ra…

Lần thứ 2: 13 tháng 1, 2016, hợp tác giữa Evergreen Valley College và Đại Học Đà Nẵng.

Cuối năm 2015, các GS Vũ thị Gấm và Lê thị Huệ nghe tin có sự trao đổi giáo dục lần này giữa Đại học Evergreen Valley College (gọi tắt là E) và Đại học Đà Nẵng (Đ), cũng có nghe tin là có thương thảo bí mật. GS Gấm hỏi Viện trưởng E là Henry Yong về việc ký kết thỏa hiệp giáo dục đó. Và Khoa Trưởng Lena Tran, thay cho Yong trả lời rằng KHÔNG KÝ, nhưng kèm theo một văn kiện là "Memorandum Of Understanding (MOU) giữa E và Đ". Quả thật, trên MOU, có tên Henry Yong, President bên phải và bên kia là tên một VC, President. Chỗ để ký còn trống, **với ý nghĩa là không có gì cả.**

GS Huệ và Gấm trình bày vấn đề với tôi. Với vài tài liệu sơ sài, tôi thấy một chi tiết trong một văn kiện liên hệ về hợp tác giáo dục E. với Đà Nẵng có ghi Item # 16 trong Nghị Trình Nghị sự phiên họp của HĐ để HĐ quyết định từ ngày 8 tháng 12, 2015. Tôi nhờ GS Gấm hỏi văn phòng Học Khu xem Item # 16 là gì và HĐ có chấp thuận không? Bà thư ký trả lời e-mail rằng đó là MOU về hợp tác giữa E và Đ và **HĐ đã chấp thuận cho hai bên hợp tác, nghĩa là HĐ đã cho phép Yong thi hành.** Như vậy, Bản MOU mà Lena Tran gửi cho GS Gấm chỉ là bản nháp (draft), dự thảo về hợp tác mà hai bên đồng ý từ lúc mới bàn về hợp tác. GS Gấm đưa cho tôi e-mail và tài liệu này. Đọc qua email, tôi nói với GS Gấm rằng mấy đứa này lôi thôi lắm. Đánh chúng nó, thì chúng chết hết. MOU này mới chỉ là bản nháp (draft). Mà là bản nháp, thì chưa có gì thật. Sau khi hai bên đối tác mang MOU nháp về để cho thượng cấp quyết định, và rồi kế đó mới cho ký vào MOU. Rồi căn cứ vào MOU này, mới làm ra khế ước để 2 bên ký khế ước, thì mới có hiệu lực ràng buộc. **Căn cứ vào e-mail của Bà Thư ký kể trên, thì thượng cấp của Yong là HĐ đã chấp thuận rồi, nghĩa là Hội Đồng đã chấp thuận Dự án này ở Mục 16 trong chương trình Nghị sự của phiên họp nêu trên.** Và những gì đã xảy ra cho thấy việc hợp tác đã có và nay tới giai đoạn thi hành. Chúng dấu hết các tài liệu, kể cả MOU chính thức (đã ký). Đây là một tội lừa gạt, một tội hình sự. Có lẽ Viện trưởng Yong nghĩ rằng như vậy là đánh lừa được mọi người, nhất là cho một thuộc cấp là Lena Tran làm hành vi này, thì người ta tin hơn. Và nếu có chuyện gì xảy ra, y sẽ đổ lỗi cho Lena Trần. Tôi không bàn tới tội đồng lõa của Rosa Perez, là cấp cao hơn và của cả Board nữa.

Tôi gọi cho KS Nguyễn tấn Thọ, vì tôi biết KS Thọ thường sinh hoạt chung với KS Đỗ thành Công cùng vài anh em khác như nhà báo Huỳnh lương Thiện, TS Đỗ Hùng… Tôi cắt nghĩa cho KS Thọ hiểu về tầm quan trọng của công tác này, và nhờ KS Đỗ thành Công, một người hoạt động rất tích cực, làm Phát Ngôn Viên cho Nhóm đòi hủy bỏ Hợp Tác E và Đ này. KS Công phản ứng rất mau lẹ, đòi gặp ngay Viện Trưởng Yong về vấn đề ấy. Yong trả lời rằng "*Đ tiếp xúc, đề nghị hợp tác với E về một số hoạt động chuyên môn do đó đưa đến Dự Thảo MOU để "chúng tôi cứu xét*". Yong còn nói E không ký và còn nhấn mạnh E sẽ không tiếp tục. Như vậy y chối, để chạy tội, và chỉ nói tới **thiết lập các hoạt động chuyên môn với Đ, và còn đang trong vòng cứu xét đề nghị của VC...**

Về sinh hoạt hành chánh của một cơ quan, dù công hay tư, phải lưu trữ nhiều giấy tờ như toàn bộ dự án, biên bản các phiên họp như ở đây là của HĐ, các văn thư trao đổi giữa E và Đ, các tài liệu quy định quyền lợi và nghĩa vụ các bên giữa E và Đ, các văn thư nội bộ giữa Viện trưởng Yong và Chancellor Rosa Perez v.v., như vậy, văn phòng Học Khu và văn phòng Viện trưởng của E, **giấu hết**, không cho GS Gấm khi đến hỏi. Đây là một tội hình. Đặc biệt là Yong biết trước các nguy hiểm về luật pháp, nên để cho Lena Tran trả lời. Và trong phiên họp của HĐ về sau khi tôi chính thức nêu vấn đề, **y vội đề nghị với HĐ để xin hủy bỏ Dự Án hợp tác**. Vậy đã có chấp thuận rồi, thì nay mới xin hủy bỏ.

Về phương diện đạo đức, những gì tuyên bố của Yong là sự lươn lẹo, không lương thiện của một người làm giáo dục, ngồi ở cương vị lãnh đạo một Viện Đại Học như E.

Nếu chúng ta ngồi yên, tin vào những gì Yong nói như ở trên và cả Chancellor Rosa Perez như đã trình bày, và sau đó chúng tiếp tục hành động thì chúng ta có thể không làm gì được. Lúc đó, có một đội ngũ đông đảo Cán Bộ Việt cộng, có thể lên tới nhiều chục người phụ trách điều khiển 7 hoạt động như dư án đã chấp thuận.

Cộng đồng rất tích cực chống lại và đòi HĐ chấm dứt dự án này. Trong phiên HĐ họp ngày 13 tháng 1, 2016 của Hội Đồng, như tôi vừa trình bày **chính Viện trưởng Yong vội vã xin hủy bỏ Dự Án** vì thấy có sự chống đối của Cộng Đồng người Việt.

Và HĐ đã hủy bỏ Dự Án Hợp Tác mà HĐ trước đó đã bí mật chấp thuận. Đó là lần thứ hai Học Khu này phải hủy bỏ các dự án hoạt động mờ ám với VC.

B. Biện Pháp Ngăn Chặn các âm mưu này tái diễn: Nghị Quyết Cấm Hợp Tác với VC

Nay để ngăn chặn những việc làm như thế này không xảy ra trong tương lai, thì phải giải quyết vấn đề tận gốc, nghĩa là **cấm chỉ** các hoạt động mờ ám do nhân viên, dù là cao cấp như Board member, rồi Chancellor, Viện trưởng, các khoa trưởng, giáo sư.... **"đi đêm"** với VC thực hiện như chúng đã làm trong suốt thập niên qua. Muốn thế, phải đặt vấn đề với kẻ nào có quyền quyết định. Kẻ có quyền cho phép hoạt động trong trường hợp này là Hội Đồng Quản Trị (Board of Trustees) của Học Khu Đại Học này. Và phải đưa vấn đề ra trong một buổi họp của chính HĐ để quyết định. Muốn được như vậy, phải đưa vấn đề vào Nghị trình sinh hoạt thường kỳ của HĐ.

Các GS Huệ và Gấm được giao trách nhiệm tìm kiếm ngày giờ các kỳ họp của HĐ để đưa vấn đề vào Chương trình Nghị Sự của HĐ, nhằm đòi ngăn cấm Dự án loại này trong tương lai. Cũng phải mất đến 2 tháng, vì lúc đó là thời gian, Thanksgivings, rồi Christmas, mới có đưa được vào Chương Trình Nghị sự của Hội Đồng.

Tôi gọi cho Thiếu tá Thái văn Hòa, nhờ Th. Tá triệu tập một buổi họp với một số đại diện trong Cộng Đồng địa phương để đòi HĐ chấm dứt Hợp Tác của E với Đ này kiểu này trong tương lai. Tôi sẽ xuống họp. Và Đại diện Cộng Đồng người tỵ nạn trong phiên họp trên đã quyết định tích cực chống lại các âm mưu ấy.

Chúng ta phải nộp một **Nghị quyết đòi hỏi HĐ phải cấm mọi cá nhân âm mưu nhân danh giáo dục mà làm công cụ/ tay sai thực hiện mưu đồ của VC trong tương lai.**

San Jose phải có tầm quan trọng như thế nào đó để trở thành mục tiêu của VC xâm nhập, vì thế, chúng cố gắng vận động với HĐ lần 2.

Câu trả lời là có lẽ E. cũng như SJ nằm trong trung tâm nơi có nhiều thuận lợi để cho sự kết hợp giữa VC và Mỹ và cả việc phát huy thanh thế VC với các giới chức và quần chúng Mỹ, nhất là với các dự án hợp tác với mấy đại học này, VC có thể tạo được ảnh hưởng lớn để khống chế người tỵ nạn trong tương lai…

II. CÁC HÀNH ĐỘNG CHỐNG LẠI ÂM MƯU HỢP TÁC VỚI VC:

A. Gửi Văn Thư kèm theo Dự Thảo Nghị Quyết cấm Hợp Tác này.

Tôi kèm theo Mẫu thư và Nghị Quyết để quý anh chị và bạn hữu tiện dụng

Trong mẫu thư, có vài điểm tôi cần phải khai triển thêm:

1). Khoản Ed Code 72121.5 Bộ Luật Giáo Dục **bắt buộc** các HĐ phải thiết lập cách thức giản tiện/ hữu hiệu để trả lời các đòi hỏi của quần chúng, nếu quần chúng nêu ra một vấn đề gì đó…Về vụ Hợp Tác giữa SJ và chính quyền VC xảy ra năm 2006, anh chị em rất vất vả mới đòi được đưa vấn đề vào Chương trình nghị sự của HĐ. Vì thế, tôi đưa Ed code 72121.5 vào văn thư. Nếu không thỏa mãn điều này, HĐ vi phạm luật.

2). **Mẫu Thư** gửi cho HĐ nói tới tính cách minh bạch hay công minh (transparency) là vì cả 2 vụ xảy ra đều có bằng cớ về **mờ ám**, để kiếm lợi, rồi sau khi bị phát giác thì cố gắng che giấu, nếu giấu không được thì chối nói quanh co…

Đó là lý do tôi kêu gọi KS Nguyễn tấn Thọ nhân buổi họp của HĐ vào ngày 12/1/16 về việc đòi hủy bỏ Dự án hợp tác giữa E và Đ là kêu gọi HĐ đuổi Henry Yong khỏi chức vụ Viện trưởng E, vì lươn lẹo để tránh trách nhiệm, rồi y vội vã, **yêu cầu HĐ thu hồi** quyết định cho phép y hợp tác với Đ. Y biện minh rằng y chưa ký và y không tiếp tục Dự án, đổ lỗi cho Lena Trần, một thuộc cấp, tiếp xúc với VC… Như vậy, y còn vi phạm đạo đức nghề nghiệp của nhà giáo.

Ngoài ra, Chancellor Rosa Perez tỏ ra có vẻ ngăn trở phiên họp về vụ đòi hỏi bỏ Chương trình GEO, 2006 trước đây ở SJ. Sau khi bà ta bị đuổi việc, Tiểu bang cho audit vấn đề chi tiêu. Họ khám phá thấy có khoản chi phí bất hợp pháp liên hệ đến Chương trình GEO với Việt nam.

Đấy là không kể đến trường hợp một trustee của Board đi Việt nam để chuẩn bị chương trình GEO hợp tác giáo dục với VC năm 2006. Trong Học Khu, mọi người đều biết là anh ta là đi du hí với một người tình nhân, mà lại nhân danh đi làm công vụ: Hợp Tác Giáo Dục với VC. Anh này đã bị mất chức vì cử tri không bầu cho anh ta trong nhiệm kỳ kế.

3) Cách thức gửi petition qua e-mail, kèm theo Dự thảo Nghị Quyết kể trên:

-Trước hết, trên e-mail có ô dành cho người nhận, quý anh chị đề: hockhusanjose@gmail.com

Đây là hộp thư của Ủy Ban đấu tranh. Hộp thư sẽ nhận Petition

- Kế đó là subject: xin đề: Petition

- Rồi đến Thư. các anh chị có thể **COPY** mẫu đính kèm, rồi **PASTE** vào phần trống của email (nơi dành để viết Nội Dung e-mail), rồi bấm vào send để gửi đi:

Board of Trustees,

San Jose - Evergreen Community College District

Dear Board Members:

Rudy Nasol (President), rudy.nasol@sjeccd.edu

Craig Mann (Vice President), craig.mann@sjeccd.edu Mayra Cruz, mayra.cruz@sjeccd.edu

Wendy Ho, wendy.ho@sjeccd.edu Jeffrey Lease, jeffrey.lease@sjeccd.edu

Huong Nguyen, huong.nguyen@sjeccd.edu

Scott Pham, scott.pham@sjeccd.edu

CC: Chancellor Debbie Budd, debbie.budd@sjeccd.edu

**Subject: Resolution on Education Exchanges
with the Socialist Republic of Vietnam**

Dear Ladies and Gentlemen:

It has been brought to our attention that THE GROUP OF CONCERNED CITIZENS has submitted to the Board a proposed Resolution with the purpose to stop all involvements in education exchanges with the Socialist Republic of Vietnam.

Ed Code 72121.5 demands that the Board take an appropriate action on it.

On the one hand, communism is a dangerous virus that has destroyed our lives, our families. If you bring it here, it will do much more harm to our lives again and to the American society as well.

We don't want our children/ grand children and others to contract it. On the other hand, it appears that twice in the past, there was no transparency on the part of some officials in this district involved in the process of establishment of relationship with this totalitarian regime.

No excuse is acceptable for such practices.

Sincerely,

Enclosures:

B. Nội Dung Bản Nghị Quyết mà tôi viết để đòi HĐ biểu quyết.

1) Bản văn nguyên thủy.

A RESOLUTION BY THE BOARD OF TRUSTEES REGARDING THE RELATIONSHIP BETWEEN THE SAN JOSE /EVERGREEN COMMUNITY COLLEGE DISTRICT AND THE HIGHER EDUCATION INSTITUTIONS OF THE SOCIALIST REPUBLIC OF VIETNAM

WHEREAS, a significant majority of the Vietnamese community as well as the Vietnamese-American students in San Jose are victims of the Vietnamese Communist regime,

WHEREAS, all public universities and colleges are established by the Vietnamese Government with an academic leadership selected and appointed by the Vietnamese Communist Party (VCP) and therefore must operate under the direct directives of their respective VCP Chapter. They are not autonomous institutions analogous to those of typical American universities or colleges,

WHEREAS, along with other cities in California, on 10/26/2014 the City Council of San Jose issued the Resolution No. 77202 that opposes any visits by Communist

Vietnam officials to San Jose,

WHEREAS, California Education Code, Section 51530 states that no teacher providing instruction at any school or on any property belonging to any agencies included in the public school system shall advocate or teach communism with the intent to indoctrinate or to inculcate in the mind of any pupil a preference for communism,

NOW, THEREFORE, BE IT RESOLVED BY THE BOARD OF TRUSTEES OF THE SAN JOSE / EVERGREEN COMMUNITY COLLEGE DISTRICT THAT:

To protect the public peace and safety of our local community and our students, the following actions are adopted:

1. The Board of Trustees does not engage with, conduct any affairs, or approve of the dealing with any Vietnamese higher education institutions affiliated with the Communist Government of the Socialist Republic of Vietnam.

2. Each of the Chancellor, the San Jose City Colleges/Evergreen Valley College Presidents and/or their agent(s) shall not meet with any government delegation or representatives of the Socialist Republic of Vietnam.

3. In the future, that the Vietnamese American community of San Jose should be consulted on matters pertaining to the Socialist Republic of Vietnam in order to avoid any potential conflicts.

Cuối cùng bấm vào chữ SEND, như thế là đủ và xong, không cần viết gì thêm, kể cả ký tên hay viết tên...

Hộp Thư sẽ phân phối petition đến từng người trong danh sách trên

-Lưu ý:

Các anh chị ở khắp nơi, dù xa, như Úc, Âu Châu, Gia Đã Đại hay cả ở các tiểu bang khác

cũng nên tiếp tay.

Và yêu cầu các anh chị vận động bạn bè gửi ngay trong vòng 1 tuần,

Thân mến, Nguyễn văn Canh

Một chi tiết cần thêm để hiểu vấn đề đầy đủ hơn. Trong Board of Trustees của Học Khu này, có 2 người Việt được bầu làm trustees. Đó là anh Scott Phạm và cô Hương Nguyễn. Lập trường của Cô Hương tỏ ra đứng về phía của Học Khu, nghĩa là của Chancellor Rosa Perez. Đó là lý do trong thư gửi cho Board tôi khuyến cáo President của Board nên gửi cô Hương sang Đại Học Massachusetts để học tập trường hợp Đại Học này hợp tác với VC

trước đây, dù phải trả mọi chi phí bằng tiền thuế của dân.

11 tháng 3 năm 2016.

2). Bản RESOLUTION sửa lại.

A GROUP OF CONCERNED CITIZENS

111 East Gish Rd, San Jose, CA 95112
April 20, 2016

Dr. Debbie Budd, Chancellor, (Lưu ý: Đây là Chancellor mới. Rosa Perez đã bị đuổi việc)

San Jose and Evergreen Valley Community College District
40 South Market St

San Jose, CA 95113
Cc:

Board President Rudy Nasol, Vice President Craig Mann

and members: Mayra Cruz, Wendy Ho, Jeffrey Lease, Huong Nguyen, Scott Pham and Trustee Van Le

Dear Dr. Budd:

Sometime before the April 12 meeting, Trustee Van Le was asked to contact you regarding the Resolution proposed by "A Group of Concerned Citizens." (GCC) to the Board. At the meeting, the Board called for creating a Task Force to study the matter and last week, she conveyed your message to me, as a representative of GCC, regarding the task force and a meeting date.

Thank you for the message and your willingness to work with us.

I suggested to Trustee Van Le that May 10 is good. However, I need an agreement on the date from participants, and members of my group before I get a final decision. One member just told me that she is available only on Fridays afternoon.

I prefer communications by means of internet with you to meetings because it is simpler, it saves time for my people who are working elsewhere, and it also helps solve traffic and parking problems, so their burdens are less heavy, while your people are around there.

The working procedure looks like this: after I present to you a new version of Resolution, called Revised Resolution, then you distribute it to members of your team. They study it. If there are any questions, comments, or opinions on your part, please send it to me through you or vice versa.

We do business this way until we reach a final agreement.

REVISED RESOLUTION.

Until now, I have not officially received any reasons for which the Board postponed the voting on our proposed Resolution and called for creating a Task Force. I heard from a video clip that Board President, Mr. Rudy Nasol and some members said that this matter is complex.

I heard somebody say that language is too strong.
The Revised Resolution will address the issues.

Before I go into details, I would like to emphasize that the subject matters remain the same as in the original Proposed Resolution that includes three areas which are summarized as follows:

1) The Board does not do business with the communist learning institutions.

2) Officials within the District hierarchy shall not meet with the communists to set up education exchanges.

3) The Board consults the Vietnamese community about sensitive matters to avoid conflicts...

Now the following are my explanations of some of the areas:

Area 1: The reasons for which our Proposed Resolution comes into existence are the Education Exchanges project between Evergreen Valley College and Da Nang University.

The Education Exchanges include 7 following activities:

1) Exchange of academic and staff
2) Exchange of students
3) Accreditation of credit
4) Language Training programs
5) Exchange of materials in education and research
6) Joint research and meetings for education and research
7) Other activities deemed appropriate.

These 7 activities are listed in the MOU that President Henry Yong proposed, and the Board approved on Dec. 8, 2015.

Therefore, the Evergreen and Da Nang project is the subject to be analyzed.

I don't need to describe the public's outrage against the Board for approval of the Evergreen - Da Nang Education Exchanges program. The Board should review it and listen carefully to what members of the public stated at the Jan. 12, 2016, meeting. Finally, the Board recognized the program was so bad and its wrongdoings, then diligently abolished it at the very meeting.

On this occasion, I would like to remind you that back in 2006, ten years before the Evergreen-Da Nang event, it was the Board that authorized to set up the same Exchange program proposed by San Jose City College with the Ministry of Education of the Government of the Socialist Republic of Vietnam. And it is the Board that did it away upon the Vietnamese protests.

I would like to elaborate on <u>only two typical cases</u> for the Board to truly understand the seriousness of the matter.

a) With regard to "Exchange of academic and staff" (Activity #1): With this clause in the agreement, the Board allows bringing teachers and staff from Da Nang University to work in the Evergreen Valley College campus. Evergreen will accommodate them at least an office to which teachers, researchers (MOU # 6) and others daily come to work ...

Now, on the side of Vietnamese Americans, what do they have in their minds and what do they think of when they see the teachers, scholars, other professionals... who come back and forth, go in and out the campus daily?

You must understand that over 120,000 Vietnamese (out of 1.700,000 in the USA) now living in San Jose, are victims of the communists, when they militarily occupied South Vietnam in 1975. Their lives, their families were destroyed. All their properties and belongings were robbed of. Members of their families were tortured or killed. The victims consider the communists as murderers or brutal oppressors. Though the above teachers, scholars, or professionals etc. might not be the ones who committed such crimes, they are members of the gang of culprits. The criminals are now there under the protection of the District or Evergreen.

You must understand that the victims have suffered grossly. Many of them, among some 500,000 men and women working for the South Vietnam Government had been detained from 8 to 17 years in concentration camps where they had been barbarously tortured. Therefore consequently, many of them have become disabled, physically, or mentally or both. The Board could tell trustee Huong Nguyen to go out and contact any group of former Vietnamese military men or women and ask them to locate such victims. A whole bunch of them are out there. The Board should hire a psychologist to go with her to find out about their mental condition.

Phan Hong Long, who spoke to the Board at the April 12 meeting, raised a very interesting question relating to this situation. He stated *"Your Board brings in communist teachers who are members of a group of murderers to teach at your college. This is not only a direct insult to the victims, but also an opening of their wounds that have not been healed. A mentally disabled victim, when he/she sees the murderers lecture on their (communist) history, their values, their cultures to his/her children, surely could not stand it. He/ she could come and kill the murderers. If this occurs, who is responsible for that? Probably you, the Board. You cannot deny it."*

This is not a hypothetical situation. It really occurred at Fullerton University in the early 1980's. A young Vietnamese refugee came and shot to death his American professor at his office because the latter was just a pro-communist person. Some people said that he killed the professor because the Vietnamese communists murdered his father.

Phan Hong Long's statement would be not only a warning, but also a big favor to the Board because it helps the Board avoid deadly wrongdoings. The Board should locate him and thank him for his precious advice.

b) With regard to Activity # 2: Exchange of students.

What is wrong with this activity?

President Henry Yong was the one who finalized the negotiation with Da Nang, then submitted it to the Board for approval. He did not say anything about the exchange, and members of the Board were quiet. To find out the truth, I must refer to the 2006 project to get an understanding of it, because both exchanges were the same, or the Evergreen-Da Nang exchange program is just a duplicate of the San Jose City College and the Ministry of Education of the Socialist Republic of Vietnam collaboration project in 2006.

How did the 2006 collaboration work? At the end of 2005, San Jose City Community College sent 14 young students to Vietnam to study Vietnamese Cultures and History. Their classes were conducted at the communist party school disguised as the Office of Vietnamese Overseas in Hà nội, at 32 Hoàng Diệu Street

… So, what did the young students' study at a place which is not a learning institution as an ordinary person understands and which is strictly controlled by communist cadres? What types of cultures and history were taught? No doubt communist cultures and history were topics in the curriculum.

Until today, the Board has not answered such questions.

In addition, if you allow this collaboration to exist, Da Nang University will be a recruitment center. Applicants will have to pay high fees (called service fees, including fake documents, scholastic records…), probably from $10,000 to $15,000 per head or more to get admission, while the screening system at the US Embassy for a student visa is very stringent. With a helping hand from your Board, Da Nang University becomes a corrupt agency that could collect a half million dollars/ year easily thanks to this program if they just send 40 students to Evergreen…

There still are some other reasons for which the GCC asks to pass our Revised Resolution:

1)In 2006, Your Board backed out from the Exchange due to wrongdoings. Ten years later, in 2015, Your Board dared to renew the same program. Again, Your Board had to back out on Jan 12, 2016. Does anyone of your Board members dare to tell the truth behind the scenes and who is responsible for the wrongdoings?

This proves the Board is not able to learn a lesson from previous experiences.

No one could guarantee that the wrongdoings are going to be stopped.

2) An important thing should be noted that in both cases, it appears that there is no transparency in such dealings. In the April 12 meeting, inside the meeting hall of the District Office, I saw a participant holding a large board with a slogan: STOP SECRET DEALINGS WITH COMMUNISTS. Does this mean anything to your Board? And do Your Board have a determination and ability to deal with it?

3) Finally, for information to the Board:

a)A young Vietnamese student speaking to the Board at the April 12 public meeting stated that there is 'NO COMMUNISM IN VIETNAM'. The statement conveys a

very significant message to you. It truly reflects a kind of values that the communists 'possess' and use to propagate to some so-called 'useful idiots.' It is the value that teachers use to teach the younger generation at your college.

b) Huong Nguyen should be sent to University of Massachusetts (U-MASS) to study a case as to why the University had to cancel a research project on refugees in America conducted by 'two scholars' invited from Hanoi University some 10 years ago (Activity # 6). Why did at least two thousand protestors join a public demonstration to oppose the research? What was the nature of the protest and its consequences? How did U-MASS struggle to save its Image and Prestige? What are the costs to repair the damages, and to recover its prestige ... Besides, one more important thing needed to say is that former Captain Nguyen Huu Luyen brought a lawsuit against U-MASS involving bringing in Hoang Ngọc Hien and Nguyen Hue Chi, the two scholars from Hanoi to do the research. The lawsuit lasted for many years. U-MASS suffered heavily on both fronts: prestige and finance.

Remember that the U-MASS research project just hurt the Vietnamese refugees' feelings and honor; and on the contrary the Evergreen and Da Nang project would create much more problems, including different kinds of possible threats to Vietnamese Americans after an office staffed with the so-called 'teachers, scholars, professionals' has been set up in Evergreen campus.

<u>Area # 2</u>: The writing itself contains useful information helping those who have no, or little legal background understand the structure of the legal system and how does democracy ruled by laws work.

<u>Area #3</u>: The writing shows how the Board could work effectively with the Vietnamese community.

Therefore, it is recommended that the Revised Resolution be adopted.

It is really constructive and contributes to your District a positive opinion to preserve prestige and respect that your colleges deserve to have as higher learning institutions in the USA.

It helps protect the public peace and safety of our local community and our students.

Thank for your attention,

Dr. Nguyễn văn Canh, Political Advisor
E-mail: nguyenster@gmail.com Phone:
(650) 368-4200

Vì có Hội Viên trong Hội Đồng than phiền lời lẽ trong Dự Thảo Nghị Quyết "quá mạnh" v.v., tôi đồng ý tu chính lại. Sau đây là Bản tu chính:

Chancellor Debbie Budd, debbie.budd@sjeccd.edu

Cc:

Rudy Nasol (President), rudy.nasol@sjeccd.edu

Craig Mann (Vice President), craig.mann@sjeccd.edu Mayra Cruz, mayra.cruz@sjeccd.edu

Wendy Ho, wendy.ho@sjeccd.edu Jeffrey Lease, jeffrey.lease@sjeccd.edu

Huong Nguyen, huong.nguyen@sjeccd.edu Scott Pham, scott.pham@sjeccd.edu

Van Le, vanleforkids@gmail.com

Enclosures: Revised Resolution

RESOLUTION BY THE BOARD OF TRUSTEES REGARDING THE RELATIONSHIP BETWEEN THE SAN JOSE / EVERGREEN COMMUNITY COLLEGE DISTRICT AND HIGHER EDUCATION INSTITUTIONS OF THE SOCIALIST REPUBLIC OF VIETNAM

WHEREAS, a significant majority of the Vietnamese community as well as the Vietnamese-

American students in San Jose are victims of the Vietnamese Communist regime,

WHEREAS, learning institutions in the Socialist Republic of Vietnam are controlled by the Vietnamese Communist Party (VCP) and therefore must operate under the direction of

a VCP Chapter planted in each institution. They are not autonomous institutions,

WHEREAS, along with other cities in California, on 10/26/2014 the City Council of San Jose

issued the Resolution No. 77202 that opposes any visits by Communist Vietnam officials to San Jose,

WHEREAS, California Education Code, Section 51530 states that no teacher providing instruction at any school or on any property belonging to any agencies included in the public.

school system shall advocate or teach communism with the intent to indoctrinate or to inculcate in the mind of any pupil a preference for communism,

NOW, THEREFORE, BE IT RESOLVED BY THE BOARD OF TRUSTEES OF THE SAN JOSE / EVERGREEN COMMUNITY COLLEGE DISTRICT THAT:

In order to protect the public peace and safety of our local community and our students as well, the following actions are adopted:

1. The Board of Trustees does not engage with, conduct any affairs, or approve of a dealing with any Vietnamese higher education institution to undertake such collaboration programs and activities as the following:

   #1. Exchange of academic and administrative staff.

   #2. Exchange of students.

   #3. Accreditation of credits.

#4. Language training programs.

#5. Exchange of materials in education and research, publications, and academic information.

#6. Joint research and meetings for education and research.

#7. Other activities deemed appropriate.

These programs were key issues in the Education Exchanges between Evergreen Valley College and Da Nang University which were previously approved on Dec. 8, 2015, and then unanimously abolished by the very Board on January 12, 2016, due to wrongdoings.

Individual Vietnamese students who apply to either college of this District are not part of the Exchange of Students in Item # 2 above. They just go through normal procedures as many of them have done and have graduated from college.

2. Article 1 of the Resolution No. 77202 dated October 26, 2014 of the City Council of San Jose, a highest policy making body of the government of the City of San Jose stipulates that The City does not condone, welcome, or sanction high-profile visits, stopovers or drive-bys by representatives and officials of the Socialist Republic of Vietnam government or that of any delegations affiliated with or organized by the same within the physical boundaries of the City of San Jose. The Mayor, Council, City Manager, or any of their agent(s) shall not meet with any government delegation or representatives of the Socialist Republic of Vietnam.

Along with the above law promulgated by the City, officials of the San Jose/Evergreen Community College District which is part of and receive funds from the City, shall not meet with any government delegation or representatives of the Socialist Republic of Vietnam to promote such above activities.

3. In the future, if the Board has to deal with a sensitive matter, the Board should seek an advice from a Vietnamese-American community in order to avoid any potential conflicts. The Board should choose a contact organization that has registered with the State and require that the organization must hold a public meeting to obtain an opinion from the community at large.

Cước chú: Lúc này, Bà Rosa Perez tự nhiên không còn làm Chancellor và người thay thế là bà Debbie Budd. It lâu sau, tôi có đọc bản tin trên báo, thấy bà Perez bị điều tra về thất thóat tiền bạc về dự án giáo dục hình như về Việt nam.

Board of Trustees,

San Jose - Evergreen Community College District

Dear Board Members:

Rudy Nasol (President), rudy.nasol@sjeccd.edu

Craig Mann (Vice President), craig.mann@sjeccd.edu   Mayra Cruz, mayra.cruz@sjeccd.edu
Wendy Ho, wendy.ho@sjeccd.edu Jeffrey Lease, jeffrey.lease@sjeccd.edu
Huong Nguyen, huong.nguyen@sjeccd.edu Scott Pham, scott.pham@sjeccd.edu

CC: Chancellor Debbie Budd, debbie.budd@sjeccd.edu

**Subject: Resolution on Education Exchanges
with the Socialist Republic of Vietnam**

Dear Ladies and Gentlemen:

It has been brought to our attention that THE GROUP OF CONCERNED CITIZENS has submitted to the Board a proposed Resolution with the purpose to stop all involvements in education exchanges with the Socialist Republic of Vietnam.

Ed Code 72121.5 demands that the Board take appropriate action on it.

On the other hand, communism is a dangerous virus that has destroyed our lives, our families. If you bring it here, it will do much more harm to our lives again and to the American society as well.

We don't want our children/ grandchildren and others to contract it. On the other, it appears that twice in the past, there was no transparency on the part of some officials in this district involved in the process of establishing of relationship with this totalitarian regime.

No excuse is acceptable for such practices. Sincerely,

Enclosures:

A RESOLUTION BY THE BOARD OF TRUSTEES REGARDING THE RELATIONSHIP BETWEEN THE SAN JOSE /EVERGREEN COMMUNITY COLLEGE DISTRICT AND THE HIGHER EDUCATION INSTITUTIONS OF THE SOCIALIST REPUBLIC OF VIETNAM

WHEREAS, a significant majority of the Vietnamese community as well as the Vietnamese-American students in San Jose are victims of the Vietnamese Communist regime,

WHEREAS, all public universities and colleges are established by the Vietnamese Government with an academic leadership selected and appointed by the Vietnamese Communist Party (VCP) and therefore must operate under the direct directives of their respective VCP Chapter. They are not autonomous institutions analogous to those of typical American universities or colleges,

WHEREAS, along with other cities in California, on 10/26/2014 the City Council of San Jose issued the Resolution No. 77202 that opposes any visits by Communist Vietnam officials to San Jose,

WHEREAS, California Education Code, Section 51530 states that no teacher providing instruction at any school or on any property belonging to any agencies included in the public school system shall advocate or teach communism with the intent to indoctrinate or to inculcate in the mind of any pupil a preference for communism,

NOW, THEREFORE, BE IT RESOLVED BY THE BOARD OF TRUSTEES OF THE SAN JOSE / EVERGREEN COMMUNITY COLLEGE DISTRICT THAT:

To protect the public peace and safety of our local community and our students, the following actions are adopted:

1. The Board of Trustees does not engage with, conduct any affairs, or approve of the dealing with any Vietnamese higher education institutions affiliated with the Communist Government of the Socialist Republic of Vietnam.

2. Each of the Chancellor, the San Jose City Colleges/Evergreen Valley College Presidents and/or their agent(s) shall not meet with any government delegation or representatives of the Socialist Republic of Vietnam.

3. In the future, the Vietnamese American community of San Jose should be consulted on matters pertaining to the Socialist Republic of Vietnam to avoid any potential conflicts.

C. ĐÒI HỘI ĐỒNG HỌP VỀ NGHỊ QUYẾT: Đòi hỏi ghi Nghị Quyết vào Chương Trình, Chuẩn bị và Phát biểu của công dân.

Trước hết Thiếu tá Thái văn Hòa triệu tập một phiên họp cộng đồng để chuẩn bị:
San Jose, ngày 07, tháng 01, năm 2016

THƯ MỜI HỌP KHẨN

v/v Chống Dự Án Hợp Tác của Đại Học Evergreen & Đại Học Đà Nẵng

Kính thưa Quý Vị Chủ Tịch Cộng Đồng,

Kính thưa Quý Vị Đại Diện các Hội Đoàn, các Tổ Chức, các Hội Đồng Hương, Kính thưa Quý Cơ Quan Truyền Thông Báo Chí,

Kính thưa Quý Thân Hào, Nhân Sĩ,

Kính thưa Quý Đồng Hương, Anh Chị Em Thanh Niên, Sinh Viên, Học Sinh

Thưa Quý Vị,

Như Quý Vị đã biết, trong năm 2006 San Jose City College thuộc Học Khu Đại Học San Jose va Evergreen và Bộ Giáo Dục VC đã phải ngừng Dự Án Hợp Tác GEO (Global Educational Opportunity) vì sự chống đối mãnh liệt của Cộng Đồng Người Việt Bắc California khi đến tham dự buổi họp công cộng do Học Khu này tổ chức.

Và nay, Đại Học Evergreen thuộc Học Khu Đại Học này lại âm thầm họp với VC đưa dự án họp tác như vậy trở lại. Evergreen và Đại Học Đà Nẵng đã có các cuộc họp kín và cả hai bên đã đồng ý 7 điểm về Hợp Tác giữa hai Đại Học, được ghi qua MOU (Memorandum of Understanding) của Trường Đại Học Evergreen.

Vì có nhiều ý kiến phản bác về Dự Án này từ một số vị Giáo Sư người Việt đang dạy tại Đại Học Evergreen và từ một số nhà hoạt động âm thầm vì lợi ích của Cộng Đồng, nên Trường Evergreen sẽ tổ chức một cuộc họp công cộng để lắng nghe ý kiến của các thành phần tham dự. Đây là buổi họp ấy được tổ chức bởi:

BOARD OF TRUSTEES

Thời gian: Lúc 6:00PM, Thứ Ba, ngày 12, tháng 01 năm 2016
Địa điểm: 40 South Market St. San Jose, CA., 95113

Nhằm có kế hoạch vô hiệu hóa Dự Án Hợp Tác trên, trân trọng kính mời Quý Vị vui lòng dành chút thì giờ đến tham dự buổi họp KHẨN này để cùng thảo luận các biện pháp ứng phó,

tại :

Địa điểm: Khu Hội Cựu Tù Nhân Chính Trị Bắc CA
111 E. Gish Road, San Jose, CA. 95112

Thời gian: 5:30PM Thứ Năm, ngày 7, tháng 1 năm 2016

Đại diện Ủy Ban Chống Dự Án Hợp Tác Giáo Dục với VC.

Thái văn Hòa

Bản sao kính gửi GS Nguyễn văn Canh

Cước chú: Vấn đề đã được ghi vào Chương trình Nghị Sự trong phiên họp của Board. Nhưng lại được bàn cãi theo thứ tự, thứ 8. Nghĩa là HĐ bàn hết 7 mục, rồi mới đến mục thứ 8. Nếu như vậy, có thể đến sau 12 giờ mới đến lượt Dự Thảo Nghị Quyết, hay cũng có thể để đến phiên họp tháng sau. Như trong Tường Thuật, anh Scott Phạm là một trustee, phải vận động gấp, có lẽ bằng điện thoại ngoài giờ hành chánh vì là ngày nghỉ để thay đổi nghị trình, đưa vấn đề lên số 1. Như vậy là, HĐ mang vấn đề NQ ra bàn ngay. Do đó tôi ngợi khen anh Scott Phạm.

Thư gửi anh Scott.

Cám ơn Anh đã gửi copy 3 thư của Anh gửi cho các Giáo sư Nguyễn Vũ Gấm và Lê thị Huệ của Đại Học Evergreen Valley College (EVC) về vụ trao đổi giáo dục với Đại học Đà nẵng. Sự kiện Anh âm thầm làm việc để đi đến kết quả hủy bỏ Dự Án này trong phiên họp của Board vào tối ngày 12 tới là việc làm đáng ca ngợi, vì lẽ tránh được việc cộng đồng tỵ nạn Bắc CA lại phải đặt vấn đề này trở lại với Board.

Như anh biết dự Án GEO 2006 đã xảy ra như thế nào với Board này. Vậy việc này nên cho qua đi.

Tuy nhiên, dựa vào 3 văn thư mà anh viết với tư cách là trustee của Board cho 2 giáo sư của EVC, tôi cần nêu vài chi tiết để anh rút kinh nghiệm.

1) Trong thư bằng tiếng Anh, có đoạn viết như sau: In <u>evaluating</u> the proposed activities, EVC concluded that participation would entail substantial expenditures, which are resources the college does not have. Further, EVC is not approved by the State Department as a sponsor of Educator Exchanges and cannot facilitate faculty exchanges. Consequently, <u>EVC has not accepted the proposed MOU, has not signed the MOU</u>, and will not enter into any formal partnership with the University of Danang.

2) Nhận xét:

A. Tôi cần cắt nghĩa MOU là gì, từ đó mới thấy được cái sai trong vấn đề này.

Một khi có 2 hay 3 đối tác có ý định cùng nhau làm một việc gì, dù đó là tư nhân, hay nhóm (như công ty buôn bán), hay chính phủ v.v..., các bên phải bàn với nhau trước (hay gọi là thương thảo) về những điều gì hay cái gì, cách thức thực hiện, ngày giờ thi hành v.v... Sau khi các bên đã đồng ý về mọi chi tiết, rồi họ viết tất cả ra trong một tài liệu mà người ta gọi là Văn thư để Ghi Nhớ (MOU). Mục đích là các bên suy nghĩ lại xem mình có thể thực hiện trách nhiệm chu đáo được hay không, cũng có thể là trình lên cấp cao hơn tuỳ trường hợp, để quyết định tối hậu, trước khi sang giai đoạn kế là chính thức ký văn kiện, như khế ước (giữa các cá nhân hay công ty), hay hiệp ước giữa chính phủ để ràng buộc các bên.

Đem áp dụng nguyên tắc trên vào trường hợp EVC-Đà Nẵng, sự giải thích như trên của Anh là sai, và nguy hiểm là nguỵ biện. Lý do là trước đó EVC đã phải họp (có thể là bí mật) và đã đồng ý với Đà nẵng về 7 Mục gồm cả cách thức thi hành... Cuối cùng, EVC và Đà nẵng mới ghi vắn tắt trong văn thư gọi là MOU.

Sự việc xảy ra không phải như Anh nói, nghĩa là EVC đã phải có họp và đạt các thỏa thuận với Đà nẵng, rồi mới có dữ kiện để làm Dự Án nộp cho Board và Board đã chấp thuận MOU vào ngày 8 tháng 12 rồi.

Và đến nay, hơn một tháng sau vì có sự chống đối của 2 Giáo sư đó, EVC mới nói là "sau khi đánh giá... không chấp nhận."

Tóm lại, anh nói là "evaluating..." và "has not accepted..." như trên là sai. Vì lẽ, mọi việc đã xong xuôi rồi mà còn đánh giá gì nữa; Board đã approved rồi, mà nay lại nói nhân viên thừa hành là Yong (EVC) "has not accepted".

Nếu đây là báo cáo của Viên trưởng Henry Yong, Anh có thể cho Luật sư của Board (District Counsel) chất vấn Yong để có bằng cớ và từ đó nếu đúng như vậy, nên đưa vấn đề ra Board vì tội gian dối, đánh lừa Board để có một quyết nghị trừng phạt Yong, ít nhất là khiển trách có ghi hồ sơ, không được thăng thưởng trong một hạn kỳ nào đó.... vì tội ấy. Không nên, để những kẻ lưu manh trong ngành giáo dục lường gạt Board như vậy.

B. MOU như kèm theo Thư của Lena Trần là một điều sai nghiêm trọng, nếu tôi không nói là một sự lừa gạt.

Trong tập tục ký Khế ước hay Thỏa ước, lập một MOU chỉ là giai đoạn tiên khởi cho công việc ký kết khế ước hay thỏa ước. Chính nó hay tự bản thân nó, MOU không phải là Khế ước hay Thỏa ước.

Nhìn vào hình của Văn kiện, thì tiêu đề là MOU, dưới liệt kê 7 Mục đã thỏa thuận để thi hành, dưới cùng là tên của hai Viện trưởng ký tên (dù chưa ký).

Sự việc này gây lẫn lộn MOU và Khế ước làm người ta hiểu rằng những người làm ra văn kiện có ý cho mọi người hiểu rằng đây là Khế ước hay Thỏa ước ràng buộc giữa 2 bên.

C. Board Meeting vào ngày 12/1 này.

Có một nguyên tắc trong luật về 'thủ tục song hành'. Nguyên tắc ấy là khi một cơ quan hành chánh ban hành một quyết định như thế nào, nay phải áp dụng đúng thủ tục như vậy khi thu hồi quyết định ấy.

Áp dụng vào trường hợp này, Anh đã hành động đúng cách. Board đã ban hành quyết định "approved", thì chính Board phải thu hồi, chứ không phải, một cơ quan hay viên chức thừa hành cấp dưới, thí dụ như Yong.

Tuy nhiên, tôi phải nói thêm một chi tiết khác trong thủ tục này nhưng nằm trong phạm vi nội quy của mỗi cơ quan mà tôi không biết là bản chất của meeting vào ngày 12 tới. Thư của Wendy Ho trả lời KS Đỗ thành Công là public meeting. Vì biên bản họp để Board chấp thuận Dự Án ngày 8 tháng 12 chưa in ra, nên tôi không biết, để xem có phải là đúng như loại public meeting mà Wendy nói. Thường thì khi nó là public meeting, thì có hearing. Trong trường hợp này, có người ủng hộ và có người chống đối. Như vậy, phải cho công chúng có quan tâm phát biểu. Trong trường hợp này tôi không đủ dữ kiện. Tuy nhiên, tôi hiểu là Dự án này được hình thành là do Viện trưởng Yong là tác giả và không có 'public' tham dự. Trong bối cảnh này, thì không có ai trong 'public' bênh vì lẽ Yong phải là kẻ nộp hồ sơ Dự án EVC-Đà nẵng lên Board để được chấp thuận. Nay Yong đã tuyên bố "không ký MOU" nữa nghĩa là bỏ cuộc. Hơn nữa Yong là nhân viên thừa hành của Board, lại có liên hệ mờ ám gây ra vụ này.

Như vậy phải biết bản chất (nature) của meeting khi Board chấp thuận Dự án vào

ngày 8 tháng 12, mới được.

Đây là vấn đề rất quan trọng vì nó là một bộ phận nằm trong Due Process, nền tảng của nền dân chủ pháp trị. Về cấp độ luật pháp, Due process có tầm quan trọng của Hiến Pháp. Chính nó là xương sống cho nền dân chủ sống còn. Tôi tin rằng anh ý thức tầm quan trọng của vấn đề này. Trước đây tôi đã giới thiệu anh đi học Luật ở San Francisco Law School và tôi nghĩ rằng Anh hiểu vấn đề này hơn mọi trustee khác.

D. Và cuối cùng, tôi thêm một điều là Dự Án GEO năm 2006, San Jose City College (SJC) đã bí mật họp với VC để trao đổi giáo dục. Một phái đoàn VC do Thứ Trưởng Giáo Dục và Đào Tạo, cùng với 2 Phó Viện Trưởng, và 3 nhân viên chính phủ đến SJC để lập ra Dự Án ấy. Để thực thi Dự Án, năm 2005, SJC đã tuyển 14 sinh viên trẻ, con người tỵ nạn Việt nam, đi Hà nội và học ở 62 Ngô Quyền, trụ sở của Ủy Ban Người Việt nước ngoài (không phải của Đại Học mà của Đảng CS). Ngân sách là 300,000 MK, trong đó SJC xin $170,000 của Chính Phủ (Ngân sách của Bộ Giáo Dục).

Các nhân viên người Việt thuộc District chất vấn Chancellor Rosa Perez về Dự án

đó, nhưng bà ta chối là không có.

Tôi viết bản tuyên bố, cảnh cáo Perez về 'fraud' có liên hệ đến quỹ của Liên Bang, một tội hình sự. Sợ tôi hành động, Perez dùng thủ thuật né tránh, chuyển vụ đó lên Board. Cuối cùng Perez phải nhượng bộ, điều đình với Cộng Đồng, và GS Nguyễn xuân Vinh được cử đến họp và hai bên ký Joint Statement trong đó Cộng Đồng

Người Việt giám sát hoạt động GEO. LS Nguyễn ngọc Bích được cử đi cùng với GS Vinh để theo dõi về pháp lý. Nay dù đã 10 năm qua, Lưỡi Gươm hình sự còn treo lơ lửng đâu đó trước Văn Phòng của Board vì thời hiệu chưa bị tiêu diệt. Có phải vì thế mà Yong nói trong MOU rằng với Dự Án này, EVC không phải góp phần chi phí (tài chánh), hay có phải vì thế VC luồn Dự Án này qua Đại Học Đà Nẵng không còn ở cấp Chính Phủ mà Đảng CS chi phối như GEO trước đây không?

Tóm lại, tôi rất ngợi khen Anh đêm hôm qua đã đáp mau lẹ khi trả lời hai Giáo sư của trường với giải pháp âm đẹp, vì nếu District mà ngoan cố thì District sẽ thiệt hại lớn.

Thân mến,

GS Nguyễn văn Canh

Ngày 8 tháng 1 năm 2016

Scott Pham

Jan 8 (3 days ago)

tome, VuthiGam, NgongocTrung, Nguyentantho, T, ThaivanHoa, khuykhuyen   Dear Dr. Canh,

Thank you so much for your email.

Thank you for your legal analysis of Board agenda item H (1).

FYI, there must have been a misunderstanding about the authorship of this agenda item.

I did not write up the wording of this action item, but only pushed for the general idea of removing the authority of EVC President to execute this M.O.U. forever.

I assume that the item was written by the district chancellor Hendrickson.

I am pleased to have your agreement that it is best for the Board to rescind/cancel/invalidate the existence of this document.

Respectfully, Scott

Scott Pham

Chị Cẩm Vân.

Tôi rất khích lệ khi Chị cho biết rất vui khi làm việc chung với các anh chị em trong Ủy Ban Chống Dự Án hợp tác Giáo Dục giữa EVC và Đà-nẵng.

Trong buổi họp tối thứ Sáu, 8 tháng 1, chị có cắt nghĩa cách thức mà Board ở East Side mà chị hiện nay là Chủ tịch hoạt động như thế nào và cách thức vận động đối với mỗi trustee để thuyết phục họ. Chị cũng cho mọi người biết cách mà Board có thể du di hay chuyển các Mục của Chương trình Nghị sự trong các 'public meetings' ngay trước giờ mà Board họp dù các Mục trong Chương trình ấy đã lên danh sách và công bố từ nhiều tuần trước.

Chị kêu gọi mọi người gửi e-mail cho 5 trustees của EVC-San Jose City College District Board để hủy bỏ Dự Án hợp tác Giáo Dục trên. Và kêu gọi tìm kiếm tên và địa chỉ các trustees của Board này.

Nếu nhiều e-mails gửi tràn ngập đến hộp thư của mỗi trustee, thì họ sẽ phải suy nghĩ và có thể thay đổi thái độ...

Với lời kêu gọi của Chị, Tôi quan sát thấy mọi thành viên trong Ủy Ban rất hăng say, nhiệt tình với bầu máu nóng bừng cháy trong mỗi người, bàn luận, tự động phân công, yêu cầu những người có khả năng kiếm tên tuổi, e-mails của các trustees, kêu gọi mọi người tức khắc gửi e-mails ngay, vì thì giờ cấp bách: ngày hôm sau là thứ bảy, 9 tháng 1 là ngày nghỉ và Board họp ngày thứ Ba tới là 12 tháng 1 rồi.

GS Nguyễn vũ Gấm thuộc trường Đại Học EVC nhận trách nhiệm này.

Kết quả đáng ngạc nhiên:

Sáng ngày hôm sau là thứ Bảy, tôi đã nhận được cc của một số e-mails gửi đi. Hôm nay, chủ Nhật, 10 tháng 1, tôi đã thấy e-mail của Trustee Scott Pham cc cho tôi biết rằng Trustee Scott đã moved vấn đề "EVC- Đà nẵng" từ vị trí thứ 8 lên vị trí thứ 1 trong Chương Trình Nghị Sự của phiên họp của HĐ. Như vậy, nếu để y nguyên là trong public meeting của Board vào ngày 12, thì Board phải giải quyết hết 7 Mục, rồi mới đến lượt vấn đề EVC-Đà nẵng là mục 8, và lúc đó có lẽ là 11 giờ đêm, Board mới bắt đầu xét.

Chị có biết đóng góp của Chị, dù bề ngoài có tính cách tầm thường, chỉ để thông tin cho các anh chị trong UB, nhưng thực tế có tầm quan trọng vô cùng lớn lao? Tôi có thể lấy vụ 'public hearing' 2006 cũng về vụ Hợp Tác Giáo Dục lúc đó gọi là GEO của chính Học Khu này với Chính Phủ VC Hà nội đề Đại học San Jose City College thi hành làm thí dụ. Cố GS Trần công Thiện là người phụ trách phối hợp công tác luôn có mặt tại Trụ sở Học Khu. Ông phone cho biết ở nơi đó- bên trong hội trường đồng bào ta đến dự đông và có nhiều người lên phát biểu chống đối. Ngoài trời đồng bào ta biểu dương lực lượng, với cờ, biểu ngữ. GS Thiện phone cho tôi biết rằng ông cũng thấy có cả phụ nữ, cụ già, trong khi đó trời mưa, gió lạnh vì lúc đó là tháng 11. May mà không có ai bị đau ốm v.v…

Ngày thứ ba, 12 tháng 1 tới, trời sẽ mưa và tiếp tục giá lạnh, và nơi họp nằm ở đường Market, San Jose, không có nhà cửa che mưa gió. Tôi chắc sẽ có nhiều đồng hương đến biểu dương lực lượng ngoài trời. Nếu phải đứng chờ từ 6 giờ chiều đến hơn 11 giờ đêm, đối với các anh em quân nhân, cảnh sát, là những người đã từng quen, chịu đựng gió sương, gian khổ chiến đấu ở quê nhà trước đây, thì không quan ngại, nhưng những cụ già, phụ nữ thì sao? Nay, Chương trình Nghị sự đã đổi như vậy, nên tôi thấy khuyến cáo của Chị thật là tuyệt vời. Nếu không, có thể có người bị bệnh tật, có thể nguy hiểm đến tính mạng thì sao đây! Đóng góp của Chị có một giá trị lớn lao là ở chỗ đó!

Về điểm này, Anh Scott Phạm đã phản ứng một cách phi thường. Chỉ trong vòng một ngày, mà là thứ bảy, ngày nghỉ, Anh Scott đã thương thảo với các đồng sự như thế nào đó để có một sự thay đổi mau lẹ như vậy, ngoài sức tưởng tượng của tôi.

Tôi cảm ơn Chị Cẩm Vân, Anh Scott Phạm đã nỗ lực góp sức mình một cách vui vẻ giúp ngăn chặn cái ác theo đuổi cộng đồng của chúng ta.

Thân mến,

GS Nguyễn văn Canh

Chủ Nhật, 10 tháng 1,16

van@vanle2016.com / 12:08 AM (19 hours ago)

to me, ThaivanHoa, NgongocTrung, Nguyentantho, VuthiGam, T

Kính gửi GS Canh và tất cả anh chị

Cẩm Vân xin cám ơn lời khen của GS Canh, thực ra GS Gấm, GS Huệ và anh Đỗ Thành Công cũng như tất cả quý anh chị đều làm việc rất đắc lực và đáng được tuyên dương khen ngợi nhưng nếu không có người có tài lãnh đạo như GS Canh, ThT Bình thì việc điều hợp hội đoàn, cá nhân, cơ quan truyền thông để làm áp lực với nhà trường cũng như sự hưởng ứng tích cực của UVGD Scott Phạm thì việc này sẽ không được thành công như mong muốn.

Cẩm Vân mới biết tin này trong thời gian rất ngắn vài tiếng đồng hồ trước buổi họp từ một người bạn nên cố gắng sắp xếp để đến mặc dầu rất bận chỉ hy vọng đóng góp một bàn tay nhỏ chung với anh chị vì nghĩ rằng đây cũng là trách nhiệm của một người phục vụ cộng đồng cũng như vai trò của CV luôn quan tâm đến vấn đề học vấn. Thật là may mắn có cơ hội để đóng góp với kinh nghiệm đã có ở trong học khu trong vấn đề này. Cẩm Vân luôn đón nhận ý kiến và học hỏi thêm kinh nghiệm của đàn cha chú, anh chị đi trước để làm đúng với chức năng mà cử tri cũng như cộng đồng giao phó.

Kính chúc GS Canh và quý anh chị sức khỏe và tiếp tục hợp tác làm việc để tranh đấu cho chính nghĩa cũng như quyền lợi của cộng đồng tỵ nạn cộng sản và hy vọng là chúng ta sẽ sớm có một người DBTB người Mỹ gốc Việt đầu tiên ở SJ với tinh thần phục vụ cộng đồng.

Kính Cẩm Vân

A GROUP OF CONCERNED CITIZENS

San Jose, March 1, 2016

Mayra Cruz, mayra.cruz@sjeccd.edu
Wendy Ho, wendy.ho@sjeccd.edu Jeffrey
Lease, jeffrey.lease@sjeccd.edu

Craig Mann (Vice President), craig.mann@sjeccd.edu
Rudy Nasol (President), rudy.nasol@sjeccd.edu Huong
Nguyen, huong.nguyen@sjeccd.edu

Scott Pham, scott.pham@sjeccd.edu
CC:
Chancellor Debbie Budd, debbie.budd@sjeccd.edu

Dear Ladies and Gentlemen,

Vietnamese are victims of the Vietnamese totalitarian Communist regime.

As a policy, the Vietnamese Communist Party has implanted its core cadres in the Socialist Republic of Vietnam's education system. Their presence in the US colleges and Universities will certainly open up their wounds that are in the process of healing and as a result destabilize their normal life. In addition, SRV teachers have duties to spread communist viruses to younger generations. We can't tolerate it.

We have witnessed twice the attempts of the Vietnamese Communist Regime infiltrate to our San Jose- Evergreen Community College District which were a cause of the upsets and strong protests from the Vietnamese- American Community. And the very Board has twice rejected the educational exchanges proposed by the SRV.

We sincerely wish that with this proposed resolution, this unfortunate thing will not be repeated in this College District.

Ed Code 72121.5 mandates that the Board convene a meeting to address concerns raised by the public to the Board. Thus, by laws, the Board has a duty to solve these serious problems for the Vietnamese community.

In order to maintain peace for our community, we herewith submit our Draft Resolution for your consideration.

We look forward to hearing your positive response to our request.
Respectfully,

From: Ho, Sam

Sent: Monday, February 29, 2016 11:53 AM

To: Le, Hue T.

Cc: Nguyen, Gam V.

Subject: RE: Resolution

Following is the information I received, Chi Hue:

Ed Code 72121.5. It is the intent of the Legislature that *members of the public be able to place matters directly related to community college district business on the agenda of community college district governing board meetings*, and that members of the public be able to address the board regarding items on the agenda as such items are taken up. Governing boards shall adopt reasonable regulations to ensure that this intent is carried out. Such regulations may specify reasonable procedures to insure the proper functioning of governing board meetings.

Members of the Board may place an item on the agenda if it relates to district business. The process we use is that the Chancellor determines the agenda and confirms it with her meeting with the Board President. As a procedure, we publish the Schedule of Governing Board Meeting Dates and Corresponding Deadlines each year, and this is posted on the district website. This schedule is our public notice of when items need to be submitted to the Chancellor's office for consideration.

Hopefully this helps. Thanks.

Sam

A GROUP OF CONCERNED CITIZENS

111 Gish Rd San Jose, CA 95113

April 20, 2016

Ms. Debbie Budd, Chancellor,

San Jose and Evergreen Valley Community College District
40 South Market St

San Jose, CA 95113
   Cc:

Board President Rudy Nasol, Vice President Craig Mann

and members: Mayra Cruz, Wendy Ho, Jeffrey Lease, Huong Nguyen, Scott Pham and Trustee Van Le.

Dear Ms. Budd:

Sometime before the April 12 meeting, Trustee Van Le was asked to contact you regarding the Resolution proposed by " A Group of Concerned Citizens." (GCC)

to the Board. At the meeting, the Board called for creating a Task Force to study the matter and last week, she conveyed your message to me, as a representant of GCC, regarding the task force and a meeting date.

Thank you for the message and your willingness to work with us.

I suggested to Trustee Van Le that May 10 is good. However, I need an agreement on the date from participants, members of my group before I get a final decision. One member just told me that she is available only on Fridays afternoon.

I prefer communications by means of internet with you to meetings because it is more simple, it saves time for my people who are working elsewhere, and it also helps solve traffic and parking problems, so their burdens are less heavy, while your people are around there.

The working procedure looks like this: after I present to you a new version of Resolution, called Revised Resolution, then you distribute it to members of your team. They study it. If there is any question, comment or opinion on you part, please send it to me through you or vice versa.

We do business this way until we reach a final agreement.

REVISED RESOLUTION.

Until now, I have not officially received any reasons for which the Board postponed the voting on our proposed Resolution and called for creating a Task Force. I heard from a Video clip that Board President, Mr. Rudy Nasol and some members said that this matter is <u>complex</u>.

I heard somebody said that language is too <u>strong</u>.

The Revised Resolution will address the issues.

Before I go into details, I would like to emphasize that the subject matters remain the same as in the original Proposed Resolution that includes <u>three areas </u>which are summarized as follows:

1) The Board does not do business with the communist learning institutions.

2) Officials within the District hierarchy shall not meet with the communists in order to set up Education exchanges.

3) The Board consults the Vietnamese community about sensitive matters to avoid conflicts...

Now the following are my explanations of some of the areas:

<u>Area 1</u>: The reasons for which our Proposed Resolution comes into existence are the Education Exchanges project between Evergreen Valley College and Da nang University.

The Education Exchanges include 7 following activities:

1)   Exchange of academic and staff

2)   Exchange of students

3)   Accreditation of credit

4)   Language Training programs

5)   Exchange of materials in education and research

6)   Joint research and meetings for education and research

7)   Other activities deemed appropriate.

These 7 activities are listed in the MOU that President Henry Yong proposed and the Board approved on Dec. 8 2015.

Therefore, the Evergreen and Da nang project is the subject to be analyzed.

I don't need to describe the public's outrage against the Board for approval of the Evergreen -Da nang Education Exchanges program. The Board should review it and listen carefully to what members of the public stated at the Jan. 12, 16 meeting. Finally, the Board recognized the program was so bad and its wrongdoings, then diligently abolished it at the very meeting.

On this occasion, I would like to remind you that back in 2006, ten years before the Evergreen-Da nang event, it is the Board that authorized to set up the same Exchange program proposed by San Jose City College with the Ministry of Education of the Government of the Socialist Republic of Vietnam. And also, it is the Board that did it away upon the Vietnamese protests.

I would like to elaborate on <u>only two typical cases</u> for the Board to truly understand the seriousness of the matter.

a) With regard to "Exchange of academic and staff" (Activity #1): With this clause in the agreement, the Board allows bringing teachers and staff from Da nang University to work in the Evergreen Valley College campus. Evergreen will accommodate them at least an office to which teachers, researchers (MOU # 6) and others daily come to work …

Now, on the side of Vietnamese Americans, what do they have in their minds and what do they think of when they see the teachers, scholars, other professionals… who come back and forth, go in and out the campus daily?

You must understand that over 120,000 Vietnamese (out of 1.700,000 in the USA) now living in San Jose, are victims of the communists, when they militarily occupied South Vietnam in 1975. Their lives, their families were destroyed. All their properties and belongings were robbed of. Members of their families were tortured or killed. The victims consider the communists as murderers or brutal oppressors. Though the above teachers, scholars, or professionals etc. might not be the ones who committed such crimes, they are members of the gang of culprits. The criminals are now there under the protection of the District or Evergreen.

You must understand that the victims have suffered grossly. Many of them, among some 500,000 men and women working for the South Vietnam Government had been detained from 8 to 17 years in concentration camps where they had been barbarously tortured. As a consequence, many of them have become disabled, physically or mentally or both. The Board could tell trustee Huong Nguyen to go out and contact any group of former Vietnamese military men or women and ask them to locate such victims. A whole bunch of them out there. The board should hire a psychologist to go with her to find out their mental condition.

Phan hong Long who spoke to the Board at the April 12 meeting raised a very interesting question relating to this situation. He stated *"Your Board brings in communist teachers who are members of a group of murderers to teach at your college. This is not only a direct insult to the victims, but also an opening of their wounds that have not been healed. A mentally disabled victim, when he/she sees the murderers lecture on their (communist) history, their values, their cultures to his/her children, surely could not stand it. He/ she could come and kill the murderers. If this occurs, who is responsible for that? Probably you, the Board. You cannot deny it."*

This is not a hypothetical situation. It really occurred at Fullerton University in early 1980's. A young Vietnamese refugee came and shot to death his American professor at his office because the latter was just a pro-communist person. Some people said that he killed the professor, because the Vietnamese communists murdered his father.

Phan hong Long's statement would be not only a warning, but also a big favor to the Board because it helps the Board avoid deadly wrongdoings. The Board should locate him and thank him for his precious advice.

b) With regard to Activity # 2: Exchange of students.

What is wrong with this activity?

President Henry Yong was the one who finalized the negotiation with Da nang, then submitted it to the Board for approval. He did not say anything about the exchange, and members of the Board were quiet. In order to find out the truth, I have to refer to the 2006 project to get an understanding of it, because both exchanges were the same, or the Evergreen-Da nang exchange program is just a duplicate of the San Jose City College and the Ministry of Education of the Socialist Republic of Vietnam collaboration project in 2006.

How did the 2006 collaboration work. At the end of 2005, San Jose City Community College sent 14 young students to Việt nam to study Vietnamese Cultures and History. Their classes were conducted at the communist party school disguised as the Office of Vietnamese Overseas in Hà nội, at 32 Hoàng Diệu Street

… So, what did the young student's study at a place which is not a learning institution as an ordinary person understands and which is strictly controlled by communist cadres? What types of cultures and history were taught? No doubt communist cultures and history were topics in the curriculum.

Until today, the Board has not answered such questions.

In addition, if you allow this collaboration to exist, Da nang University will be a recruitment center. Applicants will have to pay high fees (called service fees, including fake documents, scholastic records...), probably from $10,000 to $15,000 per head or more to get admission, while the screening system at the US Embassy for a student visa is very stringent. With a helping hand from your Board, Da nang University becomes a corrupt agency that could collect a half million dollars/ year easily thanks to this program if they just send 40 students to Evergreen……

There still are some other reasons for which the GCC asks to pass our Revised Resolution:

1)   In 2006, Your Board backed out from the Exchange due to wrongdoings. Ten years later, in 2015, Your Board dared to renew the same program. Again, Your Board had to back out on Jan 12, 2016. Does anyone of your Board members dare to tell the truth behind the scenes and who is responsible for the wrongdoings?

**This proves the Board is not able to learn a lesson from previous experiences.
No one could guarantee that the wrongdoings are going to be stopped.**

2)   An important thing should be noted that in both cases it appears that there is no transparency in such dealings. In the April 12 meeting, inside the meeting hall of the District Office, I saw a participant holding a large board with a slogan: STOP SECRET DEALINGS WITH COMMUNISTS. Does this mean anything to your Board? And do Your Board have a determination and ability to deal with it?

3) Finally, for information to the Board:

a) a young Vietnamese student speaking to the Board at the April 12 public meeting stated that there is 'NO COMMUNISM IN VIETNAM'

The statement conveys a very significant message to you. It truly reflects a kind of values that the communists 'possess' and use to propagate to some so-called 'useful idiots. It is the value that teachers use to teach the younger generation at your college.

b) Huong Nguyen should be sent to University of Massachusetts (U-MASS) to study a case as to why the University had to cancel a research project on refugees in America conducted by 'two scholars' invited from Hanoi University some 10 years ago (Activity # 6). Why did at least two thousand protestors join a public demonstration to oppose the research? What was the nature of the protest and its consequences? How did U-MASS struggle to save its Image and Prestige? What are the costs to repair the damages, and to recover its prestige… Besides, one more important thing needed to say is that former Captain Nguyen huu Luyen brought a lawsuit against U-MASS involving bringing in Hoang ngoa Hien and Nguyen hue Chi, the two scholars from Hanoi to do the research. The lawsuit lasted for many years. U-MASS suffered heavily on both fronts: prestige and finance.

Remember that the U-MASS research project just hurt the Vietnamese refugees'

feelings and honor; and on the contrary the Evergreen and Da nang project would create much more problems, including different kinds of possible threats to Vietnamese Americans after an office staffed with the so- called 'teachers, scholars, professionals' has been set up in Evergreen campus.

<u>Area # 2</u>: The writing itself contains useful information helping those who have no or little legal background understand the structure of the legal system and how does democracy ruled by laws works.

<u>Area #3</u>: The writing shows how the Board could work effectively with the Vietnamese community.

Therefore, it is recommended that the Revised Resolution be adopted.

It is really constructive and contributes to your District a positive opinion to preserve prestige and respect that your colleges deserve to have as higher learning institutions in the USA.

It helps protect the public peace and safety of our local community and our students.

Thank for your attention,
Dr. Nguyễn văn Canh, Political Advisor
E-mail: nguyenster@gmail.com Phone:
(650) 368-4200

D. NGHỊ QUYẾT ĐƯỢC TU CHÍNH

Chancellor Debbie Budd, debbie.budd@sjeccd.edu Cc:

Rudy Nasol (President), rudy.nasol@sjeccd.edu

Craig Mann (Vice President), craig.mann@sjeccd.edu Mayra Cruz, mayra.cruz@sjeccd.edu

Wendy Ho, wendy.ho@sjeccd.edu Jeffrey Lease, jeffrey.lease@sjeccd.edu

Huong Nguyen, huong.nguyen@sjeccd.edu Scott Pham, scott.pham@sjeccd.edu

Van Le, vanleforkids@gmail.com

Enclosures: REVISED RESOLUTION

RESOLUTION BY THE BOARD OF TRUSTEES REGARDING THE RELATIONSHIP BETWEEN THE SAN JOSE / EVERGREEN COMMUNITY COLLEGE DISTRICT AND HIGHER EDUCATION INSTITUTIONS OF THE SOCIALIST REPUBLIC OF VIETNAM

WHEREAS, a significant majority of the Vietnamese community as well as the Vietnamese- American students in San Jose are victims of the Vietnamese Communist regime,

WHEREAS, learning institutions in the Socialist Republic of Vietnam are controlled by the Vietnamese Communist Party (VCP) and therefore must operate under the direction of a VCP Chapter planted in each institution. They are not autonomous institutions,

WHEREAS, along with other cities in California, on 10/26/2014 the City Council of San Jose issued the Resolution No. 77202 that opposes any visits by Communist Vietnam officials to San Jose,

WHEREAS, California Education Code, Section 51530 states that no teacher providing instruction at any school or on any property belonging to any agencies included in the public school system shall advocate or teach communism with the intent to indoctrinate or to inculcate in the mind of any pupil a preference for communism,

NOW, THEREFORE, BE IT RESOLVED BY THE BOARD OF TRUSTEES OF THE SAN JOSE / EVERGREEN COMMUNITY COLLEGE DISTRICT THAT:

In order to protect the public peace and safety of our local community and our students as well, the following actions are adopted:

1. The Board of Trustees does not engage with, conduct any affairs, or approve a dealing with any Vietnamese higher education institution to undertake such collaboration programs and activities as the following:

#1. Exchange of academic and administrative staff.

#2. Exchange of students.

#3. Accreditation of credits.

#4. Language training programs.

#5. Exchange of materials in education and research, publications, and academic information.

#6. Joint research and meetings for education and research.

#7. Other activities deemed appropriate.

These programs were key issues in the Education Exchanges between Evergreen Valley College and Da Nang University which were previously approved on Dec. 8, 2015, and then unanimously abolished by the very Board on January 12, 2016, due to wrongdoings.

Individual Vietnamese students who apply to either college of this District are not part of the Exchange of Students in Item # 2 above. They just go through normal procedures as many of them have done and have graduated from college.

2. Article 1 of the Resolution No. 77202 dated October 26, 2014 of the City Council of San Jose, a highest policy making body of the government of the City of San Jose stipulates that The City does not condone, welcome, or sanction high-profile visits, stopovers or drive-bys by representatives and officials of the Socialist Republic of

Vietnam government or that of any delegations affiliated with or organized by the same within the physical boundaries of the City of San Jose. The Mayor, Council, City Manager or any of their agent(s) shall not meet with any government delegation or representatives of the Socialist Republic of Vietnam.

Along with the above law promulgated by the City, officials of the San Jose/Evergreen Community College District which is part of and receive funds from the City, shall not meet with any government delegation or representatives of the Socialist Republic of Vietnam to promote such above activities.

3. In the future, if the Board has to deal with a sensitive matter, the Board should seek an advice from a Vietnamese-American community in order to avoid any potential conflicts. The Board should choose a contact organization that has registered with the State and require that the organization has to hold a public meeting to obtain an opinion from the community at large.

A GROUP OF CONCERNED CITIZENS

111 E. Gish Road, San Jose, CA. 95112 April 20, 2016

Kính gửi: Ms. Debbie Budd, Chancellor, San Jose and Evergreen Valley Community College District

40 South Market St., San Jose, CA 95113

Đồng kính gửi:

Board President Rudy Nasol, Vice President Craig Mann và các Thụ Ủy: Mayra Cruz, Wendy Ho, Jeffrey Lease, Huong Nguyen, Scott Pham; cùng Thụ Ủy Vân Lê.

Thưa bà Budd, và các vị Thụ Ủy

Trước phiên họp ngày 12 Tháng Tư, Thụ Ủy Vân Lê được yêu cầu tiếp xúc với bà về bản Quyết Nghị được đề xướng bởi "Một Nhóm Các Công Dân Quan Tâm" (GCC) lên Hội Đồng Học Khu. Tại phiên họp, Hội Đồng đã kêu gọi thành lập một Toán Đặc Nhiệm để nghiên cứu vấn đề và trong tuần qua, cô Vân Lê đã chuyển lời nhắn của bà đến tôi, với tư cách một đại diện của Nhóm GCC, liên quan đến toán đặc nhiệm và một nhật kỳ nhóm họp.

Xin cám ơn về lời nhắn và sự sẵn lòng của bà để cộng tác với chúng tôi. Tôi có nêu ý kiến với Thụ Ủy Vân Lê rằng ngày 10 Tháng Năm thì thuận tiện. Tuy nhiên, tôi cần có một sự thỏa thuận về ngày họp từ các tham dự viên, các thành viên của nhóm chúng tôi trước khi tôi có một quyết định cuối cùng. Một thành viên của chúng tôi vừa cho tôi hay rằng bà ta chỉ có thể tham dự vào chiều Thứ Sáu mà thôi.

Tôi ưa thích việc liên lạc bằng phương tiện liên mạng Internet với bà hơn là các phiên họp bởi nó sẽ đơn giản hơn, tiết kiệm thì giờ cho các thành viên của chúng tôi đang đi làm ở nơi khác, cũng như giúp giải quyết các vấn đề đi lại và đậu xe, nhờ thế gánh nặng của họ sẽ nhẹ hơn, trong khi các người của bà sẵn có mặt quanh đây.

Tiến trình làm việc như sau: sau khi tôi gửi đến bà một phiên bản mới của Bản Quyết Nghị, được gọi là Bản Quyết Nghị Tu Chỉnh, kế đó bà phân phối lại cho các thành viên trong nhóm của bà. Họ nghiên cứu bản văn đó. Nếu có bất kỳ câu hỏi, sự bình luận hay ý kiến nào về phía bà, xin gửi đến tôi thông qua bà hay ngược lại.

Chúng ta sẽ làm việc theo cách này cho đến khi chúng ta đạt được một sự thỏa thuận chung cuộc.

Về Bản Quyết Nghị Tu Chỉnh

Cho đến giờ này, tôi vẫn chưa chính thức nhận được bất kỳ lý do nào khiến cho Hội Đồng trì hoãn việc biểu quyết bản Quyết Nghị đề xuất của chúng tôi, và việc kêu gọi thành lập một Toán Đặc Nhiệm. Tôi có nghe từ một đoạn quay Video rằng Chủ Tịch Hội Đồng, ông Rudy Nasol và một vài thành viên hội đồng nói rằng vấn đề này thì **phức tạp**. Tôi cũng có nghe một vài người nói rằng ngôn từ sử dụng quá mạnh.

Bản Quyết Nghị Tu Chỉnh sẽ giải quyết các vấn đề này.

Trước khi đi vào chi tiết, tôi muốn nhấn mạnh rằng các vấn đề chủ yếu vẫn nguyên như trong bản Quyệt Nghị Đề Xuất nguyên thủy bao gồm **ba lãnh vực** được tóm tắt như sau:

1) Hội Đồng Học Khu không làm ăn gì với các định chế giáo dục của cộng sản.

2) Các viên chức trong hệ cấp Học Khu sẽ không gặp gỡ viên chức cộng sản để thiết lập các sự trao đổi giáo dục.

3) Hội Đồng tham khảo với cộng đồng Việt Nam về các vấn đề nhạy cảm hầu tránh các sự xung đột.

Dưới đây là các sự giải thích của tôi về một vài điểm trong các lãnh vực ấy:

Lãnh Vực 1: Các lý do đưa đến sự hình thành Bản Quyết Nghị Đề Xuất của chúng tôi là dự án Trao Đổi Giáo Dục giữa Trường Evergreen Valley College và Đại Học Đà Nẵng.

Các sự trao đổi giáo dục bao gồm các hoạt động kể sau:

1) Trao đổi nhân viên học vụ và hành chính

2) Trao đổi các sinh viên

3) Sự thừa nhận tín chỉ

4) Các chương trình đào tạo ngôn ngữ

5) Trao đổi các tài liệu giáo dục và nghiên cứu

6) Nghiên cứu và hội họp chung về giáo dục và nghiên cứu

7) Các hoạt động khác xét ra thích đáng.

Bảy hoạt động này đã được liệt kê trong Bản Ghi Nhớ (MOU) mà Viện Trưởng Henry Yong đã đề nghị và Hội Đồng đã chấp thuận vào ngày 8 Tháng Mười Hai, 2015. Vì thế, dự án Evergreen – Đà Nẵng là chủ đề sẽ được phân tích. Tôi không cần phải trình bày về sự công phẫn của công chúng đối với Hội Đồng về việc chấp thuận chương trình Các Sự Trao Đổi Giáo Dục Evergreen-Đà Nẵng. Hội Đồng cần duyệt xét lại chương trình và lắng nghe những gì mà các thành viên trong công chúng đã phát biểu trong phiên họp ngày 12 Tháng Một, 2016. Sau cùng, Hội Đồng đã thừa nhận chương trình này quá tệ và các sự sai lầm của nó, sau đó đã cần mẫn xóa bỏ chương trình trong chính phiên họp đó. Nhân dịp này, tôi muốn nhắc lại với bà và quý vị rằng lùi về năm 2006, mười năm trước biến cố Evergreen- Đà Nẵng, chính Hội Đồng đã cho phép thiết lập cùng chương trình Trao Đổi được đề nghị bởi Trường San Jose City College với Bộ Giáo Dục, Đào Tạo của Chính Phủ nước Cộng Hòa Xã Hội Chủ Nghĩa Việt Nam. Và cũng thế, chính Hội Đồng đã vứt bỏ chúng trước sự phản đối của cộng đồng người Việt Nam.

Tôi **muốn khai triển chỉ hai trường hợp điển hình** để Hội Đồng hiểu biết xác thực tầm nghiêm trọng của vấn đề.

Liên quan đến việc "Trao Đổi nhân viên Học Vụ và Quản Trị Hành Chánh" (Hoạt động #1): Với điều khoản này trong bản thỏa thuận, Hội Đồng cho phép mang các giảng viên và nhân viên quản trị từ Đại Học Đà Nẵng đến làm việc tại khuôn viên trường Evergreen Valley College. Trường Evergreen sẽ cấp cho họ ít nhất một văn phòng để các giáo chức, các nhà nghiên cứu (MOU #6) và những nhân viên khác hàng ngày đến làm việc …

Về phía người Mỹ gốc Việt, hiện họ đang mang những gì trong đầu óc và họ nghĩ những gì khi nhìn thấy các giáo chức, các học giả, và nhân viên chuyên môn khác … tới lui, ra vào khuôn viên hàng ngày?

Quý vị phải hiểu rằng hơn 120,000 người gốc Việt Nam (trong tổng số 1,700,000 người tại Hoa Kỳ) hiện sinh sống tại San Jose, là nạn nhân của cộng sản, khi CS chiếm đóng bằng quân sự Miền Nam Việt Nam năm 1975. Đời sống của họ, gia đình họ bị triệt hủy. Tất cả tài sản và của cải của họ bị Cộng sản cướp hết. Các thành viên trong gia đình họ bị tra tấn hay giết chết. Các nạn nhân xem cộng sản như các kẻ sát nhân hay các kẻ trấn áp tàn bạo. Mặc dù các giáo chức, học giả, hay các chuyên viên khác nêu trên có thể không phải là những kẻ đã thực hiện các tội ác như thế, họ là các thành viên của nhóm tội phạm. Các tội nhân giờ đây hiện diện ở đó dưới sự bảo vệ của Học Khu hay Trường Evergreen.

Quý vị phải hiểu rằng các nạn nhân đã phải gánh chịu khổ đau một cách lớn lao. Nhiều người trong họ, trong số khoảng 500,000 đàn ông và đàn bà làm việc cho Chính Phủ Nam Việt Nam đã bị giam giữ từ 8 đến 17 năm trong các trại tập trung, ở nơi đó họ bị tra tấn một cách dã man. Hậu quả, nhiều người trong họ trở thành mất năng lực, về tinh thần hay thể xác, hoặc cả hai. Hội Đồng có thể gửi Thụ Ủy Hương Nguyễn ra bên ngoài và tiếp xúc với bất kỳ nhóm các nam nữ cựu quân nhân Việt Nam và nhờ họ tìm kiếm hộ các nạn nhân như thế. Cả khối người như thế ở ngoài xã hội. Hội Đồng nên thuê mướn một nhà tâm lý đi cùng với cô Hương để tìm hiểu về các tình trạng tâm thần của họ.

Ông Phan Hồng Long, người phát biểu với Hội Đồng trong phiên họp ngày 12 Tháng Tư đã nêu lên một câu hỏi đáng lưu ý liên quan đến tình trạng này. Ông có tuyên bố, *"Hội Đồng quý vị mang các thầy giáo cộng sản là thành viên của một nhóm sát nhân đến dạy tại trường quý vị. Đây không chỉ là một sự sỉ nhục trực tiếp đối với các nạn nhân, mà còn là một sự khơi mở các vết thương vốn chưa lành của họ. Một nạn nhân bị mất năng lực tinh thần, khi ông ta/bà ta nhìn thấy các kẻ sát nhân giảng dạy về lịch sử (cộng sản), về các giá trị, và văn hóa của họ cho con cháu của ông/bà ta, chắc chắn không thể chịu đựng được. Ông/bà ta có thể đến giết các kẻ sát nhân. Nếu điều này xảy ra, ai là kẻ chịu trách nhiệm về việc đó? Có thể là bà, là Hội Đồng. Quý vị không thể phủ nhận điều đó"*.

Đây không phải là một tình trạng giả thiết. Điều đó đã thực sự xảy ra tại Đại Học Fullerton hồi đầu thập niên 1980. Một người tỵ nạn Việt Nam trẻ tuổi đến và bắn chết vị giáo sư người Mỹ của anh ta tại văn phòng bởi vị giáo sư chỉ là một kẻ thân cộng sản. Một số người nói rằng anh ta đã giết vị giáo sư, bởi cộng sản Việt Nam đã hạ sát cha của anh ta.

Lời tuyên bố của ông Phan Hồng Long sẽ không chỉ là một sự **cảnh cáo**, mà còn là một sự **ưu ái** to lớn cho Hội Đồng bởi nó giúp cho Hội Đồng tránh khỏi các sai lầm chết người.

Hội Đồng nên tìm kiếm ông Long và cám ơn ông về các sự khuyến cáo quý giá.

b) Về Hoạt Động # 2: Trao Đổi Sinh Viên

Hoạt động này có gì sai lạc?

Viện Trưởng Yong là kẻ đã chung quyết sự thương thảo với Đại Học Đà Nẵng, sau đó đệ trình lên Hội Đồng xin chấp thuận. Ông không nói bất kỳ điều gì về sự trao đổi, và các thành viên của Hội Đồng cũng im tiếng. Để tìm ra sự thực, tôi phải tham chiếu đến dự án năm 2006 để có một sự hiểu biết về nó, bởi cả hai sự trao đổi giống nhau, hay chương trình trao đổi Evergreen-Đà Nẵng đúng là **một bản sao chép** dự án cộng tác giữa Trường San Jose City College và Bộ Giáo Dục & Đào Tạo của Cộng Hòa Xã Hội Chủ Nghĩa Việt Nam hồi năm 2006.

Chương trình cộng tác năm 2006 đã diễn tiến ra sao? Vào cuối năm 2005, trường San Jose City College đã gửi 14 sinh viên trẻ tuổi đến Việt Nam để học về Văn Hóa và Lịch Sử Việt Nam. Các lớp của họ được thực hiện tại trường đảng cộng sản ngụy trang là Văn Phòng Phụ Trách Việt Kiều Hải Ngoại ở số 32 đường Hoàng Diệu, Hà Nội …

Như thế, các sinh viên trẻ tuổi đã học được những gì tại một nơi không phải là một định chế giáo dục như một người bình thường thông hiểu mà là một nơi bị kiểm soát nghiêm ngặt bởi các cán bộ cộng sản? Loại văn hóa và lịch sử nào đã được giảng dạy? Không có gì nghi ngờ rằng lịch sử và văn hóa cộng sản là các đề tài trong chương trình?

Cho tới ngày nay, Hội Đồng chưa trả lời các câu hỏi như thế.

Ngoài ra, nếu bà và quý vị thụ ủy cho phép sự cộng tác này được thực hiện, Đại Học Đà Nẵng sẽ là một trung tâm tuyển mộ. Các ứng viên sẽ phải trả các lệ phí cao (được gọi là các lệ phí dịch vụ, bao gồm cả các tài liệu, các chứng chỉ học trình giả mạo…), có thể từ $10,000 đến $15,000 mỹ kim hay hơn mỗi người để được thâu nhận, trong khi hệ thống kiểm tra tại tòa Đại Sứ Hoa Kỳ để cấp phát một chiếu khán du học rất gắt gao. Với một sự trợ lực lớn lao từ Hội Đồng quý vị, Đại Học Đà Nẵng trở thành một cơ quan tham những có thể thu cả nửa triệu mỹ kim mỗi năm một cách dễ dàng nhờ ở chương trình này nếu họ chỉ gửi 40 sinh viên đến trường Evergreen …

Còn có một số lý do khác theo đó Nhóm GCC yêu cầu thông qua Bản Quyết Nghị Tu Chỉnh của chúng tôi:

1) Trong năm 2006, quý Hội Đồng tháo lui khỏi sự Trao Đổi bởi có các sự sai lầm. Mười năm sau, trong năm 2015, quý Hội Đồng lại dám tái lập cùng chương trình ấy.

Một lần nữa, quý Hội Đồng đã phải thoái lui hôm 12 Tháng Một, 2016. Có bất kỳ người nào trong số các hội viên của quý Hội Đồng dám nói sự thực đằng sau hậu trường và ai là kẻ chịu trách nhiệm về các sự sai lầm?

Điều này chứng tỏ Hội Đồng **không có khả năng** lĩnh hội một bài học từ các kinh nghiệm trước đây. Không ai có thể bảo đảm rằng các sự sai lầm sẽ bị ngăn chặn.

2) Một điều quan trọng phải được ghi nhận rằng trong cả hai trường hợp, điều rõ ràng là không có sự minh bạch trong các sự điều đình như thế. Trong phiên họp ngày 12 Tháng Tư, bên trong phòng họp của Văn Phòng Học Khu, tôi nhìn thấy một người tham dự có cầm một bích chương lớn với khẩu hiệu: **NGƯNG CÁC SỰ ĐIỀU ĐÌNH BÍ MẬT VỚI CỘNG SẢN**. Điều này có bất kỳ ý nghĩa nào với quý Hội Đồng hay không? Và quý Hội Đồng có quyết tâm và khả năng để đối phó với điều đó hay không?

3) Sau cùng, **vài thông tin cung cấp cho Hội Đồng**:

a) Một sinh viên Việt Nam trẻ tuổi nói với Hội Đồng tại phiên họp công khai hôm 12 Tháng Tư rằng "KHÔNG CÒN CHỦ NGHĨA CỘNG SẢN TẠI VIỆT NAM". Lời tuyên bố này chuyển tải một lời nhắn nhủ rất có ý nghĩa đến quý vị. Nó thực sự phản ảnh một **thứ giá trị** rằng phe cộng sản "sở hữu" và sử dụng để tuyên truyền cho một số kẻ được gọi là "**các kẻ ngu ngốc hữu dụng**". Đây là giá trị mà các giáo chức VC sử dụng để dạy dỗ thế hệ trẻ hơn tại trường học của quý vị;

b) Cô Thụ Ủy Hương Nguyễn nên được phái đến Đại Học **University of Massachusetts** (U-MASS) để nghiên cứu một trường hợp về lý do tại sao Đại Học đó đã phải hủy bỏ **một dự án nghiên cứu** về các người tỵ nạn tại Mỹ được thực hiện bởi "hai học giả được mời từ Đại Học Hà Nội khoảng 10 năm trước đây (Hoạt Động #6). Tại sao ít nhất hai nghìn người phản đối đã tham gia một cuộc biểu tình công khai chống lại sự nghiên cứu? Đâu là bản chất của sự phản đối và các hậu quả của nó? U-MASS đã phải vất vả ra sao để giữ thể diện và uy tín của mình … Ngoài ra, một điều quan trọng hơn cần phải nói rằng cựu Đại Úy Nguyễn Hữu Luyện đã nạp đơn kiện chống lại trường U-MASS dính líu vào việc mang Hoàng Ngọc Hiến và Nguyễn Huệ Chi, hai học giả từ Hà Nội sang làm việc nghiên cứu. Vụ kiện kéo dài trong nhiều năm.

U-MASS đã phải gánh chịu tổn hại nặng nề về mặt uy tín lẫn tài chính.

Nên nhớ rằng dự án nghiên cứu U-MASS chỉ làm thương tổn cảm nhận và danh dự của các người tỵ nạn Việt Nam; và ngược lại, dự án Evergreen-Đà Nẵng sẽ tạo ra nhiều vấn đề hơn nữa, kể cả nhiều loại khác nhau của các sự đe dọa khả hữu đối với người Mỹ gốc Việt sau khi một văn phòng với nhân viên "được gọi là các giáo chức, học giả, chuyên viên" được thiết lập trong khuôn viên Evergreen.

Lãnh Vực 2: Văn bản tự thân chứa đựng thông tin hữu ích giúp cho những ai không có hay có ít căn bản pháp lý thông hiểu **cấu trúc** của hệ thống pháp lý và cách thức chế độ dân chủ pháp trị điều hành ra sao.

Lãnh Vực 3: Văn bản trình bày cách thức làm sao Hội Đồng có thể làm việc một cách hữu hiệu với cộng đồng Việt Nam.

Vì thế, **điều được khuyến cáo rằng Bản Quyết Nghị Tu Chỉnh được chấp nhận**.

Bản Quyết Nghị thực sự **có tính chất xây dựng và đóng góp với Hội Đồng một ý kiến tích cực** để bảo tồn uy tín và sự kính trọng mà các trường cao đẳng của quý vị xứng đáng nhận được như các định chế giáo dục cao cấp tại Hoa Kỳ.

Bản Quyết Nghị trợ lực vào việc bảo vệ sự yên ổn và an toàn chung của cộng đồng địa phương và các sinh viên của chúng ta.

Xin cảm tạ sự chú ý của quý vị,

Dr. Nguyễn văn Canh, Political Advisor

E-mail: nguyenster@gmail.com

Chancellor Debbie Budd, debbie.budd@sjeccd.edu
Cc:

Rudy Nasol (President), rudy.nasol@sjeccd.edu

Craig Mann (Vice President), craig.mann@sjeccd.edu
Mayra Cruz, mayra.cruz@sjeccd.edu

Wendy Ho, wendy.ho@sjeccd.edu
Jeffrey Lease, jeffrey.lease@sjeccd.edu

Huong Nguyen, huong.nguyen@sjeccd.edu Scott Pham, scott.pham@sjeccd.edu

Van Le, vanleforkids@gmail.com

III. TÀI LIỆU BỔ TÚC

A. Phát biểu trước Hội Đồng

I: Bài phát biểu của Ông Phan hồng Long được dịch ra tiếng Việt:

Xin Chào Hội Đồng Giáo Dục!

Tên tôi là Phan hồng Long. Tôi cự ngụ tại đây. Những gì xảy ra trong 10 năm vừa qua về Trao Đổi Giáo Dục với VC làm tôi khó chịu và bối rối. Tôi có vài câu hỏi đối với các Hội Viên của Hội Đồng:

-Năm 2006, Hội Đồng đã phải từ bỏ chương trình Trao đổi như vậy vì sai lầm. Năm 2015, Hội Đồng dám tái lập, rồi vào ngày 12 tháng 1 vừa qua, cũng lại phải hủy bỏ cũng vì sai lầm ấy.

Có một ai trong quý vị cho tôi biết tại sao sự sai lầm ấy lại dám tái diễn? Tôi ngửi thấy có mùi tiền bạc gì đó ở đâu đây, hay có người nào có quyết tâm mang thầy giáo VC đến để đầu độc thế hệ trẻ để làm hư hại xứ sở tốt đẹp này?

(Hình bên trái: Ông Phan hồng Long)

.Chắc mọi người trong HĐ biết rằng Cộng Sản đã giết mấy trăm triệu người khắp nơi trên thế giới. Việt nam đâu có là ngoại lệ.1.7 triệu người hiện sinh sống tại Mỹ này là nạn nhân của chúng.

Các nạn nhân này bị đau khổ tột bực, về thể xác, và cả tinh thần, vì đời sống của họ và của gia đình họ bị hủy diệt. Nay, HĐ đưa vào đây một số người nằm trong đám sát nhân đến đây hay chính chúng là kẻ đã hủy diệt đời sống các nạn nhân này để truyền bá giá trị của chúng trong trường Đại học của quý vị. Việc mà không chỉ là một sự xúc phạm trực tiếp đối với các nạn nhận ấy, mà còn là khơi lại vết thương chư lành của họ. Sự kiện này có thể dẫn tới tình trạng một vài nạn nhân nào đó không chịu đựng nổi, có thể đến và giết 'người gọi là thầy giáo ấy.' Nếu sự việc xảy ra như vậy, thì ai là người chịu trách nhiệm? Quý vị HĐ chứ còn ai vào đây

Tôi đề cao sự trả lời thẳng thắn của quý vị. Lời tuyên bố của tôi không chỉ là lời cảnh cáo mà còn là một ân huệ lớn lao cho quý vị vì tránh được sai lầm đưa đến chết người.

Cám ơn HĐ lắng nghe tôi nói.

Ghi chú: Trong biên bản được phổ biến mới đây, có thấy trustee Wendy Ho nói rằng "không một ai trong HĐ hiện hữu có mặt ở đấy vào năm 2006."

2) Bài phát biểu của em Đinh công Thuận, Hậu Duệ, Tổng Hội Cựu Tù Nhân Chính Trị

(Phần tiếng Việt)

Chúng tôi thay mặt thế hệ trẻ; con em CTNCT phản đối Board of Trustees cho CSVN xâm nhập, hoặc chúng dùng tiền mua chuộc các viên chức liên hệ chấp thuận để CS vào ĐH Mỹ tuyên truyền thứ Văn Hóa độc tài, độc ác, phản văn minh, tiến bộ của nhân loại. Thứ văn hóa khủng bố, tù ngục và bịt miệng trước Tòa, tiêu biểu là LM Nguyễn Văn Lý khiến nhân dân Hoa Kỳ và cả khắp thế giới ghê tởm. Thứ ký sinh trùng độc hại làm ô nhiễm nền văn minh và tự do của đất nước Hoa Kỳ mà Cha ông chúng tôi và đồng bào VN đã xa lánh đến đây tỵ nạn CS.

Chúng tôi cùng đồng bào tỵ nạn CS tại San Jose và khắp nơi sẽ cương quyết phản đối đến cùng nếu Board of Trustees không ra Nghị Quyết cấm chỉ vĩnh viễn. Tiếp tục liên hệ mật thiết với chế độ CS, giao lưu thứ văn hóa đã từng diệt chủng dân tộc chúng tôi, thứ văn hóa chống nhân loại.

Mong Board of Trustees lắng nghe nguyện vọng của chúng tôi.

3). Ông Khổng trọng Hinh chuyển đạt danh sách những người ký tên đòi Hội Đồng thông qua Nghị Quyết cấm chỉ việc mời VC đến Học Khu.

Tôi là Khổng trọng Hinh, cựu thẩm phán ngành công tố thuộc Bộ Tư Pháp Việt nam Cộng Hòa, phục vụ tại Tòa án Tỉnh Định Tường, với tư cách Phó Biện Lý.

Nhân danh Ủy Ban GCC, tôi thay mặt cho những người ký tên trong 2 danh sách sau đây chuyển đến HĐ trong phiên họp công khai ngày hôm nay đòi hỏi HĐ thông qua Bản Quyết Nghị cấm việc móc nối với VC đến đây để thực hiện cái gọi là Trao Đổi Giáo Dục. Đi cùng với tôi có ông Đinh văn Hạp, cựu sỹ quan cao cấp ngành cảnh sát VNCH.

Chúng tôi có 2 hồ sơ chuyển đến HĐ:

1) Hồ sơ 27 trang gồm danh sách dài của những người ký tên online. Cách đây 2 tối, Danh sách này đã được chuyển đến cá nhân mỗi Hội Viên HĐ qua hệ thống chuyển tin điện tử. Ngoài ra, chiều ngày hôm qua, tài liệu này sau khi đã được in ra giấy và chuyển đến mỗi người tại trụ sở của quý vị. Tôi tin rằng quý vị đã biết.

2) Danh Sách gồm 170 chữ ký do Hội Phụ Nữ Bắc California thu thập trong mấy ngày qua.

Cả hai hồ sơ này cùng có một mục đích là đều đòi hỏi cấm chỉ VC đến hợp tác với học khu này như nói trong Nghị Quyết mà Ủy Ban chúng tôi nêu ra.

Bằng hành vi long trọng có tính cách biểu tượng, tôi và ông Đinh văn Hạp hôm nay ngày 12 tháng 4 năm 2016 chuyển tay 2 tài liệu này cho Ông Rudy Nasol, Chủ tịch HĐ.

Cám ơn HĐ

B. BẢN Nghị Quyết được tu chính.

Sau đây là Bản Nghị Quyết được sửa lại theo yêu cầu của vài trustees trong HD, vì trong Bản Dự thảo tôi dùng một số chữ "quá mạnh", và một số trustees cảm thấy bị "xúc phạm" và yêu cầu tôi dùng chữ nhẹ hơn. Tôi đã duyệt lại.

RESOLUTION REVISED

QUYẾT NGHỊ CỦA HỘI ĐỒNG THỤ ỦY VỀ MỐI QUAN HỆ GIỮA HỌC KHU ĐẠI HỌC CỘNG ĐỒNG SAN JOSE/EVERGREEN VỚI CÁC ĐỊNH CHẾ GIAO DỤC CAO CẤP CỦA CỘNG HÒA XÃ HỘI CHỦ NGHĨA VIỆT NAM

XÉT RẰNG, đa số đáng kể của cộng đồng người Việt Nam cũng như các sinh viên Mỹ gốc Việt tại San Jose là các nạn nhân của chế độ cộng sản Việt Nam,

XÉT RẰNG, các định chế giáo dục tại Cộng Hòa Xã Hội Chủ Nghĩa Việt Nam bị kiểm soát bởi Đảng Cộng Sản Việt Nam (ĐCSVN) và do đó phải hoạt động dưới sự điều khiển của một Đảng Bộ ĐCSVN được gài cắm vào mỗi định chế. Chúng không phải là các định chế tự trị,

XÉT RẰNG, cùng với các thành phố khác tại tiểu bang California, ngày 26 Tháng Mười, 2014, Hội Đồng Thành Phố San Jose đã ban hành Quyết Nghị số 77202 chống đối bất kỳ sự thăm viếng nào bởi các viên chức cộng sản Việt Nam đến San Jose,

XÉT RẰNG, Bộ Luật Giáo Dục California, Đoạn 51530 qui định rằng không giáo chức nào cung cấp sự giáo huấn tại bất kỳ trường học nào hay tại bất kỳ cơ sở nào thuộc bất kỳ cơ quan nào trong hệ thống giáo dục công cộng được bênh vực hay giảng dạy chủ nghĩa cộng sản với ý định truyền bá hay nhồi sọ bất kỳ học trò nào một sự ưa thích chủ nghĩa cộng sản,

BỞI THẾ, NAY ĐƯỢC QUYẾT NGHỊ BỞI HỘI ĐỒNG CÁC THỤ ỦY HỌC KHU ĐẠI HỌC CỘNG ĐỒNG SAN JOSE/EVERGREEN RẰNG:

Để bảo vệ sự yên ổn và an toàn chung của cộng đồng địa phương chúng ta cũng như của các sinh viên chúng ta, các hành động sau đây đã được chấp nhận:

1. Hội Đồng Các Thụ Ủy (trustees) không được hứa hẹn, hay thực hiện bất kỳ công việc nào, hay phê chuẩn một sự thương thảo với bất kỳ định chế giáo dục cao cấp Việt Nam nào để tiến hành các chương trình và các hoạt động cộng tác như sau đây:

#1. Trao đổi nhân viên học vụ và quản trị hành chính;

#2. Trao đổi các sinh viên;

#3. Thừa nhận các tín chỉ;

#4. Các chương trình huấn luyện ngôn ngữ;

#5. Trao đổi các tài liệu về giáo dục và nghiên cứu, các ấn phẩm và tin tức học thuật;

#6. Nghiên Cứu Chung và hội họp về giáo dục và nghiên cứu;

#7. Các hoạt động khác được xem là thích đáng.

Các chương trình này là các vấn đề then chốt trong Các Sự Trao Đổi Giáo Dục giữa Evergreen Valley College và Đại Học Đà Nẵng đã được chấp thuận trước đây hôm 8 Tháng Mười Hai, 2015 và sau đó bị Hoàn toàn bãi bỏ bởi chính Hội Đồng vào ngày 12 Tháng Một, 2016 vì có các sự sai lầm.

Cá nhân các sinh viên Việt Nam nạp đơn với bất kỳ trường cao đẳng nào của Học Khu này không phải là một bộ phận của sự Trao Đổi Sinh Viên nói ở Mục #2 bên trên. Họ chỉ cần đi qua các thủ tục thông thường như nhiều người trong họ đã từng làm và tốt nghiệp từ các trường cao đẳng của Học Khu.

2. Điều 1 của Quyết Nghị số 77202 ngày 26 Tháng Mười, 2014 của Hội Đồng Thành Phố San Jose, một bộ phận thiết lập chính sách cao cấp nhất của chính quyền Thành Phố San Jose quy định rằng **"Thành Phố không tha thứ, đón tiếp, hay chấp thuận các cuộc thăm viếng, dừng chân, hay đi ngang qua tạo nhiều chú ý bởi các đại diện và các viên chức của chính phủ Cộng Hòa Xã Hội Chủ Nghĩa Việt Nam hay của bất kỳ phái đoàn nào liên hệ với hay được tổ chức bởi cùng cơ quan hoạt động trong phạm vi ranh giới địa dư của Thành Phố San Jose. Thị Trưởng, Hội Đồng, Quận Trưởng**

Hành Chánh Thành Phố hay bất kỳ nhân viên nào của họ sẽ không gặp gỡ với bất kỳ phái đoàn chính phủ hay các đại diện của Cộng Hòa Xã Hội Chủ Nghĩa Việt Nam."

Tuân hành luật nêu trên được ban hành bởi Thành Phố, các viên chức của Học Khu Đại Học Cộng Đồng San Jose/Evergreen, vốn là một bộ phận và nhận lãnh các ngân khoản từ

Thành Phố, sẽ không được gặp gỡ với bất kỳ phái đoàn chính phủ hay các đại diện của Cộng Hòa Xã Hội Việt Nam để cổ vũ cho các hoạt động nêu trên.

3. Trong tương lai, nếu Hội Đồng phải đối phó với một vấn đề nhạy cảm, Hội Đồng nên tìm kiếm một sự cố vấn từ một cộng đồng người Mỹ gốc Việt để tránh bất kỳ sự xung đột tiềm ẩn nào. Hội Đồng cần lựa chọn một tổ chức giao tiếp đã đăng ký với chính quyền Tiểu Bang và yêu cầu tổ chức đó phải triệu tập một phiên họp công cộng hầu thu nhận được một ý kiến từ toàn thể cộng đồng.

Bản dịch của Center for Vietnam Studies

***

RESOLUTION BY THE BOARD OF TRUSTEES REGARDING THE RELATIONSHIP BETWEEN THE SAN JOSE / EVERGREEN COMMUNITY COLLEGE DISTRICT AND HIGHER EDUCATION INSTITUTIONS OF THE SOCIALIST REPUBLIC OF VIETNAM

WHEREAS, a significant majority of the Vietnamese community as well as the Vietnamese-

American students in San Jose are victims of the Vietnamese Communist regime,

WHEREAS, learning institutions in the Socialist Republic of Vietnam are controlled by the Vietnamese Communist Party (VCP) and therefore must operate under the direction of

a VCP Chapter planted in each institution. They are not autonomous institutions,

WHEREAS, along with other cities in California, on 10/26/2014 the City Council of San Jose issued the Resolution No. 77202 that opposes any visits by Communist Vietnam officials to San Jose,

WHEREAS, California Education Code, Section 51530 states that no teacher providing instruction at any school or on any property belonging to any agencies included in the public school system shall advocate or teach communism with the intent to indoctrinate or to inculcate in the mind of any pupil a preference for communism,

NOW, THEREFORE, BE IT RESOLVED BY THE BOARD OF TRUSTEES OF THE SAN JOSE / EVERGREEN COMMUNITY COLLEGE DISTRICT THAT:

In order to protect the public peace and safety of our local community and our students as well, the following actions are adopted:

1. The Board of Trustees does not engage with, conduct any affairs, or approve of a dealing with any Vietnamese higher education institution to undertake such collaboration programs and activities as the following:

    #1. Exchange of academic and administrative staff;

    #2. Exchange of students;

    #3. Accreditation of credits;

#4. Language training programs;

#5. Exchange of materials in education and research, publications, and academic information;

#6. Joint research and meetings for education and research;

#7. Other activities deemed appropriate.

These programs were key issues in the Education Exchanges between Evergreen Valley College and Da Nang University which were previously approved on Dec. 8, 2015 and then unanimously abolished by the very Board on January 12, 2016 due to wrongdoings.

Individual Vietnamese students who apply to either college of this District are not part of the Exchange of Students in Item # 2 above. They just go through normal procedures as many of them have done and have graduated from the colleges.

2. Article 1 of the Resolution No. 77202 dated October 26, 2014 of the City Council of San Jose, a highest policy making body of the government of the City of San Jose stipulates that The City does not condone, welcome, or sanction high-profile visits, stopovers or drive-bys by representatives and officials of the Socialist Republic of Vietnam government or that of any delegations affiliated with or organized by the same within the physical boundaries of the City of San Jose. The Mayor, Council, City Manager or any of their agent(s) shall not meet with any government delegation or representatives of the Socialist Republic of Vietnam.

Along with the above law promulgated by the City, officials of the San Jose/Evergreen Community College District which is part of and receive funds from the City, shall not meet with any government delegation or representatives of the Socialist Republic of Vietnam to promote such above activities.

3. In the future, if the Board has to deal with a sensitive matter, the Board should seek an advice from a Vietnamese-American community in order to avoid any potential conflicts. The Board should choose a contact organization that has registered with the State and require that the organization has to hold a public meeting to obtain an opinion from the community at large.

Tóm lại, với kinh nghiệm hai lần trong trong vòng 10 năm (2006-2015), Hội Đồng Học Khu Đại Học này âm thầm móc nối mang VC vào hoạt động trong các trường Đại Học ở đây, người tỵ nạn đã thành công dẹp bỏ các hoạt động ấy. Người tỵ nạn ở đây còn muốn tiến xa hơn để trừ hậu họa: đòi hỏi Hội Đồng Học Khu thông qua Dự Thảo Nghị quyết cấm chỉ thành viên Hội Đồng (trustee), Tổng quản Trị (chancellor), hai Viện trưởng, các khoa trưởng, các giáo sư và các nhân viên các cấp khác đi tiếp xúc với VC để làm các Dự án hợp tác, và ngoài ra cũng phải từ chối việc VC móc nối để đề nghị hợp tác.

Nếu để các "trao đổi" như đã xảy ra thành công, thì số cán bộ VC đến làm việc công khai tại 2 trường này với 7 công tác lớn như vậy như đã chấp thuận trong kế hoạch kể trên có thể là cả trăm người nếu chúng muốn. Chúng phải có cơ sở đồ sộ để làm việc, cờ quạt treo trong các phòng làm việc, công khai tuyên truyền, hoạt động thì chuyện gì sẽ xảy ra cho người tỵ nạn, trước mắt và cả trong tương lai.

Người tỵ nạn đã thành công đánh bại cả những viên chức Mỹ, được gọi là useful idiots, gồm cả những kẻ tự nguyện làm tay sai cho VC để kiếm ăn, hay ngây thơ. Sự việc đã xảy ra như Trần Trường ở Nam California dù đã được chuyển qua hệ thống tư pháp để khống chế người tỵ nạn, cũng bị đánh bại mà. Mà hệ thống tư pháp Hoa Kỳ có quyền hành vô giới hạn, đã được các kẻ thiên tả giàu có yểm trợ, nhất là American Liberties Union với ngân sách hơn 1 tỷ MK vào đầu thập niên 1980, có dính líu sâu đậm với nhóm này.

IV. PHỤ LỤC

Tài liệu về Vụ GEO, ở SJ City College, 2006.

San Jose 1 tháng 11, năm 06

THÔNG CÁO BÁO CHÍ

của Ủy Ban Chống Tuyên Truyền và Vận Động cho VC ở San Jose.

San Jose City College (SJCC) đang thực hiện một Dự án "trao đổi giáo dục" với Việt cộng được gọi là Global Education Opportunities (GEO).

Tóm lược Dự án GEO:

SJCC bắt đầu thực hiện Dự án này bằng cách đưa *14 sinh viên người Mỹ gốc Việt và 2 cô giáo về Việt nam để học tiếng Việt*. Vào mùa Thu này, SJCC mở lớp "The Politics, Culture and Society of Vietnam." và các lớp khác…

Trần Khang Thụy, Phó Viện trưởng thường trực, Đại học Kinh Tế, TP Hồ chí Minh đến thăm SJCC và *"cam kết thực hiện chương trình trao đổi chiếu theo những bản thảo sơ khởi của Tiến sĩ Chui Tsang, cựu Viện trưởng SJCC* (đến Việt nam) vào năm 2001. Mùa Thu 2003, Thứ trưởng phụ trách Kỹ Thuật Học của VC mời phái đoàn San Jose City College đến Việt nam. College District Foundation tài trợ chuyến đi VN này cho 4 người: TS Chui, Hồ lê Mai Hương, TS Nancy Wolfe và một người của Đại học San Jose là Savander Parker để họp với 4 trường Đại học khác nhau. Họ đã họp với TS Đỗ văn Lộc, Thứ trưởng Kỹ Thuật Học và ban tham mưu (VC), nhờ đó thiết lập *"lòng tin cậy lẫn nhau"*.

Mùa Thu 2004, TS Lộc cùng với phái đoàn 7 người gồm *nhân viên chính phủ và đại diện một số Đại học* (của VC) đến thăm City College.

Để vận động cộng đồng người Việt địa phương ủng hộ kế hoạch, Dự án khi đề nghị xin tiền đã viết: *"Chúng tôi quảng cáo chương trình này ở Việt nam và **trong cộng đồng người Việt ở County of Santa Clara** bằng tờ Viet Mercury và một số cơ quan truyền thông tiếng Việt."*… Vì sự tham dự của cộng đồng là điều kiện cấp kinh phí, Dự án có nhắc lại sự ủng hộ của cộng đồng người Việt như sau "Văn phòng liên lạc của chúng tôi <u>sẽ dùng các cơ quan truyền thông Mỹ gốc Việt (báo chí, radio, truyền hình và websites)</u> để quảng cáo chương trình này.

Phía VC đã chấp thuận đề nghị: *"Những cơ quan liên hệ ở Việt nam đã đồng ý trên nguyên tắc gửi **các viên chức chính quyền, giáo sư và những người khác** tới trường của chúng ta để học các **Khóa về Anh Văn cấp tốc hay về kỹ thuật học, về doanh nghiệp và*** *văn hóa."*

Kế hoạch dự trù gửi phái đoàn giáo sư và sinh viên đi Việt nam vào tháng 12 năm 2005 hay đầu năm 2006.

*Chúng ta đã thảo luận với phía Việt nam về việc thiết lập một loại **Đại học chị em cấp tỉnh với Đại học cộng đồng của chúng ta**. Đây là một Đại Học Mẫu để tạo dựng một hệ thống Đại học cấp tỉnh ngõ hầu thỏa mãn nhu cầu học Đại học.*

Tại SJCC, Dự án:

1. Mở rộng lớp học tiếng Việt thành chương trình dạy *chiến tranh Việt nam, văn chương Việt nam, lịch sử VN*. Vì *"Có những người có liên hệ đến chiến tranh (Vietnam) ở nhiều vị trí khác nhau có thể muốn duyệt lại quan điểm của mình để mở rộng và **xét lại** kiến thức của họ."* Dự án cung cấp cơ hội cho họ hiểu vấn đề.

2. Tổ chức Hội thảo giáo chức liên ngành, gồm 8 buổi hội luận về lịch sử, kinh tế, hệ thống chính trị, nghệ thuật. v.v... gồm các học giả ở Stanford, Berkeley, người Việt ở Santa Clara, nghệ sĩ v.v... để *giúp thay đổi nội dung chương trình giảng huấn. "Chúng tôi dựa nhiều vào giáo chức, nhân viên, cả đại diện cộng đồng và các tham vấn **viên liên lạc với các giới chức ở Việt nam** để thiết lập chương trình giảng dạy.*

Những người Việt nam có tên trong Dự án này là: Hồ Lê Mai Hương, Vũ đức Vượng, Dorian Trần, Bùi Tuấn và Đỗ Dân.

Ngân khoản cho 2 niên Khóa do Titles III & V (liên bang) và "phần góp thêm" cung cấp, được phân phối như sau:

Mục tiêu II:-Quảng cáo, móc nối, vận động mang sinh viên từ VN đến SJCC: $76,000

-Thiết lập, quảng cáo, tổ chức khóa học tại ngoại quốc: $68.000. Mục tiêu III -Thiết lập, quảng cáo, xin chấp thuận các lớp học dạy văn chương VN và chiến tranh Việt nam; Lịch sử VN và khoa học chính trị: $46.000

-Hội Luận (8 buổi): thiết lập, quảng cáo: $33,000 Tổng cộng: **$223.000**

x

Lập trường của Ủy Ban chống tuyên truyền vận động về Dự án này:

1) 14 sinh viên đã được đưa đi học tiếng Việt ở Việt nam vào tháng 5 vừa qua. **Lớp học bắt đầu này 23 tháng 5, trong vòng 10 ngày, sau đó được đi thăm một số cơ sở văn hóa, lịch sử. Lớp này được dạy tại Ủy Ban Người Việt nam ở nước ngoài (Ủy Ban), 32 Bà Triệu, Hà nội.**

Ủy Ban này là cơ quan đầu não của Bộ Ngoại Giao có nhiệm vụ tuyên truyền, vận động và khống chế người tỵ nạn. UB không phải là một cơ sở giáo dục, không có liên hệ gì đến việc giảng dạy tiếng Việt. Tại sao SJCC để sinh viên học ở một cơ quan tuyên truyền? SJCC cần phải trả lời rõ về điểm này.

2) Nhiệm vụ Đại học cộng đồng là a) cung cấp huấn luyện cho cư dân địa phương, để họ có cơ hội thăng tiến và thích ứng với những tiến bộ khoa học kỹ thuật, nhờ đó họ cập nhật kỹ năng hợp thời nhất để có thể gia nhập thị trường lao động và b) cung cấp nhân viên

có kiến thức căn bản chuyên môn vững chãi cho xí nghiệp trong vùng.

Tại sao SJCC lập kế hoạch này cho một quốc gia không phải là cư dân địa phương?

3) Ngân sách: Tổn phí của các Mục tiêu của kể trên của Dự Án là $ 190,000 là để thiết lập, quảng cáo, móc nối mang sinh viên ngoại quốc (trường hợp này là Việt nam) vào Mỹ là lạm dụng tiền bạc của người đóng thuế để phục vụ cho ngoại bang, thay vì cho cộng đồng địa phương.

4) Quảng cáo và Tổ chức 8 Hội Luận liên ngành của các giáo chức, mỗi buổi hội luận gồm 75 người. Có mục đích tối hậu là hướng dẫn sinh viên đi Việt nam và giúp giáo chức *thay đổi nội dung tài liệu giảng dạy*. **Bỏ ra $33,000 cho mục tiêu không những không hợp lý và còn đóng góp vào sự xuyên tạc lịch sử văn hóa của dân tộc Việt. Không một người tỵ nạn cộng sản nào chấp nhận sự việc này.**

5) **Mang *nhân viên chính quyền VC, giáo sư và các người khác* sang SJCC. Họ là người ngoại quốc. Tại sao SJCC bỏ tiền ra làm việc này? Tại sao chính phủ VC không bỏ tiền ra lo việc này mà SJCC phải lấy tiền thuế của dân để chi tiêu cho VC.**

6) Về việc *Giáo chức, nhân viên và các tham vấn viên đã liên lạc với phía Việt nam (VC) để thiết lập chương trình giảng dạy. Họ đã gặp và nhờ khoa trưởng Khoa Học Xã Hội và Nhân Văn của Hà nội v.v...* cung cấp tài liệu và ý kiến về chương trình, nội dụng bài giảng, sư phạm... Đại học cộng đồng là phục vụ cộng đồng địa phương. Tại sao cộng đồng địa phương không được mời để đóng góp ý kiến vào chương trình, nội dung tài liệu giảng dạy, mà lại phải liên lạc với VC ở VN về vấn đề này. <u>**Quyền đóng góp ý kiến về thiết lập môn học, nội dung môn học không thể bị phủ nhận hay bác khước được**</u>. Điều quan trọng cần lưu ý là chương trình và nội dung giáo dục về các môn sử học, văn chương, chiến tranh Việt nam của CHXHCNVN về căn bản dựa trên ý thức hệ Mác Lê. Với ý thức hệ này, VC thay đổi lịch sử của dân tộc Việt, phủ nhận phủ nhận giá trị của tự do, phủ nhận sự tôn trọng dị biệt, những giá trị mà người tỵ nạn theo đuổi. Vì vậy, nội dung tài liệu về chiến tranh, về lịch sử và văn hóa bị bóp méo, một chiều.

Mặt khác, lập ra chương trình loại này tại SJCC là một âm mưu áp đặt một ý thức hệ ngoại lai cho con em tỵ nạn.

xxx

Một buổi họp của một số cá nhân và hội đoàn địa phương đã được triệu tập tại San Jose, CA vào chiều ngày thứ Tư, 25 tháng 10 vừa qua để thành lập một Tổ Chức là Ủy Ban chống Tuyên Truyền và Vận Động của VC qua Dự Án của SJCC này.

Và Ủy Ban quyết định như sau:

1. Gửi thư chính thức, gồm 18 đại diện ký tên, cho bà Rosa Perez, Chancellor của Evergreen-San Jose Community College yêu cầu tiếp một phái đoàn để được giải thích lý do việc làm của College District. Phái đoàn giới hạn dưới 20 người sẽ do cựu Thiếu tướng Nguyễn khắc Bình hướng dẫn. Phái đoàn đã được mời đến San Jose City College vào ngày 7 tháng 11 vào lúc 1 giờ chiều.

Trong dịp này, Phái đoàn sẽ yêu cầu hủy bỏ dự án này vì có lý do nêu trên.

2. Nếu College District không nhượng bộ, Ủy Ban sẽ kêu gọi cộng đồng tỵ nạn đứng lên:

a) vận động 1500 sinh viên tỵ nạn tẩy chay City College, như bãi Khóa, không vào lớp, họp báo v.v... Đa số các sinh viên này là con em người Việt tỵ nạn. b). Biểu tình chống đối SJCC và tố cáo trước công luận rằng **College Ditrict làm công tác tuyên truyền cho ngoại bang**, thay vì là cơ sở giáo dục chân chính.

3. Có thể sử dụng quyền của người đóng thuế yêu cầu cơ quan cấp kinh phí (Chính Phủ Liên Bang, cấp tiền theo Titles III và V), xét lại việc đã cấp ngân khoản sai mục đích và có sự chống đối tích cực của cộng đồng tỵ nạn.

Về các nhân sự của SJCC có trách nhiệm, thì ít nhất là 2 trustees: Randy Okamura, và Richard Hobbs của Board of Trustees, Chancellor Rosa Perez, cựu President của City College Chui Tsang, các cá nhân có tên trong dự án và cả một số người ở ngoài dự án và tiếp tay cho City College vì 1) **Khai man** để lấy tiền thuế của dân và nhân danh chương trình "exchange" phục vụ ngoại bang. Thực vậy, Dự án viết *"sử dụng báo chí tiếng Việt, truyền thanh, truyền hình địa phương để quảng bá chương trình này"* cho cộng đồng tỵ nạn biết. Dự án có liệt kê tờ Việt Mecury. Thực tế, **đã không thấy có một phổ biến nào**. Và chúng tôi chống lại sự lừa dối này, 2) **Biết và cố ý** sử dụng tiền đóng thuế của dân không đúng với mục tiêu. Như vậy là **lừa gạt**.

Trong e-mail đề ngày 12 tháng 9, 06 trả lời các giáo chức và nhân viên người Việt trong District về dự án này, bà Perez nói rằng **"We do not yet have a plan."** Với kế hoạch được thực thi như trên từ lâu rồi, Bà Perez **đã biết** và **đã nói dối** để che đậy sự thực và phải chịu trách nhiệm và trả lời về sự dối trá này.

Ủy Ban không loại trừ giải pháp pháp lý. Tất cả những ai tham dự vào âm mưu này sẽ phải trả lời trước công lý, dù đã thôi việc. Và chúng tôi đòi hỏi họ phải chịu **trách nhiệm cá nhân** về việc làm này.

Quan điểm của Ủy Ban là bất cứ người ngoại quốc nào đến Hoa Kỳ học, họ phải bỏ tiền túi ra để trang trải các chi phí học hành ăn ở của họ. Không thể lấy ngân sách công cộng, là tiền thuế của chúng tôi đóng góp như trên để phục vụ người ngoại quốc. Con cái người tỵ nạn chúng tôi đi học, cũng phải trả các chi phí đó. **Chúng tôi không thể bị kỳ thị**.

HỒ SƠ III. HUẤN LUYỆN MỘT ĐỘI NGŨ CHUYÊN VIÊN LUẬT PHÁP BẢO VỆ TỰ DO DÂN SỰ

MỘT NHU CẦU PHÁP LÝ BẢO VỆ TỰ DO DÂN SỰ CHO NGƯỜI TỴ NẠN

Nguyễn văn Canh / 6 tháng 6, năm 2010

Ngày 1 tháng 6 năm 1975, tôi được đưa từ trại tạm trú tỵ nạn lúc đó đặt tại căn cứ không quân Andersen, đảo Guam đến trại tỵ nạn Pendleton, California, Hoa Kỳ. Tại đây có lẽ vào trung tuần tháng 6, tôi nghe thấy máy phát thanh của trại loan báo tin tức về chương trình đặc biệt huấn luyện các bác sĩ Việt nam tỵ nạn, kêu gọi những quân Andersen, đảo Guam đến trại tỵ nạn Pendleton, California, Hoa Kỳ. Tại đây có lẽ vào trung tuần tháng 6, tôi nghe thấy máy phát thanh của trại loan báo tin tức về chương trình đặc biệt huấn luyện các bác sĩ Việt nam tỵ nạn, kêu gọi những người là bác sĩ đến ghi tên. Hỏi ra mới biết rằng đó là chương trình tái huấn luyện các y sĩ để hành nghề. Sau đó, tôi được biết một trường Đại Học Y Khoa ở Nebraska được chính phủ Liên Bang trích một ngân khoản của Ngân sách cho người tỵ nạn Đông Dương tài trợ để tái huấn luyện các y sĩ tỵ nạn.

Một số y sĩ ghi danh và được đưa đi Nebraska để học lại.

Ít lâu sau đó có một anh luật sư tỵ nạn- tôi không nhớ là ai- lại thăm tôi nói rằng Chính Phủ có chương trình giúp các y sĩ, và không nghe thấy một sự giúp đỡ nào cho giới luật sư. Anh ấy đề nghị tôi đi hỏi xem có cách gì giúp giới luật gia Việt nam không? Rồi lại có một anh khác, cũng nêu cùng một vấn đề, kêu gọi họp nhau lại để tìm kiếm xem có cơ hội nào giúp anh em không?

I. Một Nhu Cầu Pháp Lý Bảo Vệ Người Tỵ Nạn

Nhân dịp này, tôi nghĩ tới công tác bảo vệ Người Tỵ Nạn trong Hoàn cảnh mới. Các dân quyền và nhân quyền của họ trong lãnh vực Tự Do Dân Sự cần được bảo vệ. Không thấy chính phủ Liên Bang đề cập tới cách thức giải quyết vấn đề này. Vì thế, tôi triệu tập một phiên họp tại một căn lều của trại để bàn về vấn đề này. Phiên họp đó có hơn một chục người. Hiện diện có GS Tạ văn Tài, LS Trần thiện Hải, GS QGHC Nguyễn thị Ngọc Dung, LS Nguyễn văn Định, ông Chánh án Huỳnh hiệp Thành, ông chánh án Trần đức Tuấn (?), LS Võ văn Quan, ông Chánh Nhất Tòa Thượng Thẩm Huế, Nguyễn văn Thư và chừng 5 hay 7 người nữa. Tôi không nhớ hết.

Trong phiên họp, mọi người đều đồng ý là cần phải có một tổ chức, có người đứng ra làm đại diện, để nói tiếng nói của giới luật gia tỵ nạn Việt nam. Tôi đề nghị hãy chọn người đại diện trước, rồi sẽ nói tới tổ chức sau. Tôi đề nghị anh Tạ văn Tài làm đại diện nhóm, với lý do là anh Tài trước đây đã được huấn luyện tại Hoa Kỳ. Với bằng Ph.D. về chính trị học từ giữa thập niên 1960, Anh Tài có đủ kiến thức về Hoa Kỳ, ngôn ngữ để tìm cách giúp anh em luật gia trong Hoàn cảnh này. Anh Tài từ chối, nói rằng "tôi không làm nổi việc này." Và lại đề nghị:"Anh Canh, đứng ra giúp anh em". Tôi lại đề nghị ông Huỳnh hiệp Thành là một thẩm phán lâu năm, có ngạch trật cao trong hệ thống tư pháp Việt nam. Ông Thành từ chối, cho biết rằng ông sẽ đi Pháp. Các luật gia hiện diện không ai nhận lãnh trách nhiệm này. Cuối cùng anh em chỉ định tôi và tôi đề nghị đặt tên cho nhóm này là Nhóm Luật Gia Việt nam.

Đó là nhóm người về sau đứng ra **thành lập Hội Luật Gia VN tại Hoa Kỳ.**

Cần có một đội ngũ luật gia được tái huấn luyện lo công tác bảo vệ người tỵ nạn.

Lúc này ở trại tỵ nạn Pendleton, người tỵ nạn không khác gì một tù nhân. Họ chỉ được đi lại trong nội bộ hình như trong 8 khu mà mỗi khu là một trại. Liên lạc ra bên ngoài rất khó. Hơn nữa không dễ gì mà hỏi thăm tin tức hay nhờ ai tìm kiếm tài liệu. Pendleton là một trại lính để huấn luyện thủy quân lục chiến Hoa Kỳ. Không có thư viện để tìm hiểu vấn đề này. Vài ngày sau, tôi lên Ban Chỉ huy một trại, gặp trại trưởng là một Thiếu tá. Mục đích là nhờ ông này tìm giúp về Luật sư đoàn Hoa Kỳ, tên chủ tịch, địa chỉ và cũng tìm kiếm xem tên, địa chỉ một trường luật nào để tôi viết thư hỏi xem có giúp gì được không. Ít lâu sau, tôi được cung cấp tên và địa của của 2 tổ chức. Đó là American Bar Association (ABA) có địa chỉ ở Chicago, Illinois và Association of American Law Schools (AALS- tôi không còn nhớ văn phòng của họ ở tiểu bang nào). Tôi lên Văn phòng mượn máy chữ đánh hai thư để gửi cho họ và yêu cầu giúp đỡ giới luật gia tỵ nạn.

AALS không thấy trả lời. Còn ABA trả lời rằng sẽ cử Hội viên của họ có văn phòng ở Los Angeles vào gặp để tìm hiểu vấn đề.

Ít lâu sau đó có 2 đại diện của ABA đến trại và gặp tôi. Họ hỏi tôi về huấn luyện tại trường luật, Sài gòn, như về sĩ số, chương trình, thời gian học, thi cử ở trường luật Sài gòn, thi lấy bằng hành nghề, con số luật gia tại trại tỵ nạn. Tôi cho biết rằng trường luật Hà nội dưới thời Pháp thuộc là một chi nhánh của Đại học Luật Paris. Chương trình huấn luyện là chương trình của Paris. Các giáo sư do Đại học Paris bổ nhiệm. Đến năm 1954, Việt nam bị chia làm 2. Trường Luật Hà nội dọn vào Sàigòn. Và năm 1956, nền Đại học Việt nam được độc lập. Chương trình vẫn giữ nguyên, tuy nhiên bắt đầu dạy bằng tiếng Việt. Sách giáo khoa là của Pháp. Có thêm một ít môn học Luật Việt nam.

Sinh viên được tự do ghi danh, với điều kiện là có bằng Trung học, không phải thi tuyển. Chương trình học gồm 4 năm. Hai năm đầu mọi sinh viên học chung và 2 năm kế, sinh viên có quyền chọn 1 trong 3 ngành sau: Công Pháp, Tư Pháp và Kinh Tế…Từ năm thứ 2 trở lên, các sinh viên vẫn phải học 3 môn chính về Công Pháp, Tư pháp và Kinh tế và các môn phụ.

Sinh viên phải thi đậu vào các kỳ thi cuối niên học, học kỳ I vào tháng 6, nếu rớt có thể dự kỳ II vào tháng 9 mỗi năm, mới được học năm kế. Đậu kỳ thi năm cuối cùng, sinh viên được cấp bằng cử nhân về ngành đã chọn.

Trong mỗi kỳ thi, tất cả các thí sinh phải thi viết môn chính là dân luật, còn môn phụ thì

rút thăm. Nếu đậu, mới được vào vấn đáp. Trong kỳ thi vấn đáp, thí sinh phải bị sát hạch tất cả các môn học. Về sau, sĩ số đông quá, kỳ thi vấn đáp được các giáo sư ra đầu đề cho tất cả những ai đậu kỳ thi viết, để trả lời trên giấy. Nếu rớt kỳ 2 của năm học, sinh viên phải học lại.

Năm thứ Nhất gồm 11 môn, gồm các môn chính, toàn niên, là Dân Luật (luật gia đình), Kinh tế, Luật Hiến Pháp, và các môn phụ bán niên: Pháp chế sử, Quốc Tế Công Pháp,

Lịch trình học Thuyết Chính Trị, Thuật ngữ pháp lý, Thuật ngữ kinh tế, cổ luật Việt nam…

Sau đó, sinh viên muốn hành nghề luật sư, phải học 3 năm nữa. Trước hết phải kiếm được một luật sư thực thụ làm người bảo trợ, để tập sự. Và là luật sư tập sự. Sinh viên được học hỏi bằng cách thực hành như một luật sư thực thụ dưới sự hướng dẫn của luật sư bảo trợ. Cũng có các môn học do Luật sư đoàn hay do các thẩm phán giảng dạy theo một chương trình có sẵn. Sau 3 năm "tròn" nghĩa là đủ 36 tháng, và đến kỳ thi thường niên mới được quyền được thi. Kỳ thi do Tòa Thượng Thẩm tổ chức.

Còn câu hỏi về sĩ số sinh viên, tôi dùng con số của những năm sau cùng, khi tôi được bầu làm Phụ Tá Khoa trưởng: năm 1970, có 10,000 sinh viên ghi danh, và sau 4 năm học, có 1416 người tốt nghiệp.

Sau khi nghe tôi trình bày, một trong hai người nói rằng "nếu tôi ở VN, có lẽ không bao giờ tôi có thể được hành nghề luật sư, vì "screening system" của trường luật Sài gòn khó quá. Rồi họ đưa cho tôi 'business cards' và yêu cầu cho một địa chỉ ngoài trại để tiện liên lạc. Tôi cho địa chỉ của LS Phạm nam Sách. Anh Sách lúc đó đã ra định cư ở San Diego.

Tôi ra khỏi trại Pendleton này 4 tháng 8, 1975, và được một nhà thờ ở Menlo Park, CA bảo trợ và định cư tại vùng này.

Tôi có liên lạc với anh Sách về việc này, thì không thấy có kết quả. Rồi tôi có liên lạc với một trong hai luật sư gặp tôi ở trại, câu trả lời là họ không có thể làm gì được.

Hoạt động của nhóm luật gia tạm ngưng tại đây.

xxx

II. TIẾP TỤC HOẠT ĐỘNG VỚI TƯ CÁCH "HỘI LUẬT GIA VN TẠI HOA KỲ" VÀ CHƯƠNG TRÌNH TÁI HUẤN LUYỆN LUẬT GIA

Nhà thờ bảo trợ gia đình tôi là Presbyterian Church ở Menlo Park, CA. Họ thuê nhà cho chúng tôi ở East Palo Alto, CA. Tôi không kiếm được việc làm. Nhà thờ bảo trợ sắp xếp sao đó với một viên Giám Đốc một bộ phận của Văn phòng Giáo Dục của San Mateo County (San Mateo County Board of Education) để xin một ngân khoản, tạo ra chỗ làm cho tôi (về sau, khi tôi đi làm rồi, ông Giám Đốc mới kể cho tôi nghe). Bộ phận này là Bilingual & Bicultural Education Department. Vào một ngày gần cuối tháng 2, 1976, Đại diện nhà thờ bảo tôi đến gặp viên giám đốc tên là Tony Gonzales ở Redwood City để "interview" xin việc. Trước khi đi interview, một bà cựu giáo chức trong Ban Bảo Trợ của Nhà Thờ khuyên tôi là cần phải nói nhiều về mình (khoe rằng mình có tài năng v.v.) thì mới hy vọng có việc làm. Giờ hẹn là 2 giờ chiều. Tôi được hướng dẫn đến văn phòng ông Gonzales. Bà thư ký của ông ấy tiếp tôi và dẫn tôi vào phòng riêng của ông ta. Tôi chào hỏi và sau một vài câu xã giao, tôi nói về việc nhà thờ giới thiệu đến xin việc làm. Đến đó, ông Gonzales hỏi tôi rằng bao giờ tôi có thể bắt đầu làm việc. Dĩ nhiên câu trả lời là càng sớm càng tốt. Tôi hỏi: tôi làm việc gì? Ông ta trả lời ngay: **"Tôi không biết"**. Rồi, ông ta thêm rằng *thành viên nhà thờ Presbyterian Church ở Menlo Park cho biết rằng ông là Giáo sư trường Luật, Sài gòn. Ông là người mới đến Hoa Kỳ. Vì thế tôi đã tuyển một cô để phụ tá cho ông. Cô này vừa mới tốt nghiệp Khoa Chính Trị Học ở Đại Học Berkeley, rất giỏi. Nội trong mấy ngày nữa, cô ấy sẽ đến làm việc. Ông định làm* *việc gì, tùy ông, cô ta sẽ lo cho ông, như lấy appointment cho ông khi ông muốn gặp ai, dẫn ông đi giới thiệu với họ. Nếu tìm xem county này có bao nhiêu trẻ em VN học Trung hay Tiểu học, ở trường nào, cô ta sẽ tìm ra. Nếu ông muốn thăm trường nào, cô ấy sẽ sắp xếp cho ông…Tất cả mọi việc là tùy ông quyết định.*

Thật là một cách đi xin việc kỳ lạ.

Ngày hôm sau, tôi đi làm. Tôi được bà Melia, chánh thư ký của Department ấy đã sắp sẵn cho tôi một bàn giấy và một hồ sơ gồm nhiều tài liệu về giáo dục của county để đọc.

Rồi hai hôm sau, cô phụ tá đến. Ông Giám đốc dẫn cô ấy đến bàn giấy tôi để giới thiệu. Tên cô là Virginia Rebata, gốc người Peru. Lúc 6 tuổi, Virginia theo bố cô là kỹ sư công chánh đến Hoa Kỳ. Virginia học ở đây từ tiểu học cho đến khi tốt nghiệp Đại Học Berkeley…

Tôi phải nói đến việc xin việc làm với ông Gonzales và về Virginia là vì một cách trực tiếp hay gián tiếp nhờ họ mà tôi phá được bế tắc trong vấn đề tìm kiếm chương trình tái huấn luyện cho các anh em luật gia tỵ nạn. Trước đó, tôi đã bỏ rất nhiều thì giờ tìm kiếm mà không có kết quả gì. Chính phủ Liên Bang bỏ rơi nhóm luật gia tỵ nạn này.

…………

Khi phác họa các công tác của tôi, với tư cách là Giám Đốc một chương trình cho Cơ quan này, tôi có đưa việc tái huấn luyện luật gia tỵ nạn để giúp cho họ có cơ hội hành nghề trở lại. Quan trọng là **cần có chuyên viên pháp luật để bảo vệ người tỵ nạn**. Virginia hiểu đây là công tác ưu tiên.

Virginia có dẫn tôi đi sinh hoạt với nhiều tổ chức cộng đồng của người thiểu số khác nhau như người nói tiếng Tây Ban Nha, người Mỹ da đen, người Nhật. Qua Virginia, tôi được mời gia nhập ít nhất 2 tổ chức người nói tiếng Tây Ban Nha: **LULAC** (League of Unified Latin American Citizens), **MATA** (Mexican American Teachers Association) dù rằng tôi không là người gốc Mễ, không nói tiếng Tây Ban Nha. **Tôi còn được mời làm Board member, về hướng nghiệp của một Dự Án có tên là SER** của San Mateo County (Services & Employment and Redevelopment, Inc.). Người đứng đầu SER ở đây là Jose Velez. SER là một hệ thống tổ chức toàn quốc cung cấp các dịch vụ như hướng nghiệp, dạy tiếng Anh, huấn nghiệp cho những ai có lợi tức thấp, kể cả tái huấn luyện và tìm việc làm. SER có cơ sở hình như trên 23 tiểu bang, với ngân sách chung lên tới 230 triệu MK vào lúc đó. Có một National Board of Directors chỉ đạo các SER Boards ở cấp county. Tôi biết rằng tất cả members của National Board này là người nói tiếng Tây Ban Nha, có người là đương kim Dân Biểu liên bang.

<u>**1. Chương trình tái huấn luyện I**</u>: UC Hastings Collge of the Law, San Francisco, 1976.

Trong một buổi họp Board của SER, tôi nói rằng tôi là **chủ tịch Hội Luật Gia Việt nam tại Hoa kỳ** (sẽ nói về sau). Tôi cần có chương trình tái huấn luyện hội viên để thi lấy bằng hành nghề ở California để **bảo vệ người tỵ nạn**. Tôi đã tiếp xúc nhiều mà không thành công. Câu hỏi là người nói tiếng Tây Ban Nha có giúp gì để tái huấn luyện họ. Ít lâu sau, ông Jose Velez, Giám đốc SER của San Mateo County đề nghị giải pháp là đưa các bà vợ của luật gia về San Mateo County làm cư dân của county, để SER huấn nghệ, rồi sau đó kiếm việc làm để nuôi sống cho gia đình. Giải quyết kế sinh nhai cách đó sẽ giúp cho người chồng rảnh tay học lại. Còn về chương trình tái huấn luyện, sẽ tìm cơ hội sau.

Tôi hy vọng kế hoạch ấy có thể thực hiện được.

Năm 1976 là năm bầu cử. Bầu Tổng Thống và ở California, bầu một trong 2 nghị sĩ liên bang. Đảng Dân Chủ có ông Jimmy Carter là ứng viên Tổng Thống, và Nghị sĩ Turner, tái ứng cử.

Jose Velez được tiếp xúc để vận động cho 2 ứng viên trên. Jose Velez vào thời gian đó là Chủ Tịch LULAC, Tiểu Bang CA, và kiêm Phó chủ tịch Hội Đồng LULAC Trung Ương Hoa Kỳ, có văn phòng ở Hoa thịnh Đốn. Sau khi được Đại Diện Đảng Dân Chủ tiếp xúc yêu cầu ủng hộ các ứng viên Dân chủ, **Jose mời tôi đến họp và cho biết rằng tôi đã 'trao đổi (Jose dùng chữ trading) về phiếu của LULAC để lấy chương trình tái huấn luyện luật gia Việt nam tỵ nạn'**. Tôi rất ngạc nhiên về sự tận tình của Jose và rằng **Jose mang cử tri gốc Mễ ra, với phiếu của họ để đổi lấy việc tái huấn luyện cho Luật gia Việt nam**. Dĩ nhiên, tôi rất mừng với đề nghị đó. Tôi mở dấu ngoặc, nhấn mạnh đến **"trade"** nghĩa là Jose mang bán phiếu của người Mỹ gốc Tây Ban Nha trong Hội LULAC, không phải để lấy tiền bỏ túi hay ít nhất lấy một chức vụ gì đó, hay cái gì đó cho chính mình chẳng hạn, như thấy ở trong cộng đồng người Việt. Mà ở đây, Jose đánh đổi lấy một Chương trình tái huấn luyện cho một nhóm người mà chính Jose không biết đích xác là ai. Thật là "vĩ đại"! Thật là cao thượng!

Hôm đó, Jose cũng không cho tôi biết ai là người của Đảng Dân Chủ phụ trách bầu cử ở cấp tiểu bang và người ấy ở cương vị gì, và có gì mà trao đổi với Jose Velez (nghĩa là ở cương vị gì mà có thể LẬP RA CHƯƠNG TRÌNH TÁI HUẤN LUYỆN LUẬT GIA TỴ NẠN) để Jose Velez CHO PHIẾU. Tôi giao trách nhiệm cho Virginia theo dõi. Khoảng cuối tháng (có lẽ) 7, 1976, Virginia báo cho tôi biết rằng Jose Velez đã sắp xếp một buổi họp ở một văn phòng luật sư (tôi cũng không biết tên của Luật sư ấy vào lúc đó) ở thành phố San Mateo và yêu cầu tôi **mời hội viên hội luật gia** tới họp về vấn đề tái huấn luyện và cho biết Campaign Manager của Carter ở TB California sẽ gặp các anh em luật gia Việt nam về vấn đề huấn luyện. Tôi gọi cho LS Vũ ngọc Tuyển, nhờ LS Tuyển mời anh em đến họp. Anh Tuyển có dẫn một anh đi theo và giới thiệu anh ấy là LS Thống với tôi, và nói Anh Thống vừa mới ở Pháp sang định cư ở San Jose. Đây là lần đầu tiên tôi gặp anh Thống. Hiện diện có 13 người và Virginia dẫn chúng tôi đến nơi hẹn. Tôi chỉ nhớ có những anh sau đây: Vũ ngọc Tuyển, Nguyễn hữu Thống, Lê tất Hào, Nguyễn thúy Phương, Nguyễn văn Định… Nơi hẹn là văn phòng LS Joseph Cochett ở San Mateo City. Giờ hẹn là 1 giờ trưa. LS Cochett chưa về và một LS của Văn phòng được cử ra để tiếp tôi. Ông ta hỏi về nhu cầu, tình trạng của luật gia tỵ nạn so với quy chế luật sư đoàn CA, và tôi muốn gì… Nói chuyện gần xong, thì LS Cochett về và ông ta được thuật lại những gì tôi đã trình bày.

Chúng tôi ngồi xung quanh một cái bàn dài trong phòng Hội. LS Cochett sau khi nói chuyện xã giao và xác nhận một vài chi tiết: ông ta hỏi tôi là có bao nhiêu người cần học lại. Tôi hỏi lại LS Tuyển và cuối cùng nói đại là 20. Về nhu cầu tái huấn luyện, thì Luật Sư Đoàn CA yêu cầu (không bắt buộc) học 350 giờ với vài môn được liệt kê trong giấy thông báo. Rồi ông ta nói ngay với tôi rằng tôi sẽ cho 6 người vào Hastings (trường luật trong hệ thống UC ở San Francisco với tên là The UC Hastings College of the Law). Quay sang Virginia, ông ấy nói rằng: "Virginia tiếp xúc với Dân Biểu McCloskey, nói với Mc Closkey rằng có nhu cầu cần giúp nhóm Luật gia VN tỵ nạn và tôi (LS Cochett) đã đưa 6 người vào Hastings, số còn lại sẽ nhờ McCloskey đưa vào Stanford và Boalt (Boalt là trường luật nằm trong khuôn viên và thuộc Đại Học UC Berkeley".

Rồi ông ta đi ra góc phòng Hội điện thoại cho người thư ký của Văn phòng của ông, yêu cầu gọi cho Khoa Trưởng Anderson của trường Luật Hastings, ở San Francisco và nối đường dây điện thoại để ông ấy nói chuyện. Một lúc sau, bà thư ký mở cửa phòng Hội vào, nói rằng Khoa Trưởng Anderson đang bận họp. Ông Cochett nhờ bà thư ký gọi lại và nói với văn phòng Khoa trưởng rằng "Tôi đang chờ…."

Trong khi chờ đợi, ông ta nói với tôi rằng ông biết các luật sư Việt nam sẽ thành công, rằng ông ta có biết một Luật sư (Mỹ) hiện đang làm việc tại một vùng nông thôn, và lợi tức của người đó cao lắm, khoảng 200,000 dollars/năm. Nếu có ai đậu bằng hành nghề, GS Canh báo cho tôi biết và tôi sẽ giới thiệu.

Bà thư ký gõ cửa vào và báo cho ông Cochett biết rằng Khoa trưởng Anderson gọi điện thoại xuống, đang ở đầu dây bên kia. LS Cochett đi ra góc phòng, bốc điện thoại nói chuyện. LS Cochett cho biết tình trạng luật gia Việt nam, yêu cầu lập một chương trình tái huấn luyện và nói rằng sẽ gửi 6 người lên ghi danh để học.

Sau khi chấm dứt cuộc điện đàm, LS Cochett trở về bàn họp, bảo Virginia rằng "cô lấy appointment với Hastings, gặp Khoa trưởng Andersonvà dẫn GS Canh và 6 luật gia Việt nam lên ghi danh học. Cần đến sớm, vì Hastings đã khai giảng niên Khóa mới mấy hôm nay rồi". Lúc đó là 6 tháng 8. Trước khi chúng tôi ra về, ông ta nói với tôi rằng "Ông chọn 6 người 'giỏi nhất' và cho họ ghi danh".

Tôi nhắc lại trách nhiệm của cô Virginia là lấy appointment với Khoa trưởng. Còn về phía anh em luật gia, vì tôi không hành nghề, nên tôi không biết rõ từng người, dù chỉ nghe nói về một số anh em. Tôi rất ưu tư về khuyến cáo của LS Cochett "chọn 6 of the best." Vậy ai là "the best"? The best nghĩa là gì? Về Học, về Hành Nghề, về Anh văn, **về Đạo Đức**..?Tôi **rất** e ngại về điều này. Ở Việt nam, tôi nhắc lại là tôi không hành nghề luật sư. Tôi chỉ nghe nói về một số người. Tôi mời tất cả anh em trở lại nhà tôi để sắp xếp cử người đi học. LS Tuyền, lúc đó là Phó Chủ Tịch Hội Luật Gia VN tại Hoa Kỳ, được tôi nhờ đứng ra làm Chủ Tịch Ủy Ban Tuyển Chọn và có nhấn mạnh với LS Tuyền về điều mà ông Cochett khuyến cáo. Tôi nghĩ rằng LS Tuyền biết rõ các anh em và làm việc này tốt hơn, và ngay hôm đó, LS Tuyền đề nghị người đầu tiên xin học là anh Thống. Tôi chấp thuận ngay và nhờ anh Tuyền tuyển thêm 5 người nữa cho đủ số.

Khi ra khỏi phòng họp của LS Cochett, anh Lê tất Hào ghé vào tai tôi hỏi: ông luật sư này là gì mà cử anh em luật gia VN vào Hastings học một cách "ngang xương" như vậy, trước khi tham khảo với Khoa Trưởng? Tôi trả lời rằng: thực sự tôi không biết. Về sau, Jose Velez cho tôi biết rằng ông ta Trustee của Hastings, và là người điều khiển chiến dịch tranh cử của Jimmy Carter ở California.

Sở dĩ anh Lê tất Hào hỏi câu hỏi đó là vì trước đó anh ấy đã đến Hastings và xin appointment để **hỏi** về học luật, nhưng không được tiếp. Anh Hào đã cho tôi biết việc này từ mấy tháng trước.

…

Ngày hẹn gặp Khoa Trưởng Anderson là 20 tháng 8. Có một số anh em đến gặp ông ta. Ông ta cho biết về việc ghi danh và luật gia VN được nhập học bình thường, học chung với các sinh viên Mỹ… Anh Lê tất Hào yêu cầu tôi đề nghị với ông ta cấp bằng JD sau khi Hoàn tất chương trình. Khoa Trưởng Anderson trả lời rằng ông ta chỉ 'certify để thi BAR' mà thôi. Còn nếu cấp văn bằng, thì phải nộp đơn theo thủ tục thông thường như sinh viên Mỹ. Ông ta nói niên học này có 5,000 ứng viên cho 500 chỗ của năm thứ Nhất. 'Nếu cấp văn bằng như vậy, tôi sẽ bị kiện'. Anh Lê tất Hào cho tôi biết rằng trường không cho văn bằng, anh ấy không học.

Sau đó là ghi danh. LS Tuyền đề nghị 6 anh có tên sau đây ghi danh học: Vũ ngọc Tuyền, Nguyễn hữu Thống, Lương đức Hợp, Nguyễn duy Nguyên, Nguyễn văn Định, và Trần đình Tấn. Giám Đốc Văn Phòng Nhập Học (Admission) làm thủ tục ghi danh nhập học, có nêu vấn đề học phí. Tôi đề nghị là ký giấy nợ vì là tỵ nạn, luật gia VN đâu có tiền. Tôi có lưu ý rằng độ chừng 2 năm sau, ông xé bỏ hồ sơ nợ này đi. Như vậy là xong.

Về các anh em được anh Tuyền lựa chọn để đi học, tôi chưa bao giờ gặp ai, ngoại trừ chú Định là em tôi. Như tôi đã nói đây là lần đầu tiên tôi gặp mặt anh Nguyễn hữu Thống do anh Vũ ngọc Tuyền giới thiệu tại buổi họp với ông Cochett. Và tôi đã chấp thuận cho anh ấy đi học ngay. Còn lại là những người anh Tuyền tuyển chọn về sau.

Anh Thống là người đậu được bằng hành nghề, hình như cuối năm 1977. Sau khi anh Thống có bằng hành nghề, anh Đỗ ngọc Phú, lúc đó đang làm viên chức giúp người tỵ nạn tại cơ quan IRCC thuộc cơ quan Social & Planning Council ở San Jose, lên thăm tôi, đề nghị tôi xuống gặp ông Bob Finley, Giám Đốc cơ quan này dành một ngân khoản của cơ quan này để trả lương cho Anh Thống làm việc, giúp người tỵ nạn. Tôi xuống San Jose theo sự sắp xếp của anh Phú. Anh giới thiệu tôi với ông Finley và sau đó Cơ quan này đã tuyển anh Thống vào làm việc. Đó là nhờ sự giúp đỡ của Anh Phú. Người ta thường nói là ở Mỹ, "không có free lunch'. Điều này không đúng trong trường hợp các luật gia VN được tái huấn luyện: Họ không phải đóng học phí và lệ phí. Hơn nữa Anh Thống còn được Free Lunch lần thứ 2 khi được mời đến làm việc ở IRCC, ngay sau khi có bằng hành nghề ở Tiểu Bang California. Có vẻ như là Anh Thống gặp đúng lúc có **"hàng on sale: mua một, tặng một"**, nghĩa là "get one free lunch rồi và còn được thêm another free lunch."

Chi tiết về việc ông Cochett trong buổi họp nói công khai với tôi rằng ai đậu bằng hành nghề cho ông ta biết, để giới thiệu. Anh Thống có nhắc tôi việc này. Tôi có viết thư cho ông Cochett, nhưng ông ta không bao giờ trả lời.

Lý do không trả lời **mà tôi biết** là do một sự trục trặc là khi Khoa Trưởng nhận 6 người theo quyết định của LS Cochett trong buổi họp kể trên, tôi đã đưa danh sách 6 người mà anh Vũ ngọc Tuyền đề nghị, và cuối cùng lại có thêm một người nữa, là người thứ 7. Người thứ 7 là anh NNT, một cựu Phó Biện Lý, Sài gòn. Giám Đốc Admissions điện thoại cho tôi yêu cầu *"xác nhận người thứ 7 để tôi không bị khiển trách, vì lẽ sau khi ghi danh 6 sinh viên kể trên, có một sinh viên Việt của ông đã nhập học, lại dẫn một anh khác (là NNT) vào giới thiệu, nói rằng anh này là thứ 6, đến muộn. Tôi tưởng thật đã cho ghi danh, nay bị lôi thôi."*

Tôi nêu vấn đề này trong một buổi họp của Hội Luật Gia để nghe ý kiến. Mọi người đề nghị không xác nhận vì làm như thế cả hội bị tai tiếng. Tôi đã nghe anh em và không xác nhận, dù ông Giám đốc này có bị trừng phạt đi chăng nữa.

Tôi thấy rất phiền lắm về vấn đề này. Không biết ai là người có cả gan làm một việc xấu xa tới mức như vậy. Tôi hỏi anh Tuyền vì là người tuyển chọn người đi học. Anh nói rằng không biết là ai. Tôi hỏi anh Thống. Anh Thống nói là anh không làm. Và theo ý anh Thống, tôi hỏi anh Lương đức Hợp. Anh Hợp trả lời đại ý rằng *"tôi không bao giờ dám nghĩ tới việc như vậy. Anh đã giúp chúng tôi hết sức để có được cơ hội tái huấn luyện, nên không dám làm như thế."* Tôi dùng phương pháp "loại trừ" để đoán chừng. LS Định là em tôi. Tôi biết chắc là Không Bao Giờ làm những việc loại này. Anh Tuyền được biết là người có uy tín rất cao, vì thế theo đề nghị của nhiều anh chị em, tôi mời làm Phó cho tôi. Chắc Anh không làm những việc như vậy. Vậy thì ai đây? Các anh em này là trí thức Việt, biểu tượng tinh hoa của dân tộc Việt, nay lại mang cách hành sử thời trước 1975 mà người ta nói rất nhiều sang Hoa kỳ, thì thật là xấu hổ. Tôi rất đau lòng về sự việc này.

2. Chương trình thứ II (đầu 1977) đặt ở Magna Carta Law School, South San Francisco. Sau khi đã có chương trình ở Hastings rồi, việc vận động các trường nhỏ, nhất là non-accredited rất dễ. Tôi nhờ Virginia thương lượng để mở một lớp đặc biệt cho một số anh em từ nhiều nơi hỏi. Vấn đề khó là tiền. Tôi điều đình với chương trình CETA của county là cấp một ngân khoản rất nhỏ về huấn nghệ để trả chi phí cho Giáo sư, và một ít tiền cho một thư ký của Văn Phòng làm thêm việc như báo cáo về chi tiêu... Các giáo sư là những luật sư đang hành nghề với lệ phí giờ tượng trưng. CETA là chương trình huấn nghệ **cấp thấp** (entry level, hay retraining cho người thất nghiệp để họ gia nhập trở lại thị trường lao động). Tôi giải thích rằng chương trình tái huấn luyện này không phải là chương trình cấp phát bằng cấp (JD) mà mục tiêu là kiếm việc làm cho người tỵ nạn, dù nó được đặt tại một trường luật ở địa phương (trường graduate) và chỉ giới hạn trong 350 giờ huấn luyện như Luật Sư Đoàn CA đòi hỏi. Tôi yêu cầu Virginia viết dự án theo chiều hướng đó. Chương trình ấy đặt ngay tại Văn Phòng Giáo dục của county.

Có 20 anh chị tham dự chương trình này: anh chị Đỗ ngọc Phú (ở Ohio dọn về), Trần thiện Hải, Đinh thành Châu (ở Salem, Oregon về), Nguyễn xuân Khóai (từ Westminster), Trần chấp Chính, Hoàng cơ Long (từ Texas) **(a)**, Mai văn Ty, Nguyễn thị gia Vinh, Đỗ xuân Hiệp (từ Otange Co.), Nguyễn hữu Thi, Trần an Bài, anh chị Lê quang Cường, cô Nguyễn thị Huệ, cô Phước (Hảo)...

(a) Khi tôi chuẩn bị cho khai giảng lớp tái huấn luyện II tại Magna Carta Law School, thì nhận được điện thoại của anh một anh, tự giới thiệu là Hoàng cơ Long, yêu cầu được tham dự lớp này. Tôi được anh Long cho biết đang làm cho cơ quan như là Nhà Máy Nước gì đó ở Texas và tiếng Anh không biết nhiều... Tôi khuyến cáo là KHÔNG NÊN HỌC lớp này, và nên lo tiếng Anh và khi đó tôi sẽ giúp anh. Tôi nghĩ như thế là xong. Tuy nhiên gần đến ngày khai giảng, Anh Đỗ ngọc Phú lại thăm có cùng đi với một anh khác. Anh đó được anh Phú giới thiệu là Hoàng cơ Long. Anh Long cho biết rằng thấy anh em tụ họp ở đây vui quá, tôi đã thôi việc về đây đi học với anh em. Tôi nghĩ thầm rằng trong bụng tiếng Anh của anh Long chỉ có một tí, thì làm sao học được. Thật là "Điếc không sợ súng." Sau khi anh Long nhập học, tôi bảo Virginia phone cho Employment Services, kiếm cho anh Long một việc gì làm. Cô này sắp xếp sao đó, refer anh Long đến YMCA, Redwood City làm kế toán. Vậy, anh Long cũng như anh Thống gặp được dịp tốt ON SALE: Được một Free Lunch và còn được tặng một Free Lunch nữa.

3. Chương trình thứ III, đặt tại Lincoln Law School (1978).

Tôi điều đình với Lincoln, ở San Francisco để mở một lớp khác. Lincoln có 2 campuses: San Francisco và San Jose. Sĩ số theo học là 20.

Tại San Francisco có 3 người: Vũ ngọc Anh, Vũ ngọc Ân và chị Nguyễn thanh Hà. Còn lại, học ở San Jose: Lưu thị Thái, Nguyễn công Bình, Nam thị Hồng Vân, Ngô văn Tân *(2)*, Nguyễn Mạnh, Vũ ngọc Trác, Phan văn Tùng, Nguyễn văn Nam…

Về học phí, bà GEORGE….., Viện trưởng hỏi tôi về vấn đề này. Tôi đề nghị là lấy Basic Grant và các khoản khác mà trường có, vì là tỵ nạn, họ không có tiền. Tôi khuyến cáo là các sinh viên sẽ ghi danh ở trường undergraduate của Lincoln University về business chẳng hạn và trường undergraduate mở một lớp đặc biệt ở trường Luật. Bà George, Khoa trưởng, Phó Viện trưởng là Tiến sĩ Luke Chang trao đổi ý kiến với nhau và thấy điều đó thi hành được. Lại free lunch.

Tóm lại, tất cả 3 chương trình được thiết lập vào những năm 1976-1978, luật gia tỵ nạn được tham dự mà không phải đóng góp nào kể cả trả học phí. Riêng tại Hastings, các anh em phải ký giấy nợ. Tôi có khuyến cáo Giám Đốc Admissions rằng sau một thời gian thì quên đi. Tôi nghĩ rằng khi họ quên rồi, chẳng có ai đòi nữa.

xxx

Một chi tiết về việc đóng góp cho Lincoln Law School để xin accreditation: Tiến sĩ Luke Chang lúc này đã thay thế bà George làm Viện trưởng, Lincoln University, trong đó có trường Luật và trường undergraduate. Về quen với Tiến sĩ Chang, có một lần tôi sang thăm GS Scalapino, Giám Đốc East Asia Studies Institute của Đại học Berkeley. Khi tôi ra về, ông Scalapino đưa tôi ra cửa, thì gặp Tiến Sĩ Luke Chang đang ngồi chờ vào thăm ông Scalapino. Nhân dịp này, ông Scalapino giới thiệu tôi với ông.

Vào thời điểm Lincoln Law School 'apply' xin accreditation, cũng là thời gian có lớp tái huấn luyện Luật Gia Việt nam tại trường này. GS Chang điện thoại cho tôi nói rằng Lincoln Law School đã mấy lần xin accreditation bị bác, dù trường này có thành tích tốt, và đã hoạt động hàng chục năm rồi v.v…Ông yêu cầu tôi lên gặp phái đoàn chuyên viên đến xem xét tại chỗ để đánh giá và cứu xét cấp quy chế đó. Tôi có mời LS Tuyền, LS Hải (không nhớ có ai nữa không) cùng đi đến Trường ở San Francisco vào buổi tối, gặp GS Cohen, điều tra viên chính của phái đoàn thuộc Association of American Law Schools, Western Region về vấn đề này. Tôi nêu ý kiến ủng hộ đơn xin của Trường, xét về mọi tiêu chuẩn: thư viện, giáo chức, cơ sở, và thành tích (có nhiều người đã đậu Bar để hành nghề), và như thế hội đủ tiêu chuẩn. Nhân dịp này, tôi mời phái đoàn đến quan sát lớp học trong chương trình tái huấn luyện luật gia tỵ nạn VN đang được thực hiện tại đây… *(Hình: từ trái qua phải: Đinh thành Châu, Đỗ xuân Hiệp, Nguyễn văn Canh, Trần an Bài, Nguyễn hữu Thi, Nguyễn xuân Khóai, Nguyễn hữu Thống, Đỗ ngọc Phú, Trần đình Tấn -1977)*

xxx

Tôi trở lại nói về các hoạt động trước khi có lớp ở Hastings.

Sau khi tôi định cư tại East Palo Alto, do nhà thờ Presbyterian Church, Menlo Park bảo trợ, các anh em luật gia Việt nam bắt đầu liên lạc với nhau. Qua các tiếp xúc, nhiều anh em nhấn mạnh đến việc tìm kiếm các cơ hội về nghề nghiệp, việc làm, yêu cầu tôi tiếp tục công việc đã bàn lúc ở trong trại Pendleton. Anh Lê tất Hào là người thúc đẩy tôi mạnh nhất.

Theo khuyến cáo của một số anh em, tôi mời LS Vũ ngọc Tuyền phụ giúp tôi và LS Tuyền nhận lời. Tôi đổi danh xưng Nhóm Luật Gia từ trong trại tỵ nạn như đã nói thành **Hội Luật Gia Việt Nam tại Hoa Kỳ**. Ban lãnh đạo hồi đó chỉ có tôi và LS Vũ ngọc Tuyền làm Phó mà thôi. Về hành chánh, tôi có Virginia giúp tôi tiếp xúc các cơ quan để tìm kiếm cơ hội cho anh em học. Thư từ, đánh máy v.v…. có cô Nenita, thư ký ở văn phòng tôi ở Cơ quan giáo dục. Mục tiêu của Hội này là tìm cơ hội tái huấn luyện, hành nghề hay việc làm. Ngoài ra, riêng tôi, khi làm việc ở Văn Phòng Giáo Dục này, tôi còn lo một công tác khác là với tư cách là cựu Phụ Tá Khoa Trưởng, trường Luật Sàigon, viết giấy giới thiệu hay chứng nhận cho các cựu luật sư, thẩm phán, nhất là cựu sinh viên luật khi cần. Nhiều việc nhất là đánh giá học trình của trường Luật Sàigon so với hệ thống tín chỉ để các cựu sinh viên. Luật xin việc làm hay xin ghi danh đi học lại tại nhiều trường Đại Học tại Hoa Kỳ, gồm cả giấy giới thiệu. Đó là chưa kể đến một công tác khác mà tôi nhân danh Hội nêu ra trước quốc tế, với chính phủ Hoa Kỳ, nhất là với Ân Xá Quốc tế về việc VC cầm tù các luật gia. Tôi còn nhớ là anh em hội viên cung cấp cho tôi một danh sách lên 127 người.

Các anh chị Vũ ngọc Tuyền, Trần thiện Hải đóng góp rất nhiều về những hoạt động về nhân quyền v.v. như đến gặp Tổng lãnh Phi ở San Francisco về vụ một người tỵ nạn bị truy tố về hình sự liên quan đến vụ chết người khi thuyền của họ cấp bến Phi, họp với với Ân Xá Quốc Tế v.v…

Và rất nhiều anh chị em ở nhiều tiểu bang, kể cả Canada gia nhập Hội.

xxx

Vấn đề đầu tiên khi đến đây là phải biết quy chế hành nghề tại California như thế nào?

Tôi tìm địa chỉ và lấy appointment xin gặp đại diện California Bar ở San Francisco. Một luật sư Đại diện Bar trả lời rằng *các luật gia Việt nam tỵ nạn phải thi LSAT và apply vào các trường luật như một sinh viên bình thường. Bar không chấp thuận một quy chế nào khác.*

Tôi đưa ra quy chế Luật Sư Đoàn của CA vào thời điểm đó và chỉ vào điều khoản 43 nói rằng các luật sư ở hệ thống non-common law jurisdiction đã hành nghề 6 năm, trong đó 4 năm sau cùng liên tục hành nghề thì đủ điều kiện dự thi Bar để lấy bằng hành nghề (nghĩa là không phải đi học lại từ đầu) và điều 45 nói về các giáo sư luật hay thẩm phán cũng được hưởng quy chế đó. Vậy Bar bắt luật gia VN phải học lại từ đầu, tôi yêu cần đại diện Bar gửi cho tôi một văn kiện chính thức. Tôi báo cho biết trước rằng tôi sẽ đưa Bar Association ra tòa về việc này. Tôi cho biết rằng tôi chờ văn thư đó. Nói xong, tôi bỏ ra về.

Tôi cũng thông báo cho các anh em có quyết tâm quay trở lại nghề luật sư rằng chiếu theo các điều khoản trên cứ gửi thư cho Bar để bảo vệ quyền của mình, vì e rằng sau tháng 5, năm 1977, thì có thể Bar sẽ bác với lý do rằng gián đoạn hành nghề quá 2 năm (4 ,1975 mất nước đến tháng 4, 1977), chúng có thể không cho thi. Tôi có lưu ý các anh chị nào chưa hành nghề thực thụ ở Việt nam quá 3 năm, cũng cứ gửi thư và giữ biên lai. Và tôi coi 3 năm tập sự, là hành nghề.

Lạ thay, ít lâu sau, tôi nhận được thư của Bar thông báo rằng Luật sư VN đủ điều kiện thi Bar, nhưng **khuyến cáo** học 350 giờ, trong đó Bar có ghi 2 môn Luật Hiến Pháp, Dân Sự Tố Tụng và các dấu chấm … Căn cứ vào quyết định này mà Hastings, Magna Carta, và Lincoln trù liệu chương trình tái huấn luyện cho đủ số giờ mà Bar đòi hỏi.

Sau khi họp với Bar, tôi đi tìm xem có trường nào giúp tái huấn luyện như vậy không? Tôi hỏi nhà thờ bảo trợ tôi, và họ giới thiệu tôi với Luật sư của thành phố Menlo Park. Tôi gặp ông ta. Ông luật sư này rất tử tế, gọi điện thoại giới thiệu tôi với người bạn học đang làm Dean of Admission của trường Luật ở Stanford, và xin appointment giúp. Tôi lại trường Luật Stanford và được thông báo rằng không thể có một chương trình như vậy ở trường này. Ông ta giới thiệu tôi với một thẩm phán tên là Pliska của tòa ở San Mateo và đang dạy tại trường San Mateo Law School. Tôi bảo Virginia lấy appointment và mời ông ta đi ăn cơm trưa và cô theo tôi đi gặp để xem tình hình như thế nào? San Mateo Law School là trường đang được thiết lập nên chưa giải quyết được trường hợp Luật Gia VN nhất là vấn đề học phí.

Tôi cũng được giới thiệu tới một trường khác, có tên là Peninsula Law School ở Mountain View. Cũng là trường mới lập và không giúp ích gì.

Giai đoạn đầu tiên của Luật gia VN lập nghiệp ở xứ này có nhiều khó khăn. Một phần là vì phía Mỹ không hiểu, không biết gì về nhóm người mới đến này và cũng có thể kỳ thị chưa biết chừng. Tôi thí dụ anh Lê tất Hào định cư ở Monterey, xin vào học ở Monterey Law School. Khoa trưởng đòi anh Hào về nhà viết một bài về "contract", rồi nộp để xét đơn. Anh ấy chạy lên tôi, và tôi rủ anh Thống và một anh nào nữa xuống Monterey để bàn về vấn đề này. Anh Hào nộp bài và còn đòi phải có giấy giới thiệu của một giáo sư mới được chấp thuận cho vào học. Và tôi đã giới thiệu. Một trường hợp khác là anh

Nguyễn duy Tiếp, tốt nghiệp trường Luật Sài gòn, xin học ở một trường luật ở Arizona. Trường này đòi phải có giáo sư cắt nghĩa với tinh thần là đánh giá và xác nhận, tôi đã gửi thư cho Khoa Trưởng về trường hợp này.

(Hình trái: Nenita Thomas và chồng là Dean từ Nam CA, lên thăm chúng tôi.)

Cũng lại anh Hào phải đối mặt một vấn đề mà anh ấy cho là "kỳ thị". Một lần vào khoảng tháng 3, 1976, anh ấy ghé lên tôi, phàn nàn rằng tôi đến Hastings để hỏi về học luật, tôi xin apppoitment để hỏi về việc học mà 'nó' không cho. Chúng rất kỳ thị. Anh ấy còn đưa cho tôi số điện thoại của tổ chức có tên là Asian Law Caucus dán trên một Board của Đại Học Hastings để hỏi xem họ có giúp được gì không. Hôm sau, ở Văn phòng, tôi nhờ cô thư ký Nenita Thomas

(3) gọi giúp để tôi nói chuyện. Không có ai trả lời. Nenita gọi nhiều lần không được. Một hôm vào sáng sớm, Nenita cho biết rằng đêm hôm qua, vào lúc khuya, cô đã tiếp xúc được đại diện của tổ chức ấy. Đó là một nhóm sinh viên gốc Á Châu ở Hastings. Họ lập ra nhóm này để liên lạc với nhau mà thôi.

Cũng với thái độ của người luật sư mà tôi gặp ở Văn Phòng Bar liên quan đến quy chế cho luật gia tỵ nạn, tôi nghĩ rằng có vấn đề kỳ thị.

Đến cuối năm 1978 hay đầu năm 1979, Virginia đi lấy chồng và thôi việc. Nhân lúc LS Phan thế Ngọc dọn từ vùng D. C. sang, Tôi mời LS Ngọc thay Virginia.

Cho đến tháng 11 năm 1979, tôi được mời vào Viện Nghiên Cứu Hoover làm việc vì tôi có dính líu tới nhiều hoạt động, tôi nhờ anh Tuyền thay thế tôi điều khiển Hội Luật gia VN tại Hoa Kỳ, nhất là nhu cầu tái huấn luyện và việc làm của các cựu luật gia không còn là ưu tiên như trước. Tôi khuyến cáo anh Ngọc, họp với anh Tuyền lập một hội để các anh em sinh hoạt với nhau. Về sau, anh Ngọc cho tôi biết có một số anh em đi thị thực chữ ký để chính thức lập **"Hội Luật Gia Việt nam tại California."**

Ngoài ra, một số anh em yêu cầu tôi can thiệp với Luật sư Đoàn của Louisiana để Luật gia Việt nam được dự thi lấy bằng hành nghề mà không phải học lại vì lẽ Louisiana áp dụng qui chế của Pháp, và dùng textbooks của Pháp. Bar của Tiểu Bang này đã chấp thuận ít nhất 4 người xin dự thi.

(1) Ông ta hỏi tôi về sĩ số ghi danh và sau 4 năm học, sĩ số tốt nghiệp. Năm 1970, sinh viên ghi danh là 10,000 đến 1974 cả hai khóa có 1,415 người đậu bằng Cử Nhân Luật. Sau khi tốt nghiệp, sinh viên phải xin được 1 chỗ tập sự. Đủ 3 năm tập sự, đồng thời phải theo học một số lớp do Luật sư đoàn tổ chức, trước khi thi lấy bằng hành nghề do Tòa Thượng Thẩm tổ chức.

(2) Anh Ngô văn Tân, về sau được tôi giới thiệu học lại ở UC Hastings College of the Law và sau đó Anh tốt nghiệp J.D. ở đó.

(3) Gốc Phi, sang Hoa Kỳ từ khi còn nhỏ. Lúc Nenita làm thư ký ở Văn phòng, cô ấy còn trẻ, mới tốt nghiệp Trung học và đang học thêm tại San Jose State Univ. Ông Gonzales 'assigned' cô ấy làm thư ký cho tôi (parttime). Khi tôi đến làm việc, cô ấy gặp tôi đưa ra một đề nghị là:"mọi điện thoại gọi đến cho ông để tôi nghe để screen trước, và khi ông muốn gọi đi cho ai, thì giao cho tôi gọi giúp..."

Tôi ngạc nhiên và hỏi tại sao? Cô ấy trả lời rằng: "Ông là giám đốc một chương trình ở đây mà." Đầu năm nay, vào một buổi tối, cô và chồng cô là Dean Miyata, gốc Nhật, bất thần đến thăm chúng tôi tại nhà. Cô cho biết cô năm nay đã già và là một thành viên sáng lập ra một tổ chức thiện nguyện ở Nam CA và có Judge Nho (Chánh án Nguyễn trọng Nho) tham dự, nói chuyện cho tổ chức của cô.

HỒ SƠ IV: "TÙ CẢI TẠO" TRONG CHÍNH SÁCH NGOẠI GIAO

I. ĐÒI HỎI ĐỐI XỬ BÌNH ĐẲNG GIỮA TÙ CẢI TẠO VÀ MIAs & POWs.

Tù Cải tạo phải được là một trọng điểm như MIAs& POWs trong chính sách Bang Giao của Mỹ.

Trong chính sách Ngoại Giao của Hoa Kỳ, vấn đề Tù Cải Tạo phải được là một Mục tương đương với MIAs & POWs.

Vào tháng 2 năm 1987, tướng John Vessey, Chủ Tịch Ủy Ban Tham Mưu Quân lực Hoa Kỳ hồi hưu. Nhân dịp này, Tổng Thống Reagan cử Vessey đi Hà nội với tư cách Phái Viên của Tổng Thống để thương thảo các vấn đề bang giao với Hà nội, trong đó có đề cập đến MIA& POWs. Chuyến đi của Phái viên Tổng Thống Mỹ được hai bên thỏa thuận vào cuối tháng 4, 87. Sau đó Hà nội đề nghị hoãn đến cuối tháng 7. Vessey đến Hà nội vào ngày 30 tháng 7 và ngày 2 tháng 8, trở lại Hoa Kỳ. Ngay sau khi về, Vessey báo cáo ngay kết quả cho Tổng thống Reagan có hiện diện của Ngoại Giao, Quốc Phòng, CIA v.v…

Buổi tối ngày 2 tháng 8, Bà Ginetta Sagan gọi cho tôi báo cho biết rằng "một nhân vật có dự phiên họp đó tại Tòa Bạch Ốc vừa mới báo cho Bà ấy biết rằng Vessey thay mặt Tổng Thống đã chấp thuận cho VC bang giao với Mỹ, đổi lại VC sẽ giải quyết vấn đề MIAs, & POWs. Vessey gạt vấn đề Tù Cải Tạo ra ngoài khi thương thảo với Hà nội. Reagan đã chấp thuận. Sáng mai, mời ông đến gặp tôi ngay."

Tôi lại nhà Bà Sagan, bà ấy nhấn mạnh rằng Hoa Thịnh Đốn bỏ rơi vấn đề Tù Cải Tạo rồi.

Khi mà họ đã chấp thuận như vậy thì phải tính kế khác. *(Hình phải: Bà Ginetta Sagan và cuốn Violations of Human Rights in the SRV)*

Tôi trả lời Chính quyền Reagan nay thuận theo đề nghị của Vessey như vậy với VC để Bang Giao, tôi không đồng ý. Cũng như tôi đã nói ở nhiều nơi rằng chúng ta sử dụng bang giao là đòn bẩy. Chúng ta chỉ có cái đó, và cho hết và mất hết thì còn gì nữa để làm áp lực. Cho chúng rồi, chúng lại đòi thêm. Mọi người đã thấy việc như vậy đã xảy ra bao nhiêu lần rồi, và phải nhượng bộ mãi? Nhiều người đã được tôi giải thích, họ đã hiểu. Với tôi, tôi sẽ chống lại quyết định mà Vessey đã cấp cho VC những gì mà chúng muốn, trong khi đó lại hy sinh cả bạn hữu của mình. Ở đây, tôi chống lại và đòi hỏi VC thả tù cải tạo mà thôi. Vấn đề tù cải tạo phải được nằm trong chính sách ngoại giao với VC, vì đây là một nguyên tắc.

Bà Sagan trả lời: Đòi Hoa thịnh Đốn bỏ quyết định bang giao đó, thì chúng ta không cản được. Và để câu chuyện qua đi, chúng ta tính kế khác.

Tôi trả lời rằng tôi biết rằng thua tôi vẫn chống. Vậy Bà giúp tôi theo cách giải quyết này.

Về phần Bà, Bà liên lạc với những người mà Bà biết ở DC cho họ biết sự việc và hỏi họ tại sao Vessey bỏ rơi đồng minh hoạn nạn của ông ta và tại sao Reagan lại chấp nhận cho VC bang giao mà không giúp tù cải tạo. Và tiếp tục công việc mà Bà đã và đang làm với những người này. Về phần tôi, tôi sẽ phone ngay cho Doug Pike ở Berkeley, ông ta là một loại consultant cho Bộ Ngoại Giao, rất có ảnh hưởng với Bộ này về nhiều vấn đề có liên hệ tới VC. Tôi sẽ nhờ Hoover. Có người sẽ nói thẳng với Reagan, nói với George Shultz. Mặt khác, tôi sẽ sử dụng lực lượng quần chúng lên tiếng chống đối sự **đối xử bất công** và vô nhân đạo này của Vessey, nhất là ông ta trước đây đã sát cánh với Quân Đội VNCH đánh nhau với VC tại các mặt trận ở Nam Việt nam.

Tôi về văn phòng và thực hiện những gì tôi đã dự tính. Về huy động lực lượng quần chúng, tôi gọi ngay cho anh Ngô ngọc Trung yêu cầu triệu tập một buổi họp có tính cách cộng đồng để thông báo về việc này và kêu gọi mọi người tiếp sức. Điều quan trọng là tổ chức các buổi nói chuyện cho sinh viên và đồng hương tại nhiều nơi từ Seattle, xuống Oregon, San Jose, Orange County và San Diego. Và cần lấy chữ ký phản đối Vessey về vụ này. Danh sách này một mặt gửi thẳng cho TT Reagan, Bộ trưởng Ngoại Giao Shultz, và mặt khác tôi đưa cho mấy người ở Hoover để họ gửi đi.

Mấy anh chị Sinh Viên trong Nhóm Người Việt Tự Do, xuất thân từ Nhật Bản là người đứng ra tổ chức cho tôi đến nói chuyện ở Đại Học Washington State, rồi Oregon State trong tuần lễ từ 12 tháng 8, năm 1987. Rồi các anh chị khác, tổ chức các buổi nói chuyện ở San Jose, và 2 ở Nam California *(Xem Phụ Bản đính kèm)*.

Tôi viết thư gửi cho TT Reagan, đại ý là phản đối đề nghị sai lầm của Vessey, bỏ rơi Tù Cải Tạo, và **đòi vấn đề này phải được coi là một trọng điểm trong chính sách của chính phủ để buộc VC phải thi hành nếu muốn được bang giao với Hoa Kỳ.** Cuối cùng tôi nêu một câu hỏi là động lực nào mà Vessey làm như vậy? Và câu hỏi là có phải vì ông ta muốn được làm Đại sứ đầu tiên của Mỹ tại Việt nam không?

Thư đó tôi ký có kèm theo 5 danh sách người Việt ký tên ở 5 nơi tôi đến nói chuyện.

Dĩ nhiên là Vessey không hài lòng và tôi nghe thấy ông ta trả lời rằng "Không thèm làm Đại Sứ."

Đòi hỏi là phải có vấn đề tù cải tạo trong chính sách thương thuyết sẽ không có chống đối. Trái lại, nếu ai hỗ trợ đòi hỏi mà tôi nêu ra là vấn đề nhân đạo, lý tưởng mà người Mỹ luôn theo đuổi, lại được người ta hoan nghênh. Vì thế mà việc đòi hỏi không có gì khó khăn để được kết quả.

Về phía VC, chúng có chịu thi hành không? Tôi ước tính rằng số tù cải tạo từ 500,000 từ 1975 như Mai Chí Thọ tuyên bố trước đây đã giảm bớt nhiều. Nếu tôi nhớ không lầm thì còn hơn 10,000 người vào lúc đó, và sử dụng tù cải tạo làm con tin từ 1975 để bắt chẹt Hoa Kỳ không có hiệu quả: 3 tỷ 250 triệu chẳng thấy gì; Tối Huệ Quốc vẫn còn lơ lửng trên mây mà thèm, và bang giao còn xa vời.

Trong khi đó Nga sô cũng đã thông báo cho VC biết là Kế Hoạch Kinh tế Ngũ Niên Kỳ IV sẽ bị cắt vào 1991 (tổng số số tiền viện trợ là 14.5 tỉ MK cho kế hoạch này). Lạm phát vào năm 1986- 1987 lên đến 700% (và 1000% vào những năm kế.) Hoa Kỳ là "cái phao" để cứu chúng. Và tù cải tạo chỉ là vấn đề nhỏ, không còn ích lợi như trước.

CŨNG NÊN NÓI VỀ MỘT SỐ CHI TIẾT TRONG BANG GIAO MỸ-VC VÀO LÚC NÀY.

Vào thời gian trước đó ít lâu, tay sai của Hà nội là nhóm phản chiến và, nhất là bọn con buôn Mỹ, qua một trong nhiều nhóm của một người đàn bà là Virginia Foot 'lobby' tích cực để chính quyền Mỹ bãi bỏ "cấm vận" để Việt nam được chấp thuận "điều khoản tối huệ quốc". Nhờ đó chúng làm ăn với Việt cộng. Mặt khác, Hiệp Hội Gia Đình Người Mỹ Mất Tích" (MIAs& POWs) cũng vẫn tích cực đòi chính quyền Mỹ phải mang những quân nhân Mỹ nếu còn sống trở về, và nếu đã chết thì mang "xác" của họ về Mỹ, vì lẽ chiến tranh đã chấm dứt từ lâu và chính quyền Mỹ không giải quyết vấn đề này. Lúc bấy giờ, có một số tin đồn trong các cộng đồng Mỹ khắp nơi cho biết rằng một số tù binh Mỹ còn sống đã được VC đưa sang Nga từ trong thời gian chiến tranh. Vấn đề này làm chính quyền Mỹ nhức nhối, vì lẽ đây là vấn đề nhạy cảm, gây nhiều cảm xúc cho người Mỹ. Hiệp Hội Gia Đình người Mỹ Mất Tích tuy không có nhiều hội viên, nhưng tiếng nói của họ có nhiều ảnh hưởng. Cũng còn là vấn đề gây nhiều cảm xúc cho quần chúng Mỹ, nên bất cứ ai ở trong chính quyền không dám từ chối khi vấn đề được nêu ra.

Nội bộ chính quyền có lục đục về vấn đề tù binh Mỹ còn sống (POWs) và VC còn giấu. Một bài báo nói tới Giám Đốc Tình báo Bộ Quốc Phòng (DIA) là Đại tá Black tuyên bố rằng Hà nội còn giam giữ tù nhân Mỹ còn sống. Ông ta được lệnh giữ im lặng. Bực tức vì lệnh đó, ông ta xin giải ngũ. Người ta cũng nói nhiều tới tài liệu mà chuyên viên của Thượng viện tháp tùng TNS Smith (CH) và John Kerry (DC) được Đoàn Khuê Bộ trưởng Quốc Phòng VC bị buộc phải mở kho văn khố nằm trong hầm của "lăng Hồ chí Minh ăn thông vào hầm của Bộ Tổng Tham Mưu của VC ở Hà nội tìm thấy. Tài liệu đó gồm một văn thư do Tướng VC tên là Quang, nếu tôi nhớ không lầm thì viên tướng này là Tham Mưu Trưởng ký và chuyển một số tù binh sang Nga (xem rất nhiều chi tiết trong "Cộng Sản Trên Đất Việt", Q. II, Kiến Thiết, xuất bản, 2003).

Trong khi đó, ban lãnh đạo Đảng Cộng Sản Việt nam lợi dụng vấn đề này để bắt chẹt Hoa Kỳ ngõ hầu được ban Quy chế tối huệ quốc và thiết lập bang giao. Ngay từ thời TT Carter, VC cao ngạo đòi Mỹ trả 3 tỷ 250 triệu MK như Nixon đã hứa để tái thiết VN sau khi Hòa bình được vãn hồi, **để được VC cho bang giao**, dù lúc đó TT Carter đã cho VC gia nhập Liên Hiệp Quốc. Nay VC "quên" không đòi tiền là điều kiện để bang giao, dù vẫn sử dụng "tù cải tạo làm" công cụ "bắt chẹt." Có lẽ VC học bài học mà Fidel Castro trước đã đòi được Hoa Kỳ trả cho Cuba 200 máy cày để được Castro thả các tù nhân của chế độ cũ sang Mỹ, sau khi y chiếm được chính quyền ở Cuba. Nhưng VC đã không thành công.

Về vấn đề ảnh hưởng của Hội MIAs & POSWs, với chính quyền, trong một lần dự bữa cơm với Cựu Phó Đô Đốc Stockdale (1) và phu nhân, tôi có hỏi bà Stockdale: *"Bà là Chủ Tịch của hội MIAs & POWs, từ khi ông Stockdale bị bắt làm tù binh, chỉ với hơn 1,000 hội viên, mà làm sao tiếng nói của Bà có một trọng lượng lớn. Thí dụ như khi tôi thăm TNS Richard Lugar, Chủ tịch Ủy Ban Ngoại Giao Thượng Viện để phản đối việc ông này cùng với 7 Thượng Nghị Sĩ khác viết thư yêu cầu TT Bush bãi bỏ lệnh "cấm vận", ông này nói tới việc bị hội của Bà làm áp lực phải giải quyết việc MIAs & POWs còn tồn đọng từ hồi chiến tranh Việt nam chấm dứt. Khi Phái đoàn Mỹ nêu vấn đề này, thì phía VC đòi thiết lập bang giao là điều kiện tiến quyết…"*

Bà Stockdale trả lời: "Chúng tôi có nhu cầu này. Nhu cầu ấy gắn liền với những gì mà chúng tôi trân quý và thiêng liêng. Chúng tôi đã chấp nhận các hy sinh, Chính quyền có nghĩa vụ và phải lo vấn đề ấy cho chúng tôi. Tất cả mọi người đều nhìn nhận rằng chính quyền phải giải quyết vấn đề đó cho chúng tôi. Chúng tôi xin gặp TT Reagan, ông ấy không từ chối cho gặp và không một ai trong chính quyền, dù thuộc Đảng nào, có ai dám từ chối trách nhiệm này?..."

(1). Vào năm 1965, Đô Đốc Stockdale lúc đó là Đại tá, phi công của Hải quân Hoa Kỳ, trong một phi vụ tấn công đội quân Bắc Việt đang di chuyển vào Nam, máy bay của ông bị bắn và rơi xuống ở một địa điểm cách thành phố Vinh độ 50 cây số về phía Nam. Ông bị bắt làm tù binh. Ông là tù binh có cấp bậc cao nhất, của Không quân thuộc Hải quân Hoa Kỳ.

Ông được các tù binh kính nể, về sự gan dạ trong thời gian bị tù. Ý kiến của ông nêu ra, các tù nhân đều nhận là mệnh lệnh.

Sau khi được thả về Mỹ cùng với các tù binh khác qua Hiệp định Văn Hồi Hòa Bình năm 1973, ông được Quốc Hội Mỹ coi là một anh hùng, đã thăng cho ông 2 cấp, thành Đề Đốc (2 sao), dù việc thăng cấp này trong thời gian ông còn bị tù được giữ bí mật. Ông được bổ nhiệm giữ chức Giám Đốc Hành Quân ở Ngũ Giác Đài, về sau được thêm một sao, Phó Đô Đốc và giữ chức Viện trưởng Viện Hải Quân ở New Jersey.

Khi về hưu, ông được mời đến làm việc ở Viện Nghiên Cứu Hoover.

Khi ông viết cuốn "In Love and Wars", ông có lại văn phòng tôi nhiều lần để góp ý kiến.

Lúc đầu ông đặt tên cuốn sách là Love and Peace.

Ông nói: "chúng di chuyển tôi đi nhiều nơi ở Hà nội trong xe bít bùng. Rồi, ông bị giam ở trong một phòng trong một ngôi nhà. Các các cửa kính bị giấy báo cũ dán kín, không thấy gì ở bên ngoài. Ban đêm, có khi nghe sóng vỗ, có vẻ như là căn nhà ấy ở gần sông. Sáng sớm, tôi nghe thấy tiếng "ắc ê" của quân đội tập dượt…"

Tôi kết luận rằng "ông bị giam gần trại "Đồn Thủy", cạnh sông Hồng. Đó là một doanh trại của Pháp để lại ở phía Nam Hà nội".

Tôi hỏi là khi bị giam cầm cô lập trong chế độ tù cộng sản làm sao ông ra lệnh cho các tù nhân khác được. Ông trả lời rằng khi chúng tôi ở quân trường, chúng tôi có một môn học liên quan đến vấn đề thông tin liên lạc. Dù bị cô lập, chúng tôi liên lạc với nhau bằng cách "áp tai vào tường, rồi đánh tín hiệu cho người tù ở phòng bên cạnh." Các tù nhân khác cũng làm như vậy, tin tức được loan truyền, dù họ có bị di chuyển đi nơi khác.

Ông kể là bị thẩm vấn nhiều lần. Có một lần ông thấy có chuẩn bị cho một nhân vật lớn đến thăm và được một thiếu tá VC của trại giam thông báo về việc này. Có một thông ngôn riêng đi theo. Ông nói về cuộc viếng thăm này: "người khách đến không phải là "thẩm vấn" mà đến nói chuyện. Ông ta người dong dỏng cao và ngồi trên một ghế để xa, hai chân bắc lên nhau, ít nói có vẻ như luôn giữ thế thủ và hỏi tôi về triết học, lịch sử… (Ông Stockdale khi còn là sỹ quan cấp thấp có được quân đội cho đến Đại học Stanford học Cao Học về Triết Học). Người khách nói:" Tôi đánh thắng quân đội đế quốc Pháp, ngay tại Paris. Tôi sẽ thắng Mỹ tại Hoa Thịnh Đốn…"

Nghe đến đây tôi trả lời ông Stockdale rằng tôi biết người ấy là ai và ông chờ tôi 1 phút để lấy 1 hình xem có phải người này không. Tôi lấy một tập báo tên là Courier

International của Hà nội xuất bản vào cuối thập niên 1950 mà tôi để trong ngăn kệ sách phía sau lưng, đưa cho ông coi một hình. Ông Stockdale trả lời lâu quá rồi tôi không chắc.

"Người ấy phải là Nguyễn khắc Viện, một Bác sĩ tốt nghiệp ở Paris. Viện là cộng sản thuần thành, tổ chức nhiều cuộc biểu tình phản chiến đòi chính phủ Pháp rút quân khỏi Việt nam. Khi Pháp thua trận, Viện nghe lời kêu gọi của Hồ về Hà nội. Viện được giao phó công tác tuyên truyền ra quốc tế và làm chủ biên tờ báo nói ở trên bằng tiếng Pháp và cả tiếng Anh."

II. TÙ NHÂN LƯƠNG TÂM VÀ BÀ GINETTA SAGAN

1. Vài hàng về Bà Sagan:

Bà Sagan là thành viên trong Ban Chỉ đạo Hội Ân Xá Quốc Tế (AXQT) ở Luân Đôn. Và tại Hoa Kỳ, Bà là chủ tịch Khu Hội AXQT Palo Alto, thuộc vùng tôi sinh sống. Bà là người đã thúc đẩy và đã lập ra hàng trăm khu hội địa phương. Là một người tích cực theo đuổi công việc bảo vệ quyền của con người từ nhiều thập niên trước: bênh vực các tù nhân chống lại chế độ toàn trị tại Nga Sô và Đông Âu và gọi những người này là Tù Nhân Lương Tâm. Bà không những vận động các chính phủ, các tổ chức quốc tế can thiệp để bảo vệ họ, Bà còn gây quỹ giúp họ và gia đình. Bà có uy tín cao và ảnh hưởng khá lớn đối với nhiều chính khách và cả giới truyền thông Hoa Kỳ.

Tờ New York Times có một bài bình luận vinh danh Bà. Bà có mối liên lạc chặt chẽ với nhiều chính khách, vì vậy quen biết rất nhiều người trong chính giới ở DC. Có một lần, một Đại sứ của một quốc gia phục vụ tại Cộng Hòa Xã Hội Chủ Nghĩa Việt nam trên đường về nước, nhưng lại ghé thăm Hoa Kỳ. Một viên chức từ White House gọi cho Bà, nói rằng viên Đại sứ ấy sẽ dành thì giờ gặp bà. Bà đi DC, và sau đó, một viên chức ăn mặc thường phục từ Hoa thịnh Đốn dẫn người khách tới khách sạn ở DC nơi bà cư trú.

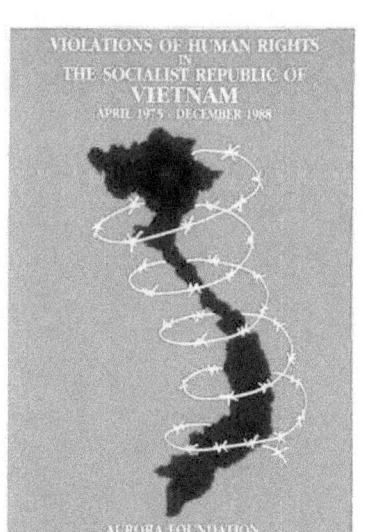

Đại sứ ấy cho biết nhà cầm quyền CSVN đã có quyết định chuyển các tù cải tạo Việt nam từ Bộ Quốc Phòng sang cho Bộ Nội Vụ quản trị, với toan tính đổi các tù nhân này thành tù hình sự, đã bỏ một số trại giam...

Bà Sagan có công rất nhiều đối với Tù Cải Tạo và một số Tù Nhân Lương Tâm. Tiếng nói của Bà có một trọng lượng về vấn đề này với chính quyền Hoa Kỳ.

2. Cuốn "Violations of Human Rights in the Socialist Republic of Vietnam"

Bà đề nghị xuất bản một tài liệu về Tù Cải Tạo và phổ biến cho nhiều lãnh đạo trên thế giới biết, gồm nhiều cơ quan truyền thông về sự thật dưới chế độ VC và đặt tên là Violations of Human Rights in the Socialist Republic of Vietnam và Aurora Foundation mà Bà làm Giám Đốc góp phần chi phí in và phổ biến. Khi cuốn tài liệu đã sẵn sàng in, Bà Sagan đưa cho tôi một bài báo in ở Paris tường thuật một buổi họp báo khi Phạm văn Đồng sang Pháp (năm 1977) để xin viện trợ, có nhà báo Pháp biết LS Trần văn Tuyên từ trước, hỏi về tình trạng của LS Tuyên. Phạm văn Đồng trả lời: "ông ấy vẫn mạnh khoẻ", dù nhiều người biết rằng LS Tuyên đã chết trong Trại Tù Cải Tạo. Cuốn tài liệu này phải hoãn lại và tôi phải tìm ra sự thật, vì muốn chứng minh cho các lãnh đạo thế giới biết rằng Thủ Tướng của CHXHCNVN Phạm văn Đồng là kẻ dối trá một cách trắng trợn, không biết xấu hổ. Trong hồ sơ này, có nói tới bốn con trai của LS Tuyên cũng bị cầm tù. Hai người con nhỏ nhất đang là sinh viên của tôi ở trường Luật, Sài gòn là Trần tử Miễn và Trần vọng Quốc. Trần tử Thanh bị tra tấn nặng nề.

Bà Sangan đề cập thêm một trường hợp khá đặc biệt khác để được đưa vào sách là LS Lê sĩ Giai. Được biết LS Giai trước kia theo Việt Minh và là bí thư cho Võ nguyên Giáp, rồi bỏ trốn về Hà nội. Và 1954, ông di cư vào Sài gòn.

Khi VC chiếm Sài gòn vào tháng 4, 75, chúng tìm kiếm và hành quyết ông một cách dã man. *(Hình trên: Hình bìa cuốn Violations of Human Rights in the Socialist Republic of Vietnam)*

Bà thuê một họa sĩ có tiếng người Nam Mỹ, dựa theo lời kể của các cựu tù cải tạo vẽ lại các cách thức mà VC giam cầm và tra tấn các nạn nhân trong các tù cải tạo. Anh Ngô ngọc Trung cung cấp một Bản đồ Việt nam, có liệt kê tên mỗi trại và vị trí của 150 trại tù đang hoạt động vào thời điểm đó trên các tỉnh của Việt nam. Một tài liệu rất công phu, chuyên nghiệp…

Chi phí ấn loát là $7000. Và tôi biết số tiền bưu phí toàn thể bằng Express Mail, lúc đầu là $3000.

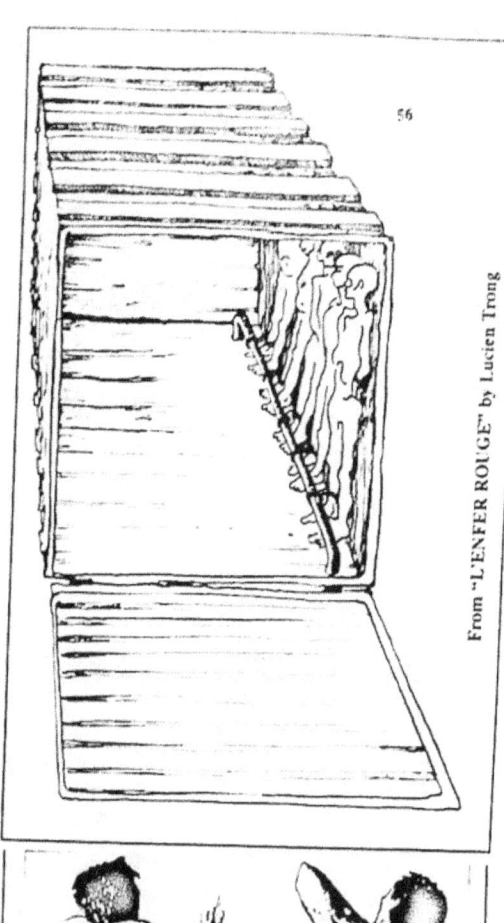
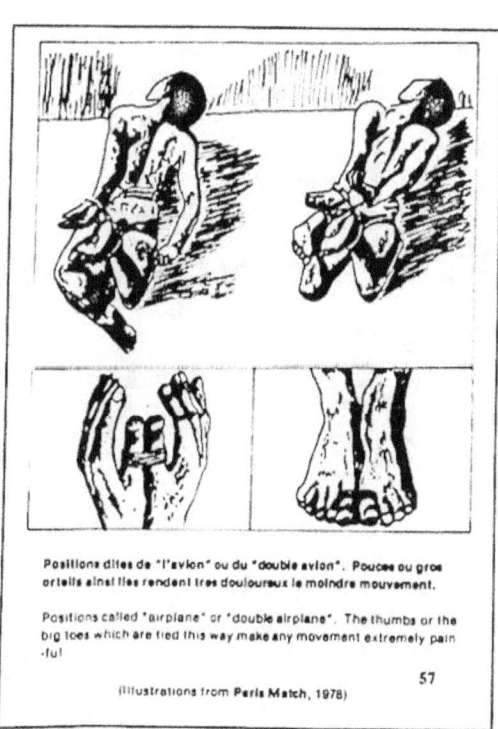
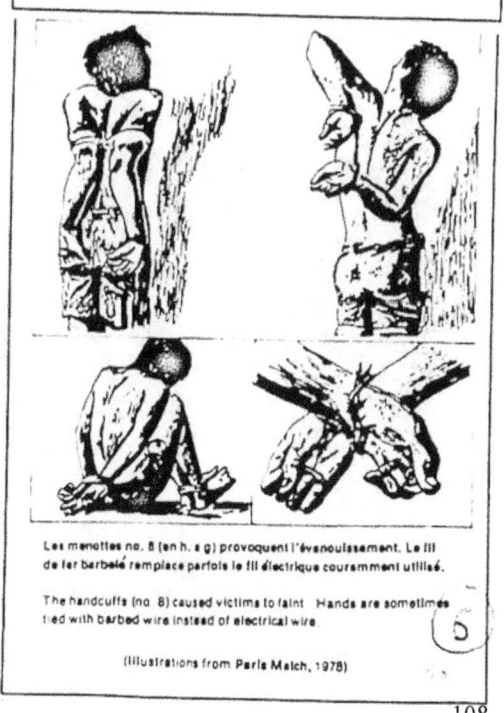

Barracks at Ham Tan Reeducation Camp - 1979

DARK — COLD — NO WINDOWS — TWO BUCKETS, ONE AT
EACH END FOR TOILETS — LOCKED IN FROM 5 P.M. TO 6 A.M.
UNBEARABLE STENCH — 100 IN EACH BUILDING.

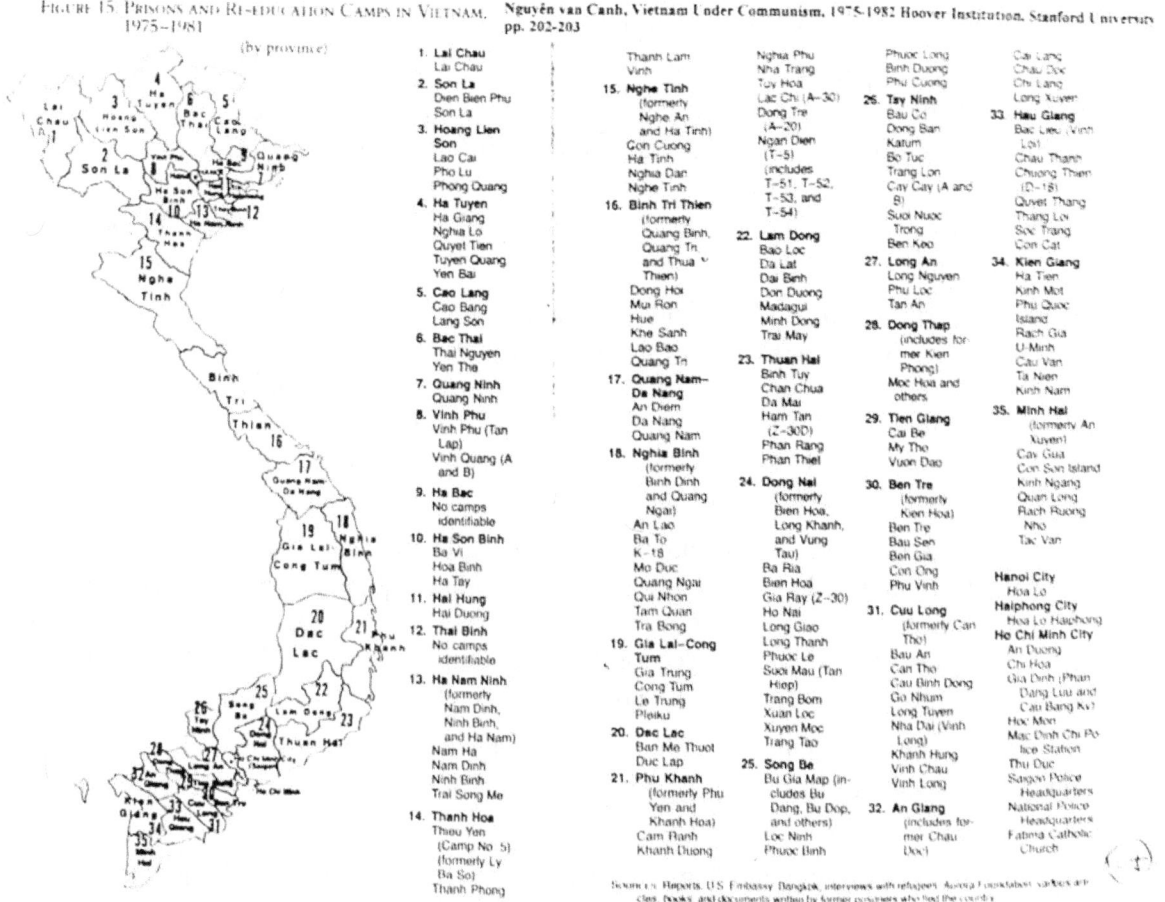

Vào tháng 9, 1990, khi đi dự Hội Nghị Quốc tế Nhân Quyền ở Leningrad, tôi mang theo 40 cuốn. Vì không biết để chuẩn bị tài liệu trước khi lên đường, tôi đã yêu cầu anh Quang Đăng Trường, một cựu sinh viên Cao Học Luật khoa tháp tùng, xé bìa 2 cuốn và dán lên phía trên cột trụ to lớn của Tòa Nhà và phía dưới là một chiến bàn để trưng bày ít tài liệu, trong hành lang của Đại sảnh, nơi tổ chức Hội Nghị để tham dự viên có dịp ngắm.

Xin xem hình ảnh ở Phần Phụ Lục.

3. Bà Sagan và một vài tù nhân lương tâm.

1). Thẩm Phán Tối Cao Pháp Viện Mai văn An.

Một dịp vào khoảng 1980, Giáo sư Trần văn Liêm, định cư ở Boston, MASS. cùng phu nhân sang California thăm gia đình tôi. Chúng tôi có nhắc đến các giáo sư. Khi nói đến Thẩm phán Mai văn An bị cầm tù, GS Liêm hỏi: Anh Canh có biết chị An không? Tôi trả lời là Không. Anh An dạy giúp trường Luật một cours cho Sinh Viên năm thứ IV, Ban Tư Pháp, thỉnh thoảng anh ấy đến sớm, ghé vào văn phòng tôi, nói chuyện, và chỉ biết Anh An như vậy và không biết đến chị An. GS Liêm nói với tôi rằng chị An định cư ở San Francisco. Và nói cho tôi mượn điện thoại, gọi để thăm chị. Tôi có nghe 2 người nói chuyện về mấy con chị An, về Thẩm phán An, đang bị tù ở Bắc. GS Liêm nói về tôi và có thể yêu cầu Ân Xá Quốc Tế (AXQT) can thiệp, và Bà An yêu cầu GS Liêm cho nói chuyện với tôi để xem có cách gì giúp TP An. Câu trả lời là cho tôi xin hồ sơ hay tài liệu gì mà chị có để tôi gặp AXQT đưa cho họ.

Ít lâu sau, bà An phone và hẹn xuống thăm tôi vào buổi chiều và mang theo hồ sơ. Tôi đón chị ở bến xe buýt, gần nhà. Cùng đi với chị có 3 cháu gái còn nhỏ. Chị giới thiệu cháu lớn là Mỹ Dung và hai cháu nhỏ song sinh (tôi chỉ nhớ tên một cháu là Mỹ Hạnh). Tôi dẫn chị vào nhà để giới thiệu chị với mẹ tôi và tôi để chị nói chuyện với Mẹ tôi. Rồi một hồi lâu, Mẹ tôi gọi tôi và nói rằng Bà An phải về ngày mai phải đi làm sớm. Tôi chở Bà An và 3 cháu ra xe buýt.

Mẹ tôi nói: "Bà An khóc quá. Thật tội nghiệp. Ông ấy bị VC bắt đi tù. Ở đây, bà ấy phải đi làm cả ngày, không có ai trông nom 3 đứa con còn nhỏ. Chúng đi học về phải ở nhà một mình. Con nói với người ta giúp bốn mẹ con bà ấy." Tôi nói rằng trước đây con có nói chuyện nhiều với bà An và con đã biết chuyện. Bà An đã đưa cho con hồ sơ rồi. Ngày mai trên đường vào Đại học làm việc, con sẽ ghé vào nhà bà Sagan để nhờ lo vụ này. Hoàn cảnh hiện tại của bà ấy khó khăn lắm.

Ở San Francisco, bà ấy có một người em ruột, là Thẩm phán Hồ đắc Cần, không giúp gì được nhiều, nhưng "Mợ Cần là người tốt lắm, nhưng phải đi làm suốt cả tuần." Còn ở Việt nam, thì phải nhờ một người thân thuộc nào đó lo cho Ông An đang bị VC giam ở trại Ba Sao, Bắc Việt. Như con có nói, Ông An là Thẩm Phán Tối Cao Pháp Viện, có dạy giúp con một lớp ở trường Luật, và là đồng nghiệp. Ông ấy rất hiền lành, đạo đức nữa…

Tôi ghé vào nhà Bà Sagan ở Atherton, một thành phố mà tôi phải đi qua để đến văn phòng. Hồ sơ đã chuẩn bị sẵn, tôi không phải dịch, vì Bà An cho biết trước khi lấy ông An, bà ấy có đi du học ở Gia Nã Đại.

Tôi trình bày trường hợp của ông An và đưa hồ sơ. Bà Sagan nói tôi chuyển hồ sơ này đi London với khuyến cáo là "hành động ngay", và về sau tôi hỏi thêm rằng tôi cần biết London sẽ làm gì, để tôi xem có cần góp ý gì thêm.

Bà Sagan cho biết họ hành động như sau: Yêu cầu Khu bộ AXQT, Montréal, Canada, gồm hội viên là Thẩm phán, ban hành một nghị quyết đòi nhà cầm quyền giải thích lý do bắt giam đồng nghiệp của họ là Thẩm phán Mai văn An, đòi phải thả ông ấy ra khỏi trại giam ngay. Nghị quyết ấy được gửi trực tiếp cho Bộ Tư Pháp VC, cho Thủ tướng Canada, Bộ Ngoại Giao và cả Tòa Đại sứ Canada, tại VN yêu cầu có hành động thích ứng.

Ngoài ra Khu Bộ AXQT ở Ấn Độ cử một Thẩm Phán Ấn Độ sang Việt nam đòi gặp Thẩm Phán An và có mang theo quà…

Sau khi TP An đến Hoa Kỳ, tổ chức của Bà Sagan tổ chức một buổi tiếp tân long trọng ở nhà một hội viên thuộc Atherton để chào mừng ông. Còn nữa, Bà Sagan gọi cho tôi nói rằng "Hội của chúng tôi có một ngân khoản muốn trợ giúp ông trong lúc ông mới đến Hoa Kỳ. Đây là vấn đề tế nhị, nên ông cho ý kiến." Tôi trả lời rằng tôi cũng không biết, tuy nhiên để tôi hỏi ý kiến ông ấy và sẽ trả lời.

Tôi gọi cho TP An, thuật lại câu chuyện. Ông trả lời rằng: "Chính Phủ Hoa Kỳ đã bắt đầu trợ cấp cho tôi mỗi tháng là $200, vì nhà tôi còn đi làm. Và anh nói giúp là tôi rất cảm ơn

Bà Sagan và Hội. Hội không những đã bảo trợ tôi là một tù nhân lương tâm, tận tình can thiệp cho tôi khi bị Cộng sản bỏ tù, đối đãi với tôi rất long trọng khi tôi tới đây, nay lại còn muốn giúp đỡ tài chánh. Tôi rất cảm động. Tôi không dám nhận sự giúp đỡ ấy, và số tiền chính phủ Mỹ trợ cấp hàng tháng cho tôi, đủ cho tôi sinh sống."

Tôi rất hãnh diện về tư cách của đồng nghiệp của tôi ở trường Luật, Sài gòn là Thẩm phán Mai văn An, đã từ chối số tiền mà nhóm của Bà Sagan dự định tặng trong lúc thiếu thốn. Mặt khác, với Bà Sagan và cả nhóm của Bà đã tận tình giúp đỡ không những Thẩm Phán An và bất cứ ai khi tôi yêu cầu. Họ đã tận tình và tích cực lo lắng, vận động những cá nhân hay tổ chức bất cứ nơi nào trên thế giới mà họ biết để giúp đỡ những kẻ đang sống trong tuyệt vọng.

Thật là cảm động.

2). Nhà Thơ Nguyễn chí Thiện.

Vào khoảng 1980, một nhóm thanh niên mà hai người là đại diện là Huỳnh lương Thiện và Vũ quang Trân, lại thăm tôi và yêu cầu tôi làm cố vấn cho nhóm của họ là Nhóm Tinh Thần Nguyễn chí Thiện, mà mục đích là "hâm nóng tinh thần đấu tranh chống Cộng", sau khi cuốn Thơ Hoa Địa Ngục được phổ biến ở Hải Ngoại. Nhóm đã tổ chức nhiều sinh hoạt ở vùng Bắc California, gây quỹ cả hàng chục ngàn Mỹ Kim để đăng trên Báo lớn như Washington Post về vi phạm nhân quyền của CHXHCNVN...

Vì có các sinh hoạt này, mà Nhà văn Trần Nhu, một người tỵ nạn Cộng Sản, lúc đó mới dọn hình như từ Kansas về Monterey, tìm gặp anh Huỳnh lương Thiện, yêu cầu Anh Thiện giới thiệu với tôi để giúp đỡ người bạn là Nguyễn chí Thiện, còn đang bị cầm tù ở Việt nam. Nhà văn Trần Nhu trong thời gian sống ở Bắc Việt từ khi Cộng sản vào Hà nội từ 1954, cũng bị cầm tù cùng với Nguyễn chí Thiện, và được thả, rồi vượt biển sang Hồng Kông, rồi vào Hoa Kỳ.

Tôi chuyển hồ sơ này cho Bà Sagan, và yêu cầu giúp Nguyễn chí Thiện. Tôi còn nói đùa rằng Bà làm sao cho "Hoa Địa Ngục" này nở hoa ở dưới lòng đất mới được. Tôi chỉ được biết 2 chi tiết liên quan đến việc này:

a) Một nữ luật sư (quên tên) hoạt động ở Văn Phòng AXQT ở DC lo về Cao Miên khi sang Miền Tây Hoa Kỳ, có yêu cầu lại thăm tôi tại nhà. Tôi có mời ông bà LS Vũ ngọc Tuyển, một cựu sinh viên của tôi là Nguyễn xuân Quang, thuộc Học Viện Cảnh Sát QG, sống gần nhà tôi... đến gặp. Cô này cho biết Hồ sơ Nguyễn chí Thiện được chồng cô là viên chức Bộ Ngoại Giao trung cấp mang tay sang văn phòng của VC ở Liên Hiệp Quốc, ở New York, gặp Trịnh xuân Lãng, Đại Diện của VC ở LHQ đòi thả nhà thơ này.

b) Bà Sagan báo cho tôi biết rằng Nữ Ca sĩ Joan Baez, nhân chuyến đi Paris và có dự trù ăn cơm trưa với Phu Nhân Tổng thống Pháp là Mitterand, được Bà Sagan yêu cầu mang 2 hồ sơ: Nguyễn chí Thiện và một người khác, để yêu cầu Bà Mitterand can thiệp cho 2 tù nhân này. Sau đó, bà Sagan cho biết rằng một tuỳ viên của Phủ

Tổng thống được yêu cầu Bộ Ngoại giao lo giúp trước sự hiện diện của người nữ ca sĩ này.

Ông Trần Nhu đề nghị tổ chức buổi họp cộng đồng ở San Jose để tỏ lòng biết ơn người đã lo lắng cho Nguyễn chí Thiện.

(Hình trái: Ông Trần Nhu và bà Sagan)

(Hình phải: Cựu Giáo sư Nguyễn thị Ngọc Dung, Học viện Quốc Gia Hành Chánh trao tặng phẩm cho Bác sĩ Leonard Sagan. Trong buổi vinh danh bà.)

Cước chú: BS Sagan, một Bác sĩ có tiếng ở Đại học Stanford, được coi là 'a distinguished Bay Area physician, humanitarian and renowned researcher on human longevity.'

3) LS Vũ ngọc Truy

Một hôm, cựu Trung tá Không Quân Trần đỗ Cung, cựu Tổng Cục Trưởng Tiếp Tế, ở Monterey, CA đưa một bà đến thăm. Tr. T Cung ngồi ngoài xe. Bà ấy ghé vào và giới thiệu là phu nhân Thẩm phán Tối Cao Pháp Viện, Nguyễn mộng Bích, đến từ Virginia. Qua câu chuyện, tôi được yêu cầu liên lạc với AXQT để can thiệp cho người anh ruột là LS Vũ ngọc Truy, đang bị VC cầm tù. Tôi được biết Tr.T. Cung ngồi ngoài xe, tôi xin lỗi Bà Bích, tôi ra mời Tr.T. Cung vào. Tôi có nói rằng tôi chưa gặp mặt Tr. T Cung nhưng biết tiếng, còn Thẩm phán Bích, thì tôi có nói chuyện qua điện thoại một lần, khi tôi làm ở trường Luật. Với LS Truy, Tôi biết Luật sư Truy thời VNCH là Tổng Thư Ký Liên Minh Á Châu Chống Cộng. Tôi có gặp ông, khi ông đến nhà tôi, để xét văn phòng Luật sư của người em tôi, mở tại nhà, để báo cáo cho Luật sư Đoàn Sài gòn.

Như mọi trường hợp, tôi yêu cầu Bà Bích, làm giúp tôi một hồ sơ, với nhiều chi tiết để AXQT họ biết rõ, và căn cứ vào đó để họ tính toán cách hành động của họ. Tôi cũng chuyển hồ sơ cho bà Sagan, yêu cầu lo giúp.

Tôi biết AXQT ở London khi làm gì đều có ý kiến của bà Sagan.

Sau khi LS Truy được thả ra, ông xin đi Gia Nã Đại để sống với mấy người con.

Tôi có đi Montréal và có ghé thăm ông. Thẩm phán Bích, sau khi sang Mỹ và có bằng hành nghề Luật sư ở Virginia và làm cho một Công ty Bảo Hiểm cho đến khi về hưu và cả 2 ông bà sinh sống ở Paris vì có người con gái hành nghề y khoa trông nom. Có một dịp ghé qua Paris, tôi có một cựu sinh viên là anh Nguyễn đình Vương, là bạn với con trai Thẩm Phán Bích, cho tôi biết khi có dịp qua Paris, ông mời tôi ghé nhà và sinh viên này gọi điện thoại báo tin, rồi chở tôi đến thăm ông bà.

Thư của Thẩm Phán Nguyễn mộng Bích gửi cho Bà Sagan cám ơn về sự giúp đỡ LS Truy.

```
                    1944 Kennedy Drive
                    McLean, Virginia 22102

                            February 6, 1991

Ms. Ginetta Sagan
177 Toyon Road
Atherton, California 94025

Dear Ms. Sagan:

     This is to inform you that my brother-in-law, Mr. Vu Ngoc
Truy, and his wife have recently arrived in Montreal, Canada,
to live with their children.  I previously requested through
Dr. Nguyen Van Canh, Hoover Institution, Stanford, California,
that Amnesty International intervene with the Vietnamese
authorities to obtain his freedom.

     Mr. Vu was a lawyer in South Viet Nam.  After the fall of
the Government of South Viet Nam in 1975, he was imprisoned
and while in detention, he received a visit and was interviewed
by representatives of Amnesty International.  The visit was
quite an event at the detention center, as the guards realized
the case was being considered by an international body.  More
than ten years later, Mr. Vu was finally released and, after
several more years of waiting, was allowed to emigrate to
Canada in December 1990.

     Mr. Vu and I appreciate the action of Amnesty International
in looking into the matter and sending representatives to visit
him, at a time when he needed even a slight ray of hope and the
Amnesty International representatives brought that hope to him.
This visit undoubtedly sustained his faith that one day he would
be freed.  Please convey our appreciation to the very
representatives who visited him and certainly encountered
numerous obstacles in their mission.

     Please accept our sincere thanks for any action you and
other officials of Amnesty International have taken.  We wish
you continued success in all your endeavors.

                            Sincerely yours,

                            Nguyen Mong Bich
                            Attorney at Law
```

Đó là một số trường hợp điển hình mà bà Sagan đã giúp tôi.

Tôi nghĩ cũng nên thêm trường hợp GS Vũ quốc Thông ở đây, dù Bà Sagan không có liên hệ, nhưng Bác Sĩ Sagan có đóng góp trong hồ sơ này.

Tôi được chị My Khanh, ái nữ ông bà GS Vũ quốc Thông gửi cho vài tấm hình chụp GS Thông nằm trên giường có y tá đứng cạnh chăm sóc và có đeo một túi plastic đựng mật vì đã mổ đã cắt mất túi mật.

Tôi mang hình đó đến bàn với BS Sagan và yêu cầu góp ý kiến và chứng nhận về hồ sơ y khoa là cái cớ để Luật sư Đoàn Hoa Kỳ mà tôi đã nhờ can thiệp để Giáo sư Thông được sang Hoa Kỳ chữa bệnh. Lúc này GS Thông đã được VC cho về nhà vì bệnh tật. Tôi dùng chữ chứng nhận ở đây là vì ông ấy không phải có uy tín về nghề nghiệp ở Hoa Kỳ mà có tiếng trên thế giới, vì công trình nghiên cứu về y học của ông và nhiều quốc gia mời đến để tham vấn.

BS Sagan cho biết rằng ông sẽ làm hồ sơ gửi cho Luật sư Đoàn, nhưng "tôi không hy vọng Hoa Kỳ chữa được cho GS Thông." Hồ sơ của BS Sagan lập ra, cùng đi theo với hồ sơ khác mà tôi dặn BS Vũ quốc Đích, con trai của GS Thông, lập để gửi cho Luật Sư Đoàn Hoa Kỳ.

Tuy nhiên, sau khi Ông Bà Giáo sư Thông được giấy tờ đến định cư ở Mỹ, thì yêu cầu được hoãn lại để bệnh tình khá hơn trước khi lên đường. GS mất ở Sài gòn, năm 1988.

4. Hai Lần Cộng Đồng Người Tỵ Nạn San Jose vinh danh.

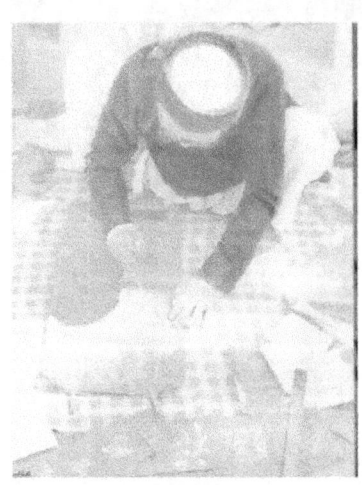

Một lần cộng đồng người Việt ở San Jose tổ chức buổi họp ở San Jose, tôi chở bà xuống. Cộng đồng tặng bà Bức Tranh sơn mài "Hoa Hồng", màu đen và hoa hồng đỏ để biểu lộ lòng cám ơn bà đã không ngừng nghỉ nghĩ tới tù cải tạo. Lần khác, anh Đỗ trọng Linh được cử lên Atherton đón bà xuống để vinh danh. Lần này, cộng đồng tặng bà bức tranh sơn mài: "Ông Đồ." Bà rất vui mừng được cộng đồng nhìn nhận các đóng góp của bà cho vấn đề bảo vệ nhân quyền tại Việt nam. *(Hình trái: Bức tranh Ông Đồ Cộng Đồng Người Việt Tỵ Nạn cộng sản tại San Jose tặng cho bà Ginetta Sagan)*

Lúc bà Sagan yếu rồi, Bà nhờ tôi cử người đến nhà bà để sắp xếp các tài liệu, hồ sơ tích luỹ từ nhiều thập niên trước, bảo vệ tù nhân Nga, và Đông Âu, rồi Việt nam. Vì đây là công việc cần có phải kiến thức và cả hiểu biết chuyên môn, nên anh Ngô ngọc Trung làm Giám Đốc Điều Hành (CEO) của Dự Án Oral Life History ở Indochina Archives, Viện Nghiên Cứu Đông Á, Đại học Berkeley được tôi giao cho trách nhiệm này. Anh Trung cho biết các hồ sơ này để lung tung khắp nơi, nhà bếp, phòng khách, phòng ngủ. Tôi nhớ không lầm thì số lượng tài liệu lên tới 40 thùng, và còn phải lựa chọn, sắp xếp lại và mất gần một tháng mới xong. Số lượng còn lại hình như 10 thùng. Bà tặng cho Archives của Viện Nghiên Cứu Hoover và nhờ người chở đến. Bà còn nói với tôi rằng tôi có nhờ Luật sư làm giấy tờ nói rằng "các tài liệu này không được phổ biến kể từ ngày tôi ra đi trong thời hạn là 5 năm, ngoại trừ GS Nguyễn văn Canh". Bà nói bà biết ơn Cộng Đồng người Việt, và nói với tôi rằng "Tôi không để lại Bức tranh Ông Đồ cho các con tôi, vì chúng không hiểu được giá trị văn hóa của bức tranh ấy. Đây là "kho báu" của người Việt và tôi xin tặng lại ông bà. Còn bức tranh Hoa Hồng, tôi xin giữ lại. Ai nhìn vào, cũng hiểu ý nghĩa của nó."

Bà mất vào năm 2000.

Tôi hết lòng biết ơn bà và cả BS Sagan vì hoạt động cả đời họ dành cho những người khốn khổ sống dưới các chế độ bạo tàn, nhất là các tù nhân trong chế độ kìm kẹp của Việt nam Cộng Sản.

III. PHỤ LỤC

PHỤ LỤC I.

PHỤ LỤC II.

FLORIDA VIỆT BÁO
Tháng 10-2000

Phone (954) 436-1712 - Fax (954) 438-3448
P.O. Box 277625, Miramar, FL 33027-7625

Phỏng vấn GS Nguyễn Văn Canh về

Bà GINETTA SAGAN,
Một Ngôi Sao Nhân Quyền Đã Rụng

Để tưởng nhớ Bà Ginetta Sagan đã cống hiến các đóng góp vô giá cho vấn đề nhân quyền tại Việt nam - Ngày 15 tháng 9 năm 2000.

LTS: Bà Sagan là một người nổi tiếng về hoạt động Nhân Quyền. Bà rất tích cực bênh vực Tù Cải Tạo Việt nam. Bà mất trong tháng 8 vừa qua về bệnh ung thư tụy tạng.

Hỏi: *Thưa Giáo sư, Bà Ginetta Sagan là một người nổi tiếng trong những hoạt động bênh vực tù cải tạo Việt nam, xin Giáo sư cho biết sơ qua về bà ấy?*

Đáp: Bà là người Ý. Thân phụ là một Bác sĩ, sống với nữ Bác sĩ, gốc Do Thái, sinh ra Bà. Cả gia đình Bà chống lại chế độ Phát xít Ý thời đệ nhị thế chiến. Vì thế cả gia đình bị bắt. Thân phụ bà bị hành quyết trong trại giam. Mẹ Bà bị mất tích. Bà ta cũng bị giam dù lúc đó còn là vị thành niên, bị tra tấn và hãm hiếp. Bà ấy kể lại "một hôm có 2 người ăn mặc quần áo Đức Quốc Xã, vào trại giam, gọi đi, văn tưởng là bị mang đi thủ tiêu, nhưng thực tế là họ giải thoát bà". Sau đó, bà tiếp tục hoạt động bí mật, làm công tác dẫn dắt hàng trăm đối thủ của chế độ Phát xít Ý đi trốn sang Thụy sĩ.

Sau khi chiến tranh chấm dứt, bà sang Pháp, học ở Sorbone, rồi sang Hoa Kỳ sống ở Chicago. Tại đây, bà lập gia đình với một sinh viên Y Khoa về sau là BS Leonard Sagan. Bà là người lập ra Tổ Chức Ân Xá Quốc tế (AXQT) tại Hoa Kỳ. Sau đó, các khu bộ địa phương được lập ra khắp nơi. Hiện nay có hàng trăm Khu Bộ, với con số đoàn viên là 290,000 người. Ở vị thế ấy, bà có một ảnh hưởng rất lớn trong chính giới Mỹ. Vào giữa thập niên 1980 bà nhận lời làm thành viên chỉ đạo Tổ chức này ở Luân Đôn (quốc tế), và đặc trách về Việt nam. Các vấn đề về nhân quyền như tù cải tạo, thuyền nhân thường được Luân Đôn hỏi ý kiến. Bà lập ra một tổ chức đặt tên là "Rạng Đông" (Aurora) để hoạt động cho mục đích này.

Huy hiệu của Ân Xá Quốc Tế là Cây Nến còn đang cháy có một khúc giây kẽm gai quấn xung quanh bắt nguồn từ trường hợp của Bà. Sau khi chiến tranh, bà tìm được một đoạn giây kẽm gai tại trại giam nơi Bà bị cầm tù. AXQT mang hình ảnh mảnh kẽm gai đó quấn vào cây nến vẫn còn thắp sáng.

Trước khi mất, Ông Bà Bác sĩ Sagan sinh sống tại Atherton, CA. Họ có 3 con trai.

Hỏi: *Xin Giáo sư cho biết làm sao Giáo sư làm việc chung với bà ấy; GS sát cánh với bà ấy trong cương vị gì?*

Đáp: Vào năm 1975, tôi định cư tại vùng Palo Alto và làm việc tại Cơ Quan Giáo Dục San Mateo County. Nhiều người mời tôi đi họp ở các đoàn thể địa phương. Tôi thường tham dự. Có người mời đi họp hội AXQT, Khu Bộ Palo Alto. Tôi có gặp bà ấy. Tôi theo dõi hoạt động của tổ chức này xem có giúp ích gì cho Việt nam không?. Vào thời gian đầu khi mới đến, tôi thấy họ không chú tâm gì đến Việt nam. Phải đến cuối năm 1978, nhóm này mới đề cập đến vấn đến nhân quyền do Việt cộng gây ra. Kế đó, bà ấy là tác giả BỨC THƯ NGỎ vào tháng 5-79, rất nổi tiếng và nhờ cô Joan Baez đứng tên, và kêu gọi các trí thức ký tên trong đó có nhiều người trước kia là phản chiến, lên án Chính Quyền Việt Cộng giam giữ vô nhân đạo các tù nhân lương tâm, mà ta thường gọi là tù cải tạo. Lúc đó tôi chỉ nghe thấy nói là họ phải bỏ ra là $35,000 để đăng cả trang trên trên tờ New York Times. Về sau bà ấy kể cho tôi nghe là cô Joan Baez có gọi cho cô đào hát bóng Jane Fonda ký, nhưng cô này từ chối.

Rồi một chuyện đã xẩy ra. Có một người tị nạn, trước 1975, là một thành phần có hành vi chạy theo Việt cộng khi còn là sinh viên ở Sàigòn. Khi mới vượt biển đến Hoa Kỳ, anh này có tuyên bố rằng 49 trí thức Miền Nam bị giam trong các trại cải tạo viết một kháng thư phản đối Việt cộng về giam giữ các tù nhân. Anh ta có trong tay bức thư đó. Anh này đã phổ biến thư trong một số báo chí hải ngoại, trong số này tôi chỉ nhớ được là có tên GS Vũ quốc Thông. Bằng cách nào đó, anh ta đến tiếp xúc với bà Sagan. Anh ta cũng đưa bức thư. Bà này mừng quá, cho phổ biến bức thư trên phương tiện truyền thông. Bọn phản chiến Mỹ vỡ được báo, rồi cho một nhà báo sang Sài gòn điều tra. Nhà báo này đến gặp 2 trí thức có tên trong thư phản kháng là GS y khoa Phạm Biểu Tâm, và Tôn Thất Dương Kỵ (một trí thức thời Cộng Hòa, hoạt động nằm vùng cho Việt cộng ở Huế và bị tố cáo là chủ động trong vụ giết hơn 4,000 người trong vụ tết Mậu Thân). Nhà báo này về Mỹ viết một bài tường thuật rằng có đến gặp GS Phạm Biểu Tâm và Tôn Thất Dương Kỵ. GS Tâm trả lời rằng ông không bao giờ bị đi cải tạo. Tôn Thất Dương Kỵ cũng trả lời như vậy. Mục đích của bài báo là chứng minh AXQT đã xuyên tạc sự thật, với 2 bằng chứng kể trên. Một thành viên AXQT gửi cho bà Sagan bài báo. Bà này rất giận dữ về việc này. Bà ấy gọi cho tôi kể lại sự việc và hỏi tôi: *"Tên đó là gì mà nó làm như vậy, để hạ uy tín của tôi và của AXQT?"*. Tôi chỉ nói đùa rằng chơi với Việt cộng, đừng "stupid", vì chúng xâm nhập các nơi, và mưu của chúng chỉ có thế. Đấy là điểm mà Mỹ thua ở Việt nam. Bà ấy còn hỏi thêm là nó có bị giam ở khám Chí Hoà mà. Tôi trả lời rằng: "Đúng vậy và thế mới làm ra chuyện". Sau đó bà đề nghị rằng: *"Xin ông tích cực giúp tôi đối phó với vấn đề khó khăn này. Từ nay trở đi có người Việt nào muốn liên lạc với tôi, hay AXQT khắp nơi mà tôi biết được, tôi sẽ thông báo cho ông biết. Nếu ông đồng ý, thì chúng tôi sẽ cộng tác với họ. Và các tài liệu gửi đến cho chúng tôi, xin ông bỏ thì giờ duyệt trước khi chúng tôi dùng"*.

Đó là nguyên do tôi phải sát cánh với Bà ấy và thường phải họp nhiều với nhóm của Bà, cho ý kiến về mọi vấn đề liên quan đến Việt cộng để họ làm việc hữu hiệu hơn.

Hỏi: *GS có nói tới anh cựu sinh viên phản chiến, xâm nhập vào AXQT để làm hại uy tín tổ chức này, và sau này có làm gì thêm được nữa cho VC?*

Đáp: Với AXQT, anh ta không còn bén mảng tới, và tôi nghĩ rằng nhiệm vụ của anh ta đã xong, và đã quá thành công. Về sau, một số phản chiến Mỹ giúp anh ta xin một số tiền để ra tờ báo tiếng Anh từ một Cơ quan trực thuộc Quốc Hội Mỹ là Endowment for Democracy với mục đích là "phổ biến báo đó vào Việt nam để thực hiện dân chủ". Trong một số báo anh ta đề nghị là Mỹ không nên nhận tù cải tạo vào Mỹ, vì họ là những người không dùng vào được việc gì (ý nói là ăn bám vào xã hội), tốt hơn hết là cho mỗi người 5,000 Mỹ Kim và để họ ở Việt nam. Có lẽ vì hoạt động đó hay là có thể anh ta phản bội lại Việt cộng nên anh ta bị bắn tại cửa nhà vào một buổi sáng khi anh ta rời nhà đi hành nghề cắt cỏ. Anh ta không chết, chỉ bị thương vào mặt mà thôi.

Hỏi: *Bà ấy đã làm những gì cho tù cải tạo?*
Đáp: Ngoài bức thư nổi tiếng kể trên để thức tỉnh các trí thức khuynh tả, bà còn viết báo, trả lời phỏng vấn truyền thanh hay truyền hình để tạo một luồng công luận công bằng hơn đối với người tị nạn, đối với các kẻ bị VC áp chế ở trong nước, đối với vấn đề nhân quyền. Vào năm 1983, bà cùng với anh Steve Denney ấn hành một tài liệu công bố về việc giam cầm các tù nhân tại Việt nam, rồi đến cuối năm 1989, cuốn VIOLATIONS OF HUMAN RIGHTS IN THE SOCIALIST REPUBLIC OF VIETNAM ra đời.

Đây là một cuốn tài liệu đầy đủ nhất, soạn thảo rất công phu, làm việc có phương pháp. Tài liệu nêu ra các sự kiện làm nền tảng để tố cáo các vi phạm Nhân Quyền của Việt Cộng, qua việc bắt bớ, giam cầm, ngược đãi man rợ đối với các tù nhân. Tôi có thể nói đây là cuốn sách rất chuyên nghiệp, vì làm việc rất đúng phương pháp. Thực sự, cả nhóm đã phải bỏ ra nhiều năm để tìm kiếm tài liệu, và tốn kém rất nhiều. Bà ấy cũng huấn luyện và cho người đến nhiều trại tị nạn ở Đông Nam Á tìm hiểu vấn đề qua các cựu tù nhân. Con số cựu tù nhân được phỏng vấn khắp nơi theo hồ sơ mà tôi quan sát là hơn 800. Bà ấy cũng đích thân đi Âu Châu, tìm kiếm các giới chức có thẩm quyền để phỏng vấn, cho ý kiến, trong đó có cả cố Thủ Tướng Pierre Mendes France. Về các hình vẽ trong cuốn tài liệu, bà đã thuê một họa sĩ nổi tiếng gốc Trung Mỹ tìm giúp diễn tả các phương cách tra tấn của Việt cộng. Tôi đã bỏ rất nhiều thì giờ vào việc này, nhất là về các trại cải tạo. Về việc in, tôi giao cho anh Vũ văn Trân, có nhà in ở San Jose, lo phần trong. Chi phí cho cuốn này rất tốn kém. Tổng cộng cho ấn phí cả bìa là $7,000. Tiền bưu phí trong 3 tháng đầu sau khi xong lên tới $3,000. Vào năm 1985, hai học giả của Đại Học Berkeley sau khi đã bỏ 3 năm ra sưu tầm tài liệu nhằm trả lời câu hỏi mà Việt Cộng luôn chối: *SAU KHI VIỆT CỘNG CHIẾM MIỀN NAM, CÓ TẮM MÁU KHÔNG?* Một phần tài liệu giúp cho câu trả lời của họ là do bà cung cấp. Con số của 2 người ấy tìm ra là *TỐI THIỂU CÓ 65,000 BỊ GIẾT TRONG NHỮNG NGÀY ĐẦU SAU KHI VIỆT CỘNG VÀO MIỀN NAM.*

Trong những lúc ngồi duyệt xét lại bản thảo, Bà cho tôi biết là phương pháp tra tấn của Việt cộng rất đúng là phương pháp của Cộng sản Đông Đức khi họ tra tấn tù nhân của họ. Tôi không có bằng cớ nào về việc liên hệ đó, dù không loại bỏ điều phỏng đoán này.

Tôi cũng cần nói thêm về cuốn tài liệu này. Khi bàn về việc viết cuốn tài liệu nêu ra tội ác của Việt cộng, bà ta có nêu ý kiến là: cần có một vài trường hợp tiêu biểu để chứng minh cho quốc tế biết. Đó là trường hợp LS Trần văn Tuyên và Nguyễn chí Thiện được đưa vào. Về LS Tuyên, thì ông được nhiều giới chức ngoại quốc biết, nhất là truyền thông của Pháp. Vào năm 1977, Thủ tướng VC Phạm văn Đồng đi Pháp xin viện trợ. Trong một buổi tiếp xúc với báo chí ở Paris, có nhà báo hỏi về trường hợp LS Tuyên. Phạm văn Đồng trả lời: "*Ông ta vẫn mạnh khoẻ*". Thực sự thì LS Tuyên đã chết trong trại cải tạo từ tháng 10 năm 1976. Nêu trường hợp này, sẽ chứng minh được sự dối trá của lãnh đạo VC. Tuy nhiên, từ 1983 một chi tiết cần có là LS Tuyên chết ở trại nào, tôi không thể kiếm được. Qua một người bạn thân là GS Robert Scalapio, Giám Đốc Viện Nghiên Cứu Đông Á ở Đại Học Berkeley, tôi có được số điện thoại của người con gái LS Tuyên là chị Phượng, lúc đó sống ở New Jersey. Chị ấy cũng không biết gì hơn. Phải mãi tới, khoảng năm 1987, tôi mới tìm thấy chi tiết đó. Còn về Nguyễn chí Thiện, vì có cuốn thơ HOA ĐỊA NGỤC được phổ biến rộng rãi, nên nhiều người biết. Tài liệu về Nguyễn chí Thiện do nhà văn Trần Nhu cung cấp.

Đó là một ít chi tiết về mặt nổi. Bà ấy có rất nhiều liên lạc với nhiều nơi có ảnh hưởng đến chính sách về nhân quyền. Điều này rất quan trọng.

Hỏi: *GS vừa nói đến trường hợp Nguyễn chí Thiện, tôi nghe nói có cả trường hợp GS Đoàn viết Hoạt, BS Nguyễn Đan Quế v.v. do Bà Sagan giúp?*

Đáp: Về trường hợp Nguyễn chí Thiện, ở Bắc California có một nhóm thanh niên, xuất thân từ Tổ Chức Người Việt Tự Do gồm các anh Huỳnh Lương Thiện, Vũ văn Trân (người mà tôi nhờ in cuốn sách trên) v.v. có lập một nhóm gọi là Tinh Thần Nguyễn Chí Thiện. Họ tiếp xúc với tôi cho biết rằng mục

(xem tiếp trang 4B)

Bà Ginetta Sagan
(tiếp theo trang 3B)

đích là hâm nóng cuộc đấu tranh và quảng bá cho nhà thơ này. Nhóm ấy mang giới thiệu với tôi Nhà văn Trần Nhu, một đồng tù với Nguyễn chí Thiện trong nhiều năm tại các trại cải tạo nằm trong nhiều vùng rừng núi Bắc Việt. Nhà văn Trần Nhu đã trốn khỏi Bắc việt vào khoảng 1978 sang Hồng Kông, rồi vào Hoa Kỳ. Vào khoảng 1980 hay 1981, ông ấy từ tiểu bang khác dọn về bắc California. Vì có liên lạc với các anh em trẻ này, nên nhà văn Trần Nhu nhờ họ giới thiệu với tôi. Ông yêu cầu tôi đưa vấn đề cho AXQT giúp Nguyễn chí Thiện. Tôi có mang Ông Nhu đến gặp bà Sagan để bà ta có đủ tin tức / dữ kiện nhằm hành động hữu hiệu. Bà Sagan chuyển hồ sơ cho một khu bộ Âu Châu phụ trách. Về Đoàn viết Hoạt, người em của anh ấy là Đoàn Hiển ở Minesota có liên lạc với tôi và lập hồ sơ chuyển đến tôi. Còn Nguyễn Đan Quế, người chị của anh này là Luật sư hồi ở Việt Nam, có đưa hồ sơ cho tôi để nhờ can thiệp. Có một lần, bà Sagan đề nghị rằng là bà ấy nhờ cô Joan Baez mang tay hồ sơ của Nguyễn chí Thiện, Nguyễn Đan Quế và Đoàn viết Hoạt sang gặp và yêu cầu TT Mitterand san thiệp. Khi về, Cô Joan Baez cho biết là trong một bữa cơm trưa với ông bà Mitterand, cô đưa các hồ sơ đó, và được bà Mitterend đáp ứng rất mau lẹ, bằng cách gọi tùy viên vào để chuyển ngay hồ sơ cho Bộ Ngoại Giao.

Có một vài trường hợp khác cũng đáng lưu ý. Đó là trường hợp Thẩm Phán Tối Cao Pháp Viện Mai văn An. Tôi có biết ông khi còn ở Việt nam vì ông có dậy giúp tôi một cours về Luật Hàng Hải cho sinh viên ở trường Luật, Sàigòn. Trong khi ông An còn bị giam ở trại Nam Hà, bà An phải mang 3 con vượt biển và lúc đó định cư tại San Francisco. Hồ sơ của ông An được chuyển cho một khu bộ ở Gia Nã Đại. Khu bộ này được khuyến cáo là nhờ Hiệp Hội Thẩm Phán Gia Nã Đại đòi VC phải thả đồng nghiệp của họ, và cũng trực tiếp đòi chính quyền của mình lên tiếng và làm áp lực giúp.

Về sau, có một trường hợp khác là một anh nọ nói là về nước hoạt động lật đổ chế độ CS, bị bắt. Đại diện của nhóm này ở Bắc California là bạn học với cháu tôi khi còn học ở Đại Học Berkely, đến gặp tôi. Tôi mang hồ sơ đến cho bà Sagan. Vào lúc này bà ấy đã yếu và gần như ngưng hoạt động. Bà ta có yêu cầu tôi gọi sang Hoa Thịnh Đốn cho một bà tên là Dr. Nightingale, yêu cầu Hiệp Hội Khoa Học Gia Hoa Kỳ- một Hội rất có uy tín và rất mạnh, gồm khoảng 40,000 hội viên, viết thư trực tiếp cho Võ văn Kiệt đòi thả anh ấy ra, và cho về Mỹ chữa bệnh tim. Đồng thời, họ viết thư cho TT Bush đòi can thiệp. AXQT quan niệm rằng VC coi Mỹ là thù nghịch, nên họ không để cho bất cứ một Khu Bộ nào của Hoa Kỳ phụ trách một hồ sơ tù nhân lương tâm nào trong chế độ VC. Vì thế các hồ sơ ở Mỹ được chuyển đến khu Bộ các quốc gia thân hữu hay có liên lạc với VC như Thụy Điển, hay ở Tây Âu, Ấn Độ v.v. mà họ đứng đằng sau hướng dẫn và chỉ đạo. Ngoài ra, họ vận động thẳng với các giới chức có ảnh hưởng tiếp tay, như các cựu Thủ Tướng, bộ trưởng, Nghị sĩ, nhà văn, nhà báo, các hội chuyên nghiệp v.v.. Từ đó, áp lực từ mọi phía, mọi mặt đến với Việt cộng, và ngay cả với chính quyền của các khu bộ AXQT đòi phải có hành động cho các nạn nhân.

Hỏi: *Đấy là một số trường hợp cá nhân. Còn tập thể tù cải tạo thì bà ấy có hành động gì không?*

Đáp: Về tập thể, thì hoạt động của bà ấy rất nhiều và rất mạnh, nhưng ở trong hậu trường, vì những ảnh hưởng cá nhân và móc nối cá nhân với chính giới.

Tôi lấy thí dụ về vụ tướng hồi hưu John Vessey đi Hànội vào tháng 7 năm 1987. Vì áp lực của Hiệp Hội Gia Đình Người Mỹ Mất Tích (MIA/POW) rất mạnh, nên TT Reagan phải tìm cách xoa dịu nhóm đó. Khi John Vessey về hưu, rời chức vụ Chủ Tịch Ủy Ban Tham Mưu Liên Quân, TT Reagan cử ông này làm Đặc Sứ sang Hà nội gặp Việt cộng thương thảo về vấn đề này. Sau khi ở Hà nội 4 ngày, Vessey về báo cáo với TT Reagan. Vessey đề nghị là thiết lập bang giao với VC, và VC hứa sẽ trao trả các xác chết. Đến đêm hôm ấy, bà Sagan nhận được tin tức ngay. Sáng sớm hôm sau, bà gọi cho tôi, mời đến họp cho biết tình hình. Bà cho biết là trong buổi họp có mặt Reagan, với các phụ tá. Có người thuận đề nghị, nhưng cũng có người chống.

Tôi hỏi về kết luận của Bà về việc thiết lập bang giao để đổi lấy MIA, thì bà cho biết là có vẻ như là Hoa Thịnh Đốn đã đi đến thoả hiệp với Việt cộng. Tôi hỏi thêm là CHÚNG TA PHẢI LÀM GÌ?. Bà ta khuyến cáo là CỨ ĐỂ CHO HỌ THIẾT LẬP BANG GIAO ĐI, RỒI QUA NGẢ BANG GIAO MÌNH ĐÒI THẢ TÙ CẢI TẠO.

Trong buổi họp hôm đó, tôi phát biểu ngược lại, nói rằng Việt cộng muốn gì? Dĩ nhiên là chúng muốn bang giao để gỡ thế bí vì bị Mỹ cô lập kể từ khi chúng xâm lăng Cao Miên. Nếu chúng ta thoả mãn các đòi hỏi của chúng, chúng ta còn gì làm **đòn bẩy** để buộc chúng thoả mãn điều chúng ta muốn. Rồi tiến thêm một bước nữa sau khi bang giao, chúng lại đòi tiền (bồi thường 3.250 triệu mà chúng nói rằng Nixon đã hứa), rồi còn gì nữa. Đòi hỏi của chúng sẽ vô giới hạn với tinh thần bất bí. Như thế chúng ta chẳng được gì cả: tù cải tạo chẳng được, mà cứ phải nhượng bộ mãi. Bà Sagan kết luận rằng "ông không thể chống lại việc thiết lập bang giao, và như thế ông sẽ mất hết". Tôi thêm rằng: "*Về việc này tôi biết VC hơn bà, hơn nhiều người khác. Bà không đúng trong trường hợp này. Bà nên nghe tôi và tiếp tay với tôi, như thế sẽ tốt hơn cho tù cải tạo. Chúng ta phải đòi Hoa Thịnh Đốn áp lực với VC thả tù cải tạo ra khỏi trại.*

Với các vấn đề liên quan đến VC, Chính quyền Mỹ hoàn toàn im lặng. Vì mỗi khi nêu vấn đề gì với VC, chúng lại dở trò bắt bí, để đòi tiền. Vấn đề tị nạn, vấn đề con lai, vấn đề

(xem tiếp trang 5B)

Bà Ginetta Sagan
(tiếp theo trang 4B)

MIA v.v. cũng vậy. Về MIA/POW đã có nhiều nhóm tích cực đòi chính quyền phải lo. Dù vấn đề này còn hàm chứa nhiều cảm xúc trong lòng dân Mỹ và các nhóm vận động lại mạnh quá như nhóm FAMILIES OF MIA/POW; nên chính quyền phải tìm cách giải quyết. Còn tù cải tạo của chúng tôi, thì ai vận động?, ngoại trừ bà và nhóm này của Bà. Nhiều nhóm khác họ chỉ nêu vấn đề vì vấn đề lương tâm mà thôi, vì thế họ không bỏ tài ngân, nghị lực cho công việc này. Trong khi đó, nhiều người trong chính quyền đáng lẽ phải làm cho tù cải tạo, thì họ lại lặng thinh. Ngoài ra tôi ở vị thế không thể đồng ý cho bang giao được. Tôi sẽ chống dù rằng không thành công".

Sau đó các anh chị em, cựu thành viên trong Tổ Chức Người Việt Tự Do lúc đó đứng ra tổ chức cho tôi nói chuyện với đồng bào từ Seattle xuống đến San Diego. Họ lấy chữ ký phản kháng Vessey đã âm mưu thoả hiệp với VC và bỏ rơi tù cải tạo. Nhiều chữ ký được gửi cho Hoa Thịnh Đốn và cho Dân Biểu/Nghị sĩ liên bang của địa phương. Phong trào đánh động dư luận có một tiếng vang thuận lợi. Và vụ bang giao này không được ai nhắc đến nữa.

Tuy nhiên, việc bà Sagan vận động chính quyền Hoa Kỳ áp lực với Việt cộng đòi thả tù cải tạo đã có hiệu quả. Trong vòng liên lạc không công khai với VC, chính quyền Mỹ bắt đầu đặt vấn đề tù cải tạo với VC một cách nghiêm trọng và dẫn dần có kết quả. Nhưng phải đến 4, 1990, vấn đề tù cải tạo, kể cả ODP, con lai, MIA/POW, đòi VC rút quân khỏi Cao Miên mới được chính thức và công khai ghi trong chính sách của Mỹ được gọi là Họa Đồ Lộ Trình, buộc VC phải từng bước thoả mãn các đòi hỏi của Mỹ, như về tù cải tạo, VC phải để cho tất cả các tù nhân còn lại được ra khỏi trại và được xuất ngoại theo ý nguyện của họ. Họa đồ này được Phụ tá Thứ Trưởng Ngoại Giao Solomon mang tay đưa cho Trịnh xuân Lãng, đại diện của VC tại Liên Hiệp Quốc.

Một thí dụ khác về mối liên lạc hậu trường là có một hôm bà điện thoại cho tôi biết là Hoa Thịnh Đốn mời sang gấp. Sau khi trở về, Bà cho biết là ông Đại sứ Pháp tại Hà nội trở về Pháp, rồi trên đường về nhiệm sở, ông bí mật ghé thăm Hoa Thịnh Đốn gặp TT Bush. Tòa Bạch Ốc có yêu cầu ông Đại sứ gặp bà. Bà cho biết rằng khi sang đến nơi có 2 người Mỹ mặc thường phục mà Bà không biết chức vụ hay thuộc cơ quan nào, chờ sẵn giới thiệu với Đại sứ Pháp. Trong câu chuyện, ông này cho biết về tình trạng tù cải tạo, và VC mới "giải tán" 11 trại cải tạo (có ghi trong một danh sách), và nhưng lại chính thức đổi các trại ấy thành thường phạm, để đánh lạc hướng với thế giới.

Hỏi: *AXQT có biết nhiều về các trại cải tạo và tình trạng các tù nhân không?*

Đáp: Họ biết rất nhiều. Có nhiều cựu tù cải tạo kể chuyện với tôi rằng các phái đoàn quốc tế vào thăm trại, bị VC đánh lừa, vì lẽ trước khi có một phái đoàn đến thăm, thì Cán Bộ VC xua tù nhân vào rừng hết, sắp đặt chăn màn, mang cả sữa và các đồ ăn ra bầy hàng, doanh trại được dọn dẹp sạch sẽ, trồng bông v.v. Vì vậy họ chẳng biết gì cả. Thực tế không phải như vậy. Trước khi đi thăm một trại nào, họ đòi chính phủ VC cho họ đến trại đó. Sau khi VC đồng ý, họ được cung cấp đầy tin tức về trại liên hệ như sơ đồ trại, con số tù nhân, loại tù nhân (như ghi trong cuốn sách tôi kể ở trên) v.v. Họ không nói ra, nhưng không có nghĩa là họ bị VC lừa. Tôi thí dụ là họ đòi thăm một trại ở trong rừng Long Khánh, và trường hợp này họ chỉ đích danh gặp 2 tù nhân để thăm. Khi trở về hai viên chức AXQT báo cáo (mật) là họ có đến thăm trại ấy. Theo họ mô tả thì họ được dẫn đi trên con đường đất vào sâu trong rừng. Khi tới cổng, thì thấy có <u>một bảng bằng sắt, đã rỉ, mầu vàng chữ đỏ</u>: Thủ Đức. Đọc đến đây, tôi bảo bà Sagan rằng, tôi sợ các viên chức AXQT bị VC đánh lừa, là vì tôi nghĩ chữ Thủ Đức chỉ trường Huấn Luyện Sĩ Quan Trừ Bị Thủ Đức, gần Sàigòn. Họ mô tả chi tiết về cuộc gặp hai tù nhân, là Cựu Trung Tá Trương Kim Cang, và cựu Đại tá Trần văn Phấn. Trước kia, tôi có quen rất thân với hai ông này. Hai viên chức AXQT tả rằng họ được VC đưa vào một hội trường, để gặp hai tù nhân ấy. Phía sau của hội trường là một bức tường, ở 2 bên có 2 cửa, bị đóng kín và có 2 lính VC, mỗi người canh một cửa. Nói chuyện với hai tù nhân một hồi, họ giả vờ kêu mệt và đòi nghỉ. Họ đi quanh quanh trong phòng, tiến dẫn đến cửa phía sau. Bất thình lình họ sô cửa để vào xem trong có cái gì (dù họ biết trước rằng hai cửa đó dẫn xuống hầm giam người dưới đó). Họ bị lính VC đẩy ra, ngăn lại không cho xuống. Sau đó, tôi phải đi hỏi lại thì quả thật hồi VNCH có trại lính Thủ Đức trong vùng rừng Long Khánh, và làm tôi hiểu lầm với Trường Huấn Luyện Sĩ Quan Trừ Bị Thủ Đức.

Hỏi: *Chúng tôi nghe nói Bà ấy có sinh hoạt với Cộng Đồng người Việt ở San Jose trong một thời gian, về sau không thấy xuất hiện nữa.*

Đáp: Trong một số năm, theo lời mời của các anh em trong ban tổ chức, như vào ngày nhân quyền hay một dịp nào đó, tôi thường đưa bà ta xuống họp. Cũng có khi, tôi sắp xếp để một đại diện đến nhà đón bà ấy đi. Ít nhất trong hai buổi họp, Cộng Đồng tị nạn, đặc biệt là các an em cựu tù nhân có tuyên dương bà ấy. Một lần, các anh em biếu bà ta một bức tranh sơn mài, trên có một BÔNG HOA HỒNG. Bức tranh này bà treo ngay trong phòng ngủ. Ông bà dẫn tôi vào coi, và bà nói đùa rằng tôi chỉ cho BS Sagan coi nhờ thôi. Trong một dịp khác, các anh em tặng bà một bức tranh sơn mài khác, trên đó có Ông Đồ viết chữ Nho trên giấy đỏ. Bức này bà ấy treo trong phòng khách. Vào mùa hè 1997, trước khi ông bà Sagan đi Âu Châu, bà gọi điện thoại cho tôi, nói rằng Bức tranh ông Đồ mà cộng đồng người Việt cho chúng tôi, chúng tôi muốn tặng lại ông và bà Canh.

(xem tiếp trang 6B)

Bà Ginetta Sagan
(tiếp theo trang 5B)

Chúng tôi biết đây là một bảo vật trong nền văn hoá Việt. Nhưng khi chúng tôi ra đi, thì các con chúng tôi không thể hiểu nổi được giá trị ấy. Và xin giữ lại bảo vật này. Tôi lại thăm, và có nói chuyện với BS Sagan hồi lâu. Ông luôn hỏi về tình trạng tù cải tạo, và dù lúc này ông mới mổ óc để lấy tumor ra. Một năm sau, ông qua đời.

Trong cộng đồng, có một số quí anh chị hết lòng hỗ trợ Bà Sagan trong công việc này. Đó là Ông Bà Luật sư Vũ ngọc Tuyển, Ông Bà Luật sư Trần thiện Hải v.v.. Quí anh chị ấy bất cứ lúc nào cần phải đi họp với AXQT là có mặt, để làm đại diện cho người Việt, kể cả đến dự lễ ở nhà thờ cho BS Sagan sau khi qua đời. Điều này rất quan trọng là vì việc đấu tranh cho tù cải tạo là việc của người Việt. Khi mình không làm được, và người khác làm, mình có nghĩa vụ phải hỗ trợ. Sự hiện diện của các anh chị ấy rất cần thiết. Ông bà Trung tướng Lâm quang Thi có lần mời chúng tôi dùng cơm tối tại nhà và tỏ lòng biết ơn ông bà Sagan vì việc làm của họ.

Hỏi: *Trong nhiều năm hoạt động cho Nhân Quyền tại Việt nam, chắc bà ta có tích lũy được nhiều tài liệu?*

Đáp: Về tài liệu, bà ấy có rất nhiều. Trong thời gian bà còn khoẻ mạnh, thì tài liệu để lung tung. Bà dẫn tôi vào phòng ngủ, tài liệu chứa đầy trong các ngăn tủ, cả trong phòng khách, trong khu làm việc, trong phòng ăn. Nhiều khi không biết đâu mà tìm. Cũng nên nhớ là bà ấy chỉ là một bà nội trợ, không phải là những người chuyên môn, nên không sắp xếp được hồ sơ cho có thứ tự. Vào đầu thập niên 1990, bà ấy đã bị một chứng bệnh ung thư. Vì thế, bà giảm và ngưng dần hoạt động. Bà quyết định giao kho tài liệu ấy cho Văn Khố, Viện Nghiên Cứu Hoover về Chiến Tranh Cách Mạng và Hoà Bình Đại Học Stanford. Tôi phải nhờ người cháu lên sắp xếp lại tài liệu, nhất là phải lọc lại, vì Văn Khố này có qui định việc thu nhận những tài liệu ký thác theo giới hạn của họ. Tôi được cho biết là trong nhiều tuần người cháu tôi phải lọc hơn 40 thùng, và chỉ giữ được 12 thùng, và cho mang đi ký thác. Bà ấy có nói với tôi rằng trong văn thư mà Luật sư của Bà viết để gửi cho Viện Nghiên Cứu ấy, chỉ có GS Canh được vào đọc. 5 năm sau khi bà chết, công chúng được quyền dùng. Thực sự, thì có rất nhiều tài liệu tôi đã biết. Vả lại, tôi cũng không có đủ thì giờ để đọc các tài liệu này.

Hỏi: *Giáo sư nghĩ gì về nhân vật này?*

Đáp: Trước khi trả lời câu hỏi này, tôi nghĩ cũng cần nói thêm về BS Sagan. Ông là một khoa học gia trong ngành y khoa rất tận tuỵ, có tiếng tăm, và được nhiều chính phủ mời đến để tham khảo ý kiến về y khoa. Cuốn sách ông viết về Health Care mà ông gửi biểu tôi, được nhiều người ca tụng, trong đó ông nêu một nguyên tắc mà người Việt đã có từ lâu: gia đình là yếu tố quan trọng trong công việc này. Ông hết lòng hỗ trợ cho bà vợ trong công tác của bà, kể cả tiền bạc.

Tôi có nhờ ông coi giúp hồ sơ bệnh lý kể cả hình ảnh về trường hợp sức khoẻ của GS Vũ quốc Thông, khi tôi nhờ Luật sư Đoàn Hoa Kỳ làm áp lực với VC cho GS sang Hoa Kỳ chữa bệnh. Ông xem xong và trả lời rằng tại Hoa Kỳ, họ không thể chữa được cho GS Thông đâu.

Bà Sagan là một người tôi rất kính phục về lòng tận tuỵ của bà đối với tù cải tạo Việt nam. Bà quả thật xứng đáng là một Ngôi Sao Sáng, suốt đời bỏ hết thời giờ, nghị lực bệnh vực kẻ bị áp chế. Trong suốt thập niên 1980, không có lúc nào bà không nghĩ đến tù cải tạo Việt nam. Bà đã vận dụng mọi khả năng cho họ. Bà được tặng Huân chương cao quí cuả TT Clinton vào năm 1994. Về phương diện cá nhân, gia đình chúng tôi có một mối thâm tình với cả hai ông bà. Trong năm sáu năm qua, hàng tuần Bà đi làm chemotherapy 2 lần vào sáng thứ Ba và thứ Năm. Bà không liên lạc với bên ngoài nữa. Riêng tôi, Bà mời lại bất cứ lúc nào vào buổi sáng thứ hai, thứ tư và thứ sáu. Có lúc tôi thấy Bà rất mệt mỏi, nên không thường xuyên lại thăm. Mỗi lần lại thăm, bà thường cắt ít bông hoa lan gửi về cho nhà tôi. Muà Noel vừa qua, bà đi Âu Châu. Vào tháng giêng, bà trở về và Bác sĩ khám phá thấy bà bị ung thư tụy tạng. Người ta tiên đoán rằng bà không sống được quá 6 tuần, nhưng bà đã cầm cự được 8 tháng. Bà ra đi trong thanh thản trước mặt các con và các cháu vào ngày thứ sáu 23 tháng 8 vừa qua, trong niềm thương tiếc của nhiều bạn bè. Khi bà Shirley D'Andrea gọi cho tôi loan báo về cái chết của Bà Sagan, tôi có hỏi là chúng ta cần phải làm gì? Bà D'Andrea cho biết là con cái của Bà Sagan coi đây là việc riêng của gia đình, ngay cả việc làm lễ ở nhà thờ, họ cũng không muốn. Tuy nhiên bà này thêm rằng chúng ta sẽ tổ chức lễ ở Nhà thờ vào tháng

và còn nói thêm rằng ông nên mua ít hoa để ở nhà để tưởng nhớ đến Ginetta.[]

HỒ SƠ V. VIẾT VỀ 'CẢI TẠO XÃ HỘI TRONG CUỘC CÁCH MẠNG VÔ SẢN':

Cuốn VIETNAM UNDER COMMUNISM

I. VÀI HÀNG GIỚI THIỆU.

Vào tháng 10 năm 1975, Dr. Smith, Mục sư của Nhà Thờ Presbyterian Church ở Menlo Park, CA bảo trợ gia đình tôi, chở tôi đến Đại Học Berkeley để thăm GS Robert Scalapino, Giám đốc Viện Nghiên Cứu Đông Á, Đại Học này.

Mục đích là tìm hiểu xem ông ta có giúp gì để tôi có việc làm như thư gợi ý của ông ấy gửi vào trại Pendleton hồi tôi mới đến? *(Hình trái: Giáo sư Robert Scalapino)*

Nhân dịp này, GS Scalapino có khuyên tôi nên đến thăm vài viên chức ở Viện Nghiên Cứu Hoover thuộc Đại Học Stanford, để làm quen. Ông ấy cho tên và số điện thoại của 'một người nào đó' và yêu cầu Mục sư Smith lấy appointment giúp. Đại học này ở sát cạnh nơi tôi cư trú. Vì là người mới tới, nên tôi chỉ biết sơ sơ là Đại Học Stanford mà thôi, và thường đi xe đạp trên đường phố sát với trường này. Ít ngày sau, Mục sư Smith đến báo cho tôi biết đã có appointment với một người là Dr. Richard Staar, Phó Giám Đốc của Hoover Institute (tên chính thức là Hoover Institution On War, Revolution And Peace), thuộc Đại Học Stanford và Nhà thờ sẽ nhờ một người chở tôi đến thăm ông Staar. Nhân dịp này, Mục sư Smith hỏi tôi rằng *"làm sao ông quen biết ông Scalapino? Tôi có nói chuyện với một người là hội viên của nhà thờ, về chuyện thăm ông Scalapino, thì được biết thêm về ông này. Ông ấy có ảnh hưởng lớn lắm với các lãnh đạo của Hoover. Họ rất nể phục ông ấy."*

Tôi nói về chuyện quen biết với ông Scalapino ở một Đoạn nào đó trong Bộ sách này. Vào một buổi chiều, tôi được một bà ở nhà thờ chở tới Viện Nghiên Cứu Hoover. Cơ sở

Hoover nằm giữa khuôn viên của Đại Học vô cùng rộng lớn này. Tôi được chỉ vào cái Tháp sơn màu vàng và được chỉ lối vào thang máy lên lầu 14 của Tháp. Tại văn phòng Phó Giám đốc, có 2 người chờ sẵn và tự giới thiệu là Richard Staar, và người kia là Richard Burress. Về sau, tôi được biết ông Richard Staar là Phó Giám Đốc từ lâu và là người điều khiển mọi công tác của Viện. Còn Richard Burress, cũng là Phó Giám Đốc, nhưng trước đó là Phụ Tá cho TT Nixon, rồi Ford. Sau đó ông về Hoover. Ông Burress cũng còn là luật sư.

Bắt đầu câu chuyện, ông Staar nói trước. Ông ấy nói rằng "GS Scalapino có gọi cho tôi và giới thiệu ông. Ông ấy nói ca tụng ông rất nhiều. Chúng tôi rất vui mừng được ông đến thăm." Câu chuyện lan man đến tình trạng phản chiến kể cả ở Stanford, chúng cắt ngân sách của Hoover, tình trạng Chính phủ Hoa Kỳ hiện nay (lúc 1975) ra sao....Kết thúc họ khuyến cáo tôi là "cần phải educate đám policy makers." Tôi nói đùa rằng tôi bị rơi xuống đất đen, không có việc làm, thì làm sao "educate được ai'. Ông Burress trả lời: "ông sẽ biết'

Rồi cứ mỗi dịp Christmas, họ gửi cards cho tôi, tôi lại phải đi mua cards gửi trả lại. Tới Nov.79, ông Staar gọi cho tôi, nói rằng Hoover nay có tiền và muốn mời tôi đến làm việc, có đồng ý không?

Thế là tôi bỏ việc ở San Mateo County Board of Education và làm việc ở Hoover vào đầu tháng 12, 79.

Tới Hoover, Tôi đến văn phòng ông Burress. Tôi được báo cho biết phòng của tôi ở lầu 2 của Tháp, và một học giả, là George Marotta đến thuyết trình cho tôi biết về Hoover: "Viện nghiên cứu này lúc đầu gồm các tài liệu của Tổng Thống Hoover cấu thành và nay cơ quan này được nói là viện nghiên cứu chống Cộng sản. Lenin lúc sinh thời có lưu giữ tài liệu và về sau 'biếu' tất cả cho Hoover, chừng 15 tấn. Hiện tài liệu này đang tồn trữ trong thư viện, đặt trong 10 tầng trong tổng số 14 tầng của tháp Hoover." Tôi được cho biết có nhiều trí thức lớn làm việc tại đây. Trong buổi hướng dẫn này, tôi có nghe thấy nói đến nhiều tên trong đó Edward Tell (1), một người mà tôi nghe quen quen.

Có 3 người là Học Giả Danh Dự (Distinguished Fellow): Ronald Reagan (lúc chưa làm Tổng Thống), bà Thatcher, ông George Shultz (Bộ trưởng Ngoại Giao thời Reagan).

Trong thời gian làm việc tôi thấy có những nhân vật quốc tế đến thăm như Thủ Tướng Anh Thatcher; Tổng Bí Thư, Cộng sản Liên Sô Gorbachev, đến thăm để coi tài liệu của Lenin.

II. CUỐN VIETNAM UNDER COMMUNISM

Tôi bắt đầu viết về "CẢI TẠO XÃ HỘI TRONG CUỘC CÁCH MẠNG VÔ SẢN CỦA ĐẢNG CỘNG SẢN VIỆT NAM". Cuốn sách được tôi đặt tên là VIETNAM UNDER COMMUNISM (1975-1982) và sau đó Viện Nghiên Cứu Hoover (Hoover Press) xuất bản và phát hành năm 1983.

Mục đích là phơi bày ra cho giới trí thức, giới làm chính sách Mỹ biết Cộng sản Việt nam thực thi ý thức hệ Marx-Lê như thế nào, như Xoá bỏ (tiêu diệt) guồng máy chính quyền và cơ cấu xã hội cũ, rồi thiết lập hệ thống vô sản chuyên chính và tái cấu trúc xã hội Miền nam để chuyển sang Xã Hội Chủ Nghĩa. Dùng bạo lực tràn lan do các cán bộ gốc là vô sản để thực hiện các chương trình này, nói đúng ra bằng các "biện pháp vô sản chuyên chính"

Tháng 12, nghỉ và phải sang đến tháng 1, 1980 tôi mới bắt tay vào việc.

Trước hết là, tìm xem sách vở tài liệu cần có để đọc. Tôi nghĩ là thư viện và tài liệu lưu trữ trong Tháp sẽ giúp ích cho tôi. Dĩ nhiên là 15 tấn tài liệu bằng tiếng Nga thì không giúp ích gì cho tôi vì không đọc được tiếng Nga.

Qua Catalog của Thư Viện Hoover, chẳng bao lâu tôi không thấy gì có ích cho tôi, nghĩa là chẳng có gì về Việt nam cả. Tôi đi qua Tổng Thư Viện của Trường, chỉ có ít sách nói về chiến tranh VN, cũng không giúp ích gì nhiều, vì trọng tâm các sách ấy nói về cuộc chiến.

Chỉ có một bộ sưu tập FBIS, gồm các bản dịch các bản tin gọi là "kiểm thính" (tin phát thanh hàng ngày Radio của Đài Phát Thanh, Hà nội) là có ích phần nào. FBIS là Foreign Broadcast Information Services. Đây là một công tác của Bộ Ngoại Giao Hoa Kỳ giao trách nhiệm cho Tòa Đại Sứ Mỹ ở Bangkok, thu băng các bản tin hàng ngày từ Đài Phát thanh Hà nội, chép nguyên văn lại, rồi in ra; sau đó dịch sang tiếng Anh, đóng thành từng tập rồi bán trên thị trường cho các cơ quan, thư viện hay người nghiên cứu. Đây là tài liệu tuyên truyền của Đảng CSVN. Các bản tin đó với tôi có ích một phần mà thôi, vì lẽ các chính sách về xã hội, kinh tế, giáo dục, cải tạo... được ĐCS đưa ra, tôi đã biết và đã sưu tầm, sử dụng và cập nhật thường xuyên để dùng khi thuyết trình tại các trường Cao Đẳng Quốc Phòng, trường Chỉ Huy Tham Mưu của Quân Lực Việt nam Cộng Hòa, hay bổ sung cho các tài liệu diễn giảng các lớp Ban Cử Nhân ở trường Đại Học ở Việt nam trước năm 1975. Nay, đến sinh sống trong "VÙNG ĐẤT MỚI" với 2 bàn tay trắng, không có đến 1 tờ tài liệu trong tay, và khi viết về vấn đề này, thì FBIS giúp nhiều cho phần dẫn chứng, kể cả các bản tin có từ thập niên 1960 trở về sau.

Vậy, FBIS giúp giải quyết các khía cạnh kỹ thuật của vấn đề mà thôi. Còn vấn đề chính là nội dung của các chương trình CẢI TẠO XÃ HỘI cần phơi bày thi các tài liệu tuyên truyền như báo chí, phát thanh, không dùng được nhiều.

Sau chừng 2 tháng, tôi sang gặp ông Scalapino, nói về khó khăn này. Ông ấy trả lời rằng "tôi có đủ bộ JPRS cho ông. Tôi sắp xếp thành hàng, chứa trong các thùng đặt trên các kệ ở dưới basement." Tôi theo ông xuống basement để coi. Tôi đi qua một lượt, thấy có tài liệu từ thập niên 1960. Tôi nói tôi ưu tiên cần cái mới nhất kể từ 1975 cho tới nay (giới hạn cuốn sách trong khung thời gian là 1975 về sau) và tôi lần lượt mang 5 thùng lên và ông mang 5 thùng, cho vào xe của tôi. Xong, tôi trả lại và lấy 10 thùng khác.

JPRS là gì? JPRS là Joint Publications Research Services gồm những tài liệu như các bài báo mô tả các sách lược, các chương trình, hoạt động của Đảng CSVN đăng trên các phương tiện truyền thông của đảng Cộng Sản, như trên các báo như Học Tập, Nhân Dân, Quân Đội Nhân Dân… Các báo này là do các Tòa Đại Sứ Mỹ khắp nơi nhất là ở các quốc gia cộng sản hay trung lập đặt mua … và gửi về Bộ Ngoại Giao. Bộ Thương Mại tài trợ công tác phiên dịch và phổ biến…

Có một hôm, ngồi uống cà phê ở một cái nhà nhỏ ở phía sau của Tháp dành cho các học giả giải khát (hàng ngày cứ 3 giờ chiều, căn nhà này mở cửa cho học giả của Viện đến giải khát), ông Burress ghé qua và nhân dịp này, hỏi tôi xem có tiến bộ trong việc nghiên cứu, tôi phàn rằng có một Chương mà tôi để ý nhiều để cho trí thức người Mỹ cần biết là Chương nói về Tù Cải Tạo, mà khó kiếm con số quá. VC giấu kín. Tôi có phỏng vấn nhiều tù nhân đến được Hoa Kỳ, để xem một mặt Phương Pháp Pavlov mà VC áp dụng để xem kết quả như thế nào đối với các nạn nhân, mặt khác con số tù nhân, thì chúng giấu biệt. Dĩ nhiên là qua báo chí Tây Phương, kể cả thân cộng, qua tài liệu của Ân Xá Quốc tế, báo chí của người tỵ nạn…, qua tuyên bố chính thức như của Võ văn Sung, Đại

Sứ VC tại Pháp, tôi không thỏa mãn con số mà tôi hiện có. Có thể tôi phải mất thêm nhiều tháng nữa để đi thăm các trại tỵ nạn ở Đông Nam Á, tôi sẽ tìm ra. Câu chuyện chỉ để nói chơi như vậy thôi. Mấy tháng sau, lúc tôi đang ngồi viết ở trong phòng, tôi thấy có ai gõ cửa. Tôi ra mở cửa, thấy ông Burress. Ông ta đi vào, trước khi ngồi xuống, hai tay giấu sau lưng. Sau khi tôi ngồi, ông ta dơ 1 tập tài liệu cho tôi, nói rằng "surprise!" Tôi cầm lấy, nhìn thấy có chữ CONFIDENTIAL lớn. Tôi hỏi cái gì thế này và ở đâu mà ra?. Ông ta nói: *"Ông có nói với tôi rằng ông có khó khăn về con số tù cải tạo VC. Tôi mới đi D.C. về. Hôm ở D.C., tôi có ghé thăm George và nói với George rằng "ông học giả người Việt của chúng ta đang viết về VN, có khó khăn về con số tù cải tạo v.v., George nói: À, tôi có đọc một báo cáo nói về vấn đề này do Bangkok (tòa Đại sứ Mỹ ở Thái Lan) gửi đến. Và nó ở trong hồ sơ. Để tôi bảo nhân viên, chụp cho ông ấy 1 bản."* George là George Shultz, Bộ trưởng Ngoại Giao, cũng là một "Distinguished Fellow" của Hoover. Tôi nói "Good Job!" Như vậy ông ấy giúp tôi được nhiều quá.

Về công việc viết cuốn sách, vì là người trước đây khi còn ở VN, đã phụ trách giảng dạy về ngành nghiên cứu trong nhiều năm, thì tôi tận dụng các phương pháp trong Luận Lý Học khi phát biểu quan điểm về những gì cần giải thích, như vậy giảm bớt được các sai lầm, nhất là tránh được "chỉ trích" của bọn khuynh tả hay nói khác đi là bọn cộng sản tại đất nước này, ngoài ra, hầu hết việc trình bày của tôi là mô tả sự việc sự kiện. Chúng chỉ còn cách là tìm những chi tiết lặt vặt nêu ra để chứng minh tôi không đúng phương pháp, dù có thể phải đối chiếu với sự kiện ở đâu đó rằng đó là sự thật. Hoặc có thể chúng xuyên tạc vài chi tiết nào đó làm giảm uy tín tác giả, khi mà người đọc không có cách gì kiểm chứng được. Thí dụ bịa ra một 'anh hùng tưởng tượng Lê văn Tám' có một thành tích vĩ đại ở rừng U Minh. Nếu có ai tấn công tôi, thì rõ ràng trình độ của kẻ các kẻ đó sẽ lộ diện. Như thế, chúng chỉ có cách xuyên tạc sự thật, có thể chúng không có khả năng 'trừu tượng hóa' để nhận diện chính sách tổng quát của Đảng Cộng Sản lập ra để thi hành ý thức hệ của chúng. Cũng có thể chúng được huấn luyện để đánh lạc hướng dư luận. Đó là ý tưởng cốt lõi của vấn đề.

Nhờ ở các kiến thức tích lũy từ nhiều thập niên trước, việc viết ra rất dễ và mau chóng.

Không đầy 1 năm, tôi đã viết xong.

Tôi báo cho ông Burress rằng Manuscript của cuốn Vietnam Under Communism đã xong và ông bảo tôi mang lên để cho Phyllis lo in. Phyllis là Hoover Press Publications Manager. Lúc này, ông Richard Staar đã đi làm Đại sứ trong Khối NATO ở Warsaw, phụ trách tài giảm Võ Khí Quy Ước với Liên Sô.

Phyllis phone hẹn gặp tôi về "editing". Tôi yêu cầu Phyllis lựa một editor rất giỏi và có thể bắt đầu công việc. Ông Earle Cooper, gốc Anh Cát Lợi được giới thiệu với tôi. Sau khi đọc manuscript của tôi, ông Cooper đến gặp tôi để trình bày công việc mà ông sẽ làm.

Rồi buổi họp đầu tiên đã đến. Bắt đầu bàn về cách thức làm việc, ông Cooper nói: Tôi nghĩ rằng sau khi đọc monograph của ông, đây là một cuốn sách có giá trị rất cao kể từ khi tôi làm nghề "editing." Tôi là người Anh sang đây. Tôi biết việc huấn luyện của Việt nam, bắt nguồn từ hệ thống của người Pháp đòi hỏi rất cao. Rồi ông ta hỏi: ông viết cuốn sách này cho ai đọc? Tôi hơi lúng túng vì câu hỏi mà tôi thấy lạ lùng. Tôi giải thích là: Tôi mất nước, phải bỏ chạy đến đây. Chính phủ Mỹ đã sai lầm, bỏ rơi chúng tôi. Nay,

Việt cộng chiếm toàn thể nước tôi. Tôi muốn cho những người trong chính quyền Mỹ biết những gì xảy ra cho dân tộc Việt nam, để làm bài học cho họ, và quan trọng là Chương về kết luận tôi không muốn Chính Phủ Mỹ sẽ tiếp tục mắc các sai lầm trong việc bang giao với VC trong tương lai để có hại cho dân Việt.

Ông Cooper trả lời: *À, như vậy là cuốn sách này viết cho các Policy Makers đọc. Nếu ông chỉ muốn cho quần chúng phổ thông đọc, thì phải "edit" sách, theo hướng đó. Nếu ông muốn viết cho "professionals", thì lại khác.* Tôi yêu cầu được xác định xem Policy Makers là những ai. Câu trả lời là: *Tổng thống, Bộ trưởng, Dân biểu, Nghị sĩ, Nhà Báo, Giáo Sư Đại học. Mỗi người trong nhóm này góp phần vào công tác hình thành chính sách Quốc gia.* Tôi nói tiếp: *Tôi tưởng là ông giúp tôi sửa về Anh Ngữ sao cho đúng và ở mức của một người ngoại quốc như tôi viết về tiếng Anh.* Ông ta trả lời: *việc làm của editor không phải chỉ có thế. Chúng tôi sẽ đóng vai độc giả tuỳ trường hợp mà tác giả nhắm vào. Giới nào là độc giả thì chuẩn bị cuốn sách cho giới đó. Thí dụ ông viết sách cho giới bình dân, mà ngôn từ, suy tư được trình bày theo cách và trình độ của giáo sư đại học hiểu thì không được. Vì vậy, bất cứ ai, kể cả giáo sư lớn của các trường Đại Học lớn viết sách cũng đều có editor.*

Thật là một bài học đáng giá cho tôi. Và tôi nghĩ lại là vào tháng 10 năm 1975, khi gặp các ông Staar và Burress, một trong 2 người có nói rằng tôi sẽ làm công việc "educate policy makers". Đó không phải là những gì tôi suy nghĩ như một người Việt, tưởng rằng

"educate" là dạy bảo người khác như một thày giáo thời còn đi học "quốc văn giáo khoa thư". Và ông Burress đã nói đúng, khi nói với tôi rằng "you will see". Editing sách của tôi mất cả năm trời, và cuối năm 1982 mới Hoàn tất, là vì người editor này còn phải làm công việc gì đó để kiếm sống. *(Hình dưới: Hình bìa cuốn Vietnam Under Communism, 1975-1982)*

III. NỘI DUNG

Nội dung cuốn sách gồm những gì?

Chương I: From the Tet Offensive to the Communist Takeover.

Chương 2: Communism and the Vietnamese economy.

Chương 3: The New Leaders.

Chương 4: Conflict, Change and Ideology.

Chương 5: The Party and the People. Chương 6: Repression - and Resistance. Chương 7: Culture with a Socialist Content. Chương 8: Measures Against Religion, Chương 9: Vietnam's "Bamboo" Gulag.

Chương 10: Re-education or Revenge?

Chương 11: Hanoi's Foreign Policy: I. Expansion and Isolation.

Chương 12: Hanoi's Foreign Policy: II. Relations with Noncommunist Neighbors.

IV. MỘT KINH NGHIỆM VỀ EDITING.

Có lẽ, tôi cũng nên thêm ở đây vài chi tiết mà tôi không có cơ hội được biết về editing và về thị trường "sách vở" dù những vấn đề này không phải là trường hợp sách của tôi ở Hoover Press. Đây là trường hợp sách của GS Tạ văn Tài. GS Tài (QGHC) cùng với GS Nguyễn ngọc Huy (QGHC), và GS Trần văn Liêm (trường Luật, Sài gòn) là những người phụ trách dịch và chú giải Bộ Luật Hồng Đức ra tiếng Anh (dựa trên bản dịch ra tiếng Việt của học giả Hồng Liên Lê xuân Giáo)cho trường Luật, Đại học Harvard. Dựa vào tài liệu này, Giáo sư Tài viết cuốn sách "Truyền Thống Nhân Quyền trong Bộ Luật Hồng Đức của Việt nam." GS Tài đề nghị Trường Luật, Đại Học Harvard in. Trường Luật này chuyển cho một ủy ban gồm 3 người và GS Oliver Oldman là Chủ Tịch để họ quyết định. GS Tài cho tôi biết trong 3 người, có một người chống vì lý do cá nhân, nên không in. GS Tài yêu cầu tôi nói với GS Scalapino, Giám Đốc Viện Nghiên Cứu Đông Á, Đại Học Berkeley in, *"với lý do là dạy ở Đại Học nổi tiếng mà không có một tác phẩm của một Cơ Quan Ấn Hành có tiếng in, thì không được."* Có trường Đại Học chỉ cần có một bài báo loại nghiên cứu được in trong tạp chí của một Đại học nổi tiếng là đủ, *như trường hợp GS Nguyễn mạnh Hùng ở George Mason*. Tôi nói với GS Tài rằng hãy gửi monograph cho tôi qua Bưu Điện, tôi sẽ mang tay sang Berkeley yêu cầu Ông Scalapino in. GS Tài nói rằng tôi sẽ mang tay sang. Tôi nói: "thì cũng được, sang đây chơi một thể."

Coi qua monograph, tôi cho biết kinh nghiệm của tôi với Hoover rằng họ chỉ giới hạn dưới 500 trang trong khi monograph này dày tới 670 trang, đánh máy double space chứ không single space là phải bỏ nhiều v.v. Một trong lý do có giới hạn là chi phí in rất tốn kém. Và lại sách vở do Đại Học in rất tốn, trong khi đó độc giả không nhiều, nên luôn luôn lỗ, vì thế số lượng in không lớn. Thường thì có những tặng dữ từ đâu đó đưa lại để bù vào số tiền lỗ đó.

Tôi gọi cho ông Scalapino, nói về cuốn The Traditional Human Rights under the Lê Code và tôi yêu cầu in cuốn đó, để chứng minh Tiến sĩ Tài cũng có tác phẩm mà một Viện Nghiên Cứu nổi tiếng như Viện Nghiên Cứu Đông Á in để được tiếp tục giảng dạy. Và tôi nói tôi sẽ mang tay sang gặp ông.

Tôi sang Berkeley, tôi đưa monograph cho ông Scalapino. Hôm họp, tôi có nhấn mạnh rằng 1 trong 3 người trong "Committee" của Harvard mà GS Oliver Oldman làm chủ tịch chống lại, không cho in, dù đã có đề nghị thuận của một "outsider" nổi tiếng được

Harvard yêu cầu đánh giá tác phẩm này. Đó là GS Woodside, chuyên về lãnh vực sử học của Việt nam viết báo cáo, đề nghị cho in cuốn ấy.

Ông cầm lấy và nói: "Để tôi lo vụ này." Rồi ông gọi bà Joan, Publications Manager vào và nói: Joan có biết GS Canh ở Hoover chứ. Bà Joan nói: Dạ có biết. Ông tiếp: GS Canh mang Monograph của GS Tài ở Harvard và yêu câu tôi in. Bà coi xem editing costs là bao nhiêu. Bà Joan lật vài trang ở giữa coi, và nói: $15,000.00. Ông Scalapino: "nói cám ơn" Joan cũng cám ơn, rồi trở về phòng. Tiếp đó, ông xác nhắc lại rằng "ông yên tâm, tôi sẽ cho in."

Ít ngày sau, ông Doug Pike gọi cho tôi nói rằng "GS Scalapino giao cho tôi edit Monograph của ông Tài." Tôi không nghe thấy nói là phải có một Giáo sư chuyên môn là một "outsider" đọc để đánh giá, rồi làm báo cáo như ở Harvard, rồi mới cho in. Tôi cũng không nghe nói ông Scalapino đưa cho một outsider đọc và đánh giá bài khảo cứu của GS Nguyễn mạnh Hùng mà tôi mang tay sang yêu cầu đăng trên tạp chí nổi tiếng Asian Survey của ông ta. Theo quy chế của Đại học George Mason University nơi GS Hùng dạy thì Giáo sư chỉ cần có một bài khảo cứu đăng trên một tạp chí có tiếng như Asian Survey là đủ điều kiện, cho Ủy Ban Đánh Giá xét đơn xin vào "tenure" (giống như xin vào làm công chức chính ngạch thời VNCH).

Và cuốn sách của tôi do Hoover Press in, không có outsider đọc, rồi đề nghị cho in hay bác. Tôi không hỏi đồng nghiệp của tôi ở Hoover về tác phẩm của họ, dù tôi biết có người phải tìm nhà xuất bản thương mại in sách của họ. *(Hình trái: Sách The Vietnamese Tradition of Human Rights của GS Tạ Văn Tài)*

Tôi tường thuật lại việc tôi gặp ông Scalapino cho GS Tài biết.

Một thời gian sau, GS Tài cho biết rằng GS Oldman sẵn sảng góp chi phí editing costs cho Viện Nghiên Cứu Đông Á là $15,000.

Và có một lần, ông Pike gọi cho tôi đề nghị đổi đề tên cuốn sách của GS Tài. Tôi nói rằng để tôi hỏi ý kiến tác giả đã trước khi bàn vấn đề này. GS Tài nói rằng ông nói giúp là không nên đổi, lý do là đây là vấn đề truyền thống của dân tộc, và ngay từ đời Lê, nước Việt của mình đã có luật lệ về bảo vệ nhân quyền như trình bày trong cuốn sách, trong khi đó đến nay là thế kỷ 21, Cộng sản Việt nam còn vi phạm trầm trọng quyền của con người.

Tôi gọi cho Ông Pike và nói rằng GS Tài không đổi tên cuốn sách và giữ nguyên.

Đến cuối năm 1982, thì cuốn sách Vietnam Under Communism của tôi Hoàn tất và năm kế cho in và phát hành.

Ông Burress nói với tôi rằng: ông đứng buồn vì sẽ bị tụi tả tấn công đấy. Tôi nói tôi đã chuẩn bị kỹ khi viết, nếu có ai "tấn công" tôi, thì tôi biết họ là loại người nào và trình độ ra sao. Phòng thủ của tôi là "methodologies". Tôi áp dụng triệt để "nó". Một mặt tôi dùng cách "mô tả" sự việc để trình bày những gì mà ý thức hệ của Mác Lê hay các biện pháp sắt máu kiểu Stalinist hay Mao để chứng minh, cũng như viện dẫn những điều mà lãnh đạo hay đảng nêu trong chính sách, các luật lệ, cái tài liệu, các bản văn của chính Cộng sản đưa ra; mặt khác, khi cần phải đưa ra kết luận, thì tôi áp dụng triệt để 3 phương pháp trong Luận Lý Học, thì ít khi sai. Và do đó bảo đảm được tính cách khách quan khi đề cập tới sự việc. Loại người này trong giới học giả Mỹ không có nhiều.

V. SAU KHI IN VÀ PHÁT HÀNH

Tất cả mọi công việc, từ trình bày, đến hình bìa v.v. Hoover làm hết. Tôi không phải làm gì cả. Khi cuốn Vietnam Under Communism được in ra, Hoover Press báo tin, rồi gửi cho tôi một cuốn. Sách có bìa là Hard Cover. Tôi thấy đề giá là $34.95. Tôi xuống phòng của Phyllis hỏi tại sao đề giá đắt như vậy, trong khi đó cuốn

sách của Ông Edward Teller (tôi nói về ông này ở trên) mới xuất bản trước đó không bao lâu, thì đề giá $19.95. Tôi muốn sách này được phổ biến rộng rãi. Phyllis trả lời rằng chúng tôi có họp để định giá. Giá bán sẽ tuỳ theo giá trị của cuốn sách.

Sau khi sách được phát hành, Hoover Press nhận được các book reviews của các học giả hay nhà báo khắp nơi phê bình và gửi cho tác giả biết. Ngoài ra, cuốn Vietnam Under Communism có nhiều nơi đặt mua, nên Hoover Press in thêm dưới hình thức bìa thường, gọi là (paperback), giá: $9.95. Hoover in đến lần thứ 3 là vì có nhiều Giáo sư sử dụng làm 'textbook' để giảng dạy tại nhiều Đại Học.

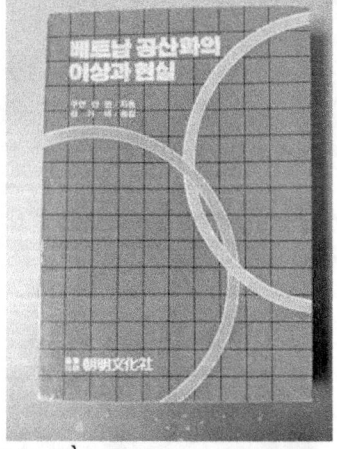

(Hình phải: Cuốn sách được dịch sang tiếng Đại Hàn)

Giáo sư Kim Ki Tae, Khoa trưởng Phân Khoa Cao Học về 'Việt Học' thuộc Đại Học Hankuk, Hán Thành, dịch ra tiếng Đại Hàn.

Hiệp Hội Tự Do Báo Chí (Free Press Association) có trụ sở ở Ohio đề nghị Giải Thưởng Menken: Kèm theo là thư của Hiệp Hội Tự Do Báo Chí gửi cho Hoover Press biết và Hoover thông báo tin này có kèm theo thư cho tác giả. Dựa vào thư của Hội Báo Chí, thì trước đó Hoover chỉ có một người có sách được đề nghị giải thưởng này là Thomas Sowell. Tôi là người thứ 2.

Hội Giáo sư của Đại Học Stanford yêu cầu Hoover tổ chức buổi nói chuyện của tác giả về cuốn sách cho các giáo sư của trường. Buổi nói chuyện được tổ chức ở phòng họp của Tháp Hoover. Khi buổi họp chấm dứt, mọi người ra về, chỉ có GS William Hermanns ngồi lại và nói chuyện với tác giả. GS Hermanns cho biết ông dạy về xã hội học. Ông hỏi nhiều về Cộng Sản Việt nam. Rồi đến "tù cải tạo", ông nhấn mạnh đến ứng dụng của thuyết Marx đối với các " nạn nhân" này. Nhân dịp này, tôi cho rằng từ Tâm Sinh Lý (psycho-physiology) mà Pavlov tìm ra cách ứng dụng phương cách để "điều kiện hóa" các tù nhân không có tác dụng bao nhiêu. Có lẽ vào thời chiến tranh Việt Pháp trước đó Nga sô dạy Hồ ứng dụng phương pháp này cho tù binh người Phi Châu và thổi phồng kết quả để chứng tỏ Hồ là "siêu nhân". Còn thực tế, nay thì kết quả rất nhỏ nhoi, vì lẽ có ít cựu tù nhân tỏ ra tiêu cực mà thôi, không như Cộng sản mong muốn. Cũng

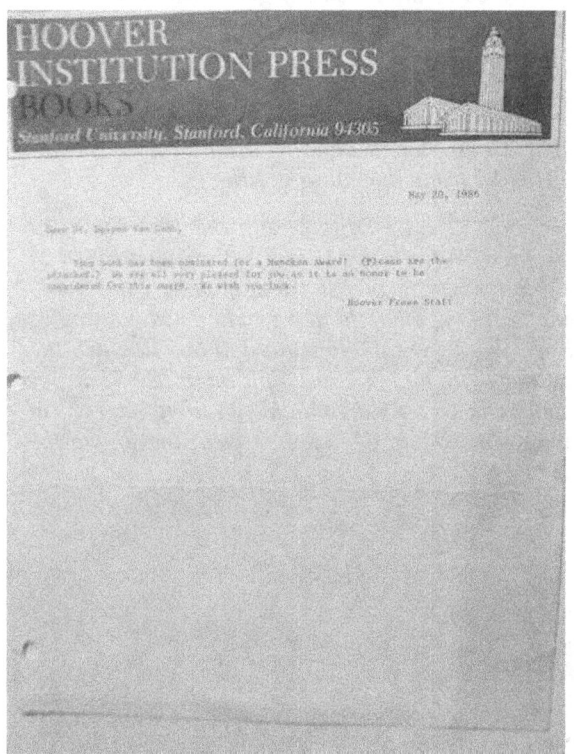

có cựu tù nhân năng động, nhất là hoạt động trong ngành truyền thông, có thái độ thiên vị, nhưng có vẻ kín đáo, nhưng có lẽ chỉ vì miếng ăn mà thôi và tôi không chắc họ đã bị "converted" như bọn Hồ muốn. Hiện nay,

Việt cộng giam giữ hàng trăm ngàn người như trong cuốn Vietnam Under Communim trình bày. Tôi yêu cầu ông tiếp sức với Ân Xá Quốc Tế và nhiều tổ chức khác cứu họ. Trí thức như các ông là biểu tượng cho Tự Do và các dân tộc nhỏ, yếu khắp nơi trên thế giới trông chờ sự giúp đỡ của các trí thức Mỹ chống lại Chủ Nghĩa Cộng Sản.

Vài ngày sau, GS Hermanns làm bài thơ và gửi đến hộp thư của tôi ở Hoover

Vào năm 1985, Ông Burress cho tôi biết rằng cuốn sách này được Ủy Ban Đánh Giá của Hoover xếp hạng số 1 trong suốt 2 năm 1983-1984.

Cá nhân, tôi nghĩ rằng tôi đã đạt được điều mà tôi mong ước.

Cuốn Vietnam Under Communism được phổ biến đến nhiều nơi có ngôn ngữ khác nhau như Đại Hàn (do Tiến sĩ Kim

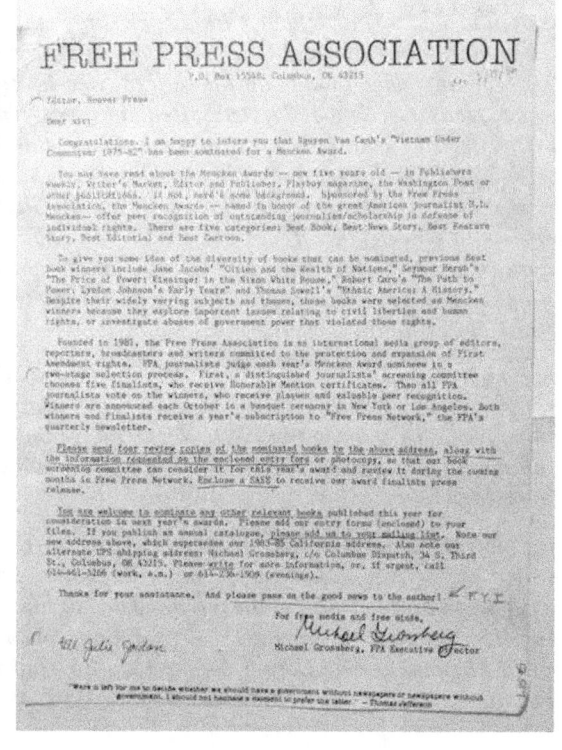

Ki Tae dịch như hình trên), Pháp, và Tây Ban Nha.

---

1) Edward Teller là một nhà vật lý học, người Hungary gốc Do Thái, rất có tiếng. Khi Liên sô xâm lăng Đông Âu hồi giữa thập niên 1940, quân đội Liên sô lùng bắt các khoa học gia của các quốc gia này mang về Nga để nghiên cứu cho Liên sô. Edward Teller là một người trong số này. Ông ta trốn thoát sang Hoa Kỳ. Người ta nói ông được thu nhận vào làm việc ở Đại Học Princeton, sau đó được chuyển sang Trung tâm nghiên cứu nguyên tử ở Los Alamos, ở New Mexico. Kế đó, ông ta làm Giám Đốc Lawrence Lab. của Đại học Berkeley. Vào đầu thập niên 1950, ông khám phá ra Bom Khinh Khí (Hydrogen Bomb). Tôi có đọc một bài báo nói về bom này: Mỹ cho nổ 1 quả bom ở một đảo vùng Thái Bình Dương có đường kính 1 dặm Anh. Đảo đó bị bay hơi, biến mất. TT Eisenhower thấy sức mạnh của bom này ghê gớm quá, nên ra lệnh tiêu hủy toàn bộ hồ sơ về Bom Khinh Khí, vì sợ rằng Liên sô ăn cắp kỹ thuật liên hệ và là mối nguy hiểm cho thế giới. Cộng đồng khoa học Mỹ gọi ông ta là Cha đẻ ra Bom Khinh Khí.

Khi tôi vào Hoover, thì ông này đã làm việc ở đây rồi.

Vào mùa hè 1983, ông Burress gọi cho tôi, và mời đến một phòng họp của Hoover về chương trình SDI dưới thời TT Reagan. Tôi đến dự và được biết ông này khám phá ra chương trình đưa võ khí tia sáng vào vệ tinh bay trong quĩ đạo 24/24 giờ để bảo vệ Hoa Kỳ trong một chương trình gọi là SDI (Strategic Defense Initiatives) thay thế cho hệ thống B52 cải biến lo phòng thủ Hoa Kỳ, ngăn chặn hoả tiễn liên lục địa mang đầu đạn nguyên tử nếu Liên Sô tấn công Hoa Kỳ. Ý niệm của SDI là nếu Liên sô là kẻ tấn công trước vào Hoa Kỳ bằng võ khí nguyên tử từ một số trong khoảng 7 hay 8,000 dàn phóng, che giấu hay lộ thiên, kể cả từ tàu ngầm nằm dưới lòng biển, thì dàn võ khí tia sáng trong vệ tinh sẽ trả đũa ngay tức thì, tại chỗ. Kẻ tấn công sẽ bị tiêu diệt ngay tại chỗ trước khi hoả tiễn liên lục địa bay khỏi nơi bắn. Và như thế, kẻ khởi động bị thiệt hại bằng võ khí của chính mình. Bà Thatcher trong buổi lễ tốt nghiệp của Sinh Viên Sĩ quan Không quân của Hoa Kỳ đế nói chuyện trong buổi lễ Tốt Nghiệp, nói rằng nhờ SDI của TT Reagan mà Liên Bang Sô Viết sụp đổ. Liên sô biết rằng không thể thắng được Hoa Kỳ, nên phải thay đổi, không chạy đua võ trang với Hoa Kỳ nữa. Từ đó, sinh ra sụp đổ.

Việc họp bất thường và đặc biệt này là gì? Tiến sĩ Van Ness, Giám đốc Viện Nghiên Cứu Chiến lược thuộc Đại học Northern Carolina. Ông này 9 tháng làm việc ở Đại Học này, và 3 tháng còn lại về làm việc là học giả của Hoover. Năm 1979, Ông Reagan, một Học Giả DANH DỰ của Hoover tranh cử Tổng thống, Viện Nghiên Cứu Hoover được yêu cầu làm Tham Mưu. Tiến sĩ Van Ness được Giám Đốc Hoover là Glenn Campbell cử làm Defense Team Leader, cố vấn cho ông Reagan về quốc phòng, nghĩa là toán này làm ra chính sách quốc phòng giúp cho ứng viên Reagan. Trong toán này có Tiến sĩ Edward Teller.

Trong buổi họp Tiến sĩ Van Ness báo cáo rằng Bộ Trưởng Quốc Phòng của Reagan là Caspar Weinberger đã bỏ chương trình SDI rồi, và chuyển ngân khoản dành cho research về SDI để tài trợ sản xuất võ khí quy ước.

Nghe thấy thế, ông Edward Teller đập bàn, nói rằng "như vậy chúng ta sẽ thua Nga sô trong trận chiến này. Nga sô đi trước Hoa Kỳ 5 năm về nguyên tử, nhưng chúng thua 10 năm về computer." Ông Teller còn hỏi thêm là khi phỏng vấn Caspar để cử làm Bộ trưởng quốc phòng, ông ta trả lời như thế nào về SDI, Van

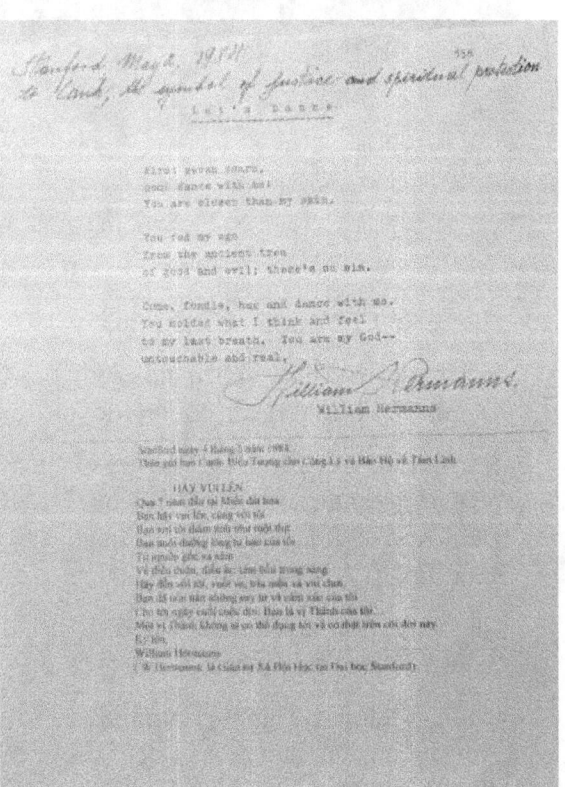

Ness nói rằng ông ta chấp thuận thi hành chương trình này. Một học giả về kinh tế nói rằng chúng ta mạnh hơn Nga về nguyên tử mà. Ông Teller trừng mắt và chỉ tay vào ngực nói "Anh không biết tôi là người có thẩm quyền về nguyên tử à?

Mọi người bàn tán sôi nổi, và rồi cử ông Teller đi Hoa Thịnh Đốn gặp TT Reagan đòi phải trả lại ngân khoản dành cho SDI. Đây là Chương trình "Sáng Kiến Phòng Thủ Chiến Lược", không phải "Chiến Tranh Tinh Cầu" như BBC nói.

VI. TÀI LIỆU

Sau đây là hơn 30 bài "điểm sách" (Book Reviews) và Báo:

Ocean County Reporter
Ocean County, New Jersey — July 18, 1981

Communist Vietnam not a fun place to be

By NGUYEN van CANH

People in the Third World are looking to America for help in their defense against communism. The situation in Vietnam provides a good example.

The Vietnamese communist regime, supported by the Soviet Union, has 100,000 people in concentration camps. Right now, politicians and high-ranking military officials who opposed communism are still there. Even those who were not a friend of the Americans, were not a member of the so-called oppressive class, must be eliminated. They are classified as reactionary.

These "re-education" camps are actually prisons — places in the jungle where "residents" have to tear down trees and build huts to live. Usually there are 500 people in each camp. There are many camps along the Vietnamese - Cambodian borders.

The headquarters is comprised of a Vietnamese cadre to teach — in other words, to subvert. Prisoners have to grow corn or edible roots, working eight hours a day. At dinner, they turn on the radio station from Hanoi and have to stay there, listen and then discuss what is said on the radio.

And then they have to make a self-criticism. They have to declare that they have committed "crimes" against the Vietnamese people. They must write one self-criticism paper each month. One political cadre reads these reports. They make a compilation for discrepancies. People are called at midnight, and if they can't explain the differences, they are taken away.

People are not beaten unless they try to escape. But there is a mental pressure.

If you talk privately with your friend, he may be a secret friend of the communists and may report you. This has been going on since 1975.

In rural as well as urban areas, there is a network of secret security agents working with open security agents. Those agents keep an eye on you. If you want to go to the next town to see your mother, you have to get the agents' permission. If you go to a more distant place, you must get permission from the higher echelon. You have to tell how much time you want to spend there and state the reason. When you get there, you have to report to the local security agent. Your mother has to do the same thing.

Another means of control is the economic situation. Every family must have a ration book. Based on that, they sell you food for survival. They set up stores run by the state. So if your mother from another town comes to see you, she has to carry rice from her home on her back.

Vietnam now has to import rice. Peasants do not cooperate with the regime. They refuse to produce rice. If they had rice to sell, they would have to pay tax and each peasant would have to join the agricultural cooperative.

People who want to farm individually are not supplied with a plow, fertilizer, rice or even water. Water is owned by the state.

So they have to join the cooperative. One person rings a bell and they go out to work. They ring a bell and you go home. Each work day they give working points, and every night people go home in teams to discuss the work of the day. If a person is lazy, other team members will criticize him and he gets low points. Consequently, he gets low rice rations.

A farmer turns books over to the management of a cooperative. At the end of the harvest, a farmer has to pay — first a tax to the government to cover salaries of the management, civil servants, party cadres and other people in government — and second, other supportive teams in the cooperative. The remaining crops are divided based on working points in a family.

In the end, the peasant gets nothing. Even if he raises chickens, they come and count them. If he eats a chicken, the communist cadre asks, "Where is the chicken?" That's why peasants do not cooperate with the regime.

Whenever a communist party takes power, a domino situation is created. They are trying to conquer the world. They will reach the western countries in a round-about way. They are trying to take Third World countries first — Africa, Latin America — then Western Europe and finally the United States.

I think the U.S. should protect Thailand. There are 60,000 Vietnamese troops in Laos. The Vietnamese invaded Cambodia where there are 200,000 troops. With the aid of $3 million dollars a day from the Soviet Union, they set up the puppet government of Hen Samrin.

* * *

Dr. Nguyen van Canh was a dean on the Saigon Faculty of Law when Saigon fell. He is a visiting scholar at the Hoover Institution, Stanford University in Stanford, Calif.

Asiaweek Limited, Toppan Building, 22 Westlands Road, Quarry Bay, Hong Kong

LITERARY REVIEW

NEW BOOKS

A Passionate View of Home

VIETNAM UNDER COMMUNISM, 1975-1982
By Nguyen Van Canh
Hoover Institution Press,
Stanford University,
Stanford, Calif., U.S.A.
312 pages. $34.95 (cloth)

Anyone who argued that the people of Vietnam are relatively content and busy building the new socialist order, and that the massive financial aid extended to the country by the Soviet Union is no more than a gesture of friendship would very quickly be dismissed as either a fool or a Tass correspondent. Indeed, Vietnam's leaders themselves can offer no better defence of how they have run things since 1975 than the dubious claim of having "equally distributed" the wretched poverty which now afflicts the country. Neither fool nor Tass correspondent, Nguyen Van Canh sets out in *Vietnam Under Communism, 1975-1982* to write a convincing indictment of what he sees as the repressive, unforgiving and incompetent regime.

Had Canh stuck to recounting the facts, this is precisely what his book would have achieved. For the facts, those which Canh himself has researched as well as most other independent accounts of conditions inside Vietnam today, indicate that the régime is indeed repressive, unforgiving and incompetent. But Canh is a man whose hatred for the Vietnamese communists is so all-consuming — and so evident in his writing — that even well-documented facts seem somehow suspect when subjected to his interpretation.

To his credit, though, Canh has a commanding knowledge of Vietnam's recent history as well as of the country's present leadership hierarchy and administration. Before 1975, Canh writes, Vietnam was able to stay on the good side of both the Soviet Union and China despite the ideological rift between the two communist giants. With the cessation of hostilities, however, this schism within the communist leadership surfaced and was resolved only when Le Duan and Le Duc Tho came together to form the pro-Soviet "alliance of the two families." Canh contends that since 1976 a purge of the pro-Chinese faction has been under way, but warns nevertheless that this factionalism, plus the latent hostility between the Le Duan and Le Duc Tho factions, could well erupt into a crisis in which "the party will be rocked to its very foundations."

Such a scenario would most likely come about as a result of disagreement on the question of collectivisation of the South. In its land reform program in the North of 1951-56, the party's collectivisation program, says Canh, adhered so strictly to Marxist-Leninist dogma that peasants owning no more than one-third of a hectare of land were denounced as "rich landlords." Though this led to a general peasant uprising, collectivisation was nonetheless completed eventually. In the South collectivisation has presented

Cartoon depicting corruption: Contradiction

even greater problems, since, according to a party survey released in 1979, the majority (62.5%) of southern peasants owned an average of 2.05 hectares. These peasants are even more reluctant to see themselves as "exploited," and Canh believes that different positions within the party on how to deal with this reluctance could plunge the communist leadership into open factionalism.

This contention, because Canh presents it in a relatively detached manner, presenting the facts and carrying them to their logical conclusion, seems a viable one, and one worth watching for. As Canh moves into other areas, however, his credibility is spread thinner and thinner. There are various reasons why his descriptions of the communist régime's repression of all dissent, its suppression of religion, ruthless control of all cultural activities and wide-scale system of concentration camps leave the reader only half convinced. One is his apparent willingness to accept as gospel truth everything he has been told by refugees, and to use this information as the basis for sweeping generalisations. Further calling his judgements into question is his undisguised hatred for the North Vietnamese communists which constantly surfaces in sarcastic asides and mocking anecdotes which have no place in a work clearly intended to be taken as a serious political study.

So intent is Canh on discrediting the communists that he often contradicts himself in his attempts to do so. The Provisional Revolutionary Government of South Vietnam, he assures the reader, was never anything more than "a facade" serving the interests of the North. On the very next page, to prove a different point, Canh has the PRG "planning to make South Vietnam independent of the North." Canh's chapter on culture argues that "information and pictures reflecting discredit on the regime are banned," yet another chapter is amply illustrated with cartoons from party newspapers denouncing the corruption among communist cadres.

But it is in his final chapter, on Hanoi's foreign relations, that Canh's blatant desire to instigate animosity towards the leadership — and his willingness to bend the truth in order to do so — becomes clearest. In explaining the presence of Vietnamese troops in Cambodia along the Thai border, Canh completely plays down the fact that the troops are obviously there to do battle with the Cambodian resistance forces — principally the Khmer Rouge — who make their base in the border region. This presence, he writes, is merely a ploy which will allow Hanoi to "prepare a large-scale invasion of Thailand without attracting any special attention at all."

What is most unfortunate about *Vietnam Under Communism* is that the book contains much which is true and much which genuinely needs to be dealt with. The Vietnamese economy *is* in shambles, the régime apparently *is* repressive, concentration camps no doubt *do* exist and the Vietnamese *are* indeed hard-pressed to justify their continuing presence in Cambodia. Nguyen Van Canh is possessed of the academic prowess and dedication needed to expose these problems effectively. More's the pity, then, that he allows his own vindictive bias to twist his work beyond objectivity.

DAVID MCELVEEN

Nguyen Van Canh

ASIAWEEK, APRIL 6, 1984

San Francisco Examiner — Fri., July 3, 1981

Vietnam — looking forward

By Nguyen van Canh

People in the Third World are looking to America for the hope of help in their defense against communism. The situation in Vietnam provided a good example of what I mean.

The Vietnamese Communist regime, supported by the Soviet Union, has 100,000 people in concentration camps. Right now, politicians and high-ranking military officials who opposed communism are still there. Even if you were not a friend of the Americans, if you were a member of the so-called oppressive class, you must be eliminated. You are classified as a reactionary.

These "re-education" camps are actually prisons, places in the jungle where you have to tear down trees and build huts to "live." Usually there are 500 people in each camp. There are many camps along the Vietnam-Cambodian borders.

You are not beaten unless you try to escape. But there is a mental pressure. If you talk privately with your friend, he may be a secret friend of the Communists and may report you. This has been going on since 1975.

In rural as well as urban areas, they have a network of secret security agents working with open security agents. Those agents keep an eye on you. If you want to go to the next town to see your mother, you have to get the agents' permission. If you go to a more distant place, you must get permission from the higher echelon. You have to tell how much time you want to spend there and state the reason, and when you get there, you have to report to the local security agent. Your mother has to do the same thing.

Another means of control is economic. Every family must have a ration book. Based on that, they sell you food for survival. They set up stores run by the state. So if your mother from another town comes to see you, she has to carry rice from her home on her back.

If you want to farm individually, you are not supplied with a plow, fertilizer, rice, or even water. Water is owned by the state.

So you have to join the cooperative. One person rings a bell and you go out to work. They ring a bell and you go home. Each work day, they give you certain working points, and every night you go home in a team and discuss the work of the day. If you are lazy, other team members will criticize you and you get low points. Consequently, you are distributed low rice rations.

And you turn your book over to the management of the cooperative. At the end of the harvest, they have to pay — first the tax to the government, to cover the salaries of the management, civil servants, party cadres and other people in government — and second, the other supportive teams in the cooperative. The remaining crops are divided based on the working points in the family.

So, in the end, the peasant gets nothing. Even if you raise a chicken, they come and count it. If you eat the chicken, the Communist cadre comes and asks, "Where is the chicken?" That's why the peasants do not cooperate with the regime.

Whenever the Communist Party takes power, a domino situation is created. They are trying to conquer the whole world. They will reach the Western countries in a roundabout way. They are trying to take Third World countries first — Africa, Latin America — then Western Europe and then the United States.

So, I think that the United States should protect Thailand. There are 60,000 Vietnamese troops in Laos. The Vietnamese invaded Cambodia, where there are 200,000 troops. With the aid of $3 million dollars a day from the Soviet Union, they set up the puppet government of Heng Samrin. He has set up anti-aircraft weapons at the Thailand-Cambodia border.

The Soviets are building a military force in the area and South Vietnam is just a base for expansion. If we do not defend other Third World countries, it will be too late to defend ourselves.

★ ★ ★

Dr. Nguyen van Canh was a dean on the Saigon Faculty of Law when Saigon fell. He is a visiting scholar at the Hoover Institution, Stanford University.

Books Review
Harry Hayes

VIETNAM UNDER COMMUNISM, 1975-1982

By NGUYEN VAN CANH, 312pp., $34.95

Hoover Institution Press, Stanford University, Stanford, California 94305

Nguyên Van Canh has accomplished a major work in the publication of Vietnam Under Communism, 1975-1982. The author, a former law professor and active member of Vietnam's staunchly anti-communist Dai Viet movement, has provided readers with a detailed view of the situation in today's Vietnam. His analysis includes Vietnam's present leaders, culture, education, economy and foreign policy.

Unlike some disengaged foreign intellectuals, Canh has researched the material for this work from the perspective of a Vietnamese who has been engaged in a life-long battle against totalitarism. With his own personal experiences, an impressive use of primary and secondary sources, and extensive interviews with refugees still escaping the new socialist order, we understand more of the mechanics of what the author calls "Vietnam's bamboo gulag."

An inside view is provided to Vietnam's apparatus of repression. The concentration camps and so-called New Economic Zones hsould dispel any lingering thoughts of humanitarianism in communist Vietnam. Afterall, as the author states: "The Vietnamese communists are experts in mass murder: they have had nearly 40 years' practice at it."

With the Hanoi regime attempting to negotiate financial assistance from non socialist governments, this work should be required reading for both governmental and humanitarian personnel who have cause to negotiate with Vietnam's communist leaders. This applies in particular to such issues as American MIAs (Missing In Action), refugees and the tens of thousands of political prisoners which Hanoi continues to use in blackmailing tricks.

> "...Some of us will remember the thesis that if we Americans would only 'stop the killing', South Vietnam could have peace, with the South given a goodly measure of autonomy by the North... The facts can no longer be disputed, even though it is too late to help those tens of thousands who have died in prison cells, jungle camps, or at sea. Canh's detailed recital of what has happened to those who will not accept the new faith (or be accepted by it) should dispel any final doubts among individuals who have searched the heavens for signs of Vietnamese communist 'humanism' or 'liberalism'.
>
> from the Foreword by Dr Robert A. Scalapino, Director, Institute of East Asian Studies, University of California, Berkeley

NEW IN PAPERBACK

Vietnam Under Communism, 1975-1982
by Nguyen Van Canh

This detailed account presents a grim picture of life in present-day communist Vietnam where a corrupt police state rules over a nation beset with economic privation and pervasive social controls. Based on his own experiences, extensive use of primary and secondary sources, and interviews with Vietnamese refugees who lived under the new order, Nguyen Van Canh analyses the contemporary politics, economy, culture, leaders, foreign policy and more. Several chapters are devoted to what the author calls Vietnam's bamboo gulag, the "re-education" camps that have swallowed up most of the leadership strata of South Vietnam. He points out that "it is sufficiently clear from the reports of ex-prisoners that the main purpose of the new regime's camps is not re-education but revenge" and that these camps are vital to the regime's system of internal security as "a means of incarcerating all those citizens, no matter how numerous, who either oppose the regime or, according to communist ideology, can have no place in it except that of prisoner and slave laborer." This new book also includes an important section describing the fate of religion and churches since 1975.

Nguyen Van Canh was a professor of law and politics and deputy dean of the Faculty of Law at the University of Saigon until the fall of South Vietnam. He is actively involved in the re-settlement of refugees from Indochina.

January 1986, 328 pp. $9.95.
ISBN: 0-8179-7852-6 (paper).

NATIONAL DEFENSE JAN. 1985

Vietnam Under Communism, 1975–1982. By Nguyen Van Canh with Earle Cooper. Menlo Park, CA: Hoover Institution Press, 1983. 312 pp. $34.95.

Without Honor: *Defeat in Vietnam and Cambodia.* By Arnold R. Isaacs. Baltimore: The Johns Hopkins University Press, 1983. 359 pp. $19.95.

In the long, unhappy saga of the Indochina War, the cruelest tragedy was the "end" and horrific aftermath. Much has been written about the "fall" in Cambodia and Vietnam and the Asian gulag which ensued; but the two books above are the best now available on their respective topics. Isaacs' portrayal of the long denouement in Laos, Cambodia, and South Vietnam is one of the finest written on any aspect of the Indochina experience. Canh's detailed and painful revelation of life under the victors carries the agony forward. Both works are sobering depictions and damning indictments which will require many to rethink assumptions about the Indochina experience and the so-called "lessons of Vietnam."

Nguyen Van Canh was a respected professor of law at Saigon University, a scholar of Vietnamese communism, and an ardent anticommunist nationalist. No friend of the Diem or Thieu regimes, he represented many Vietnamese who maintained an unwavering democratic vision for their country. He considered the 1973 Paris Accords a disaster which "paved the way for Hanoi's victory." He and his family escaped to the United States at the time of the fall, which spared him the fate that he describes for other intellectuals such as himself.

Canh draws upon refugee sources, reports of foreigners allowed to visit Vietnam, and official Vietnamese press, media, pronouncements, and documents to describe the current Socialist Republic of Vietnam. His topics include the new socialist economy in the south; the prevailing political structure and leadership; cultural changes; relationship of ideology, the party, and the citizenry; repression and terror; suppression of religion and intellectuals; resistance movements; and Hanoi's foreign policy.

Although delivered without rancor, Canh's indictment of American failures in South Vietnam, especially the very flawed "peace," is forceful. He concludes that the U.S. should be very careful in relations with the SRV. Any thought of recognition should come very slowly and include a specific set of conditions.

Canh tells what happened in the south under the communists; Isaacs explains in detail how the circumstance transpired. Isaacs covered the war for the *Baltimore Sun* from 1972 to 1978 from Indochina and Hong Kong, and evacuated Saigon the day before the collapse. The author's viewpoint is clear. American policy during the final three years, which resulted in the betrayal of the Indochinese people, was "for the most part callous, cynical, and wrong." He feels that "more humane possibilities existed." All the warring parties—the U.S., the Saigon regime, and the communists—bear damning responsibility for their mutual lack of concern for the millions of people caught in the conflict.

While Kissinger and Nixon made the crucial decisions in the final years, and they blame Congress for the final collapse in 1975, Isaacs contends that the sad outcome was foreordained years earlier. The zeal and commitment of the early 1960's were dead by the mid-Johnson years. With any real hope of victory or favorable result gone, Johnson and Nixon fought only to display determination and "credibility." Indochina itself had no importance and was vital only because we had declared it so and because U.S. prestige was on the line. Thus when the U.S. decided to "cut bait," the fate of the Indochinese was largely ignored. Isaacs makes clear that the word honor had no place in anything having to do with the outcome of our involvement in Indochina. Kissinger and Nixon may have inherited the ordeal in Vietnam, but they bear sole responsibility for creating the final conditions in Cambodia.

The interpretation is not new, but nowhere have I found it better articulated than by Isaacs. The author draws upon recently declassified material from the U.S. Defense Attache Office in Saigon, American advisor field reports, briefing papers, and extensive interviews with American and Indochinese participants for a book which is detailed, soundly argued, beautifully written, and gripping.

Both excellent books are depressing, devastating, and very necessary narratives on the most important aspect of the Indochina anguish.—JOE P. DUNN, *Converse College.*

July 9, 1981

The Desert Sun

Vietnam was a domino; U.S. is end of the chain

By NGUYEN VAN CANH

People in the Third World are looking to American for the hope of help in their defense against Communism. The situation in Vietnam provided a good example of what I mean.

The Vietnamese Communist regime, supported by the Soviet Union, has 100,000 people in concentration camps. Right now, politicians and high-ranking military officials who opposed Communism are still there. Even if you were not a friend of the Americans, if you were a member of the so-called oppressive class, you must be eliminated. You are classified as a reactionary.

These "re-education" camps are actually prisons, places in the jungle where you have to tear down trees and build huts to "live." Usually there are 500 people in each camp. There are so many camps along the Vietnamese-Cambodian borders.

The headquarters is comprised of a Vietnamese cadre to teach you; in other words, to subvert you. Prisoners have to go out and grow corn or edible roots for eight hours a day. At dinner, they turn on the radio from Hanoi and you have to stay there and listen and then discuss what is said on the radio.

And then you have to make a self-critisicm. You have to declare that you have committed "crimes" against the Vietnamese people. You must write one self-criticism paper each month. One political cadre reads all these reports. They make a compilation for discrepancies; you are called up at midnight, and if you can't explain them, you are taken away.

You are not beaten unless you try to escape. But there is a mental pressure. If you talk privately with your friend, he may be a secret friend of the Communists and may report you. This has been going on since 1975.

In rural as well as urban areas, they have a network of secret security agents working with open security agents. Those agents keep an eye on you. If you want to go to the next town to see your mother, you have to get the agents' permission. If you go to a more distant area you must get permission from the higher echelon. You have to tell how much time you want to spend there and state the reason, and when you get there, you have to report to the local security agent. Your mother has to do the same thing.

Another means of control is the economic situation. Every family must have a ration book. Based on that, they sell you food for survival. They set up stores run by the state. So if your mother from another town comes to see you, she has to carry rice from her home on her back.

Vietnam now has to import rice. The peasants do not cooperate with the regime by refusing to produce rice. If you had rice to sell, you would have to pay a tax and each peasant would have to join the agricultural cooperative.

If you want to farm individually, you are not supplied with a plow, fertilizer, rice, or even water. Water is owned by the state.

So you have to join the cooperative. One person rings a bell and you go out to work. They ring a bell and you go home. Each work day, they give you certain working points, and every night you go home in a team and discuss the work of the day. If you are lazy, other team members will criticize you and you get low points. Consequently, you are distributed lower rice rations.

And you turn your book over to the management of the cooperative. At the end of the harvest, they have to pay — first the tax to the government, to cover the salaries of the management, civil servants, party cadres and other people in government — and second, the other supportive teams in the cooperative. The remaining crops are divided based on the working points in the family.

So, in the end, the peasant gets nothing. Even if you raise a chicken, they come and count it. If you eat the chicken, the Communist cadre comes and asks, "Where is the chicken?" That's why the peasants do not cooperate with the regime.

Whenever the Communist party takes power, a domino situation is created. They are trying to conquer the whole world. They will reach the Western contres in a roundabout way. They are trying to take Third World countries first — Africa, Latin America — then Western Europe and then the United States.

So, I think that the United States should protect Thailand. There are 60,000 Vietnamese troops in Laos. The Vietnamese invaded Cambodia, where there are 200,000 troops. With the aid of $3 million a day from the Soviet Union, they set up the puppet government of Hen Samrin. He has set up anti-aircraft weapons at the Thailand-Cambodia border.

The Soviets are building a military force in the area and South Vietnam is just a base for expansion. If we do not defend other Third World countries, it is too late to defend ourselves.

Dr. Nguyen Van Canh was a dean on the Saigon Faculty of Law when Saigon fell. He is a visiting scholar at the Hoover Institution, Stanford University.

510049

COMMENTARY AND ANALYSIS
THE ASIAN WALL STREET JOURNAL
Distributed Saturday, July 11, 1981

An Asian Looks to America for Help Against Communism

By NGUYEN VAN CANH

People in the Third World are looking to America for the hope of help in their defense against communism. The situation in Vietnam provides a good example of what I mean.

The Vietnamese Communist regime, supported by the Soviet Union, has 100,000 people in concentration camps. Right now, politicians and high-ranking military officials who opposed communism are still there. Even if you were not a friend of the Americans, if you were a member of the so-called oppressive class, you must be eliminated. You are classified as a reactionary.

These "re-education" camps are actually prisons, places in the jungle where you have to tear down trees and build huts to "live." Usually there are 500 people in each camp. There are so many camps along the Vietnamese-Kampuchean border.

The headquarters is comprised of a Vietnamese cadre to teach you; in other words, to subvert you. Prisoners have to go out and grow corn or edible roots for eight hours a day. At dinner, they turn on the radio from Hanoi and you have to stay there and listen and then discuss what is said on the radio.

And then you have to make a self-criticism. You have to declare that you have committed "crimes" against the Vietnamese people. You must write one self-criticism paper each month. One political cadre reads all these reports. They make a compilation of discrepancies; you are called up at midnight, and if you can't explain them, you are taken away.

You are not beaten unless you try to escape. But there is mental pressure. If you talk privately with your friend, he may be a secret friend of the Communists and may report you. This has been going on since 1975.

In rural as well as urban areas, there is a network of secret security agents working with open security agents. Those agents keep an eye on you. If you want to go to the next town to see your mother, you have to get the agents' permission. If you go to a more distant place, you must get permission from the higher echelon. You have to say how much time you want to spend there and state the reason for the trip. When you get there, you have to report to the local security agent. Your mother has to do the same thing.

Another means of control is the economic situation. Every family must have a ration book. Based on that, they sell you food for survival. They set up stores run by the state. So if your mother from another town comes to see you, she has to carry rice from her home on her back.

Vietnam now has to import rice. The peasants do not cooperate with the regime and refuse to produce rice. If you had rice to sell, you would have to pay tax and each peasant would have to join the agricultural cooperative.

If you want to farm individually, you are not supplied with a plow, fertilizer, rice, or even water. Water is owned by the state.

So you have to join the cooperative. One person rings a bell and you go out to work. They ring a bell and you go home. Each work day, they give you working points, and every night you go home in a team and discuss the work of the day. If you are lazy, other team members will criticize you and you get low points. Consequently, you are distributed low rice rations.

You turn your book over to the management of the cooperative. At the end of the harvest, they have to pay, first the tax to the government, to cover the salaries of the management, civil servants, party cadres, and other people in government, and second, the other supportive teams in the cooperative. The remaining crops are divided based on the working points in the family.

So, in the end, the peasant gets nothing. Even if you raise a chicken, they come and count it. If you eat the chicken, the Communist cadre comes and asks, "Where is the chicken?" That's why the peasants do not cooperate with the regime.

Whenever a Communist Party takes power, a domino situation is created. They are trying to conquer the whole world. They will reach the Western countries in a roundabout way. They are trying to take Third World countries first – Africa, Latin America – then Western Europe and then the United States.

So, I think that the United States should protect Thailand. There are 60,000 Vietnamese troops in Laos. The Vietnamese invaded Kampuchea, where there are 200,000 troops. With the aid of $3 million a day from the Soviet Union, they set up the puppet government of Heng Samrin. He has set up anti-aircraft weapons at the Thailand-Kampuchean border.

The Soviets are building a military force in the area and south Vietnam is just a base for expansion. If we do not defend other Third World countries, it is too late to defend ourselves.

Nguyen van Canh, a dean on the Saigon University Faculty of Law until 1976, is a visiting scholar at the Hoover Institution, Stanford University.

The News World
NEW YORK, NEW YORK — July 14, 1981

Nguyen van Canh
How Hanoi controls recalcitrant Vietnamese

People in the Third World are looking to America for help in their defense against communism. The situation in Vietnam provides a good example of what I mean.

The Vietnamese communist regime, supported by the Soviet Union, has 100,000 people in concentration camps. Right now, politicians and high-ranking military officials who opposed communism are still there. Even if you were not a friend of the Americans, if you were a member of the so-called oppressive class, you must be eliminated. You are classified as a reactionary.

These "re-education" camps are actually prisons, places in the jungle where you have to tear down trees and build huts to "live." Usually there are 500 people in each camp. There are many camps along the Vietnamese-Cambodian borders.

The headquarters is comprised of a Vietnamese cadre to teach you, in other words, to subvert you. Prisoners have to go out and grow corn or edible roots for eight hours a day. At dinner, they turn on the radio from Hanoi and you have to stay there and listen and then discuss what is said on the radio.

And then you have to make a self-criticism. You have to declare that you have committed "crimes" against the Vietnamese people. You must write one self-criticism paper each month. One political cadre reads all these reports. They make a compilation for discrepancies; you are called up at midnight, and if you can't explain them, you are taken away.

Large security network

You are not beaten unless you try to escape. But there is a mental pressure. If you talk privately with your friend, he may be a secret friend of the communists and may report you. This has been going on since 1975.

> *The peasant gets nothing. Even if you raise a chicken, they come and count it. If you eat the chicken, the communist cadre comes and asks, "Where is the chicken?" That's why the peasants do not cooperate with the regime.*

In rural as well as urban areas, they have a network of secret security agents working with open security agents. Those agents keep an eye on you. If you want to go to the next town to see your mother, you have to get the agents' permission. If you go to a more distant place, you must get permission from the higher echelon. You have to tell how much time you want to spend there and state the reason, and when you get there, you have to report to the local security agent. Your mother has to do the same thing.

Another means of control is the economic situation. Every family must have a ration book. Based on that, they sell you food for survival. They set up stores run by the state. So if your mother from another town comes to see you, she has to carry rice from her home on her back.

Vietnam now has to import rice. The peasants do not cooperate with the regime by refusing to produce rice. If you had rice to sell, you would have to pay tax and each peasant would have to join the agricultural cooperative.

If you want to farm individually, you are not supplied with a plow, fertilizer, rice, or even water. Water is owned by the state.

So you have to join the cooperative. One person rings a bell and you go out to work. They ring a bell and you go home. Each work day they give you certain working points, and every night you go home in a team and discuss the work of the day. If you are lazy, other team

The News World, July 14, 1981

Members of the citizen's militia in Ho Chi Minh City drill during a training session. Such training is only a part of the oppression Vietnamese face under communism.

members will criticize you and you get low points. Consequently, you are distributed low rice rations.

And you turn your book over to the management of the cooperative. At the end of the harvest, they have to pay—first the tax to the government, to cover the salaries of the management, civil servants, party cadres, and other people in government—and second, the other supportive teams in the cooperative. The remaining crops are divided based on the working points in the family family.

So, in the end, the peasant gets nothing. Even if you raise a chicken, they come and count it. If you eat the chicken, the communist cadre comes and asks, "Where is the chicken?" That's why the peasants do not cooperate with the regime.

Domino situation

Whenever the Communist Party takes power, a domino situation is created. They are trying to conquer the whole world. They will reach the Western countries in a roundabout way. They are trying to take Third World countries first—Africa, Latin America—then Western Europe and then the United States.

So, I think that the United States should protect Thailand. There are 60,000 Vietnamese troops in Laos. The Vietnamese invaded Cambodia, where there are 200,000 troops. With the aid of $3 million dollars a day from the Soviet Union, they set up the puppet government of Hen Samrin. He has set up anti-aircraft weapons at the Thailand-Cambodia border.

The Soviets are building a military force in the area and South Vietnam is just a base for expansion. If we do not defend other Third World countries, it is too late to defend ourselves.

Dr. Nguyen van Canh was a dean on the Saigon Faculty of Law when Saigon fell. He is a visiting scholar at the Hoover Institution, Stanford University.

Dân Tộc Tôi – Tập III: Biên Cương Mới & Tự Do Dân Sự

Vietnam Under Communism: 1975-1982 by Nguyen van Canh.
Reviewed by Thanh Nguyen. POLICY DIGEST VOL. IV MAY 1984

Ho Chi Minh promised to lead a continuous revolution until he achieved a "peaceful, reunified, independent, prosperous and powerful Vietnam." But as the atrocities committed under the Communist system revealed a nightmare, not the fulfillment of an idealistic dream, it is doubtful that Ho and his comrades believed in their own stated objectives.

Nguyen van Canh describes Vietnam's economic, political and social upheaval since the Communist takeover in 1975. He also analyzes the Vietnamese Communist Party's (VCP) tactics for achieving reform. Its reforms, undertaken "to improve the quality of life," are distorted by a dictatorship that demands subservience.

Canh's description of the "reform" of Vietnam's agriculture reveals how a totalitarian state operates. In recent years typhoons have hurt Vietnam's food production. The VCP's answer: state ownership of agriculture and food rationing. But this resulted in shortages of technicians, fertilizer and insecticides, created an unwillingness among southerners to cooperate, exacerbated the food problem, and resulted in widespread malnutrition. This and other government policies left the economy in a shambles, and created a dependence on the Soviet Union. To pay for economic aid Vietnam occupied Kampuchea (Cambodia) on behalf of the Soviet Union, and exported slave labor to Eastern Europe. Canh says that Vietnam is "poor and has no capital investment. But if no capital investment is available for development it cannot produce; it must consume its reserves, and consequently becomes poorer."

Vietnam's politics are equally repressive: Only candidates approved by the Communist Party are allowed to run. Trials for political prisoners often end in official executions, but unofficially, secret liquidation is the fate of many "only" sentenced to a re-education camp. With such repression it is not surprising that in 1977-1981 over 350,000 "boat people" fled Vietnam and thousands more escaped overland to Thailand. (Unable to stop the exodus, politicians profit from it by promising a "safe" exit in exchange for gold.) Vietnamese officials argue that people leave for economic reasons, but execution is hardly an economic problem, and as Canh reminds us, even the economic problems are rooted in the political system.

In addition to political repression, the government uses education and propaganda to exert control. Education in the South began with the burning of every book in Saigon University. Then the mass media was nationalized. The children learn math this way: "Our troops went to the battlefield and killed 5 American imperialists and 3 puppet troops--How many troops did our troops kill?" To entice adults to view Soviet made propaganda films, the authorities say they are showing "Gone With the Wind."

In a Communist state "Marxism-Leninism must absolutely dominate the moral life of the country, become the ideology of all the people...[and] any religion that organizes people into groups is a threat to the dominance of the VCP and a potential source of opposition." In Vietnam religious leaders are sent to re-education camps, schools ridicule traditional religions and the state determines where a priest will serve. But as Canh points out, "it is in times of distress that people turn most often to their religion for comfort...and with the Communists imposing permanent distress on their people, it can only strengthen their religious beliefs."

Canh's detailed study reveals that unlike America's stone memorial, Vietnam's lasting memorial to its war is a living legacy of broken promises, human suffering and a persistant struggle by freedom-loving people against Communist tyranny.

(Contact: Miss Diane McCubbin, Hoover Institution Press, Stanford University, Stanford, California, 415/497-3373, 312 pp., $4.95.)

The miseries of the liberated

R. B. Smith

NGUYEN VAN CANH with EARLE COOPER
Vietnam under Communism, 1975–1982
312pp. Stanford: Hoover Institution Press.
0 8179 7851 8

To quote the dust-jacket, this book is "not the work of a disengaged foreign observer". It is, indeed, an account of developments in Vietnam since reunification by a Vietnamese who, before 1975, was committed to the cause of an independent Saigon régime and who now lives in the United States. That need not mean, however, that it is factually unsound; nor that the interpretation it offers – although marred in places by too much emotion – has no relevance to current realities in the Socialist Republic of Vietnam. Certainly it provides a corrective to the opinion of anyone who still believes the claims made by the National Liberation Front, while war was still in progress, that once the Americans had been driven out South Vietnam would be taken over by genuine patriots who would remain independent of "international Communism". Nguyen Van Canh demonstrates at the outset that the "Provisional Revolutionary Government of South Vietnam" created in 1969 was little more than window-dressing; and that what actually happened in May 1975 was that all significant positions of authority south of the 17th parallel were immediately taken over by cadres from Hanoi. He goes on to offer detailed evidence for his contention that the assimilation of the South into a unified Communist Vietnam has brought suffering rather than "liberation" to the majority of its people; and that life under the new régime is on the whole worse, both culturally and materially, than it was under the "dictatorships" of Ngo Dinh Diem and Nguyen Van Thieu.

Not all of the book is polemical, however. It provides a useful compendium of factual information about the institutions, policies and economy of contemporary Vietnam – including an analysis of the state Constitution of 1980 and of the way the Vietnamese Communist Party is organized. There is also a good deal of hard fact on measures directed towards religious groups and potential dissidents; an account of the "bamboo gulag" of re-education centres; and some statistics on the exodus of the "boat people" since 1978. The picture obviously differs in emphasis from what one might find in an official Communist description of the country; but apart from occasional errors of detail, this factual survey does not appear to be radically unsound. The harsh social discipline and material poverty of the country can hardly be disputed, and the book will make salutary reading for anyone who imagines that since 1975 the Socialist Republic of Vietnam has succeeded in fulfilling Ho Chi Minh's injunction to rebuild the country "ten times more beautiful".

The specialist reader, on the other hand, might have hoped for a more penetrating analysis of the available source material. Professor Canh offers some essential statistics and also pays close attention to the "black economy" without which he believes the system as a whole could not survive. But he does not go into the major economic debates which are known to have preceded review of the second five-year plan in 1976; nor into the precise consequences of Vietnamese entry into the COMECON grouping two years later. In analysing Party politics he has a good deal to say about "factions", but he demonstrates little knowledge of the early history of the Party and much of what he does say on that subject is not attributed to precise sources but is hedged about with such phrases as "presumably protégé of . . ." or "according to some analysts . . .". He makes little attempt to analyse in depth known writings of Le Duan, Truong Chinh and other senior figures, which might have provided clearer insight into genuine differences of opinion that have arisen within the top leadership over the years.

Towards the end, two chapters deal with "foreign policy" including useful summaries of Hanoi's exchanges with the United States and with the Association of South-East Asian Nations since 1975; as well as some account of relations with China and the Soviet Union. In relegating the latter topic to such a late stage of the book, however, and by separating it from his analysis of "internal" policies, the author fails to recognize the all-pervading consequences of international Communist relations for Vietnam. Throughout these years, relations with China and the Soviet Union – and the pursuit of domination over Kampuchea – were related aspects of a continuing debate at the highest level in Hanoi. Decisions in that sphere cannot be divorced from such important "internal" policies as the rapid assimilation of the South announced in November 1975 while Le Duan himself was visiting Moscow. The notion that Hanoi "chose Moscow" only in 1978, and that it did so merely because of the victory of a "pro-Soviet" over a "pro-Chinese" faction in Hanoi itself, may have the advantage of simplicity. The international realities of the "world socialist system" are far more complex and Nguyen Van Canh does not do justice to them.

In *Peacekeeping in Vietnam: Canada, Poland and the International Commission* (375pp. The University of Alberta Press. £19. 0 88864 037 4) Ramesh Thakur examines the three delegations to the Commission and discusses the role of international politics in peacekeeping operations.

Vietnam Under Communism, 1975-1982, by Nguyen Van Canh, Hoover Institution Press, Stanford, Calif. $34.95. NEW YORK TRIB.

From the moment the United States signed the Paris Peace Agreement on Jan. 27, 1973, South Vietnam's fate was sealed. Although the agreement marked the end of American involvement in Indochina, it failed to stop North Vietnamese aggression against the Republic of South Vietnam. Most important, this agreement didn't require the North to withdraw its troops or stop its infiltration. JAN. 1984

By January 1975, with more than 200,000 troops amassed in the South, the North Vietnamese launched a major offensive to conquer it. On Wednesday morning, April 30, 1975, as the last 11 U.S. Marines were airlifted by helicopter from the roof of the American Embassy in Saigon, Northern troops entered the city. Two hours later Gen. Duong Van Minh announced Saigon's unconditional surrender. Thus with a whimper 30 years of bitter war came to an end.

Most accounts of the story stop with the fall of South Vietnam but a recent book, *Vietnam Under Communism*, by Nguyen Van Canh, focuses on what has happened in Vietnam since the communist takeover. Based on his experiences and intensive interviews with refugees who lived under the new order, Canh provides a detailed analysis of life in communist Vietnam today.

According to communist belief, the seizure of power is just the beginning; society is to be carried through socialism into communism. During the socialist phase old values are to be destroyed and new ones established.

'New socialist society'

True to tradition, when the communists took over Saigon, the new leaders started from the outset to destroy 4,000 years of Vietnamese history and build a "new socialist society" based on Marxist-Leninist principles. The northern communists set about methodically destroying the social fiber of South Vietnam by implementing the "revolution of production structure" and the "revolution of culture and thought." The "revolution of production structure" is supposed to lead the nation through socialist reconstruction by destroying private property. The "revolution of culture and thought" attempts to transform everyone into a "new socialist" person.

The communists established their presence throughout the South in every city, town and village. Cadres were placed in local governments, public institutions, military units and people's clusters. "Reactionaries" in the local population were registered; along with former military and civilian officials, they were ordered to report to the new revolutionary authorities for re-education. Canh says they were told that "in order to become honest citizens of the 'fatherland,' they would have to reform themselves and cleanse their wrongs" against society. They were ordered to report to various locations for political indoctrination.

The official story that they would be re-educated and then released was a deliberate propaganda trick. He writes, "after seven years of communist rule it is sufficiently clear, from reports of ex-prisoners, that the main purpose of the new regimes' re-education

Disastrous failures

"Knowing the New Economic Zones (NEZs) are concentration camps in all but name," Canh notes, "the general population has actively resisted being sent to them." Such zones are located in previously uncultivated and uninhabited areas of the countryside. The first victims were families of former government officials, army officers and businessmen. Most NEZs are disastrous failures because of government incompetence. The authorities expect people to survive by farming but in many instances people are sent to areas without proper tools to clear the land or seeds to plant. "In Le Minh Hai Province, ordinary city people were dumped in land inundated with salt water. The only way to live off the land was to dig for clams, but there weren't nearly enough to go around. In Song Be Province the area chosen for an NEZ was so primitive that many settlers fell sick and died." People who were allowed to return to Saigon found that their property had been confiscated. With no work they joined thousands of others sleeping in the streets. Little wonder people consider assignment to an NEZ an assignment of death. It is not known how many people have been deported to NEZs, but the number is estimated in the millions.

By late 1975, the Vietnamese people had come to see the true face of communism. The state immediately occupied monopolistic control of the media, forbidding citizens to discuss political issues in the papers. A massive security system has been designed to control all social activities. Travel is prohibited without a permit. The number of residents in each household is recorded on a "household booklet." If, for any reason, the number of residents changes, security officials require a full explanation. Mobility laws are so stringent that an overnight visit to a neighbor's home must first be approved by the authorities. Homes can be entered at any time without a warrant.

All Vietnamese are required to join a party-controlled organization for the purpose of indoctrination and surveillance. Disloyalty to the party is not accepted. People who fail to comply with party regulations are immediately sent to NEZs.

While the new regime moved expeditiously to eliminate the "poisonous weeds" of Western bourgeois culture, it sought to plant seeds of a socialist culture. Books reflecting Western influence were removed from all bookstores and libraries and burned. The entire school system was shut down and the teachers were given indoctrination courses before being certified under the new regime. When the schools reopened, students were issued textbooks sent from the North.

Important changes

Perhaps the most important changes were within the economic sector. Upon seizing power, Canh says, the new leaders began precipitously to implement policies for "building socialism." These included:

1. Eradication of private property, commerce and trade and what the party called "capitalist merchants and compradors." They were replaced by state institutions and functionaries.
2. Nationalization of all industry and banks.
3. Abolition of private ownership of land and reorganization of agricultural production along collective principles.

Today, writes Canh, "state ownership, distinguished by such phrases as 'the people's collective mastery of society,' has been extended to virtually all forms of property." But the policies that have equated private property with exploitation have emasculated the economy and impoverished the people of Vietnam.

While communism has tried to destroy individualism through "collective ownership," the real impact it has made is witnessed by the people, who live under mounting hardships with less and less of everything. For example, the common citizen is given only 13.2 to 17.5 pounds of potatoes and sorghum a month to live on.

Devotion to collectivist principles hasn't brought economic reconstruction but has given birth to an unofficial economy that prevents total economic collapse. Everyone knows the black market is illegal but everybody in socialist Vietnam is "on the take." The reason is that no one can survive on the official wages and salaries. Getting by, Canh says, "is therefore a matter of exploiting one's opportunities for illegal gain." Ironically, the persons who control the black market are the high-ranking communist cadres who utilize their positions to steal from the government or exploit these positions for bribes.

Vietnam Under Communism, 1975–1982 by Nguyen Van Canh. Stanford, Calif.. Hoover Institution Press, 1983. 312 pp. $34.95.

POLITICAL SCI. QUARTERLY FALL 1984

Based on his own experiences, interviews, and various other sources, Nguyen Van Canh, visiting scholar at the Hoover Institution, has written this impressive work on Vietnam. Since the conclusion of the Vietnam war, many books in English have been published on America's involvement in Vietnam; but very few volumes have concentrated on what has happened inside that country. *Vietnam Under Communism* helps fill this gap.

This book is a straightforward treatment of the events taking place immediately before and after the Communist takeover of the South. No theoretical framework is offered. In twelve chapters and an epilogue, the author deals with Vietnam's new leadership, political structure, social control, culture, economy, religion, and foreign policy. The story presented here, albeit strongly critical of the Communist regime, is a personal, heartfelt, and hard-to-obtain account that deserves our serious attention.

Although one may disagree with the author that Vo Nguyen Giap and five other Politburo members were "purged" at the Fifth National Party Congress in 1982, the treatment of the new leadership (pp. 63–68) is informative and useful. Also informative is the structure (diagram) of the Vietnam Communist Party's relationship with front organizations (pp. 113–118). Undoubtedly, all Communist parties utilize front organizations well. And the Vietnamese party has been especially skillful in establishing and mobilizing the support from these organizations ever since Ho Chi Minh's days. Yet, many people in this country have either ignored or refused to accept this fact.

Like other Communist regimes, the Vietnamese government adopts the concept and policy of exclusiveness and utilitarianism to handle political and social affairs. It is, therefore, not surprising to see that "freedom of speech" and "freedom of movement" have been denied, and "thought reform" has been imposed upon the people (pp. 150–155). Moreover, "Vietnamese Catholics" have been changed to be "Catholic Vietnamese" (p. 172). Such Vietnamization of the Catholic faith bears a striking similarity to China's Patriotic Catholic Church that since 1950 has been required to conform to the PRC's constitution and social needs. The same exclusive and utilitarian policy applies to Vietnamese Buddhism. However, if during the Vietnam war we had endorsed the independent mind and great courage of the Buddhist leaders Thieh Tri Quang, Thieh Thien Minh, and others, we should equally be concerned about the indescribable sufferings they have experienced under the current Communist regime as discussed by Canh (pp. 181, 216). Double standards or apologies for such a serious violation of human rights are intellectual crimes.

The author has a critical view and harsh words on several other aspects. For instance, he asserts that elections in "Communist Vietnam are rigged in advance" (p. 75), argues that the Vietnamese Communists are "experts in mass murder" (p. 120), and states that New Economic Zones are "concentration camps without fences" (pp. 217–221). One may agree with him on some of these assertions, but not all. In comparison, Pol Pot's Communists are truly experts in mass murder. Nevertheless, one must fully realize the fact that the author is speaking from his conscience.

Informative as the book is, the discussion is mainly limited to the south. It does not cover the post-1975 situation in the north in which we are equally interested. Moreover, some sources should have been cited, particularly for tables (pp. 101–102). In any event, this useful book should be widely read by students of Vietnamese affairs.

VIETNAM UNDER COMMUNISM, 1975–1982. By Nguyen Van Canh. Stanford: Hoover, 1983, 328 pp. $34.95. *FOREIGN AFFAIRS WINTER 83*

The author was a professor at the Saigon University law school and an active member of the Dai Viet, Vietnam's staunchly anti-communist nationalist movement. He provides a thorough account of the structure of Vietnamese society under communism, drawing both on official statements and on interviews with refugees. The picture that emerges is grim: Vietnam's "Bamboo Gulag" includes at least 50 "reeducation" camps with more than 126,000 inmates as of 1980–81. Particularly brutal is the treatment of former Catholic, Buddhist, Cao Dai and Hoa Hao leaders. Thich Tri Quang, a monk who gained worldwide fame as the leader of the Buddhist opposition to Diem, was detained for 16 months in a dungeon. As a result he lost the use of his legs and is now confined to a wheelchair. *VOL 62 NO 2*

VIETNAM UNDER COMMUNISM, 1975-1982 by Nguyen Van Canh. 312 Pages. Hoover Institution Press, Stanford, Calif. 1983. $34.95. MILITARY REVIEW APRIL

This is one of the first works available to the public that details the affairs that have occurred in Vietnam since the fall of Saigon in 1975. Nguyen Van Canh, a former professor of law at Saigon University and member of the anticommunist and anti-Thieu Dai Viet nationalist party, has written from personal knowledge as well as reports and observations from official Vietnamese documents, refugees and Socialist Republic of Vietnam (SRV) authorities. The picture he portrays is a grim one and, to anyone who was an adviser or who had Vietnamese friends, this book is not an easy one to read.

The meticulous detail and well-researched figures, quotations and descriptions show that the former South Vietnam has been mercilessly turned into a communist police state, thoroughly integrated into the unified SRV and totally dominated in political, economic and social affairs by northern cadre. The once-flourishing southern economy has been subjected to rigid communist dogma, eliminating private ownership of businesses and even taking the small plots of rice paddies from Mekong Delta peasants and forming them into cooperatives.

Particularly chilling are two chapters entitled "Vietnam's 'Bamboo Gulag'" and "Re-education or Revenge?" which outline the establishment of new economic zones and re-education centers. According to Van Canh, more than 300,000 people from all walks of life, including former military personnel, teachers, government officials and anti-Thieu political stalwarts, have been sent to camps in remote parts of the country. There, the great majority still toil at slave labor under arduous conditions of semi-starvation and denial. To paraphrase Van Canh, "how much blood must be shed before it is a bloodbath?" is a painful rendition of the fate of our former friends and allies.

He does not stint in his criticism of both the former South Vietnamese government and the United States. He chides the United States for its naiveté and lack of will and the South Vietnamese for corruption and malaise. The sad fact is that the conditions outlined in this book could have been prevented if these former allies had been more resolute.

Vietnam Under Communism is both a research product and a narrative of personal stories. As such it is of value to the political scientist for its balanced coverage of facts and figures and its portrayal of the economic, political and social changes that have occurred in Vietnam. To the military professional, it is a poignant outline of what happens when the lack of resolution by political leaders during fighting and negotiations alike results in defeat. For former critics of the war, who probably will not read the book, there is precious little for which to be happy. For all of us, this book is a lesson we must never forget.

The blight at the end of the tunnel

The decade of communist rule in South Vietnam has been an ordeal of torment and deprivation

By Nguyen van Canh

IT HAS been 10 years since the communists took over South Vietnam. In 1975, some South Vietnamese expected the better life promised by the new regime. Ho Chi Minh had said: "Nothing is more precious than independence and freedom." And the state propaganda machinery publicized this theme extensively in the South.

But what followed was something quite different: 10 years of torment and deprivation.

Immediately upon arrival, the communist authorities curtailed all civil liberties. The University of Saigon school of

Nguyen van Canh is director of the Indochinese Training and Employment Center in San Jose, and author of "Vietnam Under Communism" (Hoover Institution Press). He wrote this article for Perspective.

law, where I had been a professor and deputy dean until April 1975, was closed the day after they came in. All of the books and materials in its library were burnt. The reason given was that they were products of a "depraved culture."

New materials were shipped in from the North. I have been told that all the materials were resolutions and papers of the Vietnam Workers Party, which was renamed the Vietnam Communist Party (VCP) in 1976. There are over 100,000 such documents. All of my colleagues were "asked" to join the "Patriotic Intellectuals Association," and were "assigned" to work at the Social Science Research Committee. Actually they were placed under VCP security.

New professors were sent in from the North, and the law school was changed into the School of Economics and

also brought in several hundred million dollars a year.

"In-kind" contributions have been another method of collecting money. Vietnam has sent about 500,000 men to Siberia and eastern European countries to construct oil pipelines. This helps to pay off a portion of its debts to the Soviet Union.

Because of its military incursions into Cambodia, Vietnam has had to depend on the Soviet Union for assistance. The Soviets have given Vietnam million of dollars in military aid to maintain armed forces of 1.1 million men. In exchange, Vietnam has given to the Soviets the use of military bases in Vietnam.

So the effect goes beyond human cost. Vietnam is losing its independence, while simultaneously creating incessant turmoil in the region.

The authorities have resorted to various means to collect dollars. Trafficking of human beings has been used extensively for this purpose

8P Sunday, March 24, 1985 ■ San Jose Mercury News

The bitter harvest of communist rule in Vietnam

Continued from Page 1P

Finances. The new professors were just a VCP political cadre, talking Marxist-Leninist politics rather than economics and finances.

All former professors had to attend on the short-term re-education classes, where they were told to relinquish their "capitalist thoughts," and readjust to the new socialist environment. During discussion sessions, they were made to criticize themselves for having sided with "American Imperialism" and confess having committed crimes against the people.

None of them dared speak freely. Only those who showed full cooperation with the new regime were allowed to keep their jobs. All others were fired. Among the latter, a number were arrested and sent to labor concentration camps.

☐

Other forms of expression also were quashed. Religion was strictly regulated. Catholic priests, Protestant ministers, and Buddhist monks were arrested. Church properties were seized and used as state offices or storage.

Travel has been severely restricted. One must obtain a permit from a local security office. A visitor — even if it is a daughter or son — may not stay overnight at a home without obtaining a permit from the security office.

The new regime eliminated a class of people called *comprador bourgeoisie* — merchants. A friend of mine, a pharmacist who owned a drugstore in Saigon, related this story: One day at 1 a.m., six young men entered his house. The leader said they had come to take an inventory. The men ordered the owner to stand on the spot while they counted merchandise. They searched every room in the house, and didn't stop until at 6 a.m. They then locked up all his merchandise. A few days later, he was required to surrender everything registered on the inventory list to a state-operated store, without compensation.

All stores were attacked in the same way. In order to conduct such a campaign, the communists had to mobilize students, secretly sending them to a three-day training program in military camps. No student was allowed to communicate with people outside, not even with their parents. Upon graduation, they were assigned to work in a store, and had to complete the job before going home. After the *comprador bourgeoisie* had been eliminated, the state-operated stores took over.

In rural areas, collectivization programs began. Peasants were gradually required to join agricultural cooperatives. They to work according to the state plan: under timetables, production goals, and work assignments planned by the cooperative management of VCP cadres.

In order to stamp out all possible opposition, the new regime, in June 1975, called all military men, civil servants, politicians of the former regime to re-education classes. No one was exempt; not medical doctors, teachers, engineers, lawyers, writers, or poets. Over 1 million people reported to classes. More than 200,000 persons apparently are still in hard-labor concentration camps located in remote jungle areas, though the Hanoi administration recently declared that only 7,000 of them are being "re-educated."

Of course, there also were summary executions throughout the country during the first nights when the communists came in. Kangaroo courts were established to liquidate people who owed "blood debts to the people."

☐

In 1976, Hanoi proposed to produce adequate food and commodities for the entire nation by 1980. The goal of cereal production for 1980 was 21 million tons to feed 52 million people. However, only 14.4 million tons were harvested (or 68 percent of the goal). In 1983, 14.6 million tons were produced for a population of 60 million people. Thus the allocation of cereal per capita actually declined: 461 grams of processed cereal a day in 1980, down to 405 grams a day in 1983. Further, each person received an even smaller quantity because the state allocated a portion for animal consumption. Malnutrition, of course, is spreading.

The black market has exploded beyond control. The monthly salary of a state employee is around 300 dongs, which is equivalent to the price of a duck sold in black market. In 1984, a U.S. dollar was legally rated at 10 dongs, while its black market rate was 160 dongs. However, its present black market rate is 370 dongs.

Debts have been accumulated day by day. It is estimated that Vietnam presently owes some $6 billion.

In order to overcome the shortage, the authorities have resorted to various means to collect dollars. Trafficking of human beings has been used extensively for this purpose. It was common to charge $2,000 to allow someone to leave Vietnam. Refugees' relatives remaining in Vietnam were pressured for money, so that the refugees living in America or Western Europe had to send dollars home. A large network was set up to collect gifts from refugees sent to their families. This method has

Continued to previous page →

Vietnam since U.S. soldiers were pulled out of Saigon

LAWRENCE CRINER

Vietnam Under Communism, 1975-1982, by Nguyen Van Canh, Hoover Institution Press, Stanford, Calif. $34.95.

From the moment the United States signed the Paris Peace Agreement on Jan. 27, 1973, South Vietnam's fate was sealed. Although the agreement marked the end of American involvement in Indochina, it failed to stop North Vietnamese aggression against the Republic of South Vietnam. Most important, this agreement didn't require the North to withdraw its troops or stop its infiltration.

By January 1975, with more than 200,000 troops amassed in the South, the North Vietnamese launched a major offensive to conquer it. On Wednesday morning, April 30, 1975, as the last 11 U.S. Marines were airlifted by helicopter from the roof of the American Embassy in Saigon, Northern troops entered the city. Two hours later Gen. Duong Van Minh announced Saigon's unconditional surrender. Thus with a whimper 30 years of bitter war came to an end.

Most accounts of the story stop with the fall of South Vietnam but a recent book, *Vietnam Under Communism,* by Nguyen Van Canh, focuses on what has happened in Vietnam since the communist takeover. Based on his experiences and intensive interviews with refugees who lived under the new order, Canh provides a detailed analysis of life in communist Vietnam today.

According to communist belief, the seizure of power is just the beginning; society is to be carried through socialism into communism. During the socialist phase old values are to be destroyed and new ones established.

Lawrence Criner is a New York Tribune staff

On Jan. 27, 1973, the United States and North Vietnam signed the Paris Peace Agreement. In the photo above, North Vietnamese chief negotiator Xuan Thuy looks on as Foreign Minister Nguyen Duy Trinh signs the agreement.

'New socialist society'

True to tradition, when the communists took over Saigon, the new leaders started from the outset to destroy 4,000 years of Vietnamese history and build a "new socialist society" based on Marxist-Leninist principles. The northern communists set about methodically destroying the social fiber of South Vietnam by implementing the "revolution of production structure" and the "revolution of culture and thought." The "revolution of production structure" is supposed to lead the nation through socialist reconstruction by destroying private property. The "revolution of culture and thought" attempts to transform everyone into a "new socialist" person.

The communists established their presence throughout the South in every city, town and village. Cadres were placed in local governments, public institutions, military units and people's clusters. "Reactionaries" in the local population were registered; along with former military and civilian officials, they were ordered to report to the new revolutionary authorities for re-education. Canh says they were told that "in order to become honest citizens of the 'fatherland,' they would have to reform themselves and cleanse their wrongs" against society. They were ordered to report to various locations for political indoctrination.

The official story that they would be re-educated and then released was a deliberate propaganda trick. He writes, "after seven years of communist rule it is sufficiently clear, from reports of ex-prisoners, that the main purpose of the new regimes' re-education camps is not re-education but revenge. This revenge is being exercised indiscriminately against whole classes of people (especially religious people), with scarcely a pretense of legality and with total disregard for human rights.

Internal security

"The re-education program is, in fact, vital to the regime's system of internal security. It is a means of incarcerating all those citizens, no matter how numerous, who either oppose the regime or, according to communist ideology, can have no place in it except that of prisoner and slave laborer." In reality, he says, the regime "has incarcerated many of its former allies, who realize now that the 'socialist reality' is not something that they can or should adjust to." And the number of such maladjusted people, from peasants to intellectuals, is growing daily.

The "big lie" is that the communists report the re-education camp population is much smaller than it actually is. They report about 20,000. According to one of Canh's contacts, Phu Yen, who made an extensive study of the camps, 343,000 people had been interned by the end of 1975.

Conditions in the camps are horrendous. The prisoners are systematically and deliberately underfed. Their diet consists mainly of rice mixed with sorghum, manioc or maize. Rations are tiny. The amount most frequently reported by ex-prisoners is less than 500 grams of such food a day. In many camps, prisoners receive only two small bowls of these staples a day, just enough to survive on.

Torture is commonplace, with punishment handed out for such things as violating camp rules, refusing to work and voicing opposition to communism. Medical care is virtually non-existent. Since there are no doctors or medicines available, prisoners frequently die of diseases that go untreated. Those injured from torture are finished off.

Thus malnutrition, torture and disease are slowly killing off the inmates. Hanoi avoids the international and domestic problems that would arise if it carried out mass executions by killing its enemies slowly while extracting labor from them.

Disastrous failures

"Knowing the New Economic Zones [NEZs] are concentration camps in all but name," Canh notes, "the general population has actively resisted being sent to them." Such zones are located in previously uncultivated and uninhabited areas of the countryside. The first victims were families of former government officials, army officers and businessmen. Most NEZs are disastrous failures because of government incompetence. The authorities expect people to survive by farming but in many instances people are sent to areas without proper tools to clear the land or seeds to plant. "In Le Minh Hai Province, ordinary city people were dumped in land inundated with salt water. The only way to live off the land was to dig for clams, but there weren't nearly enough to go around. In Song Be Province the area chosen for an NEZ was so primitive that many settlers fell sick and died." People who were allowed to return to Saigon found that their property had been confiscated. With no work they joined thousands of others sleeping in the streets. Little wonder people consider assignment to an NEZ an assignment of death. It is not known how many people have been deported to NEZs, but the number is estimated in the millions.

By late 1975, the Vietnamese people had come to see the true face of communism. The state immediately occupied monopolistic control of the media, forbidding citizens to discuss political issues in the papers. A massive security system has been designed to control all social activities. Travel is prohibited without a permit. The number of residents in each household is recorded on a "household booklet." If, for any reason, the number of residents changes, security officials require a full explanation. Mobility laws are so stringent that an overnight visit to a neighbor's home must first be approved by the authorities. Homes can be entered at any time without a warrant.

All Vietnamese are required to join a party-controlled organization for the purpose of indoctrination and surveillance. Disloyalty to the party is not accepted. People who fail to comply with party regulations are immediately sent to NEZs.

While the new regime moved expeditiously to eliminate the "poisonous weeds" of Western bourgeois culture, it sought to plant seeds of a socialist culture. Books reflecting Western influence were removed from all bookstores and libraries and burned. The entire school system was shut down and the teachers were given indoctrination courses before being certified under the new regime. When the schools reopened, students were issued textbooks sent from the North.

Important changes

Perhaps the most important changes were within the economic sector. Upon seizing power, Canh says, the new leaders began precipitously to implement policies for "building socialism." These included:

1. Eradication of private property, commerce and trade and what the party called "capitalist merchants and compradors." They were replaced by state institutions and functionaries.
2. Nationalization of all industry and banks.
3. Abolition of private ownership of land and reorganization of agricultural production along collective principles.

The main purpose of the new regimes' re-education camps is not re-education but revenge.

Today, writes Canh, "state ownership, distinguished by such phrases as 'the people's collective mastery of society,' has been extended to virtually all forms of property". But the policies that have equated private property with exploitation have emasculated the economy and impoverished the people of Vietnam.

While communism has tried to destroy individualism through "collective ownership," the real impact it has made is witnessed by the people, who live under mounting hardships with less and less of everything. For example, the common citizen is given only 13.2 to 17.5 pounds of potatoes and sorghum a month to live on.

Devotion to collectivist principles hasn't brought economic reconstruction but has given birth to an unofficial economy that prevents total economic collapse. Everyone knows the black market is illegal but everybody in socialist Vietnam is "on the take." The reason is that no one can survive on the official wages and salaries. Getting by, Canh says, "is therefore a matter of exploiting one's opportunities for illegal gain." Ironically, the persons who control the black market are the high-ranking communist cadres who utilize their positions to steal from the government or exploit these positions for bribes.

Desperate for currency

The economic crisis has made the government desperate for foreign currency. Consequently the communists have gone into the boat people business. A person can buy his freedom from inhuman suffering for five to 12 taels of gold.

Although this business was originally meant for ethnic Chinese, many Vietnamese bought their freedom by paying the highest prices. By exploiting human sorrow the communists have been able to make more than $4 billion. Canh estimates that 728,360 people left Vietnam between 1977 and 1982. No one knows how many have tried to leave in small wooden boats and found rest at the bottom of the China Sea.

Perhaps the most emotion-laden scheme to raise currency is the government's exportation of 500,000 Vietnamese as slave laborers to pay its debts to the Soviets. These people now work on oil lines and construction sites in Siberia and East Germany. This horror story bears similarity to the export of slaves from Africa in the 18th and 19th centuries.

In a sense Vietnam has become a colony of the Soviet Union, and as such the Soviets pump $3-$6 million into Vietnam daily to help keep it afloat. In return the Soviets use Vietnam's naval bases and airstrips. They have positioned more than 5,000 technicians there to train Vietnamese troops and maintain Soviet military equipment, ships, submarines and planes, which visit regularly.

Today Vietnam is an "Asian Cuba" serving Soviet interests in Indochina. That's why Vietnam is trying to colonize Cambodia and Laos, as well as training communist guerrillas from Thailand and supplying arms to communists in El Salvador.

No 'ethical society'

As Canh shows, the Vietnamese communists have not created the "ethical society" envisioned by Susan Sontag, Mary McCarthy or others of the anti-Vietnam era, but a police state no less brutal than those pioneered by Stalin, Mao, Castro or Kim Il Sung. One has only to read former *New York Times* correspondent David Halberstam's hero worship of Ho Chi Minh, in his book *Ho*, to understand how so many during the war could make such glaring misjudgments about communism, a political system that has historically imprisoned, tortured, starved, executed and exiled hundreds of thousands of people worldwide.

Certainly our decision to enter Vietnam was as moral as our decision to fight the Nazis in World War II. But in the '60s and '70s the United States was regularly compared with Nazi Germany and the North Vietnamese were misidentified as freedom fighters by many in the media and academia.

The Vietnamese have been abandoned to the horror of communism while many who decried American involvement have turned their attention to Central America. The common rhetoric "No More Vietnams" is heard from the same people who surrendered Vietnam to communism.

Canh's book helps clarify the lessons of Vietnam. NYT 3

'Bamboo gulag'
Redwood City resident and Hoover Institution researcher Nguyen Van Canh, formerly a law professor at Saigon University and active in the Dai Viet, says the Vietnamese government is maintaining a "bamboo gulag" with 100 camps and 200,000 to 300,000 prisoners. Details, B-5.

Vietnam Under Communism, 1975-1982, by Nguyen Van Canh is the latest welcome addition to what still is a woefully short list of books about Vietnam by Vietnamese. Canh is a Northerner, a former Saigon University law professor and Dai Viet nationalist. His book is broad-brushed, dealing with the history of events in Vietnam before and after the fall of the GVN; with changes wrought in the South in religion, education and the existing class structure; with the Communist Party and its leadership, and with foreign affairs. Certain judgments may strike the reader as intemperate, but make no mistake, this is an authentic Vietnamese voice speaking. Particularly recommended for those who closely follow contemporary Indochinese affairs. Hoover Press, Stanford CA 94305. $34.95. / *INDOCHINA CHRONOLOGY VOL. II*

WLA 1983

VIETNAM UNDER COMMUNISM, 1975-1982, by Nguyen Van Canh. Stanford, Calif. Hoover Institution Press, 1983. 312 pp. $34.95. An analysis of Vietnam's government, culture, education, economy, religious institutions, and foreign policy since the withdrawal of U.S. forces from Southeast Asia. Although he focuses mainly on the present and the recent past, Canh also delves into enough Vietnamese history to make the current situation more understandable. He explains the origins and ideologies of Vietnam's most important political factions: the Communist Party and the Dai Viet, a staunchly anti-communist nationalist movement. The story Canh tells of Vietnam since the communist takeover in 1975 is not a pretty one. An already depressed economy has been further hindered by communist collectivization and land reform. Graft and corruption are widespread among government leaders. Religious persecution is common. A repressive system of prison camps, which the author labels Vietnam's "Bamboo Gulag," has been established. Before Canh's departure from South Vietnam in 1975 he was actively involved in the nation's political and intellectual life. His first-hand knowledge and experience are evident in his analysis of the communist system in Vietnam and of U.S. policy in the area. With photographs, notes, glossary, bibliography, index, tables, and charts.

SEA Probe FEB 1984

VIETNAM UNDER COMMUNISM, 1975-1982
By NGUYEN VAN CANH, 312pp., $34.95
Hoover Institution Press, Stanford University, Stanford, California 94305

SOUTHEAST ASIA R&V.

Nguyen Van Canh has accomplished a major work in the publication of *Vietnam Under Communism, 1975-1982*. The author, a former law professor and active member of Vietnam's staunchly anti-communist Dai Viet movement, has provided readers with a detailed view of the situation in today's Vietnam. His analysis includes Vietnam's present leaders, culture, education, economy and foreign policy.

Unlike some disengaged foreign intellectuals, Canh has researched the material for this work from the perspective of a Vietnamese who has been engaged in a life-long battle against totalitarism. With his own personal experiences, an impressive use of primary and secondary sources, and extensive interviews with refugees still escaping the new socialist order, we understand more of the mechanics of what the author calls "Vietnam's bamboo gulag."

An inside view is provided to Vietnam's apparatus of repression. The concentration camps and so-called New Economic Zones should dispel any lingering thoughts of humanitarianism in communist Vietnam. Afterall, as the author states: "The Vietnamese Communists are experts in mass murder: they have had nearly 40 years' practice at it."

With the Hanoi regime attempting to negotiate financial assistance from non socialist governments, this work should be required reading for both governmental and humanitarian personnel who have cause to negotiate with Vietnam's communist leaders. This applies in particular to such issues as American MIAs (Missing in Action), refugees and the tens of thousands of political prisoners which Hanoi continues to use in blackmailing tricks.

"...Some of us will remember the thesis that if we Americans would only 'stop the killing', South Vietnam could have peace, with the South given a goodly measure of autonomy by the North... The facts can no longer be disputed, even though it is too late to help those tens of thousands who have died in prison cells, jungle camps, or at sea. Canh's detailed recital of what has happened to those who will not accept the new faith (or be accepted by it) should dispel any final doubts among individuals who have searched the heavens for signs of Vietnamese communist 'humanism' or 'liberalism'.

CHOICE
APR. '84

History,
Geography
and Travel

Asia and
Oceania

NGUYEN, Van Canh. Vietnam under communism, 1975-1982, by Nguyen Van Canh, with Earle Cooper. Hoover Institution Press, 1983. 312p ill bibl index 83-10754. 34.95 ISBN 0-8179-7851-8. CIP

Canh, former professor of law at Saigon University and member of the fiercely anti-Communist Dai Viet political faction, has written a damning and essentially polemical account of Vietnam since its fall to communism in 1975. For Canh, the Communist overlords can simply do no right. His catalog of horrors includes bloodbaths in the provinces; repression of religion, speech, and the media; high- and low-level corruption; economic destitution; and the attempt to institute total bureaucratic control over an entire society. Communist Vietnam is a totalitarian state, essentially the tool of Moscow's party line and policy. The author's dry prose and monotonous descriptions of administrative structures make this potentially exciting topic dull stuff indeed; he is not even a very inspiring polemicist. At least he dredges up some new and interesting documents, especially the political cartoons and satiric poems that dot his work. *Vietnam Under Communism* tells us more about Canh's politics than it does about Vietnam's. It will serve mainly as a document, one of many on which a truly dispassionate study will someday be based. Only for large libraries with a strong interest in "Vietnamiana."

Most Americans remember Vietnam...

Above all they remember the Vietnam War. The Public Broadcasting Service mid-way in its 13-episode "documentary" titled *Vietnam: A Television History*, is now reminding us of the "tragic" conflict. And innumerable Americans — on editorial pages or by other handy soapbox, including Congress — call upon that memory to warn ominously that the Caribbean Basin could become another Vietnam" and our hemispheric apocalypse.

But how often do the media and Americans consider the fate of the Vietnamese people, with whom we were so long and so intimately allied? How often do we contemplate the million Vietnamese who have languished in prisons for months and years since we left, or the tens of hundreds of thousands languishing in prison camps today?

Violating basic rights

Two decades ago, Buddhist self-immolations in Saigon, protesting a U.S.-supported government in South Vietnam, were major media stories around the world and kindled American disillusionment with and eventual withdrawal from Indochina. But when 12 Buddhist monks and nuns immolated themselves in Can Tho Province in 1975, protesting the policies of the recently established Socialist Republic of Vietnam (SRV), hardly any in the United States noticed. 1983

"Here no one wants to hear us." a Vietnamese Buddhist lamented a poorly attended press conference in Washington five years after the formation of the SRV. "But we must keep trying. If you don't do anything, you are killing the people of Vietnam."

Provoking revelations

But Americans and their media have not often supported human rights in Vietnam. Even many of the most outspoken critics of human rights violations in the South during the war — notably most "peace movement" leaders — have in recent years turned their censorious gazes to other parts of the world. To El Salvador, for example, or Chile, the latter providing the setting for a propagandistic "human rights" film, the Oscar-nominated thriller, *Missing*.

If some enterprising commercial filmmaker wants to look at a country where human rights are much more grievously and systematically violated, let him look to Vietnam. (Ann Hui's recent *Boat People* did this to some degree for a film crowd.) At the very least, these months of renewed interest in the Vietnam War should prompt Americans to find out more about what has happened to the Vietnamese people under their new leaders.

Nguyen Van Canh, former professor of law at Saigon University, has just published a passionate but scholarly analysis titled *Vietnam Under Communism, 1975-1982*. In a recent interview Canh told of Vietnam's "Bamboo Gulag" which he says confines some 200,000 to 300,000 prisoners in 100 camps for years without a trial. Several chapters describe Vietnamese communist suppression of individual rights in and out of these 100 miserable camps.

Others have reported the same problem in recent months such as Amnesty International (AI) and the Aurora Foundation, which is based in Atherton, Calif.

An 18-page AI report, accompanied by a 20-page paper giving case histories, expresses the organization's concern over "the continuing detention without charge or trial of thousands of prisoners held since 1975, together with more recent arrests." The report draws particular attention to writers, artists and members of the pre-1975 "neutralist third force," many of whom AI believes to be "prisoners of conscience detained for nonviolent expression of their political or other views."

The longer of the two reports, a 46-page document from Aurora, is largely the work of Ginetta Sagan, who founded the West Coast branch of AI, worked for years with human rights activist Joan Baez, and was herself an AI prisoner of conscience in Italy during World War II.

Like Canh and AI, Sagan turned to many sources for information. the most telling of which were extensive testimonies of more than 500 Vietnamese refugees from all walks of life whom Sagan and her colleagues interviewed in the United States, Europe and Asia. "As the number of refugees we interviewed grew," Sagan says, "a quality of sameness appeared — patterns of arrest, detention and treatment in camps which allowed us to discount exaggerated or understated accounts."

The Aurora report concludes that approximately 1 million Vietnamese have passed through or remain in the government's prisons and/or "re-education" camps. Aurora estimates that some 500,000 were released in 1975 after three months or less, another 200,000 after periods of two to four years and 240,000 after more than five years. Sagan concludes that at least 60,000 remain in detention today.

Furthermore, more than 600,000 "boat people," who actually fled by land and sea, made an exodus without precedent in Vietnamese history. Even during the tragic turmoil of the Vietnam War, there was nothing remotely resembling it in scope.

Like Canh, Sagan concludes that the Hanoi government has systematically violated the Paris Agreements and its promises to the Vietnamese people, not least by holding prisoners without charge or trial, often in subhuman conditions, such as prolonged confinement in metal or wood "connex" boxes large enough to accommodate several prisoners crowded together. Many have died from these confinements, beatings, lack of medical attention and other forms of mistreatment.

Known conditions

The extent of this repression has been widely recognized in Europe for years, with many perceptive reports by Roland-Pierre Paringaux, Jean Lacouture, Tiziano Terzani and other journalists, some of whom were among the first and most relentless critics of U.S. policy in Southeast Asia during the 1960s and early 1970s. Paringaux set the tone for this informed analysis with an article in the Paris daily *Le Monde* titled *Gulags in the Name of Security*.

The new book by Canh, and the reports by AI and Aurora, should find a large, concerned audience in the United States, with its historic support for the suppressed underdog. It is long time to toss out those, like many anti-Vietnam War activists, who argue that it is all the fault of the United States for going to Vietnam, that criticizing Hanoi is intolerable interference in Vietnam's domestic affairs or that all those held in prison camps are "criminals," when many of their "crimes" are simply nonviolent political disagreements with their government.

After all, random and particularly systematic violations of human rights must be condemned and fought even when they occur in "socialist" states living under less than ideal conditions.

Desperate for currency

The economic crisis has made the government desperate for foreign currency. Consequently the communists have gone into the boat people business. A person can buy his freedom from inhuman suffering for five to 12 taels of gold.

Although this business was originally meant for ethnic Chinese, many Vietnamese bought their freedom by paying the highest prices. By exploiting human sorrow the communists have been able to make more than $4 billion. Canh estimates that 728,360 people left Vietnam between 1977 and 1982. No one knows how many have tried to leave in small wooden boats and found rest at the bottom of the China Sea.

Perhaps the most emotion-laden scheme to raise currency is the government's exportation of 500,000 Vietnamese as slave laborers to pay its debts to the Soviets.

These people now work on oil lines and construction sites in Siberia and East Germany. This horror story bears similarity to the export of slaves from Africa in the 18th and 19th centuries.

In a sense Vietnam has become a colony of the Soviet Union, and as such the Soviets pump $3-$6 million into Vietnam daily to help keep it afloat. In return the Soviets use Vietnam's naval bases and airstrips. They have positioned more than 5,000 technicians there to train Vietnamese troops and maintain Soviet military equipment, ships, submarines and planes, which visit regularly.

Today Vietnam is an "Asian Cuba" serving Soviet interests in Indochina. That's why Vietnam is trying to colonize Cambodia and Laos, as well as training communist guerrillas from Thailand and supplying arms to communists in El Salvador.

No 'ethical society'

As Canh shows, the Vietnamese communists have not created the "ethical society" envisioned by Susan Sontag, Mary McCarthy or others of the anti-Vietnam era, but a police state no less brutal than those pioneered by Stalin, Mao, Castro or Kim Il Sung. One has only to read former *New York Times* correspondent David Halberstam's hero worship of Ho Chi Minh, in his book *Ho*, to understand how so many during the war could make such glaring misjudgments about communism, a political system that has historically imprisoned, tortured, starved, executed and exiled hundreds of thousands of people worldwide.

Certainly our decision to enter Vietnam was as moral as our decision to fight the Nazis in World War II. But in the '60s and '70s the United States was regularly compared with Nazi Germany and the North Vietnamese were misidentified as freedom fighters by many in the media and academia.

The Vietnamese have been abandoned to the horror of communism while many who decried American involvement have turned their attention to Central America. The common rhetoric "No More Vietnams" is heard from the same people who surrendered Vietnam to communism.

Canh's book helps clarify the lessons of Vietnam.

Perspectives on Vietnam: Three Review Articles

"The New Vietnam Scholarship"—
A Review Article

NGO VINH LONG

The Vietnam War is still an emotional issue for those who were involved in it and affected by it, in part because it was long and destructive. To many, especially Vietnamese now living in the United States, almost all topics related to that war are potentially inflammatory, and any effort—no matter how reasonable and constructive—at raising any topic related to it can be easily misconstrued and can elicit strong reactions. It is precisely for these reasons that one would expect a serious writer and his publisher to maintain a certain standard of scholarship and objectivity to facilitate rational discussion of the issues involved. The book under review, however, thrives on misinformation, misinterpretation, exaggerations, unsupported assertions, unverified rumors, innuendos, and half-truths, which together would take volumes to survey and redress adequately.

In chapter 1, entitled "From the Tet Offensive to the Communist Takeover," Nguyen Van Canh claims that the United States caused the loss of South Vietnam by going to the Paris peace talks in 1968 and by yielding "far too much to Communist demands" after that (p. 4). Available documents to the contrary, the author maintains, without citing a single source, that "the Communist forces lost 515,000 men" during and after Tet and were "heavily defeated" in 1972 and, therefore, "if the U.S. government had provided further assistance to the South Vietnamese people instead of withdrawing its forces, the NLF would have been militarily defeated. The Vietnamese Communist party, according to refugees from North Vietnam, was then in a very difficult situation. If the South Vietnamese army had launched a general attack on North Vietnam, or if American planes had bombed Hanoi and Haiphong heavily, Hanoi would have had to surrender" (pp. 10–11).

Having thus blamed the fall of Saigon squarely on the United States, the author devotes the rest of the book to "showing" that the Socialist Republic of Vietnam is so absolutely evil, its policies and programs such unmitigated failures, and its leaders and cadres so totally inept, stupid, corrupt, devious, and callous that the United States should never have dealt with that government in any way until it had been broken and had capitulated to American preconditions.

Chapter 2, entitled "Communism and the Vietnamese Economy," is designed to show that all Communist economic policies and programs have failed miserably from

---

Ngo Vinh Long is a social historian and a consultant on Asian affairs. He is based in Cambridge, Massachusetts.

Vietnam Under Communism, 1975–1982. By Nguyen Van Canh. Stanford, Calif.: Hoover Institution Press, Stanford University, 1983. Illustrations, Glossary, Bibliography, Index xvi, 328 pp. $34.95.

the very beginning because the Communist leaders have never been capable of viewing anything in purely economic terms, only primarily in social terms (p. 22). To this end the author begins with the land-reform program of the early 1950s, which he says was used primarily "as a means of achieving socialist transformation" and through which "all the so-called exploiters were eliminated; their lands were confiscated and distributed among poor peasants and the landless" (p. 22). Who were these so-called exploiters and how were they all eliminated? The author's explanation is circuitous (pp. 30–31). First, he quotes the much-discredited book by Hoang Van Chi (*From Colonialism to Communism: A Case History of North Vietnam* [New York: Praeger, 1964]) as saying that a secret directive was issued to land-reform cadres in 1953 which "made much of the allegation, derived from a French survey of the 1930s, that 95 percent of the land in cultivation in North Vietnam was owned by 5 percent of the total population." Not only is the existence of this directive highly questionable, the figures themselves prove nothing. The author then notes that the figures are "quite misleading," and he claims, without documentation, that only the rich and the very rich owned from 18–36 hectares and that "most of the lots were well under 1.0 *mau*, or 0.068 ha." (A *mau* is actually 3,600 square meters; a hectare is 10,000 square meters.) "The Communist land-reform program," the author concludes, "was based on principles so remote from this reality that some northern peasants were dispossessed, denounced before so-called people's courts as 'rich landlords,' and finally murdered because they had owned as little as one-third of a hectare. Of the total North Vietnamese population of 17 million, about 5 percent fell victim to this bloodbath."

If the author is to be believed, therefore, 850,000 persons were killed, or at least several hundred per village. Edwin Moise, who has produced the most detailed scholarly study of land reform in a Western language (*Land Reform in China and North Vietnam* [University of North Carolina Press, 1983]), estimates that about 5,000 people were killed as a result of the leftist excesses at the local levels before the government intervened in 1956 to rectify them. Nevertheless, Moise concludes that reform was apparently an economic success. My own interviews with hundreds of villagers, many of whom had been denounced during the reform, in several northern provinces in 1980 revealed that no more than two to three persons in villages of 3,000–8,000 were killed or forced to commit suicide because of fear, anger, or shame; that no persons who owned less than a couple of hectares in those villages were killed; that many who had been denounced as landlords were still living in the same villages and in the very same houses, their children now bureaucrats, technicians, and educators in Hanoi and elsewhere, and that reform and the cooperativization programs, despite admitted shortcomings, helped to increase significantly agricultural production and the living conditions of a majority of the villagers as well as they helped the war efforts in the South. The author not only disregards all contradictory accounts, but he quotes himself later to make further unsupported assertions, for example, that "this figure of 5 percent was applied indiscriminately to every village and hamlet. . . . Even high-ranking Communist party members were killed (the party considered it unwise to imprison them, since they might one day return to seek revenge)" (p. 122).

The Communists' economic policies and programs, according to the author, failed not only because of their doctrinaire insistence on social transformation but also because of their dogmatic stress on developing heavy industry. We are told, for example, again without proof, that "systems of communication and transportation were improved, while electrical power generation was given high priority at the expense of agriculture." Contrary to the author's statement, these changes were undertaken for the benefit of agriculture. Vietnam had been largely single-cropped, and nature and traditional means of irrigation are insufficient to double- or triple-crop. Electricity is needed to run pumps to irrigate fields year round. Better roads and better means of transportation are needed as well to move fertilizers and seedlings to the fields quickly in order to meet growing requirements such as the right weather, soil, and water conditions. There is also the problem of bringing in harvests quickly to avoid loss and to allow enough time to prepare the soil for the next crops.

To make his case against the economic performance from 1975 to 1981, the author cites the differences in the per capita income (in U.S. dollars) between Vietnam and the ASEAN countries and compares production figures to the stated production goals instead of showing, for example, the extent to which food and cropped areas have actually been increased since the end of the war. The author tries to give credence to his method of analysis by citing refugee sources, a favorite practice throughout. "Vietnamese refugees arriving in the United States in 1981 reported that the food situation had worsened. Strict food rationing had been introduced. Ordinary citizens living in Ho Chi Minh City were allowed a quota of only 2 kg of rice and 5 kg of subsidiary crops a month; more was available, but only on the black market. . . . The monthly meat ration, during the same period, was down to 500 g per household of six persons or less (700 g for larger households). Such a diet amounts to severe malnutrition" (p. 28).

One of the problems here is that the author has substituted the terms "food rationing" for "food subsidies" and "black market" for "free market." The government guarantees differing amounts of food to people in various categories at subsidized rates that are at a fraction of the free-market prices to ensure that most people, especially the poor and the low-paid civil servants, are able to obtain basic amounts of food. People who need more food and who are able to pay for it can always get any amount from the free markets that are available all over the country. There is no such thing as a black market for foodstuffs and other necessities inasmuch as the government does not forbid their sale and does not impose price controls on them.

The second problem is the author's use of the designation "ordinary citizen" to imply the general population of Saigon instead of the lowest priority category. Elsewhere (p. 101), in a table designed to illustrate "distinct classes of privilege," the author gives the monthly rice "ration" of Class A citizens (ministers and vice-ministers) as 24 kilograms each, those of citizens in Classes B to E (directors-general to ordinary workers) as 15 kilograms each, and those of Class N citizens ("ordinary citizens" in the author's own terminology) as 13 kilograms each. Many of the "ordinary citizens" are actually wealthy people who are not working with the government in any capacity (hence their low category ranking) but who either have considerable funds left from the war years or receive comfortable remittances from family members abroad.

The third problem is the author's omission of the fact that other staples are counted in terms of rice equivalents: three kilograms of potatoes equals one kilogram of rice, for example. Hence, "5 kg of subsidiary crops" is really 15 kilograms, or 33 pounds, in actual terms. This, by itself, may not be enough for certain individuals, but neither does it amount to severe malnutrition.

The fourth problem here is that even if it were true that food subsidies for the "ordinary citizens" of Saigon have been cut down, this does not mean that the food situation has worsened, as the author maintains. On the contrary, most accounts indicate that food production has increased steadily since 1979; and in 1983, for the first time in years, Vietnam exported several hundred thousand tons of rice. One has to remember that Saigon, which has practically no production capabilities of any kind, is the size of Los Angeles and ten times as large as Boston in terms of population. To be able to give its population food subsidies in any amount is a considerable achievement by any governmental standard, let alone by the standard of a country that has just come out of one of the most destructive wars in history. To begin to understand, one only has to recall the postwar situations in Europe and Japan.

All this is not meant to justify the policies and performance of the Vietnamese government; it is meant to illustrate the author's approach, which goes from bad to worse. The author begins chapter 6, for example, by stating, "The Vietnamese Communists are experts in mass murder; they have had nearly forty years' practice at it" (p. 120). Then he mentions a series of alleged incidents from 1945 to 1975 without citing a single document, source, or any other evidence. As for the situation since 1975, the author gives the uncorroborated and unverified accounts by two refugees of alleged executions and secret liquidations in their home provinces as proof that there have been widespread bloodbaths. In the chapter entitled "Vietnam's Bamboo Gulag," the author ridicules Amnesty International for having said that 40,000 persons had been kept in reeducation camps and 20,000 had been released by late 1980. The author asks: "What, for instance, has become of the more than 250,000 Vietnamese who, by 1975, had passed through the Chieu Hoi program? The Communists hated these men as traitors and would certainly have interned any they were able to identify. Despite many inquiries I have heard of very few refugees who are also *hoi chanh* ("returnees to the righteous cause", i.e., Communist fighters who surrendered or defected), nor have I been able to learn what happened to the ones still in Vietnam." Even if one were to grant that many persons have indeed gone through the program, which is highly doubtful, it does not follow that the Communists would do what the author suggests. Many American studies of these "defectors" have shown that they responded to the program to save their lives, but few volunteered much information. One wonders whether the Communists, no matter how merciless they are thought to be, would intern their old comrades-in-arms and risk widespread resentment and opposition within their ranks and among their own supporters.

To strengthen his case further the author cites the estimate of a single refugee that some 343,000 former Saigon supporters had been interned by the end of 1975, and some 229,000–300,000 were still incarcerated in 1981. As if this were not enough, the author claims in the next chapter that all the New Economic Zones (NEZs) are but "concentration camps without fences" to which about 10 million people are said to have been "designated to be deported," and where, again, according to only a single refugee, "the first victims were families of former government officials, army officers, and businessmen" (pp. 217–19). Finally, the author refers to "those 500,000 Vietnamese sent to Siberia and Eastern European countries to work as slave laborers" (p. 265). Never mind the widely known facts that the "first victims" of the NEZs had been poor and unemployed volunteers from Saigon and other urban areas who had left for the NEZs in the hope of finding a better life (many subsequently returned to the cities); that there are only a handful of NEZs, and inhabitants are mostly young northern and central volunteers who have been subsidized by the government and their own villages until they can produce enough for themselves; or that the "slave workers"—at most about 25,000, by many estimates—are the best and brightest young people who have been chosen for technical training as part of the work-study aid programs to Vietnam, and the fact that these "slave workers" earn many times more than their counterparts back home.

Never mind any of those facts. The Vietnamese government simply has to be attacked and its leaders and cadres ridiculed in every possible way. A typical put-down of leaders: "Clearly, the VCP leaders are so dogmatic that they will never want to accept a change of position; whatever Marx or Lenin said is gospel to them. If, by some fluke, they were to deviate from the Soviet line, they would not know where to go" (p. 264). Technical, managerial, and political cadres—meanwhile—are said to be stupid, ignorant, inept, or worse because most of them come from peasant stock and from other lowly classes. A typical story: "Dr. Ninh told me of a revealing incident in the same hospital. A Communist doctor asked one of the janitors how long he had been on the job. 'Twenty years,' the man replied. The Communist's eyes widened. 'Too bad,' he said. 'The American imperialists and their puppet government obviously conspired to keep you down. Under the socialist system, you would have been an M.D.'" (p. 111).

Has everything gone so awry that there is no success one can point to, no achievement worth even a neutral word? To be sure, yes, the author tells us: "On the other hand, no fair-minded observer can deny the VCP a certain measure of success. It has succeeded, for instance, in imposing food rationing on the South Vietnamese people, and in using the chronic shortage of food to suppress all organized opposition and strengthen party control. The state security network, too, has been eminently successful in controlling people's movements, in keeping track of them, and in hounding them into concentration camps and NEZs if they get out of line" (p. 119).

There is no doubt that the blanket denunciations in this book will guarantee its influence and success, given the present Cold War climate. The diatribe will help solve nothing, however, and will serve only to inhibit reasonable and meaningful dialogues. The author makes it perfectly clear that this is precisely what he wishes to do.

Stephen Denney
2441 Curtis, Apt. C
Berkeley, CA 94702

Dr. Barbara Daly Metcalf
Editor, Journal of Asian Studies
Center for South and Southeast Asia Studies
260 Stephens Hall
University of California
Berkeley, CA 94720

To the Editor,

In his review of Nguyen Van Canh's book Vietnam Under Communism (V. XLIV, No. 2, p. 340), Ngo Vinh Long incorrectly states that Dr. Canh "..ridicules Amnesty International for having said that 40,000 persons had been kept in reeducation camps and 20,000 had been released by late 1980." Actually the estimate in question was made not by Amnesty International but by the Socialist Republic of Vietnam (SRV) in official memorandum to Amnesty, and Dr. Canh did not imply otherwise (see enclosed).

Amnesty International has in recent years avoided estimating the number of Vietnamese still detained in the camps. Although it has mentioned the official SRV estimates, it has not said that it agrees with these figures. To my knowledge, the only occasion that Amnesty has publicly evaluated such figures was in its annual report for 1978, when it stated its belief that the number detained was far higher than the official SRV estimate at that time and cited estimates of foreign observers ranging up to 300,000.

With regard to the question of political repression in Vietnam today, it could be easily proven that the SRV is a harsh dictatorship which severely punishes dissent -- even if one were to ignore entirely the accounts of the hundreds of thousands of Vietnamese who have risked their lives fleeing their country over the last ten years. One could simply cite official statements and newspaper articles from Hanoi, such as the draft SRV criminal code, published by the Hanoi newspaper <u>Nhan Dan</u> on Nov. 8, 1984, which provides such penalties as 5 to 15 years imprisonment for "causing divisions" between the people and the government, people and the military or between religious believers and the state (Article 82); 3-12 years for "spreading propaganda" against the socialist system or storing or circulating "reactionary, anti-socialist documents or cultural products" (Article 83); 3-12 years for fleeing the country in order to live in another country "with the intent to oppose the people's government" (Article 86); and anything from probation up to 12 years imprisonment for "spreading decadent culture" (Article 99).*

And if Ngo Vinh Long had been as careful with his facts as he demands of Dr. Canh, then perhaps it would not have been necessary for me to write this letter.

Sincerely,

Stephen Denney

*Up to 20 years imprisonment in "especially serious cases" for Articles 83 and 86.

Soviet gains seen in Vietnam aftermath

By Nguyen Van Canh

Since the defeat of South Vietnam in April, 1975, the totalitarian regime in Hanoi has taken harsh measures to impose socialism in the South. Upon victory, the Communist authorities ordered all military personnel and government employees of the former regime to attend short-term re-education classes. By the end of 1982, the U.S. Embassy in Bangkok reported to the State Department that at least 100 hard labor concentration camps were in existence throughout the country with over 240,000 inmates.

In order to keep the southerners under control, a thick security network was quickly developed; books were burned and labeled as products of "depraved cultures"; and kangaroo courts established to summarily execute persons who claimed to be "reactionaries" and people who "owed blood debts to the people." The socialist transformation began with the nationalization of all private and government corporations. Private commerce was eliminated, agriculture was collectivized, and a segment of the civilian population was forced to move to New Economic Zones. In addition, religion was regulated, education directed, and private property limited before it finally became abolished. As a further means to control the civilian people, the state denied civil liberties to them and implemented a food rationing program.

To combat this problem of failing agricultural and industrial production, the Socialist Republic of Vietnam (SRV) adopted a five-year economic development plan in December, 1976. The plan called for expanding the economy to the extent that enough commodities could be produced for the entire nation. By 1980, however, the SRV actually harvested only 68 percent of their grain production goal. Industrial production failed as well. Another five-year plan (1981-1985) adopted in 1982 failed as well. The increase in food production fell far below the population growth rate. As a result, food was in shortage and malnutrition widespread. Out-of-date ideologies adopted by the SRV, mismanagement and corruption of party leaders, and non-cooperation between all segments of society have caused and perpetuated the problem.

In addition, the SRV has accumulated a $8 billion debt. Inflation is at a 100 percent rate per year, and with the shortage of currency, the SRV has resorted to any means available to collect U.S. dollars to pay their debts. The government charged a fee of six ounces of gold or $2,000 per head to anyone who wishes to leave the country. Revenue from this method alone totaled $200 million in 1979. Another method used is the extortion of refugees who live out of the country. Family members in Vietnam are blackmailed and refugees coerced to send dollars back to Vietnam. The systematic network that has been set up abroad to collect any money and gifts sent home brings in several hundred million dollars a year to the government. Debts owed to the Soviet Union are being paid off through contributions-in-kind. Half a million Vietnamese have been sent to work on oil pipeline construction sites in Eastern Europe and Siberia.

Relations have grown between the SRV and the Soviet Union, beginning with the Mutual Assistance and Friendship Treaty signed on Nov. 3, 1978. One month later, Soviet ships ferried Vietnamese troops for the Cambodian invasion. Vietnamese troops now occupy Cambodia and Laos with the aid of several thousand Soviet advisers. The Soviet Union currently pumps in $5-to-$6 million dollars a day to help the SRV stand militarily strong. With the occupation of Cambodia and Laos, the threat of invasion by Red China, and the need for internal security within Vietnam, the SRV has developed the third largest armed force in the world, behind only those of China and the Soviet Union.

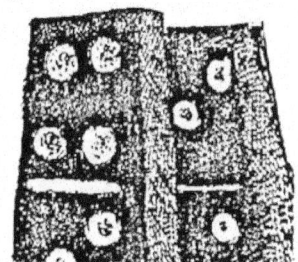

In exchange for the military assistance, the SRV has given the Soviets another foundation to base their military forces. Soviet naval forces have used the $3 billion American-built Cam Ranh Bay with its very large military airfield on its side. Recently, the Tan Son Nhat airport on the west side of Saigon has been subdivided into two divisions — one for civil aviation and the other for military division. With 10,000 "advisers" in Vietnam, the Soviets have slowly and quietly moved in. An electronic listening station to monitor the U.S. 7th fleet operating in the Pacific region and a fleet of long-range supersonic bombers and reconnaissance planes now occupy Cam Ranh Bay. The Bay serves as a link between Soviet naval bases in Vladivostok and South Yemen, and undoubtedly, the Soviets will use the base to back up another Soviet effort to control the Persian Gulf and the world oil reserve. If and when they are able to do so, Western European nations on the West and Japan in the East will collapse, and the United States placed in danger.

Canh is a visiting scholar at the Hoover Institution, Stanford University. He is the author of "Vietnam Under Communism," published by the Hoover Press, 1983.

ASIA WEEK CA NGỢI TÁC PHẨM CỦA GS NGUYỄN VĂN CANH

David Mc Elvin đã đọc một cuốn sách mới, nhan đề "Việt Nam dưới chế độ cộng sản từ 1975 tới 1982". Sách viết bằng Anh ngữ, tác giả là giáo sư Nguyễn văn Canh do viện đại học Stanford thuộc bang California xuất bản. Bài điểm sách của Mc Elvin khá cặn kẽ. Elvin nhận xét là ông Nguyễn văn Canh muốn phơi bày chế độ Cộng sản Việt Nam là một chế độ đàn áp, thủ dại và vô năng. Theo bài điểm sách của Mc Elvin đăng trên tuần báo ASIA WEEK số đề ngày 16/4/1984 thì tuy những sự kiện được ông Canh ghi lại trong sách của ông có cho thấy chế độ CSVN thực sự là như thế, tiếc vì ông Canh là một người rất thù ghét cộng sản cho nên theo nhận xét của Elvin, ngay cả khi ông trình bày các sự kiện có chứng cớ hẳn hoi nhưng cũng ít nhiên làm cho người ta ngờ vực chỉ vì luận điệu của ông.

Ở một đoạn khác, người điểm sách đã ca ngợi công trình khảo cứu của ông Nguyễn văn Canh, nhất là trong phần ông Canh trình bày chủ trương bè phái giữa nhóm của Tổng Bí Thư Lê Duẩn với nhóm của Lê đức Thọ, và đoạn viết về chương trình tập thể hóa ruộng đất ở Nam VN. Theo tác giả thì tuy phe của ông Duẩn và phe của ông Thọ hợp lại tập liên minh hai nhà nhưng 2 nhà

TIẾP TRANG 9

GS NGUYỄN VĂN CANH

TIẾP TRANG 7

văn ngấm ngầm thù ghét nhau thành thử ngày nào mà sự thù ghét đó nổ bùng thành một cuộc khủng hoảng thì đảng cộng sản có thể tùng động tới tan cối rã. chính sự khó khăn trong việc tập thể hóa ruộng đất ở Nam VN vì đa số nông gia Nam VN dễ sở hữu trung bình mỗi người hơn 2 hectar ruộng nên không thể coi là lâu nay họ bị bóc lột. Đó là điều mà tác giả Nguyễn văn Canh cho là lý do khiến đảng cộng sản ngần ngại không triệt để áp dụng đường lối tập thể hóa và rồi từ đó có thể đưa giới lãnh đạo Đảng tới công khai chia rẽ (Ngoài những lĩnh vực đó, người điểm sách của báo ASIA Week cho rằng ông Canh đã không làm cho người đọc tin tưởng khi trình bày những sự kiện ghi nhận được từ những người tị nạn, chứng tỏ chế độ cộng sản VN là một chế độ độc ác và tàn nhẫn.

Mc Elvin nhận xét thêm rằng đôi khi ông Canh còn tự mâu thuẫn nữa. Tuy nhiên trong phần kết luận ông Mc Elvin cho rằng cuốn "Vietnam Under Communism" của ông Nguyễn văn Canh chứa đựng nhiều sự thật cho thấy rằng nền kinh tế Việt Nam quả là hỗn loạn. Chế độ rõ là đàn áp. Các trại tập trung thì hiển nhiên là có và thực sự nhà cầm quyền VN đã thấy khó biện minh cho sự tích cực hiện diện tại KPC. Điều đáng tiếc, theo Mc Elvin là ông Canh đã để cho óc thù hận cộng sản làm cho tác phẩm của ông đánh mất tính chất khách quan.

BBC, Vietnamese
April 16, 84
6:30 a.m

Books
Vietnamese Voices
Douglas Pike

Douglas Pike, a retired US Foreign Service officer, is a specialist on Indochinese communism and the author of numerous works on the subject. He runs the Indochina Studies Program, manages the Indochina Archive, and teaches in the Department of Political Science, all at the University of California (Berkeley).

—*Vietnam Under Communism* examines the major sectors of the postwar Vietnam scene, including communist party politics, government leadership, foreign policy, education, and religion. It was written while the author, a former Saigon law professor and prominent member of the nationalist movement called the Dai Viet, was a fellow at Stanford University's Hoover Institution. It is a highly informative work that provides a good survey of postwar events in Vietnam.

BIBLIOGRAFIA

VAN CANH N. *Vietnam Under Communism, 1975-1982*, Hoover Institution Stanford University, Stanford, California, U.S.A., 1983, pp. 312, $. 34.95. L'opera presenta la visione e la riflessione che l'A., un vietnamita, studioso appassionato e politico attivo e combattivo si è formato della sua società. La critica alle volte mordace verso il regime nasce dai fatti e dice un amore forte per il suo paese che vuole libero da ogni forma di dominazione, compresa quella comunista.

I libri qui presentati possono essere richiesti direttamente alle Editrici, oppure a:

Servizio Missionario
Via Ronzani, 32
40134 Bologna

Citando il fascicolo di «Mondo e Missione» da cui si fa riferimento

M. e M. NOVEMBRE 1985

MIDDLETOWN ON CHOICE

April 1984

NGUYEN, Van Canh. Vietnam under communism, 1975-1982, by Nguyen Van Canh, with Earle Cooper. Hoover Institution Press, 1983. 312p ill bibl index 83-10754. 34.95 ISBN 0-8179-7851-8. CIP
Canh, former professor of law at Saigon University and member of the fiercely anti-Communist Dai Viet political faction, has written a damning and essentially polemical account of Vietnam since its fall to communism in 1975. For Canh, the Communist overlords can simply do no right. His catalog of horrors includes bloodbaths in the provinces; repression of religion, speech, and the media; high- and low-level corruption; economic destitution; and the attempt to institute total bureaucratic control over an entire society. Communist Vietnam is a totalitarian state, essentially the tool of Moscow's party line and policy. The author's dry prose and monotonous descriptions of administrative structures make this potentially exciting topic dull stuff indeed; he is not even a very inspiring polemicist. At least he dredges up some new and interesting documents, especially the political cartoons and satiric poems that dot his work. *Vietnam Under Communism* tells us more about Canh's politics than it does about Vietnam's. It will serve mainly as a document, one of many on which a truly dispassionate study will someday be based. Only for large libraries with a strong interest in "Vietnamiana."

reading *recommended by the book committee*

humanities — FREDERICK J. CROSSON, ROBERT B. HEILMAN, ROBERT P. SONKOWSKY, LAWRENCE WILLSON
social sciences — EARL W. COUNT, RICHARD N. CURRENT, LEONARD W. DOOB, ANDREW GYORGY, MADELINE R. ROBINTON, VICTORIA SCHUCK, ANNA J. SCHWARTZ
natural sciences — RONALD GEBALLE, RUSSELL B. STEVENS

VICTORIA SCHUCK

Vietnam: A History. Stanley Karnow. Penguin, 1984. $10.95.

Anatomy of a War: Vietnam, the United States, and the Modern Historical Experience. Gabriel Kolko. Pantheon, 1985. $25.

Advice and Support: The Early Years of the United States Army in Vietnam, 1941–1960. Ronald H. Spector. Free Press, 1985. $10.95.

The 25-Year War: America's Military Role in Vietnam. General Bruce Palmer, Jr. Univ. Kentucky, 1984. $25; paper, $8.95.

Vietnam Reconsidered: Lessons from a War. Ed. by Harrison E. Salisbury. Harper & Row, 1984. $8.50.

The Vietnam War: A Study in the Making of American Policy. Michael P. Sullivan. Univ. Kentucky, 1985. $20.

Vietnam Under Communism, 1975–1982. Nguyen Van Canh with Earle Cooper. Hoover Institution, 1983. $34.95; paper $9.95.

Historians, political scientists, journalists, diplomats, military professionals, and refugees marked the 10th anniversary of U.S. withdrawal from Vietnam (April 30, 1975) in works that offer widely differing explanations of the tragedies and lessons to be learned from the quarter-century of intervention in Southeast Asia. Most of the writing is monographic, focusing on pieces of the history as documents become available or as recollections are published. Acrimony has never abated.

Foreign correspondent Karnow's panoramic history written to accompany a television documentary races from earliest known times in Vietnam to the day the North Vietnamese occupied Saigon. Historian Kolko directs his ambitious chronology toward an extensive interpretation of the Communist revolution and its successes and American imperialist power and its failures. Despite the author's vaunted objectivity, repetitious, purple passages reveal a one-sidedness.

Spector provides the first volume of the U.S. Army's history. It covers the period from World War II through the Eisenhower administration, when policy dealt with military aid and assistance to the French, land reform, counterinsurgency. The best analysis of the higher levels of decision making and conduct of the war in the theater of operations, together with a critique of military strategy, comes from the study by General Palmer.

The depth of differences and the rancor over "lessons" of American failures appear in the statements and papers drawn from a four-day symposium held at the University of Southern California in February 1983 and edited by Salisbury. Sullivan places the Vietnam experience in various contextual perspectives developed in social science theory. He concludes that Vietnam was not an aberrant mistake but an ongoing part of the dynamic of American foreign policy, and a part of a cyclical pattern in international violence on a global scale.

Finally, a first examination of what has occurred in Vietnam since April 30, 1975, comes from Canh, a former law professor of Saigon University. Drawing on sources at the Hoover Institution and on reports of refugees, he constructs a description of postwar communism with its bureaucratic structures, economic shortages, and enormous repression, all of which, he contends, bodes ill for U.S. recognition of the present regime.

...stein," Simon Goodhill. Cambridge Univ., 1984. $59.50.

Herington's revised Sather lectures show how ancient Greek poetry from the beginning consisted of oral performance for an audience and how that poetic art, especially that of Aeschylus, evolved into Attic tragedy. This valuable collection and analysis of the evidence enable us, in the fitting climax of the final chapter, to come closer than scholarship and imagination have ever before brought us to the witnessing in detail of a reconstructed performance of a Greek lyric poem.

Scott uses the fullest extant example of Attic tragedy, Aeschylus's *Oresteia*, to indicate the patterns of sound—music or meter—and dance as the basis of performance, especially choral. Although the music is lost to us, Scott's charts and explications of metrical structure and context are intended to provide guidance for theatrical production either on stage or in the reader's mind.

These first two volumes translate quoted Greek. The third requires a knowledge both of ancient Greek and of modern critical terminol-

Council Spotlight
Booknotes

February, 1984 — A PUBLICATION OF THE WORLD AFFAIRS COUNCIL OF NORTHERN CALIFORNIA — Vol. XXXVII, No. 2

VIETNAM UNDER COMMUNISM, 1975-1982
By Nguyen Van Canh
Institution Press, 1983, 312 pages, $34.95. Hoover Institution

The author, a former professor of law at Saigon University, was himself actively engaged in the political and intellectual life of his country. His account of what has happened in South Vietnam since the Communist takeover is based on primary and secondary sources and on interviews with refugees. It is illuminated by his own knowledge of the country. It covers political and administrative structure, leadership, education, repression, economy, foreign policy and fate of religion in the new Vietnam.

FOREIGN AFFAIRS, Winter 1983/84
Vol 62, No 2

VIETNAM UNDER COMMUNISM, 1975-1982. By Nguyen Van Canh. Stanford: Hoover, 1983, 328 pp. $34.95.

The author was a professor at the Saigon University law school and an active member of the Dai Viet, Vietnam's staunchly anti-communist nationalist movement. He provides a thorough account of the structure of Vietnamese society under communism, drawing both on official statements and on interviews with refugees. The picture that emerges is grim: Vietnam's "Bamboo Gulag" includes at least 50 "reeducation" camps with more than 126,000 inmates as of 1980-81. Particularly brutal is the treatment of former Catholic, Buddhist, Cao Dai and Hoa Hao leaders. Thich Tri Quang, a monk who gained worldwide fame as the leader of the Buddhist opposition to Diem, was detained for 16 months in a dungeon. As a result he lost the use of his legs and is now confined to a wheelchair.

Stanford University

CANH, Nguyen Van and COOPER, Earle, *VIETNAM UNDER COMMUNISM, 1975-1982.* Foreword by Robert A. Scalapino. Hoover Press Publication No. 285. (Stanford, CA: Stanford Univ., Hoover Institution Press, 1983. Pp. xvi, 312. $34.95. ISBN 0-8179-7851-8. LC 83-10754. CIP.) Bibliography. Index.

Examines "what has happened in South Vietnam since the Communist takeover." Analyzes the current political and administrative structure of Vietnam. Explores its culture, education, economy, leaders, and foreign policy. Sees Vietnam as a "corrupt police state ruling over a nation beset with economic privation and pervasive social controls." The author is currently a visiting scholar at the Hoover Institution.

RECENTLY RECEIVED

VIETNAM UNDER COMMUNISM, 1975-1982, by Nguyen Van Canh. Stanford, Calif. Hoover Institution Press, 1983. 312 pp. $34.95. An analysis of Vietnam's government, culture, education, economy, religious institutions, and foreign policy since the withdrawal of U.S. forces from Southeast Asia. Although he focuses mainly on the present and the recent past, Canh also delves into enough Vietnamese history to make the current situation more understandable. He explains the origins and ideologies of Vietnam's most important political factions: the Communist Party and the Dai Viet, a staunchly anti-communist nationalist movement. The story Canh tells of Vietnam since the communist takeover in 1975 is not a pretty one. An already depressed economy has been further hindered by communist collectivization and land reform. Graft and corruption are widespread among government leaders. Religious persecution is common. A repressive system of prison camps, which the author labels Vietnam's "Bamboo Gulag," has been established. Before Canh's departure from South Vietnam in 1975 he was actively involved in the nation's political and intellectual life. His first-hand knowledge and experience are evident in his analysis of the communist system in Vietnam and of U.S. policy in the area. With photographs, notes, glossary, bibliography, index, tables, and charts.

SEA POWER, FEBRUARY 1984

Politique étrangère
n°1/1985

LECTURES / 265

les problèmes de *sécurité* rappelle la formule du bon docteur Knock sur la santé, « état éminemment provisoire, dont il ne faut pas attendre grand-chose de bon ».

Bùi Xuân Quang

The Endless War
James Pinckney Harrison
Mc Graw Hill, New York,
1983, 374 pages

Vietnam, Nation in Revolution
William J. Duiker
Westview Press, Boulder (Co),
(Bowker, distr. Europe),
1984, 171 pages

Vietnam Under Communism,
1975-1982
Nguyên Van Canh
Hoover Press, Stanford (Cal.),
1983, 312 pages

Vietnam ! Vietnam ?
Andreas Buro, Karl Grobe
Suhrkampf Verlag, Francfort,
1984, 235 pages

Le Vietnam vient de revenir doublement dans l'actualité. En réprimant durement et avec le maximum de publicité médiatique l'opposition interne. En continuant la guerre sur la frontière thaï et sur les confins de la Chine. Fin avril 1985, gouvernement et Parti communiste vietnamiens vont fêter avec éclat le dixième anniversaire de la « nord-malisation » du pays. La précarité de la situation intérieure et extérieure est pourtant manifeste. En dix ans, le Vietnam a dissipé tout le crédit politique et surtout moral, amassé pendant les années de guerre [1]. Pour tenir, la nation viêt semble constamment avoir besoin de l'épreuve et de la sublimation.

Ce retour dans l'actualité nourrit l'écriture. L'image du Vietnam d'aujourd'hui oblige ceux qui ont été mêlés à l'histoire récente de ce pays à une introspection individuelle ou un examen de conscience collectif. *The Endless War* de Harrison par exemple s'interroge sur les raisons du succès communiste dans sa lutte pour l'indépendance. La méthode de déchiffrage est originale mais irritante. L'auteur choisit de remonter le courant de l'histoire (sa première partie s'intitule *History Read Backward*) en partant de l'aboutissement connu de 1975 pour justifier le chemin parcouru. Consciemment ou non, il vole ainsi au secours de la victoire. Le livre est une réponse américaine à une question américaine, sans cesse ressassée : *What Went Wrong ?* Mais est-il utile de rechercher un lien de causalité mécanique entre l'exemplarité vietnamienne et le progressif désengagement américain ? Dans le dernier chapitre, la roue de l'Histoire peut-elle servir à justifier cette *guerre sans fin* que mène le Vietnam ? Ce travail d'un *honnête homme* sur les erreurs du passé ne sert qu'à refermer provisoirement la parenthèse américaine.

William J. Duiker a déjà beaucoup publié sur le mouvement communiste vietnamien [2]. *Vietnam, Nation in Revolution* est donc attendu

---
1. Huynh Kim Khanh, « The Unlearned Lessons of the Vietnam War », *Far Eastern Economic Review*, 9 août 1984.
2. *Politique étrangère*, n° 2/1983, pp. 502-504.

STANFORD UNIVERSITY NEWS SERVICE
STANFORD, CALIFORNIA 94305
(415) 497-2558

FOR INFORMATION CONTACT: Bob Beyers
FOR IMMEDIATE RELEASE

VIETNAM HAS CREATED A "BAMBOO GULAG" WITH 100 CAMPS, 200,000 to 300,000 PRISONERS, HOOVER SCHOLAR REPORTS

STANFORD—

Vietnam has created a "bamboo gulag" with 100 camps and 200,000 to 300,000 prisoners, according to Nguyen Van Canh of the Hoover Institution at Stanford University.

A visiting scholar at Hoover, he details available evidence for the "gulag" in a new book, "Vietnam Under Communism 1975-1982," published by the Hoover Institution Press (328 pp, cloth, $34.95)

Formerly a law professor at Saigon University, Canh was active in the Dai Viet, an anticommunist nationalist movement, before the fall of Saigon.

"The main purpose of the new regime's prison camps is not re-education but revenge," he declares. Torture, summary execution, deprivation of medical care and slow death from malnutrition are still common.

"What the regime has done is to call its concentration camps by another name, and then deny that most of them exist."

Thought reform is used "as a pretext for keeping anyone in a concentration camp indefinitely, without any charges being brought, and with no hope of a proper trial.

"By concealing this from its victims until they were safely incarcerated, the communists succeeded in hoodwinking an entire nation into believing it was being offered clemency and a fair chance to join the new society as citizens."

Tiziano Terzani, an observer who initially was friendly to the new regime and has since revisited Vietnam, reported that 250,000 people "disappeared into remote jungle concentration camps...distributed over the whole country."

Vietnam officially has claimed there were only 50,000 political prisoners, but told Amnesty International in 1979 that only 40,000 soldiers and civilians had been detained for long-term re-education, apparently "misplacing" 10,000 prisoners, Canh notes.

"No well informed person believes either of these figures."

One systematic study by an individual interned for five years in several different camps suggested that 343,000 had been interned by the end of 1975. This estimate is consistent with a published communist claim that 400,000 Vietnamese registered for re-education.

More than 200,000 are still held, Canh believes. In December, 1981, the U.S. embassy in Bangkok reported that 50 re-education camps with a total population in excess of 126,000 had been identified by former inmates as still operational in 1980-81. Not every camp would be represented among those debriefed in Thailand, he observes.

Camp sizes range from 500 to 6,000 prisoners, with most in the 2,000 to 4,000 range.

While about 200,000 are detained in the South, the highest ranking prisoners are kept in the North, near Hanoi. Names and numbers used to identify the camps are often changed.

Canh's estimate of more than 100 camps currently in operation does not include those operated by provincial, district or village communist committees, in which relatively small groups are detained.

10-3-83 —more—

2-2-2

"Prisoners are being released, but not usually for reasons that the regime cares to publicize," he declares. While the numbers released are small, "bribery and nepotism are universal.

"The going price of release is five taels of gold." (More than $2,000).

Vietnam's so-called new economic zones (NEZ's) are "concentration camps in all but name," Canh adds.

Forced relocation in the NEZ's disperses potential opponents of the regime away from cities and forces them into collectivized agriculture. Party cadres acquire their property.

In the NEZ's, each household is given 500 square meters (roughly 20 yards by 20 yards) as basic production land. Houses are built on six by four meter lots (roughly 16 by 12 feet). "The result is an instant rural slum," Canh notes.

While a few NEZ's succeed, most are "disastrous failures.

"Settlers have been sent into areas to which there were no roads and where no irrigation was ever set up.

"They have often been kept short of hand tools, especially the ones needed to cut down trees and clear land for cultivation. Sometimes they lacked even seed.

"It is clear from a growing body of reports—reports that numb the mind with revelations of Nazi-like atrocities—that so-called re-education camps and new economic zones are nothing but concentration camps and forced labor projects.

"Far from being a temporary response to post-war conditions, they are built-in features of the Vietnamese communist system.

"Communist re-education camps have existed in North Vietnam for almost 30 years. They were there even before the communists took power in 1954. They are still everywhere.

"The more totalitarian a regime, the more extensive a camp system it needs, in order to stamp out opposition."

10-3-83 —30— RWB3a BGulag

EDITORS: Canh's house phone is (415) 368-4200.

** Giáo sư Robert Scalapino.

Ông là một trong vài người Mỹ mà Tôi quen biết. Người kia là ông Zasloff, Giáo sư ở Đại học Pittsburgh ở Philadelphia sang dạy Môn học Luật Pháp Đối Chiếu ở trường luật Sài gòn và tôi học ông vào năm 1958. Sau đó, tôi không có liên lạc với ông. Với ông Scalapino, thì tôi có dịp tiếp xúc nhiều hơn. Vào những năm cuối thập niên 1960 và đầu thập niên 1970, ông thường sang Việt nam vào dịp nghỉ hè, có khi diễn thuyết về chính sách của Mỹ về Việt nam tại Hội Việt-Mỹ, và nhất là bên phía Tòa Đại Sứ Mỹ hay sắp xếp để ông gặp tôi. Mục đích của ông là tìm hiểu về tình hình Việt cộng. Vào khoảng 1972, ông có một người học trò là anh Nguyễn Long lại thăm tôi nói rằng *"GS Scalapino, bảo trợ Luận án Tiến sĩ về Chính Trị Học của tôi nói rằng khi về Việt nam viết Luận án, anh đến nhờ Giáo sư Canh tiếp tay."* Tôi biết Anh Long từ khi tôi đến dạy ở Phân Khoa Khoa Học Xã Hội, Đại Học Vạn Hạnh, lúc đó anh Long làm Văn Phòng Trưởng ở Phân Khoa này. Trong thời gian anh Long viết luận án, ông ta có sang thăm để coi xem công tác research của anh Long tiến triển như thế nào, và anh Long chở ông trên xe Honda đến nhà tôi dịp đó vào buổi tối.

Mối quan hệ/liên lạc/quen biết với ông ta chỉ có thế. Vì thế, tôi đánh giá rằng không có gì là "thân" với ông. Vì vậy, khi tôi gặp GS Tạ văn Tài lúc còn ở trại tỵ nạn ở Guam trên đường vào Hoa Kỳ, tôi nhờ GS Tài viết cho ông ta một thư, một mặt báo cho ông ta biết tôi đã ra khỏi Việt nam một cách an toàn (dù trước đó, tôi có nhờ Hồng Thập Tự gửi télégram cho ông), mà mặt khác hy vọng ông ấy giúp được gì liên hệ đến việc làm.

Mục sư Smith dẫn tôi vào văn phòng ông. Vì đã gọi điện thoại xin appointment từ trước, nên 2 người đã biết nhau. Tôi theo ông Mục sư vào. Ông Scalapino mừng lắm. Lúc đó, tôi mới biết ông ta làm Giám Đốc Viện Nghiên Cứu Đông Á, cơ sở khá lớn của Đại Học Berkeley. Tôi hỏi về việc làm, ông ta nói đã viết proposal xin grant của Ford Foundation, và chưa biết như thế nào. Nói chuyện cũng lâu, ông ta hỏi tôi có muốn gặp một học trò của ông ta và nay đang làm giáo sư cùng với ông ở đây, tên là Karl Jackson. Karl rất giỏi. Tôi đồng ý. Ông lấy phone, gọi Karl sang văn phòng và gặp tôi. Về sau, Karl giúp tôi rất nhiều khi Karl làm Phó Giám Đốc Hội Đồng An Ninh Quốc Gia cho Tướng Brent Scowcroft, Cố Vấn An Ninh cho TT Bush (bố). Một chuyện khác nữa là ông ta khuyên tôi đến gặp và làm quen với vài người ở Viện Nghiên Cứu Hoover, ở Đại Học Stanford.Tôi đồng ý. Ông nói với Mục sư Smith rằng Mục sư gọi cho …… ở Hoover và lấy appointment cho GS Canh đến thăm họ. Nhờ giới thiệu này sẽ sau tôi làm được rất nhiều việc (sẽ kể ở đâu đó trong cuốn tài liệu này).

Nói về ông Scalapino, qua nhiều năm tiếp xúc trực tiếp, tôi thấy rằng ông là người thông minh, có bản lãnh có kiến thức vững chãi, điềm đạm …, những điều mà trước đây khi gặp ở Việt nam nhiều lần và tôi không thấy.

Về thông minh, tôi lấy một thí dụ là một hôm tôi sang, ăn sáng ở nhà ông, và nói chuyện về Cao Miên. Vào khoảng 1987, vào lúc đó có tin là Hòa bình ở Cao Miên sẽ đến hồi kết thúc với giải pháp thành lập Thượng Hội Đồng QG, gồm 3 thành phần và Sihanouk là Chủ Tịch, và nhóm Pol Pot là có chân trong đó. VC chống đối vì đã mang quân sang đánh đuổi nhóm này, và vào thời gian này, VC bị áp lực rất nhiều và bị đòi phải rút quân 'tình nguyện' về Việt nam. Vị bị áp lực, VC dở trò gian manh 'đánh tráo', ban ngày cho báo chí quốc tế đến chứng kiến, VC rút 1 đơn vị, nhưng ban đêm lại luồn sang. Và Nga sô vẫn còn tiếp tục viện trợ quân sự 1 tỷ MK/năm, viện trợ kinh tế có giảm, nhưng vẫn còn tiếp tục. Nga còn đóng quân ở Cam Ranh với đài thám báo hoạt động tới Ấn Độ Dương. TC đánh cầm chừng ở Biên giới phía Bắc, cầm chân 600,000 quân VC, với mưu đồ làm VC rỉ máu. Tôi hỏi:"ông nghĩ như thế nào về mối quan hệ giữa VC và TC trong tình thế đó?". Ông Scalapino trả lời: "VC sẽ quỳ gối và TC sẽ nắm tóc kéo". Tôi nói đùa "ông giỡn chơi đấy à?" Ông ta trả lời "you will see." Mà ông ta đã đúng. Chừng 4 năm sau, sự việc này bắt đầu dần dần hiện rõ.

(Hình dưới: GS Nguyễn văn Canh, GS Robert Scalapino ngồi giữa)

Ông Scalapino là người tốt bụng, rất tử tế.

GS Tạ văn Tài một hôm gọi cho tôi, hẹn sang thăm có việc cần giúp. Ông nói "tôi đã viết xong cuốn 'The Traditional Human Rights under the Le Code'. Đây là việc in cuốn sách mà tôi đã kể. GS Tài nói: Là người trong giới academic, mà không có tác phẩm được ấn hành bởi một cơ quan có tiếng thì không được. Tôi trả lời rằng ông ấy sẽ in và Anh gửi qua bưu điện, tôi sẽ cầm tay sang gặp ông ta. Tuy nhiên, GS Tài mang monograh sang cho tôi. Rồi tôi phone sang Berkeley, nói về vấn đề này và hẹn sang thăm.

Tôi vào văn phòng ông Scalapino, đưa monograph dày cộm, 670 trang, đánh máy single space của GS Tài, nói rằng:"GS mà không có tác phẩm thì nguy. Tài sẽ bị mất việc. Ông lo vụ này đi." Ông nói rằng đưa cho tôi. Tôi sẽ giải quyết.

Ít lâu sau, GS Nguyễn mạnh Hùng ở George Mason, University, gọi cho tôi, nhờ nói với Ông Scalapino cho in một bài khảo cứu, vì George Mason, là trường nhỏ, họ chỉ đòi có một bài viết, thay vì một cuốn sách như Harvard.

Còn nữa, vào khoảng 1985, ông Douglas Pike, Giám Đốc Indochinese Archives của Viện Nghiên Cứu Đông Á, gọi tôi cho biết là Archives đã bắt đầu hết ngân khoản điều hành, và nhờ tôi nói với ông Scalapino tìm kiếm nguồn tài trợ để cho Archives có thể tiếp tục hoạt động. Tôi ghé qua Berkeley, thăm Ông Scalapion tại nhà và nói rằng Doug báo cho tôi biết rằng Archives hết tiền. Ông mang kho tài liệu ấy từ Library of Congress về đây, nên để cho nó tiếp tục chứ. Ông ta sắp xếp để Archives được hưởng budget của State nhưng chỉ được thêm khoảng 5 năm nữa. Trước kia, khi khởi đầu thì ông Scalapino xin được $350,000 từ ở Lucie Foundation từ người học trò cũ của ông làm Chủ tịch để để lập ra Archives, có lẽ từ trước khi tôi di cư tới đây.

Về sau, khi tôi vào làm việc ở Hoover, tôi đọc nhiều tài liệu và khám phá ra rằng ông Scalapino viết rất nhiều ủng hộ chính sách của Mỹ về Việt nam. Tôi tìm thấy một bài báo tường thuật một cuộc biểu tình của sinh viên Đại học Hayward State University chống ông ấy khi ông đến nói chuyện ở Đại học này. Sinh viên biểu tình gọi ông là Doctor of War.

GS Scalapino là người có tiếng trong học giới. Ảnh hưởng của ông rất lớn. Có nhiều học trò ở nhiều nơi, ở Nhật, Trung cộng, Bắc Hàn và hết lòng ủng hộ dân tộc Việt.

HỒ SƠ VI. Chuyện Cũ: TRƯỜNG LUẬT SÀI GÒN

Bài I. Luật Khoa Đại Học Sài gòn

A. Thành Lập & Tổng Quát

Luật Khoa Đại Học Việt nam được Chính quyền bảo hộ Pháp thành lập từ đầu thập niên 1920 hay sớm hơn. Trường được thay đổi qua 3 giai đoạn:

Giai Đoạn I. Lúc đầu cho đến năm 1933, Trường Luật được gọi là Trường Cao Đẳng Pháp Chánh Đông Dương (École Supérieure d'Administration Indochinoise), có trụ sở ở Hà Nội, nhằm đào tạo một tầng lớp quan cai trị người bản xứ.

Giai Đoạn II. Vào năm 1933, Trường này được đổi thành Trường Cao Đẳng Luật Học (École Supérieure de Droit). Lớp sinh viên đầu tiên của trường này sau 3 năm học và tốt nghiệp vào 1936 gồm có các LS Vũ văn Hiền, Hoàng cơ Thụy, Trần văn Trí v.v.. GS Vũ văn Mẫu tốt nghiệp năm 1938.

Cũng nên nhắc đến một vài sinh viên thuộc những khóa đầu tiên trong giai đoạn này là: Vũ văn Hiền, Bộ Trưởng Tài Chánh của Chính Phủ Trần trọng Kim, thành lập ngày 17 tháng 4 năm 1945. Phan Anh, Bộ Trưởng Thanh Niên, Chính Phủ Trần trọng Kim, rồi Bộ trưởng Quốc Phòng của Chính phủ Hồ chí Minh thành lập ngày 2 tháng 3, 1946, sau đó Bộ trưởng Kinh Tế của chính phủ này được cải tổ ngày 20 tháng 7, 1947. Dương đức Hiền, Bộ trưởng Thanh Niên, Chính Phủ Hồ chí Minh thành lập ngày 23 tháng 8,1945, về sau lập Đảng Dân Chủ trong Mặt Trận Việt Minh, cuối cùng bị chết bất đắc kỳ tử, có tin là Việt cộng hạ sát. Phan Mỹ là em Phan Anh, làm Gouverneur militaire de Hanoi năm 1946. Trương tử Anh, sáng lập và là Đảng trưởng Đại Việt Quốc Dân Đảng, một đảng quy tụ được nhiều trí thức chống lại thực dân Pháp và Việt cộng. Từ 1945 đến 1975, nhiều đảng viên Đại Việt nằm trong cơ cấu chính trị, hành chánh, quân sự của quốc gia. Đảng này đã đóng một vai trò quan trọng trong lịch sử cận đại của dân tộc. Trương tử Anh bị Việt cộng thủ tiêu tháng 12 năm 1946 tại Hà Đông. Vũ văn Mẫu, Bộ trưởng Ngoại Giao của Chính Phủ Ngô đình Diệm, từ chức ngày 21 tháng 8 năm 1963, cạo đầu đi hành hương ở Ấn Độ, nhân vụ Phật giáo tại Miền Nam và về sau được Dương văn Minh bổ nhiệm làm Thủ Tướng 24 giờ trước khi Việt cộng vào chiếm Sài Gòn. Võ nguyên Giáp, cán bộ Cộng sản làm Bộ trưởng Nội Vụ trong chính phủ Hồ chí Minh và nhiều chức vụ cao cấp trong hệ thống cộng sản, như Bộ Trưởng Quốc Phòng, Tổng tư lệnh Quân Đội Việt Cộng, được đánh bóng là "anh hùng" đánh bại được Pháp tại Điện Biên Phủ. Nhưng tuyên truyền của Việt cộng không bao giờ nói tới quyền chỉ huy tối cao của tướng Vị Quốc Thanh của Hồng Quân Trung Hoa, với 3 sư đoàn lính Trung Cộng, cùng với một hệ thống tiếp vận khổng lồ vận chuyển quân trang quân dụng từ bên kia biên giới vào tận chiến trường để vây đánh và hạ tiền đồn này của Pháp. Hồ chí Minh và Võ nguyên Giáp chỉ là các hình tượng bù nhìn, do Cộng Sản quốc tế nặn ra trong vụ này. Ngoài ra, có một sinh viên người Pháp tốt nghiệp là Grosjean (?), sau làm giám đốc Công ty Bia 33 mãi tới 1975 v.v…

Giai Đoạn III. Vào năm 1938, trường được nâng lên thành Phân Khoa Luật (Faculté) tại Hà nội, và là một chi nhánh của Đại Học Luật Ba lê. Bắt đầu từ năm này, Đại học Ba lê mới cử một số Thạc sĩ tân tuyển như các GS Camerlynck, Grégoire Khérian v.v. sang Hà nội giảng dạy.

Vì chiến tranh xảy ra, Phân Khoa Luật Hà Nội ngưng hoạt động khoảng độ 2 năm có lẽ từ khi có cuộc đảo chánh của Nhật vào 9 tháng 3, 1945. Rồi cuộc chiến Pháp Việt bùng nổ. Trường Luật cũng theo số phận của dân tộc chứng kiến cuộc chiến trên đất nước. Đến năm 1947, khi Pháp trở lại Hà Nội, trường mở cửa lại. Các sinh viên đang học dở được ghi danh tiếp tục học. Năm 1948 trường mở một Kỳ thi đặc biệt cho một số sinh viên đang học dở năm thứ III, phải ngưng vì chiến tranh. Trong số sinh viên lớp này, có LS Vũ ngọc Tuyền.

École và Faculté (Trường và Phân Khoa)

Chính quyền Bảo Hộ nâng cấp từ École lên Faculté, vì thế tôi nghĩ cũng nên nói về vấn đề này. Thông thường nếu là một Trường (Ecole), thì đó là một cơ sở giáo dục, có tính cách chuyên nghiệp, có mục đích huấn luyện sinh viên về một nghề, với một quy chế rất gò bó hơn, và có tính cách thực hành nhiều hơn như Học Viện Quốc Gia Hành Chánh, Trường Kiến Trúc, Công Chánh, Sư Phạm v.v... Sau khi tốt nghiệp, sinh viên làm nghề chuyên môn như dạy học, (trường Sư Phạm), xây cất tu bổ cầu cống đường sá (trường Công Chánh) công chức ngành hành chánh/ tài chánh (Học Viện QG Hành Chánh) vv... Trong khi đó sinh viên thuộc một Phân Khoa Đại học (Faculté) được hưởng quy chế tự do, và hành nghề tự do. Việc huấn luyện thiên nhiều về lý thuyết để có kiến thức rộng rãi hơn và sinh viên học nhiều môn hơn. Vì vậy, muốn hành nghề chuyên môn như Luật sư, ứng viên có bằng Cử nhân Luật hay cao hơn phải đi học nghề: tập sự luật sư.

Sinh viên của Faculté được chuẩn bị để đi tìm tòi, nghiên cứu, tiến tới khám phá hay phát minh mới về bộ môn của mình. Càng lên cao, trường đặt nặng về Phương Pháp Học. Nếu muốn, sinh viên có thể tiếp tục học lên nữa qua Cao Học rồi Tiến Sĩ, và có thể lên đến Thạc sĩ như ngành Luật hay Y Khoa (ở Pháp).

Ở Việt nam dù gọi bằng tên là Khoa trưởng hay Viện trưởng của một Ecole, người đứng đầu cơ sở giáo dục này là do cơ quan thống thuộc của chính phủ bổ nhiệm như Bộ Quốc Gia Giáo Dục đối với các trường như Sư Phạm hay Công Chánh, hoặc Thủ Tướng đối với Học Viện Quốc Gia Hành Chánh vì trường này trực thuộc Phủ Thủ Tướng. Trường là một định chế đơn lập, trong khi đó Phân Khoa là một thành viên một của Viện Đại học.

Điểm quan trọng là Faculté được hưởng quy chế tự trị: hội đồng khoa bầu Khoa Trưởng, tự tuyển lựa giáo sư, tự lập học trình, tự điều hành mà không có sự can thiệp của Bộ Quốc Gia Giáo Dục.

Faculté và Bằng Cấp

Cho đến khi Đại học Việt nam thu hồi độc lập, Phân Khoa Luật Hà nội chỉ cấp phát văn bằng cao nhất là Cao học (Diplôme d'Études Supérieures de Droit hay D.E.S). Còn bằng Tiến sĩ và Thạc sĩ là do Đại Học Balê cấp. Về bằng Tiến sĩ, đây là Tiến sĩ Quốc Gia. Và ở Pháp còn có một loại văn bằng Tiến sĩ thấp hơn, đó là Tiến sĩ Đại học, hay Tiến sĩ Đệ Tam Cấp. Các bằng Tiến sĩ này được thiết lập ở các trường khác như Văn Khoa. Và riêng Luật Khoa và Y Khoa tại Pháp, ứng viên có thể thi lấy "bằng" Thạc Sĩ để đi dạy học. Thạc sĩ của Luật Khoa hay Y Khoa không cùng một trình độ với Thạc Sĩ của các trường

Sư Phạm- một cấp bằng để dạy trung học và dành cho sinh viên đã tốt nghiệp trường Sư Phạm theo học. Tại Việt nam, Đại học Luật không cấp loại văn bằng Thạc sĩ này.

Sau khi được độc lập, Đại học Luật Khoa Sài Gòn cấp phát văn bằng đến cấp Tiến sĩ Quốc Gia theo tiêu chuẩn của Đại Học Pháp.

Nếu xét theo tiêu chuẩn của một Đại Học ở Mỹ để được ban cấp accreditation cho trường, Đại Học Luật Sài Gòn hội đủ tiêu chuẩn cần thiết để trở thành một trường có uy tín hàng đầu: 1) một Ban giảng huấn có giáo sư Thạc sĩ với kiến thức uyên bác (đánh giá dựa trên vào Luận án Tiến sĩ, công trình nghiên cứu và thành quả qua thời gian học và kỳ thi Thạc sĩ), và giáo sư giảng dạy phải có bằng tiến sĩ với kiến thức rộng rãi theo tiêu chuẩn quốc tế căn cứ vào Luận án và công trình nghiên cứu (có bằng tiến sĩ không chắc đã được tuyển dụng làm giáo sư). 2) gồm đầy đủ sách vở để tham khảo, 3) một thư viện cơ hữu cho giáo sư và sinh viên nghiên cứu. 4) có cơ sở đầy đủ. 4) ngân sách thường xuyên do sự yểm trợ của Bộ Giáo Dục. 5) một Hội Đồng Khoa tự trị. 6) có một chương trình giáo dục hữu hiệu. 7) sinh viên tốt nghiệp có một kiến thức vững vàng để tự tìm ra một giải pháp để ứng phó với mọi thử thách trong Hoàn cảnh của mình v.v.

x

x x

Trên toàn cõi Đông Dương dưới thời Pháp thuộc chỉ có một trường Đại học Luật duy nhất đặt tại Hà Nội gọi là Phân Khoa Luật Hà nội (Faculté de Droit de Hanoi). Phân Khoa này như trên đã nói là một chi nhánh của Đại học Luật Ba lê. Vì vậy, bằng cấp của sinh viên theo học Luật ở Hà nội là do Đại Học Luật Ba lê cấp. Sinh viên ấy sau khi tốt nghiệp (cử nhân) có thể sang Pháp học tiếp lấy bằng Cao Học, hoặc đã có bằng Cao Học của Đại học Hà nội có thể xin trình Luận án Tiến sĩ tại Ba lê. Các giáo sư dạy ở Hà nội là thành viên Ban Giảng Huấn Đại Học Pháp cử sang. Muốn là Giáo sư, ứng viên tối thiểu phải có bằng Tiến sĩ. Đa số các giáo sư chính đều có bằng Thạc sĩ. Qua lịch sử trường Luật, người ta thấy có nhiều giáo sư Pháp nổi tiếng đến Việt nam giảng dạy trong nhiều năm thí dụ như GS Camerlynck, Thạc sĩ Tư Pháp, Khoa Trưởng; GS Guillien, Thạc sĩ Công Pháp; GS Robert Dennery Thạc sĩ Tư Pháp; GS Jean Morini Comby, Thạc sĩ Kinh tế học; GS Chabas (Hàm Thạc Sĩ-Agregatif); GS Lingat, dạy Dân Luật.

GS Grégoire Khérian, Thạc sĩ Kinh tế và là Khoa Trưởng cuối cùng, trước khi Việt nam thu hồi độc lập của ngành Đại học; GS Roger Pinto v..v...Trong thời kỳ 1940-1945, chỉ có một người Việt duy nhất dạy ở trường Luật này là GS Hồ Đắc Điềm dạy môn Dân Sự Tố Tụng.

Hàng năm, Đại học Ba lê phái một Giáo sư sang làm Chủ Khảo để điều khiển thi cử.

Về mặt hành chánh, Phân Khoa Luật Hà nội là một thành phần của Viện Đại Học Hà nội.

Để thi lấy bằng Tiến Sĩ, rồi Thạc sĩ, sinh viên phải sang thi tại Đại học Ba lê.

a) Thi Bằng Tiến Sĩ:

Trường hợp GS Nguyễn Quang Quýnh là một thí dụ. GS Quýnh đang học Luật năm 1943, rồi ngưng vì chiến tranh, và tản cư. Sau đó, GS Quýnh hồi cư về Hà nội vào 1947, học lại và tốt nghiệp Cử Nhân 1949. Vào thời gian này, Ban Cao Học trường Luật Hà nội chỉ có một cấp, gọi là Diplôme d'Études Supérieures (D.E.S), gồm 3 ngành là D.E.S de

Droit Public hay Privé hay d'Économie Politique (Công Pháp, Tư Pháp và Kinh tế). Sinh viên muốn làm Luận án Tiến sĩ Luật, phải đậu cả hai bằng Cao Học Công và Tư Pháp. Khi viết luận án, sinh viên được chọn đề tài thuộc một trong hai lãnh vực này. Nếu viết luận án về Tư Pháp, sinh viên ấy đậu bằng Tiến Sĩ Luật Ban Tư Pháp, hoặc ngược lại. Đối với Tiến sĩ Ban Kinh tế, sinh viên phải đậu một trong hai bằng Cao học Luật, kể trên và một bằng Cao Học Kinh tế. Đây là trường hợp cố Thẩm Phán Tối Cao Pháp Viện Trịnh xuân Ngạn.

Sau chuyển khi sang Việt nam, trường Luật Sài Gòn thay đổi: thiết lập chế độ Cao học 2 cấp thuộc mỗi Ban. Thí dụ như các cấp của bằng Cao Học Ban Tư Pháp gọi là Diplôme d'Études Supérieures de Droit Privé du Premier Degré, rồi Diplôme d' Études Supérieures de Droit Privé du Second Degré (gọi tắt là D.E.S. du 1er degré hay du 2ème degré hay D.E.S. I và D.E.S. II). Tuy nhiên, trong chương trình, sinh viên phải học xuyên ngành: sinh viên Cao Học Công Pháp, phải học thêm môn Tư Pháp.

GS Quýnh lần lượt học tiếp lấy hai bằng Cao học Ban Tư Pháp (1952) và Công Pháp (1954) ở Hà nội. Sau khi vào Saigòn, đến đầu thập niên 1960, GS Quýnh tính tới việc thi bằng Tiến sĩ.

Đến đây, vấn đề thủ tục thông thường làm việc bắt đầu như mọi trường hợp: GS Quýnh phải tìm một GS nhận lời bảo trợ. GS bảo trợ thường là người biết rõ ứng viên về khả năng, kiến thức cũng như một số yếu tố khác: như có một phương pháp sưu tầm nghiên cứu có tính cách khoa học, có sáng kiến v.v... Nếu không, GS ấy không bao giờ nhận lời. GS Quýnh liên lạc với một Giáo sư cũ là George Levasseur trước dậy tại Hà nội để xin bảo trợ một Luận án Tiến sĩ. Sau khi đã được chấp thuận đề tài, GS Quýnh đệ trình dự án với đầy đủ dàn bài và ghi sách vở, tài liệu tham khảo, phương pháp sưu tầm, nghiên cứu v.v... Ứng viên viết từng chương và trình GS bảo trợ duyệt lại, và gửi trả cho ứng viên với các lời phê, theo đó ứng viên sửa chữa hay biện luận để bảo vệ quan điểm của mình. Tiến trình như vậy tiếp tục cho đến chương cuối cùng của Luận án. Sau khi ứng viên Hoàn tất công việc, và nếu thấy xứng đáng, GS bảo trợ sẽ ấn định ngày lễ đề xuất và yêu cầu Khoa trưởng cử 2 GS Phụ Khảo. GS Phụ Khảo thường được xem trước Luận án, rồi mới quyết định tham dự việc chấm thi. GS bảo trợ là Chánh Chủ Khảo và hai GS Phụ Khảo họp thành Hội Đồng Giám Khảo. Trong buổi lễ theo hình thức long trọng, thí sinh phải trình bày, rồi biện luận và bảo vệ hay chấp nhận những chỉ trách và phê bình của các giám khảo. Cuối cùng Hội Đồng họp kín, thảo luận và bỏ phiếu quyết định về Luận án. Được trình Luận Án không có nghĩa là sinh viên đương nhiên sẽ đậu Tiến sĩ.

GS Quýnh tốt nghiệp Tiến sĩ Ban Tư Pháp năm 1963 tại Ba lê. Luận án Tiến sĩ, viết về Hình Luật.

b) Thi Thạc sĩ:

Thạc sĩ là một "tước vị" để dạy học ở cấp đại học. Có thể dùng một danh từ trong quy chế công vụ của Việt Nam Cộng Hòa cho trường hợp này là NGẠCH, như ngạch giáo sư đại học. Người Pháp định nghĩa agrégation là Kỳ Thi Tuyển Chọn Giáo Sư dạy Đại Học (Concours de recrutement de professeurs d'enseignement supérieur). Nói chung, concours là một kỳ thi tuyển chọn nhân viên cho một cơ quan để làm một loại công việc thuộc một ngành nào đó. Trong kỳ thi tuyển, số chỗ dành cho mỗi kỳ thi được quy định trước, và bị giới hạn trong ngành liên hệ. Những ai đậu cao nhất trong danh sách tương ứng với số chỗ sẽ được chấm đậu, để được bổ dụng. Những thí sinh đậu kế đó, nghĩa là đậu thấp hơn, dù giỏi tới đâu sẽ bị loại, nghĩa là không được tuyển dụng. Vì thế concours không phải examen để thi lấy Bằng Cấp mang đặc tính tổng quát theo nghĩa người ta thường hiểu như Tú Tài, Cử Nhân, Tiến sĩ. Gọi là Thạc sĩ là một cấp bằng chỉ hiểu theo nghĩa tương đối, vì ứng viên trúng tuyển kỳ thi ở trình độ này được bổ nhiệm làm giáo sư của trường đại học tuyển dụng. Tuy nhiên, một khi đã thụ đắc tước vị ấy, nghĩa là có ngạch này, ứng viên có thể xin đi dạy ở các đại học khác với đầy đủ tư cách của một giáo sư thạc sĩ.

Điều kiện dự thi là:

Đã có bằng Tiến sĩ, nhưng phải đậu cả BA bằng Cao Học (D.E.S.), trong khi đó, điều kiện dự thi bằng Tiến sĩ là ứng viên chỉ cần có HAI bằng D.E.S. và đã đề xuất Luận Án là đủ.

Phải đệ trình nhiều công trình khảo cứu đã xuất bản. Phải có kinh nghiệm giảng dạy Đại học ít nhất là 2 khóa. Phải qua một kỳ thi viết dài 7 giờ.

Sau khi đậu kỳ thi viết, ứng viên phải dự kỳ thi vấn đáp dưới hình thức thuyết trình trước Ban Giám Khảo bốn kỳ liên tiếp. Mỗi kỳ, phải tới trường thi để Chủ Khảo cho đề tài. 24 giờ sau, phải trở lại trình đề tài trong đúng một giờ, không được nhìn xuống giấy quá 3 lần trong khi thuyết trình.

Người nào đã đậu kỳ thi viết và bị loại sau bài trình bày đầu tiên thì được gọi là agregatif. Còn người nào bị loại sau 2 hay 3 bài kế tiếp, cũng được đậu, nhưng bị xếp cuối danh sách, và khó lòng được bổ dụng.

Thí sinh đậu tất cả các giai đoạn đó được gọi là agrégé de droit.

Tôi cần nhấn mạnh rằng riêng trong ngành Y Khoa và Luật Khoa, người có "bằng" Thạc sĩ dạy Tiến sĩ. Ngược lại, tại các trường khác gọi là école, người có bằng Tiến sĩ dạy Thạc sĩ.

Các Giáo sư Việt đã đậu Thạc sĩ:

- GS Nguyễn Quốc Định, Thạc sĩ Công Pháp, năm 1948. Sau đó Giáo Sư Định ở lại Pháp dạy học. Đầu năm 1954, Ông tham gia nội các Bửu Lộc và từ đó không có cơ hội về Việt nam, mất ở Pháp năm 1976.

- GS Vũ Quốc Thúc, Thạc Sĩ Kinh Tế, năm 1952

- GS Vũ văn Mẫu, Thạc sĩ Tư Pháp, năm 1953.

- GS Nguyễn cao Hách, Thạc sĩ Kinh Tế, năm 1956

- GS Nguyễn văn Bông, Thạc sĩ Công Pháp, năm 1962 (sang làm Viện trưởng Học Viện Quốc Gia Hành Chánh)

- GS Vũ quốc Thông, Hàm Thạc sĩ (agregatif) là người đậu kỳ thi viết, nhưng rớt vấn đáp, khi thi Thạc sĩ.

- GS Trần thiên Vọng, Hàm Thạc sĩ kinh tế.

Khái niệm về Bằng cấp của École Việt nam và Đại Học Luật hay Y Khoa Hoa Kỳ.

Bằng cấp do École này cấp cũng hơi giống như bằng của các trường Luật hay Y Khoa ở Hoa Kỳ.

Tại Hoa Kỳ, về ngành Luật, sinh viên có cấp bằng Cử Nhân ở các chương trình đại học 4 năm, trước khi vào trường Luật và đến khi tốt nghiệp, sẽ được cấp bằng Juris Doctor (JD); còn nếu không có bằng Cử Nhân, sẽ chỉ được cấp bằng Bachelor of Law (LLB), dù cả hai loại sinh viên này cùng học một lớp, một trường. Juris Doctor hay Bachelor of law chỉ là một bằng chuyên môn để hành nghề Luật. Sau tốt nghiệp trường Luật, sinh viên có thể thi lấy giấy phép hành nghề ngay. Về Y Khoa việc cấp văn bằng Medical Doctor (MD) cũng tương tự, vì đó cũng chỉ là một bằng chuyên môn để có thể hành nghề y khoa. Tuy nhiên, có một điểm khác là các tiểu bang đòi hỏi một thời gian tập sự, một điều kiện để thi lấy giấy phép hành nghề: Thực tập (internship) là điều kiện để thi lấy giấy phép hành nghề tổng quát. Còn nội trú (residency) là để giúp cho sinh viên đi sâu vào bộ môn của mình và thi lấy giấy phép hành nghề chuyên khoa.

Vì là bằng để hành nghề chuyên môn, nên sinh viên tốt nghiệp như Juris Doctor hay Medical Doctor không bị đòi hỏi phải có Luận Án mới được cấp văn bằng. Điểm này giống với Ecole của Việt nam hay Pháp.

Về ngành Luật tại Hoa Kỳ, chỉ có rất ít trường cấp phát Tiến sĩ tương đương với quy chế Tiến sĩ của Việt nam do Faculté cấp. Trong số này, tôi chỉ biết Trường Đại Học Luật Stanford có chương trình này. Sinh viên sau khi đậu bằng luật (Juris Doctor) phải học thêm. Một khi hội đủ điều kiện, sinh viên sẽ phải đệ trình Luận Án, bảo vệ Luận Án ấy trước một Hội Đồng Giám Khảo. Nếu thí sinh được chấm đậu, sẽ được cấp Văn Bằng Tiến Sĩ Luật Khoa như của Pháp và Việt nam, gọi là Jurisprudence Sciences Doctor (JSD). Bằng này cũng tương đương với Phd ở ngành khác, và Docteur en Droit của Pháp và Việt nam. Ở Việt nam, lại còn khó hơn, vì phải có 2 bằng D.E.S. (2 bằng Cao Học) là điều kiện để được trình luận án. Ở Mỹ, không có quy chế nào giống như Thạc sĩ của Pháp.

Ở đây tôi nghĩ cũng nên so sánh việc học để hành nghề luật giữa VN và Mỹ: Muốn hành nghề Luật sư, bằng Cử Nhân Luật Việt nam mới chỉ là một điều kiện để đi học nghề: Tập sự 3 năm dưới sự bảo trợ và giám sát của một luật sư thực thụ.

Nói theo quan niệm của Mỹ, phải được huấn luyện 3 năm vừa bằng cách thực tập như on-the-job- training, vừa theo các lớp học do Luật sư đoàn tổ chức. Sau đủ 3 năm, ứng viên được coi là đủ điều kiện để thi lấy giấy phép hành nghề. Chương trình học gồm tất cả các môn đã học trong ban Cử Nhân, cộng thêm một số môn đặc biệt, nhưng đi vào thực tiễn. Các luật sư tập sự phải đến lớp học. Ngoài ra, còn phải lo việc tại văn phòng. Kỳ thi lấy giấy phép hành nghề do Chánh Nhất Tòa Thượng Thẩm làm Chủ Khảo. Có một giai đoạn vào giữa thập niên 1960, có một thay đổi: trường Luật Sài Gòn tổ chức và huấn luyện lớp Khả Năng Hành Nghề Luật Sư. Sinh viên thi tốt nghiệp lớp này được cấp phát chứng chỉ tốt nghiệp gọi là Chứng Chỉ Khả Năng Hành Nghề Luật Sư (Certificat d'Aptitude de la Profession d'Avocat, gọi tắt là CAPA). Với chứng chỉ này, ứng viên cũng phải tập sự 3 năm, và sau đó đương nhiên trở thành Luật sư thực thụ, không phải thi mãn khóa như trước. Lớp này chỉ được tổ chức trong vài niên khóa ở trường luật Sài gòn mà thôi.

3 năm huấn luyện thực hành này ở Việt nam tương đương với cách huấn luyện 3 năm tại

một trường Luật Hoa Kỳ, dù chương trình Luật Hoa Kỳ có nhiều lý thuyết hơn. Sinh viên Luật tại Hoa Kỳ, không phải qua một giai đoạn học nghề như ở Việt nam. Nếu xét kỹ chương trình tập sự 3 năm, ta có thể coi đây là chương trình tương đương với một Graduate School của Mỹ để thi lấy văn bằng Cao Học hay văn bằng chuyên môn.

Kỳ thi lấy bằng hành nghề ở Mỹ là do Luật Sư Đoàn Tiểu Bang tổ chức.

xxx

Như tôi đã trình bày ở trên, Trường Luật Hà nội mở cửa lại vào năm 1947. Ngoài ra, một chi nhánh của Phân Khoa Luật Hà nội được mở ra tại Saigon. Chi nhánh Sài gòn này được mở vào năm 1946, sớm hơn Hà nội 1 năm. Vài vị có tên sau đây có liên hệ đến việc giảng dạy tại Trường Luật Sài Gòn đã tốt nghiệp tại chi nhánh này: Thẩm Phán Tối Cao Pháp Viện Mai văn An, giảng viên phụ trách môn Luật Hàng Hải tốt nghiệp Cử Nhân khóa II (1947-1950). GS Trần văn Liêm tốt nghiệp Cử Nhân Khóa III (1948-1951) về sau học tiếp lấy 2 bằng Cao Học tại Sài Gòn, và được cấp bằng Tiến Sĩ Ban Tư Pháp (1962) tại đây, và trở thành giáo sư cơ hữu của trường.

Trụ sở chi nhánh được đặt tại 17 đường Duy Tân, Sài Gòn, nguyên là một ngôi trường mẫu giáo được Bộ Quốc Gia Giáo Dục lấy lại và cho chi nhánh này của Trường Luật.

Trước năm 1954 là GS Grégoire Khérian là Khoa trưởng Phân Khoa Luật Khoa Hà nội, kiêm nhiệm Giám Đốc Trung Tâm Sài Gòn. Vào tháng 5, 1951, GS Vũ quốc Thúc được cử làm Xử Lý Giám Đốc Trung Tâm Hà nội thay thế một Giáo sư Pháp. Đến tháng 6, 1952, GS Thúc sang Pháp thi Thạc sĩ. Thay vì được dạy tại Pháp, Giáo Sư Thúc đã trở về dạy tại Việt nam và được bầu làm Phó Khoa Trưởng, kiêm Giám Đốc Trung Tâm Hà nội.

Đến đầu năm 1954, GS Thúc tham gia Nội các Bửu Lộc, rồi sau đó làm Thống Đốc Ngân Hàng, GS Vũ văn Mẫu được bầu làm Phó Khoa Trưởng thay thế GS Thúc.

Sau Hiệp định Genève, Trung tâm Hà nội di cư vào Nam. Cả hai Trung Tâm Hà nội và Sài Gòn sát nhập làm một tại trụ sở này, và mang tên là Phân Khoa Luật, Sài Gòn (Faculté de Droit de Saigon). Và về sau khi trường được chuyển sang Việt nam lấy tên là Luật Khoa Đại Học Đường Sài Gòn, hay thường gọi là Đại Học Luật Sài gòn tại trụ sở 17 Duy Tân, Sài gòn.

Ngày 30 tháng 4 năm 1955, nền Đại Học Việt nam thu hồi độc lập. Khoa trưởng Khérian chuyển giao quyền quản trị cho Khoa trưởng Việt nam. Các Khoa trưởng sau đây lần lượt phụ trách trông coi trường Luật: GS Vũ văn Mẫu, 1955-1957; GS Vũ quốc Thúc, 1957-1963; GS Nguyễn cao Hách, 1963-1967; GS Nguyễn Độ, 1967-1971; GS Bùi tường Chiểu, 1971-1973 và GS Vũ quốc Thông, 1973-1975.

GS Thông là Khoa trưởng cuối cùng của trường Luật trong thời gian 20 năm (kể từ 30 tháng 4,1955 đến 30 tháng 4, 1975).

Tiếng Việt bắt đầu sử dụng để giảng dạy từ niên học 1955-1956. Chương trình huấn luyện của Đại học Ba lê vẫn được áp dụng. Sách vở, tài liệu làm căn bản cũng vẫn là của Đại học Pháp.

B. TỔ CHỨC TRƯỜNG LUẬT SÀI GÒN.

Đứng đầu là Hội Đồng Khoa (HĐK) gồm các giáo sư là thành viên. HĐK quyết định chính sách của Trường. HĐK bầu ra Khoa Trưởng và Phụ tá để điều hành công việc. Trường có Ban Hành Chánh lo các việc hành chánh do một Tổng Thư Ký điều khiển.

Cũng theo mô thức tổ chức của Đại học Luật Ba lê trước đó, Trường Luật Sài Gòn gồm 3 Ban: Công Pháp, Tư Pháp và Kinh tế. Trong khi đó Đại học Luật Ba lê gồm 4 Ban: 1) Histoire du Droit gồm các môn chính: Droit Romain và Ancien Droit (Luật của Pháp quốc trước cuộc cách mạng 1789); 2) Droit privé gồm Droit civil, Droit Pénal, Droit commercial, Droit international privé; 3) Droit public gồm Droit constitutionnel, Droit administratif, Droit international public; 4) Économie politique gồm Analyse économique, Histoire des doctrines, Géographie économique, Développement. Về sau, Đại học Pháp cải tổ lại Ban kinh tế 2 lần. Lần thứ Nhất, Ban này thêm một bộ môn đặc biệt là Science économique gồm Statistiques, Économétrie, Mathématiques économics. Lần sau, lại lập thêm bộ môn mới: Economies internationales gồm commerce international, mouvements des capitaux, investissements étrangers v.v…

Đại học Luật Sài Gòn lúc đó thấy không cần thiết lập một Ban Pháp Chế Sử riêng biệt như Đại học Ba lê và bắt sinh viên Việt học Luật La Mã và Cổ Luật của Pháp. Tuy nhiên có một môn Pháp Chế Sử Việt nam dạy ở năm thứ Nhất. Ngoài ra, về sau từ giữa thập niên 1960, sinh viên năm thứ Nhất và năm thứ Hai phải học thêm môn Cổ Luật Việt nam.

Mỗi Ban là một trường nằm trong tổ chức chung là Đại Học Luật Khoa.

Ban Giảng huấn gồm: Các giáo sư có tên sau đây phụ trách giảng dạy trước năm 1975

(xin xem danh sách Ban Giảng Huấn cơ hữu và thỉnh giảng của trường ở Phần Kỷ Yếu)

C. CHƯƠNG TRÌNH HỌC

Về Ban Cử Nhân, trước năm 1967, học trình gồm 3 năm. Các sinh viên đều học như nhau. Khi tốt nghiệp được cấp Văn Bằng Cử Nhân Luật Khoa. Chỉ khi lên học Ban Cao Học, sinh viên mới chọn ngành: Công Pháp, Tư Pháp hay Kinh Tế.

Từ năm 1967 trở đi, học trình được tăng thêm một năm nữa thành 4 năm. Hai năm đầu sinh viên học chung, nhưng từ năm thứ ba trở đi, sinh viên sẽ ghi danh theo ban/ngành mình chọn. Sau khi tốt nghiệp Ban Cử Nhân, sinh viên được cấp Văn Bằng như Cử Nhân Ban Công Pháp, Cử Nhân Ban Tư Pháp, hay Cử Nhân Ban Kinh Tế, (dù theo Ban nào, sinh viên phải học đủ các môn Luật căn bản). Sinh viên tốt nghiệp có thể ghi danh học Ban Cao Học theo ngành của mình.

Chương trình học Ban Cử Nhân gồm hai phần: Phần kiến thức ngoại luật học như Kinh Tế Học (sinh viên phải học ít nhất 3 năm Kinh Tế), Bang Giao Quốc tế, Tổ Chức Quốc tế; Học Thuyết Chính Trị, Tài Chánh Công, Pháp Chế Sử, Đoàn Thể Áp Lực; Thông Tin Báo Chí, Tội Phạm Học, Luật Đối Chiếu v.v. và Phần thuần túy Luật: Dân Luật (gồm 3 phần chia làm 3 năm: Luật Gia đình, Khế Ước và Nghĩa Vụ, Tài sản), Dân sự tố tụng; Hình Luật, Hình sự Tố Tụng, Luật Thương Mại, Luật Hiến Pháp, Công Pháp Quốc Tế, Quốc Tế Tư Pháp, Luật Hành Chánh, Tố Tụng Hành Chánh, các luật về Bảo hiểm, Lao

Động, Hàng Hải, An Sinh Xã Hội v.v...

Chương trình Ban Cao Học được chia thành hai cấp: I và II (D.E.S. I và D.E.S. II). Chỉ sau khi đậu cấp I, sinh viên được ghi danh học cấp II. Sinh viên sẽ phải học một số môn chính đã học tại ban Cử Nhân. Các môn chính ấy gồm 2 phần: Phần Tổng Quát (ôn lại những gì đã học) và Thâm Cứu các môn ấy.

Mỗi Ban gồm 5 môn học. Chương trình Cao Học Công Pháp gồm:

Cao Học I: Luật Hành Chánh; Luật Hiến Pháp; Quốc Tế Công Pháp; Dân Luật; và Luật Pháp Đối Chiếu (Hệ thống của Pháp).

Cao Học II: Học Thuyết Chính Trị; Hành Chánh Công Quyền; Các Tổ Chức Quốc Tế; Các Vấn Đề Chính Trị Quốc Tế Hiện Đại; và Luật Pháp Đối Chiếu (Hệ thống của Anh).

Trường Luật Sài Gòn chú tâm vào mục tiêu là huấn luyện sinh viên về PHƯƠNG PHÁP GIẢI THÍCH LUẬT PHÁP, hơn là nhồi sọ. Giáo sư đưa ra nguyên tắc, giải thích nguyên tắc ấy bằng cách biện luận lý thuyết và dựa vào các án lệ ứng dụng. Sinh viên sau khi tốt nghiệp mang hành trang này vào đời, từ đó có thể biết cách ứng phó với mọi Hoàn cảnh hay trong nghề nghiệp của mình. Đây là một điều khác với lối dạy luật ở Mỹ: đi từ cases ngược lên (gọi là case laws), để rồi rút ra nguyên tắc từ các cases ấy. Ở đây, sinh viên phải học thuộc lòng (nhồi sọ), như thế làm thui chột sáng kiến, nếu so với hệ thống giảng dạy tại Việt nam. Tại Hoa Kỳ, hiện nay đã có tranh luận về lối giảng dạy này.

D. TRƯỜNG SỞ.

Sau khi Trung Tâm Hà nội di cư vào Nam năm 1954, cả hai Trung Tâm hợp nhất thành một, gọi là Đại Học Luật Khoa Sàigon, có trụ sở ở 17 Duy Tân. Ngoài văn phòng của Khoa trưởng và văn phòng hành chánh, thư viện, trường chỉ vỏn vẹn có 4 giảng đường. Giảng đường lớn nhất chứa được dưới 100 sinh viên. Sau đó trường được xây lại và thêm lầu. Hành chánh nằm ở dưới đất phía cửa vào cho tiện việc ghi danh của sinh viên. Có một cầu thang lớn lên lầu trên là một phòng lớn (phòng sinh hoạt) để tổ chức các buổi lễ hay sinh hoạt cho sinh viên. Kế liền phần này vào phía trong là một tòa nhà có 2 tầng lầu, xây theo hình vuông, vây xung quanh một sân nhỏ ở giữa. Có hành lang rộng cho sinh viên đi lại chung quanh. Các phòng dưới đất dùng làm lớp học. Trên lầu I, kế liền với phòng sinh hoạt vừa kể là phòng Khoa Trưởng và Phụ Tá Khoa Trưởng ở phía trái. Còn lại dùng làm lớp học. Thư viện được đưa lên lầu II và có một số phòng dùng làm lớp học ở tầng này. Một đại giảng đường đang được xây cất ở bên hông, vào 1975 đã đổ bê tông cốt sắt xong tầng trên, dự trù chứa độ 300 sinh viên.

Từ khoảng cuối thập niên 1960 trở đi, sĩ số ghi danh tăng dần. Vào năm 1970, có trên 13,000 sinh viên ghi danh học cho 4 năm Cử Nhân. Đây quả là một con số quá lớn so với khả năng của trường: phòng ốc ít, lại nhỏ, số giáo sư ít ỏi. Vì thế trường phải mượn rạp hát ở đường Thống Nhất để giảng dạy cho Cử Nhân (CN) I và II. Sau khi Mỹ rút khỏi Việt nam, P.X. của Mỹ ở đường Hồng Bàng được Bộ Quốc Gia Giáo Dục lấy và giao cho trường để sửa lại làm phòng học cho CN I và II. Phòng này có thể chứa được khoảng gần 1,000 sinh viên.

****

E. CẢI TỔ VỀ THI CỬ

Vào cuối niên học 1971-1972, Hội Đồng Khoa cử tôi vào công việc trông nom thi cử cho các sinh viên và sau đó bầu tôi vào chức vụ Phụ tá Khoa Trưởng đặc trách học vụ. Trước đó, công việc thi cử hầu như giao cho Ban Hành Chánh phụ trách. Khoa trưởng, và các phụ tá một mặt phải lo giảng dạy về phần mình như một giáo sư và mặt khác xem xét mọi công việc của trường một cách tổng quát. Các giáo sư sau khi dạy môn của mình thường ít lui tới trường. Và trong mỗi kỳ thi, sau khi chấm bài xong, giáo sư giao cho Hành Chánh ghi điểm vào biên bản và cộng điểm dưới sự giám sát của Khoa trưởng và phụ tá. Các giáo sư không có văn phòng riêng làm việc.

Về phương diện điều hành, sĩ số sinh viên đã quá cao và mỗi năm con số ấy một tăng thêm, khiến cho việc thi cử gây ra nhiều khó khăn. Cần phải có biện pháp tích cực chấn chỉnh lại.

TỔ CHỨC THI CỬ

Như thường lệ, mỗi niên học, có 2 kỳ thi: kỳ I vào tháng 6 và kỳ II vào tháng 9. Tại các lớp thuộc Ban Cử Nhân, thí sinh phải thi viết hai môn trong số 6 hay 7 môn chính (các môn phụ chỉ phải thi vấn đáp). Trước ngày thi, thí sinh được đến dự cuộc rút thăm để biết xem 2 môn thi viết là gì. Trong thập niên 1950, và đầu thập niên 1960, sinh viên chỉ rút thăm một môn mà thôi. Dân Luật là môn bắt buộc cho cả 3 năm, nên không phải rút thăm. Giáo sư phụ trách giảng dạy ra đầu đề thi, dán kín trong một phong bì. Vào ngày thi, giáo sư mang tay đến phòng Khoa trưởng để đánh máy, quay roneo. GS KT phát cho các giáo sư phụ trách đi các phòng thi đọc cho thí sinh cùng một lượt. Thời hạn thi viết là 3 giờ cho mỗi môn. Mỗi môn được cho thi vào một buổi.

Để bảo vệ bí mật, bài làm của thí sinh được trưởng ban giám thị trong mỗi phòng thi rọc phách. Bài làm để trong một phong bì, và phách để trong một phong bì riêng. Tất cả bài và phách có đánh mã số để sau này khi ráp phách lại, có thể dễ nhận biết được tên thí sinh, như vậy dễ ghi điểm vào biên bản. Các phong bì ấy có ghi số phòng và Trung Tâm để dễ tìm kiếm. Chỉ có thí sinh được điểm trung bình 10/20 của mỗi bài trong cả 2 bài đó mới được dự kỳ thi vấn đáp. Vào kỳ thi vấn đáp, thí sinh phải thi lại hết tất cả các môn, kể cả các môn đã thi viết. Từ 1967 trở về sau, năm thứ Nhất sinh viên phải học cả thảy là 12 môn. Năm Hai, còn 10 môn. Năm thứ Ba, tùy theo ngành, cũng còn độ 10. Năm thứ Tư, 13 môn. Thí sinh phải được điểm trung bình mỗi môn là 10/20, mới được tuyên bố trúng tuyển. Điểm loại là 4/20. Nếu có một môn bị điểm loại sinh viên ấy bị rớt dù tổng số điểm trung bình vượt quá điểm đậu là 10/20. Về sau, có ân giảm về điểm loại cho các môn vấn đáp thuộc Ban Cử Nhân. Sinh viên có thể được bù điểm giữa các môn. Trong một niên học, sinh viên rớt kỳ thi vấn đáp khóa I, sẽ được miễn thi viết kỳ hai. Nếu là kỳ II, sinh viên bị rớt vấn đáp, năm tới phải học lại từ đầu. Riêng năm thứ Tư, gồm 13 môn, chia làm, 2 vấn đáp. Vấn đáp I và Vấn đáp II. Khác với các năm dưới, vì có 2 vấn đáp, sinh viên năm thứ Tư chỉ được bù điểm giữa các môn trong một vấn đáp. Ngoài ra, nếu sinh viên đậu một vấn đáp kỳ II của niên học, và rớt vấn đáp kia, sẽ được một ân huệ là chỉ phải thi vấn đáp bị rớt ấy trong kỳ thi của năm tới, và chỉ được giữ một kỳ mà thôi.

Về Ban Cao Học, thí sinh phải thi viết một môn học chính của ngành mình đã chọn. Thời gian viết bài là 5 giờ. Vào vấn đáp, thí sinh bị hỏi cả Phần Tổng Quát, lẫn Thâm Cứu. Ngoài ra, sinh viên còn phải nộp hai Luận văn trong mỗi cấp (Cao Học I và Cao Học II), và bị giáo sư hỏi và bảo vệ luận cứ của mình được trình bày trong Luận văn ấy.

Sau khi đậu cả hai cấp Bằng Cao Học, thí sinh xin với một vị Giáo Sư bảo trợ để làm Luận Án Tiến Sĩ. Thường thì phải mất 4 năm, có khi hơn mới xong dưới sự giám sát và hướng dẫn của Giáo Sư bảo trợ và vị này là Chánh Chủ Khảo sau này. Sau đó thí sinh được phép đề xuất và phải bảo vệ luận điểm nêu ra trong luận án trong một buổi lễ Đề Xuất Luận Án dưới hình thức long trọng.

CHẾ ĐỘ THI CỬ

Thi cử ở trường Luật Sài Gòn trước năm 1975 rất khắt khe: Mỗi cuối niên học, sinh viên mỗi lớp phải trải qua kỳ thi trắc nghiệm về hiểu biết tất cả các môn học trong một kỳ thi duy nhất và phải được trung bình điểm 10/20 mới được chấm đậu. Chế độ lựa lọc như trên là để bảo đảm cho sinh viên sau khi tốt nghiệp có một số kiến thức tối thiểu trước khi ra đời. Và sinh viên muốn giỏi, phải làm việc thực sự.

Sinh viên ghi danh vào Ban Cử Nhân năm thứ I, năm 1970 là 10,000. Sau 4 năm sàng lọc, vào năm 1974, số sinh viên tốt nghiệp là 1.400 người (cả 2 Khóa). Sĩ số ghi danh Cao Học I, cũng chỉ đếm trên đầu ngón tay. Lên đến Cao Học II, lại còn ít nữa. Vì thế trong suốt thời gian 20 năm, Đại Học Luật Việtnam được độc lập- kể từ 1955 đến 1975- có niên học không có một người nào đậu Tiến sĩ.

CÁC KHÓ KHĂN

Theo thông lệ, mỗi năm trường phải tổ chức 2 kỳ thi. Vì sĩ số quá đông, nên việc chấm bài, cộng điểm công bố kết quả mất quá nhiều ngày giờ. Những năm đầu thập niên 1970 vào khoảng 1972, kỳ thi khóa I kéo dài gần 6 tháng, nên trường không tổ chức khóa II được. Khóa I tổ chức vào tháng 6 và kết quả kỳ thi chỉ được Hoàn tất vào cuối tháng 12, nghĩa là hơn 3 tháng sau khi niên học mới đã bắt đầu. Ngoài ra, còn có nhiều khó khăn khác làm cho trường bị giảm uy tín.

Vậy có 2 khó khăn chính phải giải quyết : 1) Phải tổ chức 2 kỳ thi cho sinh viên trong mỗi niên học. 2) Tổ chức sao cho kỳ thi được nghiêm chỉnh.

F. VÀI CON SỐ DƯỚI THỜI CỘNG HÒA

Trong niên học 1973-1974, Khóa I, có 25,000 sinh viên ghi danh thi. Số sinh viên hiện diện là 18,000. Số sinh viên năm I dự thi là 15,000. Khóa II, số sinh viên ghi danh dự thi cho cả 4 năm là 15,000. Vào niên học kế đó (1974-1975) là năm cuối cùng của nền Cộng Hòa, số sinh viên ghi danh là 58,000 trong đó có 4,000 sinh viên ghi danh năm II, và 1500 sinh viên ghi danh học năm IV.

Số giáo sư của trường dưới 40 người và nhân viên hành chánh độ hai chục. Vì thiếu thốn nhân sự, nên trường gặp nhiều khó khăn trong việc thỏa mãn nhu cầu sinh viên, và điều hành, hoạt động.

Đây là lý do tôi bị đẩy vào vị trí Phụ Tá Khoa Trưởng để chấn chỉnh trường Luật.

G. CÁC CÔNG TÁC KHÁC

Những thay đổi trong việc tổ chức thi để đạt 2 mục tiêu trên.

Trong niên học 1972, tôi được Hội đồng Khoa giao nhiệm quan sát việc thi cử để tìm xem các khó khăn nằm ở đâu.

a) Để có thể mở kỳ thi II vào tháng 9, tôi lập một kế hoạch trước trong đó lịch trình các giáo sư chấm bài và trả bài cho văn phòng thi được quy định rõ rệt. Nếu không thực hiện đúng lịch trình, thì có thể 6 tháng không xong được kỳ I, vì lẽ số sinh viên ghi danh và dự thi quá đông so với các năm trước. Sinh viên năm I và năm II đông nhất. Tôi chia sinh viên năm I và II ra thành từng nhóm với thời khóa biểu cho các lớp, các nhóm. Lịch trình này cũng quy định cả ngày công bố kết quả thi viết để sinh viên nếu đậu có thể chuẩn bị thi vấn đáp. Như vậy, các giáo sư biết trước thời hạn giao bài cho Văn Phòng thi, và sinh viên cũng biết trước được ngày giờ để chuẩn bị thi vấn đáp. Căn cứ vào con số đậu viết, tôi làm ngay một kế hoạch cho kỳ thi vấn đáp. Cũng chia thành từng nhóm cho năm I và năm II trong một lịch trình chi tiết, và cũng có ấn định rõ ngày công bố kết quả cuối cùng. Hạn kỳ khóa I là phải Hoàn tất vào cuối tháng 8. Khóa II sẽ được tổ chức vào đầu tháng 9 và Hoàn tất trước tháng 11 để cho sinh viên này còn ghi danh học cho niên học tới, Trong lịch trình, tôi báo trước là tôi sẽ gọi điện thoại nhắc các giáo sư chấm bài một ngày trước để trả bài cho văn phòng ngõ hầu ghi điểm vào biên bản, cộng điểm và công bố kết quả đúng hẹn.

b) Giám thị: Những năm trước, trường xin Bộ Quốc Gia Giáo Dục cử các giáo sư Trung Học, các giáo viên trong vùng Đô Thành đến coi thi. Năm này, tôi không xin yểm trợ nữa. Tôi sử dụng các sinh viên đã tốt nghiệp trước đó, huấn luyện họ để làm giám thị trong các kỳ thi: coi thi, điểm danh, đòi thí sinh ký tên vào danh sách, kiểm soát lý lịch (thẻ sinh viên), coi chừng gian lận, đánh mã số bài thi sau khi thí sinh nộp bài, rọc phách, cho bài thi và phách vào phong bì riêng, đánh số phòng, dán kín lại, rồi chờ Tổng Thư Ký đến thu hồi sau buổi thi Hoàn tất. Các giáo sư phụ trách kiểm soát tổng quát, để ngăn ngừa thông đồng, gian lận. Như thường lệ, các phong bì chứa bài và phách được đưa ngay về trường, xếp vào ngăn, kệ trong một phòng riêng, Khóa lại. Sau khi thi viết xong, các bài ấy sẽ được chuyển giao cho giáo sư liên hệ chấm. Tuy nhiên, về phòng thi, trường phải xin Bộ Quốc Gia Giáo Dục phải yểm trợ, để thực hiện các kỳ thi bằng cách cho mượn nhiều trường Trung và Tiểu Học trong thành phố Sài gòn để làm địa điểm thi. Mỗi trường là một Trung Tâm.

c) Quản trị bài thi, cộng điểm nay do Văn Phòng thi cử phụ trách.

Các vấn đề chính gồm: ráp phách, chuyển điểm từ bài thi vào biên bản, cộng điểm trong biên bản và lập danh sách kết quả thi. Việc này mất nhiều thì giờ nhất, đặc biệt là phải chính xác, và ngăn chặn tiết lộ bí mật. Ráp phách và bài thi tương đối dễ. Chỉ cần nhìn vào mã số mà giám thị trưởng ghi vào bài và phách, rồi ráp lại cho đúng. Chuyển điểm từ bài vào biên bản không mấy khó khăn. Chỉ cần một người đọc và một người viết trên danh sách mà Hành Chánh đã quay ronéo sẵn, dựa theo danh sách sinh viên hiện diện ký tên. Danh sách này lập theo thứ tự ABC. Khi chuyển điểm vào biên bản, tôi cũng cho sắp bài theo thứ tự ABC như trong danh sách. Sau khi kiểm điểm lại bài thi và danh sách, một người đọc tên và điểm, đọc to, người ghi điểm vào biên bản cũng nhắc lại (to). Tôi cũng trù liệu có hai người với 2 máy tính ngồi sát cạnh để cộng điểm luôn. 2 người cộng bằng máy công bố kết quả. Nếu kết quả giống nhau, không phải duyệt lại. Với cách làm việc này, trong một buổi chiều, tôi có thể Hoàn tất việc ghi điểm vào biên bản, công điểm một cách chính xác cho hàng trăm sinh viên.

Về thời gian, tôi chỉ cho mang bài, phách ra để ghi điểm vào biên bản, cộng điểm của mỗi nhóm liên hệ một vài giờ trước khi công bố, vì thế giữ được bí mật, cũng như làm cho kỳ thi được nghiêm chỉnh. Không ai có thể biết trước, kể cả giáo sư chấm bài.

Vấn đề là làm thế nào thực hiện công tác đúng hẹn và lại bảo vệ được nghiêm minh, nghĩa là tránh tiết lộ điểm thi. Đây là kẽ hở trầm trọng nhất cho chạy chọt vì kể từ lúc cộng điểm vào biên bản cho đến khi công bố cần nhiều thì giờ.

d) Công bố kết quả. Trước 1973, không có công bố kết quả thi, vì lẽ nhiều khi trường không biết trước khi nào giáo sư chấm bài xong, để ghi điểm vào biên bản, rồi cộng điểm, v.v.. Chỉ khi nào cộng điểm xong, mới công bố kết quả. Thực ra, trường chỉ công bố bằng cách dán bảng kết quả lên Bảng, và lệ Khoa Trưởng công bố kết quả trên máy vi âm đã bị bỏ. Nhiều sinh viên khi nghe tin có kết quả thi, chạy đến, thì bảng kết quả đã bị sinh viên khác xé mất. Hỏi văn phòng cũng không được trả lời dễ dãi, từ đó sinh ra những bê bối. Rồi vấn đề xin xem điểm thi cũng gây ra những tệ nạn.

Dựa vào bản lịch trình đã công bố từ trước, sinh viên biết rõ ngày giờ GS Khoa Trưởng sẽ đọc kết quả của nhóm liên hệ. Họ sẽ tụ tập dưới sân trường để nghe công bố kết quả, đã định trước.

Sau khi Khoa Trưởng công bố bằng micro, bản phụ của kết quả đậu hay rớt, với số điểm của mỗi môn và tổng số cho rất cả các môn được công khai niêm yết ngay. Trước đó trường chỉ công bố đậu hay rớt, với điểm trung bình của toàn thể các môn. Với biện pháp mới này, sinh viên khỏi phải chạy chọt để xem điểm từng môn và đồng thời có thể biết rõ ngay môn nào giỏi, môn nào kém và cũng tự xem lại tổng số điểm đã cộng lại có đúng không. Như thế, còn tránh được nạn ứ đọng về hành chánh, vì con số sinh viên muốn biết điểm của mình quá lớn. Họ xếp hàng dài, tranh nhau và om sòm nộp phiếu ghi danh xem điểm. Một số lớn thời giờ nhiều nhân viên hành chánh bỏ ra để thỏa mãn nhu cầu này. Các nhân viên ấy được huy động làm công việc khác.

Công bố kết quả thi bằng micro đã bị trường bỏ đi từ lâu, nay trường luật bắt đầu tái lập truyền thống này.

e). Trừng phạt sinh viên gian lận: Bảng Hổ. Nạn gian lận trong kỳ thi cử là một ưu tư lớn của mọi người, nhất là ban giảng huấn gồm ít giáo sư so với sĩ số quá lớn. Ngoài việc tăng cường kiểm soát công tác giám thị trong các phòng thi, tôi phải tìm các biện pháp áp dụng đối với sinh viên gian lận: các vi phạm sẽ bị trừng phạt nặng nề hơn, như cấm thi nhiều năm và thông báo cho Bộ Quốc Phòng về việc bị cấm thi. Rất nhiều sinh viên được hoãn dịch để đi học. Một khi bị trục xuất ra khỏi trường Luật, sinh viên không còn đủ lý do hoãn dịch. Ngoài ra, tôi cho Hành Chánh làm một Bảng bằng gỗ có cửa kính, khóa lại. Bảng này dựng trong sân trường để cho mọi người trông thấy. Bạn bè và quyến thuộc sẽ là áp lực quan trọng đóng góp vào giảm bớt tệ nạn này. Tất cả các biện pháp này được công khai hóa, để cho sinh viên biết trước.

Trong một phiên họp Hội Đồng Khoa, GS Vũ văn Mẫu gọi bảng này là BẢNG HỔ. Tôi chưa biết được ảnh hưởng của các biện pháp này, vì mới chỉ áp dụng cho kỳ thi của niên học 1973-1974 thôi.

g). Lễ phát văn bằng, Tôi không biết là có bao giờ trường Luật tổ chức lễ phát văn bằng cho sinh viên tốt nghiệp? Chắc là suốt 19 năm Đại Học Việt nam thu hồi được độc lập (theo Hiệp Ước ký năm 1955), trường Luật Việt nam không có một lần tổ chức buổi lễ phát văn bằng một cách trọng thể. Tôi lập kế hoạch để được thực hiện buổi lễ vào ngày 21 tháng 12 năm 1974. Các giáo sư đội mũ, mặc áo cHoàng truyền thống của trường đến dự lễ. Sinh viên tề tựu, xếp hàng lần lượt được gọi tên, từ hành lang trên lầu I tiến vào phòng sinh hoạt, trình diện trước sự chứng kiến của các giáo sư và GS Khoa trưởng trao tận tay bằng Cử Nhân cho 1400 tân khoa. Họ mặc áo cHoàng đen.

Vì trường là một đơn vị tự trị, tôi đã không mời Tổng Trưởng Giáo Dục hay Viện Trưởng Đại Học Sài gòn đến dự lễ phát văn bằng, dù có một giáo sư đề nghị trong phiên họp Hội Đồng Khoa.

Bài II. Trường Luật Sài Gòn: Vấn đề Thi Cử

a). Khi còn là sinh viên đi thi: con đường gai góc. Những kỷ niệm khó quên.

Tôi không có nhiều kỷ niệm về trường Luật. Lý do là trong thời gian học luật tôi không là sinh viên toàn thời gian vì phải đi làm. Tôi có đi dự lớp nghe thầy giảng, nhưng không nhiều. Tuy nhiên các lớp Cao Học tôi đi rất đủ. Phần lớn các lớp Ban Cử Nhân, tôi dùng tài liệu do các bạn ghi rồi in ra và tham chiếu thêm vào các sách mà thày căn cứ vào đó để soạn bài giảng.

Tôi có một kỷ niệm đáng nhớ nhất là kỳ thi Cao Học Công Pháp I vào năm 1966.

Thời đó sinh viên phải học 5 lớp: Droit Administratif Approfondi; Droit Constitutionnel Approfondi; Droit International Approfondi; Responsabilités Civiles và môn Luật pháp Đối Chiếu. Ba môn đầu thuộc Ban Công Pháp là chính. Môn thi viết bắt buộc là Luật Hành Chính. Sinh viên phải học Phần Thâm cứu do Giáo Sư diễn giảng. Ngoài ra sinh viên phải tự học lại các Phần Tổng Quát của các môn ấy. Phần này đã học từ khi còn ở Ban Cử Nhân.

Về phần Tổng quát của Môn Luật Hành Chánh, chúng tôi phải học sách Le Droit Administratif của Jean Waline, hay của André de Laubadère; còn Luật Hiến Pháp, phải học cuốn Les Régimes Politiques của Maurice Duverger hay cours Luật Hiến Pháp Tổng Quát bằng tiếng Việt. Môn kế là Quốc Tế Công Pháp. Môn thứ tư thuộc lãnh vực Tư Pháp: Dân Luật thâm cứu và phải đọc thêm sách để cho kiến thức được đầy đủ hơn. Còn môn cuối cùng do một giáo sư người Pháp sang dạy.

Các thầy giảng dạy vào buổi chiều tối, sau khi tan sở. Pháp ngữ được dùng để giảng dạy.

Lớp chúng tôi học chỉ có 6 sinh viên: chị Nguyễn thị Ngọc Dung, về sau là Giáo sư Học Viện Quốc Gia Hành Chánh cho đến 1975; anh Lê Kim Ngân, về sau là Viện trưởng Đại Học Phương Nam; anh Nguyễn huy Hân, về sau có lúc làm Tổng Giám Đốc Thuế Vụ; một anh nữa tên là Đáng (không nhớ tên họ), Thiếu tá Truyền tin, anh Đỗ thiếu Liệt, niên trưởng Dự Thẩm Tòa án Quân Sự, Sàigon, về sau sang Bộ Ngoại Giao và tôi.

Kỳ thi Khóa I năm đó, tất cả chúng tôi dự thi ngoại trừ anh Đỗ thiếu Liệt. Chúng tôi chỉ phải thi viết một môn chính là Droit Administratif. Giáo sư ra đề tài và sinh viên có 5 giờ để viết. Tất cả chúng tôi được vào vấn đáp.

Môn thi mà chúng tôi "ngán" nhất là Droit Constitutionnel vì lẽ giáo sư thường "kỹ lắm", hỏi các chi tiết nhỏ, nhiều khi không nhớ hết được. Không nhớ được, thì ăn vỏ chuối là cái chắc. Giáo sư nổi tiếng là cho điểm loại (dưới 4 điểm). Bị điểm này, sinh viên phải học lại, dù có dư điểm trung bình của các môn cộng lại được đậu.

Lúc vào thi vấn đáp kỳ I năm ấy, GS nói bằng tiếng Việt: *"Tôi phát cho các anh chị thí sinh mỗi người một mảnh giấy"* (một phần tư giấy nháp của trường vẫn phát cho thí sinh viết nháp trong các kỳ thi). *"Các anh chị viết, và chỉ có 20 phút để viết."* (Riêng GS này cho thi vấn đáp dưới hình thức bút vấn). Xong, ông chỉ đọc có 2 chữ: Représentation proportionnelle.

Nguy rồi, thầy hỏi về Phần tổng quát của môn này. Phần vì, đâu có thì giờ đọc lại Phần này, ngoài ra, đã học từ bao nhiêu năm về trước. Tôi nghĩ là làm sao nhớ mà tính được con số đại diện của các đảng phái khi các đảng tham dự cuộc phổ thông đầu phiếu.? Thôi thì, cứ làm đại con tính để chia ghế cho các đảng, rồi xem kết quả thế nào, rồi sẽ tính. Sau khi thi xong, chúng tôi tụ họp ở sân trường hỏi thăm nhau, và tất cả mọi người như nhau, là không một ai nhớ gì về điều này. Chúng tôi rất "hậm hực" vì không nhớ được chính xác chi tiết để trả lời câu hỏi. Lúc đó GS ở phòng thi đi ra, ông gọi chúng tôi lại, mắng rằng "các anh chị lớn rồi, mà không ai trả lời được câu hỏi, viết lung tung, lạc đề; rằng tôi chỉ cần năm ba dòng là đủ, rằng các anh chị đã ở vào vị trí người ta đến vấn kế để thiết lập một chế độ dân chủ theo Đại Diện Tỷ Lệ mà không trả lời được, rằng Trường Luật không phải là Viện Phát Hành giấy bạc, lạm phát văn bằng, rằng bằng Tiến sĩ được coi là hương hoa mà v.v…"

Không trả lời được câu hỏi đó, chúng tôi biết chắc là sẽ được ăn trứng. Quả thật, tất cả được ăn trứng, dù về sau tổng số điểm trung bình của tôi được biết là trên 10/20.

Để chuẩn bị cho kỳ II sẽ được thi vào tháng 9, tôi đề nghị là học chung. Môn Luật Hiến Pháp này là môn gay go nhất. Bốn môn kia không có gì phải lo. Các anh chị phân công cho tôi phụ trách Phần Thâm Cứu dạy bằng tiếp Pháp là Le régime parlementaire en Angleterre. Còn Lê kim Ngân nhận Phần Tổng Quát và lấy sách của GS dạy năm I làm căn bản, thay vì dùng sách giáo khoa của Maurice Duverger. Các anh chị khác được miễn. Cứ mỗi tuần họp nhau lại một lần, và lần lượt trình bày cho mọi người nghe, hỏi, bàn luận và ghi chép, mang về nhà học. Tôi nghĩ rằng như thế là "qúa đủ" để đậu vấn đáp kỳ II. Tôi có thuyết phục anh Đỗ thiếu Liệt là nên học và tôi sẽ thuyết trình môn thi viết để anh thi viết kỳ II. Thuyết trình môn này cho anh Liệt cũng là cơ hội để tôi duyệt lại môn học cho vấn đáp kỳ II. Đến kỳ thi viết, anh Liệt đậu, và cùng vào vấn đáp với chúng tôi. Lúc thi môn Luật Hiến Pháp, chỉ có 4 người hiện diện, vì chị Nguyễn thị Ngọc Dung đang bị GS Bùi tường Chiểu "quay" về môn Les Responsabilités Civiles ở phòng khác. GS Hiến Pháp cho chúng tôi thi trước. Bốn người chúng tôi vào thi. GS chỉ định mỗi người ngồi một góc phòng y như kỳ trước. Rồi ông lại phát giấy. Ông nói vừa bằng tiếng Pháp, vừa bằng tiếng Việt, nguyên văn như sau: *"À, kỳ này, tôi hỏi về cours approfondi. Question unique. Vingt minutes seulement"*. Rồi ông đọc: "Procédure de nomination du Premier Ministre en Angleterre". Tôi cảm thấy quá dễ, vì vấn đề này tôi đã trình bày kỹ cho nhóm viên nghe, và có thảo luận, đề cập đến nguyên tắc và 2 ngoại lệ trong việc bổ nhiệm này, cũng như so sánh với việc bổ nhiệm Thủ tướng của nhiều quốc gia khác. Tôi biết chắc rằng không ai trong chúng tôi làm sai câu này. GS cho 20 phút thì dư quá nhiều thì giờ. Tôi viết chừng 5 hay 6 phút thì xong. Viết xong, tôi nộp ngay, trong khi đó các anh khác còn ngồi. Tôi thấy GS xem bài của tôi, tôi chần chừ chưa đi ra vội, nghĩ rằng ông còn hỏi thêm chi tiết về đề tài ấy tôi sẽ trả lời. Tôi thấy GS xem từ đầu đến cuối, rồi lại quay lên đầu trang. Lúc này, tôi xếp sách vở đi ra. Tôi đi được vài bước, ông gọi lại, nói: "Lại đây, thi vấn đáp nữa". Tôi nghĩ rằng"đâu có gì mà lo". Mọi người nộp bài xong, ông gọi cả 4 người ngồi sát trước mặt ông. Ông cho mỗi người một câu và ông lần lượt gọi tên và trả lời. Tôi bị gọi trước nhất. Đến nay, tôi không nhớ đích xác câu hỏi cho tôi là gì, nhưng đại ý là 'Pierre Picot' nói câu gì về chế độ đại nghị. Tôi nói là chỉ nhớ Pierre Picot là một tác giả nhỏ có viết về vấn đề đó. Còn Picot nói câu gì, tôi không nhớ được. Tôi nghĩ bụng: Ai lại đi hỏi một câu như vậy cho một sinh viên học Ban Tiến sĩ. GS nói là anh ngồi đấy cố nghĩ xem câu ấy là gì. Tôi ngồi lặng thinh vì không thuộc, thì làm sao mà nhớ cho ra nguyên văn câu nói của tác giả ấy được. Rồi ông gọi đến Lê kim Ngân. Tôi không nhớ Lê kim Ngân bị hỏi câu gì và Lê kim Ngân cũng "tịt" luôn. Còn Nguyễn huy Hân bị hỏi về Impeachment, thì trả lời lung tung. Thấy thế, Lê kim Ngân đề nghị với GS rằng để anh trả lời thay cho Nguyễn huy Hân. GS trừng mắt nói: tôi không hỏi anh và anh ngồi nghĩ về câu hỏi của anh. Còn Đỗ thiếu Liệt là người bị bị hỏi cuối cùng trong khi chúng tôi phải ngồi suy nghĩ câu trả lời. GS gọi hỏi anh Liệt "anh muốn tôi hỏi anh về cuốn sách nào", trong khi tay ông chỉ vào 2 cuốn mà chúng tôi bắt buộc phải học một trong hai: cuốn sách của Maurice Duverger hoặc cuốn cours Luật Hiến Pháp tiếng Việt. Anh Liệt lúng túng. Tôi biết rằng anh ấy sẽ bị "chém đầu" vì 2 tháng qua tôi chỉ trình bày môn thi viết cho anh ấy. Anh đâu có thì giờ học các môn khác. Nhưng anh Liệt lại tỏ ra rất "gân", nói rằng" GS hỏi cuốn nào tôi trả lời cuốn đó". GS có vẻ nổi sùng, nhấn mạnh: anh phải chỉ một cuốn. Cuối cùng anh Liệt chỉ cuốn Luật Hiến Pháp tiếng Việt. Và dĩ nhiên anh ấy đâu có học mà qua được môn này. Sau khi truy anh Liệt xong, GS quay lại đòi mỗi người trong chúng tôi phải trả lời. Tất cả chúng tôi đều bị bí, không ai trả lời được câu hỏi, và bị đuổi ra. Ra đến sân, chúng tôi tức quá, lại bị bí lần này. Lê kim Ngân nói với tôi: "Tạo sao anh nộp bài xong, rồi không "cút" đi ngay mà còn đứng lại nghênh ông làm gì". Tôi trả lời là "không có nghênh và có ý xem ông có nói gì không. Hơn nữa, ông đã nói cho mọi người biết rằng chỉ hỏi về cours approfondi, và question unique mà". Tuy nhiên, mọi người trong nhóm đều tin rằng sẽ đậu, vì a) câu hỏi chính dễ quá đã trả lời đúng, và b) các môn khác đều khá vững. Chắc chắn sẽ dư nhiều để bù Môn Luật Hiến Pháp này. Dĩ nhiên, chúng tôi sợ bị điểm loại (dưới 4), thì sang năm lại phải học lại từ đầu. Không ai trong chúng tôi nghĩ rằng sẽ bị dưới 4 điểm vì lẽ đã trả lời đầy đủ câu đầu tiên. Và kết cục chúng tôi đã đậu và môn ấy chỉ được 4 điểm thật. Dưới điểm 4, thì bị loại.

Về hai Luận văn, GS muốn trắc nghiệm kiến thức, khả năng và phương pháp làm việc của sinh viên, phụ vào Môn chính. Luận văn thứ Nhất của tôi về Luật Hành Chánh, bàn về "Quy Chế Công Quản (Régie) Ô Tô Buýt của Thành Phố Sàigòn". Đây là một lãnh vực thuộc Đặc Nhượng Công Vụ. Luận văn thứ Nhì về Quốc Tế Công Pháp, tôi bàn về "Vai trò của Trung Lập trong Quốc Tế Công Pháp". Cả hai luận văn này được viết bằng Pháp ngữ và Anh Ngữ.

b). Khi tôi phụ trách thi cử tại trường Luật.

Phần thi cử ở trường Luật lúc đó rất nặng nề và trường đã có nhiều tiếng không tốt.

CÁC KHÓ KHĂN

Sau đây là một số thí dụ về khó khăn điển hình:

1). Hai phong bì đựng phách khóa I biến mất. Sau mỗi buổi thi, Tổng thư ký là người có trách nhiệm thu và mang tất cả phong bì có bài thi và phong bì chứa phách về một phòng đã chuẩn bị sẵn và Khóa lại. Mỗi phong bì dành cho một phòng. Mỗi phòng có độ 25 thí sinh. Sau khi Hoàn tất thi viết, bài được trao tận tay cho giáo sư phụ trách môn học chấm. Sau khi giáo sư chấm xong từng nhóm và trả bài cho trường, tôi lần lượt cho mang phong bì chứa phách của nhóm liên hệ ra ráp. Trong một nhóm thuộc CN I, khóa I, của kỳ thi viết, các phụ khảo không tìm ra hai phong bì chứa phách. Để giải quyết vấn đề, tôi cho mang hai bài thi viết của tất cả thí sinh thuộc 2 phòng này ra soạn lại và so nét chữ và màu mực, rồi xếp lại hai bài giống nhau, và ghim lại làm một. Rồi, tôi cho văn phòng viết thư khẩn mời các sinh viên có tên 2 phòng đó lại gặp tôi.

Các sinh viên đến đầy đủ tại một lớp học, tôi cắt nghĩa sự việc và yêu cầu từng sinh viên một lên bàn giáo sư để nhận diện cả 2 bài. Tôi chỉ cho coi các trang cuối của hai bài của họ. Sau khi mỗi sinh viên xác nhận đúng bài của mình, tôi ghi tên, tuổi, số ký danh, rồi sinh viên đó ra về. Lần lượt trong vòng một tiếng đồng hồ, tôi giải quyết xong vụ này.

2). Áp lực đòi tăng điểm cho đậu. Một hôm vào lúc 12 giờ đêm, GS Khoa trưởng gọi điện thoại cho tôi, nói rằng ông Tổng Trưởng Giáo Dục gọi đến nhà, cho biết là có một sinh viên đòi tăng điểm cho đậu, nếu không sinh viên đó sẽ tự thiêu vào sáng ngày mai. Tôi đề nghị với Ông Khoa Trưởng là yêu cầu TT Giáo Dục cho vệ sĩ đến nhà sinh viên đó ngay đêm ấy báo cho sinh viên biết rằng GS Canh sẽ đến chứng kiến việc tự thiêu này vào 8 giờ hôm sau. Tôi đến trường trước 8 giờ sáng. Chẳng thấy có ai tự thiêu.

3). Một buổi chiều, tôi đang làm việc, Ông Khoa Trưởng từ phòng của ông đi sang phòng tôi. Hai phòng liền nhau nhưng có cửa ngăn ở giữa. Ông Khoa trưởng giới thiệu với tôi một người đàn ông đứng tuổi, nói rằng ông khách (nói tên) này có làm việc với ông KT từ xưa, đến xin giúp đỡ về thi cử. Ông KT còn nhấn mạnh với người khách rằng vấn đề thi cử là do GS Canh quyết định.Tôi hứa là tôi sẽ xem xét vấn đề một cách chu đáo. Ông KT đưa cho tôi một Thư, nói rằng Thư của ông khách mang đến cho ông, rồi trở về phòng. Ông khách kể rằng ông làm thừa phái, khi ông Khoa Trưởng làm Tri Huyện, và đến yêu cầu giúp đỡ vấn đề thi cử. Về văn thư, Ông khách nói rằng văn thư này nộp cho ông KT để xin cho một người cháu gái học năm thứ nhất được đậu. Ông ta nói với tôi rằng xin Giáo sư giúp đỡ. Tôi mở thư ra coi, được biết rằng người gửi là Phó Tổng Thư Ký một Bộ nọ, dùng mẫu giấy in của Bộ gửi cho KT xin đặc ân cho một sinh viên đã rớt kỳ thi vấn đáp. Thư nói rằng sinh viên ấy là con một bà chị, góa chồng đang làm công chức ở Tổng Nha Ngân Khố. Cuối thư có viết tên, ký, với chức vụ và đóng dấu Phó Tổng Thư Ký. Xem xong thư, tôi để thư ra một bên. Tôi nhờ người thư ký, mời một Phụ Khảo gặp tôi để mang biên bản của nhóm liên hệ ra coi lại. Biên bản cho biết rằng sinh viên đã rớt. Tôi lại nhờ Phụ Khảo mang bài của sinh viên ra xem lại điểm và đọc sơ qua vài bài chính. Xong tôi tuyên bố rằng không có gì sai lầm, kể cả chấm điểm và sinh viên này đáng rớt. Và sẽ không có gì thay đổi.

Tuy nhiên, tôi có nói với ông khách rằng tôi rất ưu tư và phiền muộn về lá thư này, và sẽ đưa vấn đề văn thư này ra Hội Đồng Khoa, và đòi phải đặt vấn đề với Thủ Tướng Trần thiện Khiêm về tư cách của một công chức cao cấp và cách hành xử trong vụ này. Đó là chưa kể đến sự vô lễ của người viết thư vì người ấy lại là một cựu sinh viên Học Viện Quốc Gia Hành Chánh từ thời kỳ Ông Khoa Trưởng ở đây làm Viện trưởng. Tôi không thể chấp nhận tình trạng như vậy. Nói đến đây, ông khách đứng lên, cúi đầu nói rất nhiều v.v… và xin bỏ qua. Sau đó, tôi nói " Thôi, ông cầm thư này về đi, tôi không là người thuộc giới thư lại, nên không lưu giữ thư làm gì và bảo người viết văn thư này lần sau đừng vô lễ như thế nữa…".

Một hôm khác, ông KT sang văn phòng tôi đưa cho tôi một văn thư và ông tỏ vẻ ưu tư, hỏi tôi giải quyết cách nào. Tôi xem thư thì thấy đó là một thư dùng mẫu của một cơ quan hiến định, do một viên chức của cơ quan ấy gửi cho Tổng Thống Thiệu tố cáo một giáo sư dạy lớp Cao Học II, bán cours và bất công trong kỳ thi Cao Học và đánh anh ta rớt. Xem người ký tên, tôi biết ngay anh ta là sinh viên lớp này, đã rớt. Ngoài ra, anh ta lại xuất thân từ Học Viện Quốc Gia Hành Chánh, và Khóa anh ta học là Khóa đàn em của giáo sư bị tố cáo. Như vậy, giáo sư dạy Cao Học ấy dù làm một chức lớn trong cùng cơ quan, nhưng là một chức vụ hành chánh, thấp hơn chức vụ của anh ta.

Như vậy, người đứng đơn gửi cho Tổng Thống Thiệu tố cáo ông Thầy của mình có hành vi "bất minh' và đã đánh rớt anh ta.

Văn thư có phê bên lề thư tố cáo hai chữ Thủ Tướng bằng bút mực màu xanh, không ký

tên, không đề ngày, rồi vẽ một dấu ngoặc, không ra lệnh cho Thủ Tướng hành động.

Như vậy là bút phê của chính ông Tổng thống Thiệu vì lẽ có ai trong Phủ Tổng Thống lại dám sách mé với Thủ Tướng Khiêm bao giờ. Rồi có một phiếu gửi của Phủ Thủ Tướng gửi đến trường Luật (nay, tôi không nhớ ai ký và cũng không yêu cầu trường giải quyết vấn đề, mà chỉ ghi chữ *(kính chuyển đến quý Trường)*. Xem xong, tôi trả lời ông KT rằng tôi sẽ xếp thư này lại, và nếu có ai hỏi, xin ông KT bảo cho họ biết rằng GS Canh là người chịu trách nhiệm và liên lạc thẳng với ông ấy.

Thật là nhố nhăng cả đám.

Một buổi chiều, tôi ngồi ở văn phòng, có bốn hay năm sinh viên trẻ (năm I), gõ cửa xin vào gặp. Họ đứng trước bàn giấy của tôi và xin biết kết quả thi vấn đáp. Tôi hỏi rằng các em không đến nghe GS KT công bố kết quả hay sao? Họ trả lời rằng không. Tôi hỏi lại tiếp: Trường có dán kết quả với đầy đủ số điểm ở hành lang tầng dưới mà. Một sinh viên trả lời rằng tên của anh ta bị một người nào dùng que hay vật gì chọc qua lưới mắt cáo xóa mất nên không đọc được. Tôi nhờ cô thư ký kiếm một Phụ Khảo để lấy biên bản ra coi và so tên, số ký danh, cho sinh viên ấy biết là anh ta đã đậu. Sinh Viên đó ngẩng mặt lên hỏi: "À, ở đây các anh làm ăn thế này à?" trong khi đó anh sinh viên này hai tay chống lên bàn giấy của tôi, nửa thân người và đầu anh ta lấn vào gần giữa bàn. Tôi đứng dậy, đánh cho sinh viên này một bạt tai thật mạnh và tuyên bố: *"Ở đây là Thầy. Chúng mày vô lễ. Tôi sẽ đưa vụ này ra hội đồng kỷ luật, trục xuất sinh viên này ra khỏi trường Luật và báo cho Bộ Quốc Phòng biết để quân đội dạy lên làm người. Con nhà mất dạy"*. Một sinh viên khác đứng cạnh mặc quần áo tu đạo Phật, chắp tay vái: "xin Thầy tha cho anh này, anh ấy rất vô lễ." Rồi tôi đuổi tất cả ra ngoài. Mấy ngày sau đó tôi thấy sinh viên ấy đứng ở phía hành lang đối diện văn phòng tôi ngấp nghé nhìn nhưng không dám vào. Sau đó, Ông KT sang phòng tôi, xin tha cho sinh viên này, nói rằng nếu Anh đuổi nó vì kỷ luật, sinh viên ấy sẽ bị Bộ Quốc Phòng bắt đi lính, tội nghiệp, nó còn nhỏ dại. Bố nó đến gặp tôi để xin tha tội và Anh tha cho nó bắt sinh viên ấy đến xin tha tội. Tôi có thưa với Ông KT rằng Ông KT yêu cầu Tổng Thư Ký viết thư mời Bố Mẹ sinh viên đến, bảo họ dạy dỗ nó, trước khi Ông KT tha cho nó.

Một trường hợp khác: một đồng nghiệp (cỡ trẻ) cùng với một giảng viên (dạy giúp một cours cho trường Luật) vào văn phòng tôi, yêu cầu tôi giúp cho con gái của giảng viên ấy là sinh viên năm II đậu. Sinh viên này đã rớt. Tôi trả lời rằng không ai làm gì được. Và lại kết quả đã công bố. Mọi người đều biết. Và tôi hỏi rằng tại sao các anh lại dám làm chuyện kỳ quái như vậy. Họ bỏ đi ra. Tuy nhiên, sau đó ông KT cho tôi biết là trước đó hai anh ấy có vào gặp ông để xin. Ông KT đã bảo với họ: "các anh sang gặp GS Canh".

Sau khi tôi nặng lời về vụ xin cho con được đậu không được, họ bỏ ra về.

Một trường hợp công bố kết quả không đúng hạn cho một nhóm. Như đã dự trù, các giáo sư phải trả bài đúng hạn định. Có như thế, văn phòng mới cộng điểm và ông KT mới công bố kết quả trên micro đúng giờ được. Mọi Giáo sư theo đúng kế hoạch. Một giáo sư, còn trẻ dạy ban Kinh Tế năm thứ IV không trả bài trong kỳ thi vấn đáp. Tôi cho cộng điểm và công bố kết quả của 2 ban Tư Pháp và Công Pháp trước, và loan báo rằng kết quả Ban Kinh Tế sẽ công bố sau, "vì có một giáo sư bận công vụ." Đồng thời, tôi trình Ông KT và yêu cầu ký văn thư thúc giáo sư này nộp bài trong hạn 24 giờ. 24 giờ trôi qua, không thấy giáo sư ấy nộp bài. Sinh viên ban Kinh Tế tới lui, trông ngóng kết quả. Tôi chỉ trả lời rằng: vì giáo sư X dạy môn đó còn bận. Rồi có một sinh viên nghe tôi nói như vậy, sinh viên ấy nói: "Con trông thấy thầy X đang đánh tennis ở ngoài Cercle Sportif!". Tôi nói là để tôi xem sự việc như thế nào. Tôi viết ngay văn thư cho Giáo sư ấy nói đại ý rằng "ông KT đã gửi thư yêu cầu anh nộp bài, anh lặng thinh. Các Môn vấn đáp khác trong Ban Kinh Tế đã ghi vào Biên Bản, chỉ còn môn của anh. Kết quả các Ban Công và Tư Pháp đã được công bố. Vậy trong vòng 4 tiếng đồng hồ, anh phải mang điểm ra trường. Nếu không, việc làm đầu tiên của tôi là công khai hóa vấn đề này trong một thông cáo dán ở trường, anh sẽ phải chịu trách nhiệm trước sinh viên. Tôi sợ rằng năm tới anh không dám nhìn mặt sinh viên nữa. Rồi tôi sẽ tính sau". Tôi nhờ một nhân viên cầm tay, chạy ngay ra Cercle gặp giáo sư ấy và còn dặn thêm rằng bằng mọi cách tìm bằng được vào giao tận tay cho Giáo sư, kể cả đến tận nhà, hay bất cứ đâu. Người nhân viên này về cho biết là có gặp giáo sư ở cercle và đã trao tận tay. Quả thật, một lúc sau giáo sư ấy mang nộp bài.

Một trường hợp không trong sáng điển hình: Vào một ngày cuối tháng 6, 1975, khi tôi đã di tản tới Trại Tỵ Nạn đặt trong căn cứ Thủy Quân Lục Chiến, Camp Pendleton, Nam California, có một ông lại thăm. Tôi mời ngồi xuống giường. Ông tự giới thiệu và tỏ lời cám ơn là đã giúp cho con ông ta đậu Cử Nhân năm 1974. Tôi nói tôi có giúp gì đâu, con ông giỏi thì đậu. Rồi, ông ta nói tên người con là N.B.B. Tôi nói là trường hợp đó tôi nhớ vì ông đặt cho cậu này cái tên ai đọc cũng nhớ ngay. Tôi có nhớ là cậu này xin vào gặp tôi, nộp đơn khiếu nại về điểm. Cậu này mặc quần áo Trung Uý Không Quân.

Ông khách thêm rằng ông đã cho một người ở trường Luật 50,000 đồng về vụ này. Tôi ngạc nhiên hỏi rằng "hôm nay ông cám ơn tôi có nghĩa là tôi giúp cho Sinh Viên NBB, tại sao ông lại mất 50,000 đồng cho người nào đó nhân danh trường Luật?. Họ đâu có thể chạy chọt với tôi được!" Ông ta nói: "Thưa Giáo Sư, chúng tôi biết rõ điều này. Chúng tôi có tiền của và người đó biết được kết quả, nên đến báo (?) cho chúng tôi, và không đòi tiền. Chúng tôi thương hại mà cho. Nếu chúng tôi nghĩ rằng Giáo Sư có liên hệ, thì ngày hôm nay chúng tôi đâu có dám đến để cám ơn".

Qua câu chuyện, tôi biết rằng ông ta có cơ sở buôn bán vải ở đường Catinat, Sài Gòn.

Sau khi ông ta về, ông anh ruột của tôi nghe thấy câu chuyện, hỏi: Tại sao chú không ngăn cản nổi những việc như vậy? Tôi trả lời rằng ở trường luật lúc đó, tình trạng hết sức phức tạp. Việc như vậy từ trước đã thành một thói quen. Giống như hơi bị ép trong một quả bóng có nhiều lỗ hổng, bịt một chỗ, hơi xì chỗ kia, trong khi đó mình chỉ có hai tay. Vấn đề là phải hàn hay vá từ từ từng chỗ một.

Về trường hợp sinh viên NBB này, tôi đã phòng ngừa bằng cách áp dụng biện pháp: ngăn cách hành chánh khỏi vấn đề thi cử, để tránh lạm dụng. Lôi thôi nhất là sửa điểm. Nay, tôi đã kiểm soát được vấn đề này. Căn cứ vào lịch trình công bố kết quả, tôi mang bài thi ra để cộng điểm và đồng thời ghi ngay vào biên bản. Khi cộng xong là đến giờ ông Khoa Trưởng công bố và tôi luôn hiện diện. Công việc này làm trước mặt nhiều người, và làm một cách mau lẹ, không ai "chạy kịp".

Một Bản sao Biên bản gồm tất cả điểm của các môn học được dán trong một bảng treo ở hành lang, mọi người thấy ngay. Nên không phải chạy chọt xem điểm giúp sau khi đã công bố.

Vậy, việc cộng điểm và công bố kết quả phải thực hiện trong vòng vài tiếng đồng hồ, không ai có thể tiết lộ tin tức; việc chạy chọt xin điểm không thể xảy ra được nữa. Còn mọi khiếu nại về điểm, sinh viên được phép trực tiếp nộp đơn vào văn phòng tôi, và được trả lời trực tiếp và ngay tức khắc, không phải qua trung gian. Sinh Viên NBB, học năm IV, đích thân nộp đơn khiếu nại, nói rằng bài làm (thi vấn đáp dưới hình thức bút vấn) môn Luật Thương Mại của anh ta dài 3 trang, trả lời đúng nhiều điểm theo đề tài của Giáo Sư. Bài ấy chỉ được 1/2 điểm trên 20, trong khi đó anh ta chỉ thiếu 1 điểm để đậu vấn đáp II, còn vấn đáp I, anh ta đã đậu. Tôi bảo anh ta rằng để tôi xem vấn đề này. Hôm sau, tôi nhờ một Phụ Khảo lục bài đó, và tôi xem lại. Tôi thấy sinh viên này nói đúng. Tôi Hoàn toàn giữ im lặng, vì lẽ nói hở ra, là có thể có lợi dụng, làm tiền. Vấn đề là làm sao mời Giáo sư liên hệ đến để xem lại bài này. Việc này phải qua Hành Chánh. Khi cho mời Giáo Sư ấy đến, tôi cũng chỉ nói bâng quơ với Hành Chánh rằng giúp tôi mời GS X đến gặp tôi để tổng kết vấn đề thi cử của ông. GS X đến. Tôi đưa thư khiếu nại của NBB. Để ông xem xong thư, tôi đưa bài của sinh viên cho ông đọc. Sau khi ông đọc xong, tôi nói: "tôi đã đọc bài của sinh viên, và quả thật những điều mà sinh viên khiếu nại là đúng. Như vậy điểm bài này không thể là 1/2 điểm được, trong khi sinh viên chỉ cần 1/2 điểm nữa thì đậu. Tôi nghĩ là anh có sai lầm ở đây. Nếu anh thấy việc khiếu nại là đúng, anh có thể sửa lại. Nếu anh không đồng ý, tôi sẽ triệu tập Hội Đồng Khoa và yêu cầu một GS Ban Tư Pháp chấm lại". GS ấy tỏ ra bối rối nói rằng quả thực ông đã chấm sai và hỏi tôi: "nhưng kết quả đã công bố rồi, thì làm sao?" Tôi trả lời rằng: "mình sai lầm, thì phải có can đảm nhìn nhận sai lầm và sửa chữa. Vả lại đây là vấn đề công bằng, cần phải dẹp bỏ các bất công đi. Tuy nhiên, anh phải chấm lại bài này, và sinh viên xứng đáng được bao nhiêu điểm anh cho bấy nhiêu. Còn vấn đề khác, tôi sẽ lo. Tôi sẽ ra Thông Cáo, nói rằng có lầm lẫn của Giáo sư và tôi chứng kiến để sửa chữa sai lầm. Và anh sẽ không bị ảnh hưởng gì cả".

Vậy câu hỏi là trong vụ này từ đâu có tiết lộ về việc chấm lại bài này, để một người nào đó ở trường Luật biết vì khi họp chỉ có tôi và GS liên hệ trong một phòng riêng?

Khi ông bố của NBB thăm tôi ở trong trại tỵ nạn, tôi biết là ai là người đến báo tin về trương hợp của sinh viên NBB, dù có yêu cầu ông ta tả người trường Luật.

Trong suốt kỳ thi cử niên Khóa 1973-1974, các giáo sư rất tích cực tiếp tay với tôi. Nhiều vị Giáo sư niên trưởng thường lui tới (thăm), dù không cộng điểm, hay viết điểm vào biên bản. GS tích cực nhất là GS Trần như Tráng. Với GS Tráng, vì ông còn là Phó KhoaTrưởng, Phân Khoa Khoa Học Xã Hội, Đại Học Vạn Hạnh, nên tôi sắp xếp thời khóa biểu để ông giải quyết công việc ở Vạn Hạnh vào buổi sáng, và đến trường Luật vào buổi chiều và tối. Nhiều khi GS Tráng làm việc với tôi đến 10 giờ đêm. Một vị Giáo sư niên trưởng thường có mặt giúp tôi nhiều nhất so với các vị niên trưởng khác là GS

Nguyễn huy Chiểu, dù GS Chiểu chỉ cầm bút cộng điểm bằng tay, phụ vào với hai máy cộng.

Tôi phải xác nhận rằng các giáo sư niên trưởng đều tỏ ra nghiêm chỉnh, rất đứng đắn trong các kỳ thi ấy.

Bài III. Trường Luật Sàigòn: Những ngày cuối cùng với trường Luật

Vài chuyện đáng nhớ.

1). Buổi diễn giảng cuối cùng. Chiều ngày Thứ năm, 24 tháng 4, 75, tôi có một lớp dạy cho sinh viên năm IV, Ban Tư Pháp. Vào giờ nghỉ đầu tiên, một sinh viên mặc quân phục, mang lon Đại Úy của Quân Đội Việt Nam Cộng Hòa, đề nghị xin ngưng học, và bàn về vấn đề thời sự. Sinh viên ấy phát biểu rằng tình hình đã nghiêm trọng, và yêu cầu mọi người tham gia cuộc chiến đấu chống cộng để bảo vệ Miền Nam. Suốt hai giờ sau đó, chúng tôi chỉ xoay quanh vấn đề này. Buổi học này làm cho tôi nhớ mãi, đến tinh thần chiến đấu của sinh viên luật, đến các chiến sĩ cương quyết chấp nhận hy sinh tính mạng để bảo vệ tự do cho dân tộc.

2). Chiều thứ Bảy 26 tháng 4 năm 1975, tôi vẫn tiếp tục đến trường làm việc như thường lệ. Có 3 sinh viên rất trẻ (tôi cho là sinh viên năm thứ Nhất) xin gặp. Sinh viên ấy nói rằng họ biết rõ về tôi, nên mạnh dạn đưa một đề nghị đối phó với tình thế. Tôi hỏi là ý định của anh em là gì? Họ nói là Thầy có ảnh hưởng, và xin Thầy liên lạc với Tòa Đô Chánh, yêu cầu họ mở kho võ khí, cấp cho chúng em. Chúng em sẵn sàng tập hợp thành một đội quân, dù tướng lãnh đã bỏ trốn. Với võ khí được trang bị, chúng em chia nhau đi chiếm các cao ốc trên đường dẫn vào thành phố, để ngăn chặn Việt cộng khi chúng vào Sài Gòn.

Tôi tỏ rõ lòng thán phục của tôi đối với các anh em ấy và nói thêm rằng Tổng Thống Thiệu, và nhiều tướng lãnh cũng đã trốn đi như anh em đã nói, và Đô trưởng cũng đã lặng lẽ ra đi-tất cả những người đó có súng ống trong tay và có quân đã làm như vậy, các em làm sao lật ngược tình thế được, dù có võ khí trong tay. Vả lại, tôi không tin là có một ai ở Tòa Đô Chánh dám mở kho võ khí, cấp phát cho các em. Vậy ta nên thận trọng, suy nghĩ về việc làm của mình.

Đấy là buổi làm việc cuối cùng của tôi với ít sinh viên trường Luật tại trụ sở 17 đường Duy Tân, Sài Gòn.

Tôi rất cảm phục tinh thần và lòng quả cảm của sinh viên năm IV trong buổi dạy cuối cùng và đặc biệt là các sinh viên trẻ đến thăm tôi vào chiều thứ bảy, 26 tháng 4. Họ xứng đáng tiêu biểu cho thế hệ trẻ tuổi anh hùng mà các anh hùng ấy lại là của Luật Khoa Đại Học Sài Gòn.

Đó là điều mà tôi hãnh diện vô cùng.

3). Đốt sách thư viện. Sáng ngày 1 tháng 5, tôi cùng đại gia đình trên một con tàu đánh cá đang ở hải phận quốc tế, ngoài khơi của bờ biển Việtnam. Tàu đang đi về hướng Đông, tôi nghe thấy tiếng hò reo phát ra từ radio của một người tỵ nạn mang theo. Lắng tai nghe, tôi thấy có tiếng nói ồn ào, pha lẫn tiếng hò reo to lớn của sinh viên (?) Trường Luật mang sách của thư viện xuống sân trường để đốt. Là người theo dõi sách lược và hoạt động của Cộng Sản trong nhiều thập niên, tôi không lấy làm ngạc nhiên khi Việt cộng làm công việc này.

Với tôi, thư viện nói chung là một tài sản vô giá, và đã giúp ích cho việc đào tạo nhân tài, giúp cho phát triển trí tuệ của con người. Nhờ có trí tuệ, mới có phát minh, mới có tiến bộ. Thực vậy, sách vở tài liệu này là tinh hoa của nhân loại, kết tinh qua nhiều thế hệ, do các đầu óc lớn đã sưu tầm nghiên cứu, nghĩ ra để đóng góp vào tiến bộ của loài người. Sách vở ngày hôm nay được dùng làm nền tảng cho những khám phá mới của thế hệ mai sau. Sách vở, tài liệu của Thư viện trường Luật Sài Gòn cũng góp phần vào tiến trình đó. Nay, Cộng Sản Việt nam vui sướng cho thiêu hủy kho tàng quý báu ấy. Dĩ nhiên những người như Hồ chí Minh, công nhân hỏa xa, phu đồn điền cao su, thợ thiến heo làm sao có thể hiểu được giá trị của kho sách ấy, và biết được đó là thứ cần thiết cho đời sống con người. Và việc đốt sách là việc đương nhiên.

Họ nhân danh vô sản thực hiện cuộc cách mạng tại Việt nam. Như thường lệ, mỗi cuộc cách mạng đều có hai phần: xóa bỏ chế độ cũ và xây dựng chế độ mới thay thế. Họ chỉ biết làm theo những gì mà Lenin rồi Stalin và Mao dạy. Họ hành động y như con ngựa khi lồng, hai mắt bị che hai bên, chỉ biết nhìn phía trước. Cộng sản Việt nam lại làm quá hơn, nhiều hơn quan thầy.

Về xóa bỏ, họ thực hiện 2 điều:

a). tiêu hủy hết cái gì dính dáng tới tàn tích của chế độ cũ. Đốt hết sách vở này cũng nằm trong chủ trương ấy. Tôi có nói tới điều CSVN làm quá hơn cả quan thầy là vì vào tháng 9 năm 1990, tôi đi dự Hội Nghị Quốc Tế Nhân Quyền kỳ II tại Leningrad, về sau được đổi lại thành Saint Petersburg, ở Nga sô, một sinh viên cao học địa phương hướng dẫn tôi đi đường. Đi ngang qua một tòa nhà đồ sộ có lầu, cửa đóng kín, có hàng rào bằng chấn song sắt cao, sơn đen, cổng sắt khóa, tôi hỏi là cơ sở gì, sinh viên nói đây là thư viện. Tôi hỏi kỹ về sách vở có từ thời Nga Hoàng trong thư viện này và tôi được trả lời rằng khi Lenin và Đảng cộng sản Nga lật đổ Nga Hoàng, lên nắm chính quyền, họ không đốt sách. Sách vở cũ còn nguyên hiện nằm trong thư viện này. Tôi muốn vào coi nhưng không được vì hôm đó là Chủ Nhật. Tuy nhiên, trong một buổi khác, tôi đến thăm Phân Khoa Cao Học Điện Toán của trường Đại Học Leningrad, Khoa trưởng tiếp đón và sau đó tôi yêu cầu được thăm Thư Viện. Dù thư viện không nhiều sách vì Phân Khoa này nhỏ, nhưng tôi có trông thấy sách cũ. Đi ngoài phố, du khách trông thấy nhiều tượng bằng đồng đen đồ sộ dựng ở nhiều nơi công cộng như tượng Catherine Đại Đế chẳng hạn, các công trình văn hóa nghệ thuật xây dựng từ đời Nga Hoàng vẫn còn nguyên v.v…

b) chém giết: tiêu diệt hết giới "thống trị cũ".

Về xây dựng, thì mọi người trong chúng ta đã chứng kiến việc CSVN xây dựng Xã hội chủ nghĩa như thế nào, trong đó xây dựng con người mới là trọng điểm như CSVN từng rêu rao trong Cương lĩnh Đại Hội V. Để xây dựng con người xã hội chủ nghĩa, ngoài việc chém giết tập thể như đã xảy ra ở Huế.., CSVN tìm mọi cách kể cả tẩy não toàn thể dân Việt, kể cả bằng bạo lực, và nhồi nhét ý thức hệ Mác-Lê vào trong óc con người nhất là thanh thiếu niên, tạo dựng một môi trường mới, một nền văn hóa mới, gọi là văn hóa xã hội chủ nghĩa.

Tóm lại, đảng Cộng Sản Nga Sô không đốt sách.

Có lẽ nhân dịp này tôi cũng cần thêm một chi tiết liên hệ đến tài liệu của Cộng Sản Nga hiện tàng trữ ở Viện Nghiên cứu Hoover, vì cũng có liên hệ đến vấn đề này. Sự kiện này làm tôi quá đỗi ngạc nhiên. Vào năm 1979, sau khi tôi vào làm việc cho Viện Nghiên Cứu Hoover về Chiến Tranh, Cách Mạng và Hòa Bình, Đại Học Stanford, tôi được hướng dẫn về Cơ Quan Nghiên Cứu đồ sộ này. Giáo sư phụ trách giới thiệu về cơ sở này là George Moretta, khi nói tới thư viện chứa tới 2 triệu cuốn sách trong 10 tầng lầu của Tháp Hoover, ông ta nhấn mạnh rằng sau khi chiếm được chính quyền, Lenin đã cho Viện nghiên cứu này 15 tấn tài liệu về Cộng Sản. Tôi hỏi: Lenin? cho 15 tấn?. Ông ta nói:" đúng. Hiện Viện này có những tài liệu về Cộng sản của Nga mà chính họ không có". Về sau này, khi làm Tổng Thống của Nga, Gorbachev đã xin đến thăm Hoover vào tận nơi chỉ để nhìn tài liệu ấy.

Tôi cần thêm rằng viện Nghiên cứu này được ông Herbert Hoover (về sau là Tổng Thống) thiết lập có mục đích chống Cộng. Tôi không được ai trả lời thỏa đáng là tại sao Lênin làm việc này.

Xem đó Cộng Sản Nga không hề đốt sách, không hề thiêu hủy tài liệu.

Tôi miên man suy nghĩ tìm cách giải thích về sự kiện đốt sách của Việt Cộng, và của Tàu Cộng. Có phải đây là chính sách ngu dân của Lenin và Stalin chăng, và chỉ cho mở mang trí tuệ một chiều theo ý thức hệ cộng sản? Và hơn nữa thiêu hủy hết sách vở tài liệu của dân tộc để cho dân tộc ấy cắt đứt với quá khứ của họ và như thế làm tiêu diệt lòng yêu nước và đồng thời dễ dẫn dắt các dân tộc tiến tới Đại Đồng? Như vậy mục tiêu cuối cùng là Nga sô dễ bề thống trị. Điều thâm hiểm là CS Nga mượn tay dân bản xứ làm công việc này, và dàn dựng môi trường một cách khoa học trong đó các thừa sai người bản xứ đóng vai trò chủ động, làm họ luôn có cảm tưởng rằng họ có tự do và tự hào về hành động của mình.

Bài IV. Trường Luật Sài Gòn: Những kỷ niệm với cựu sinh viên Luật trên đường tỵ nạn

Từ Kho 5, Thương Cảng, Sài Gòn, địa điểm tôi rời Việt nam vào 3 giờ chiều ngày 30 tháng 4, 75, qua Phi Luật tân, Guam, đến Trại tỵ nạn ở Camp Pendleton, Miền Nam California, ở bất cứ nơi nào tôi cũng gặp sinh viên Luật. Và suốt trong lộ trình ấy, vào bất cứ lúc nào, các sinh viên tôi gặp đều tỏ ra quý mến tôi. Tôi rất lấy làm vô cùng hãnh diện.

Có những chuyện lý thú với cựu sinh viên Luật:

Tại Subic Bay, Phi Luật Tân, một sinh viên Luật: em chạy "giặc".

Khi đến Trại tỵ nạn ở Subic Bay, Phi Luật Tân, một thanh niên chạy đến gặp tôi nói rằng em là sinh viên của Thầy ở trường Luật. Em là người Miền Nam, không hiểu Cộng Sản là gì. Nhưng chính nhờ cours của Thầy, nên em quyết định vượt biển chạy giặc, đi tìm tự do, và em nghĩ rằng quyết định của em là đúng v.v...

Tôi cảm thấy dễ chịu vì ít nhất tận tai tôi nghe thấy có một sinh viên của tôi hiểu được những gì tôi nói trong lớp học, và biết được anh sinh viên này thoát được nỗi thống khổ do Việt cộng gây ra.

Về sau trong những năm của thập niên 1980, tôi thường hay đi nói chuyện ở một số nơi. Có một số lần, cựu sinh viên Luật tìm tôi, nói rằng: sau khi Việt cộng vào Sài gòn, tụi em bảo nhau mang cours của thầy Canh ra coi, là biết được 'ý đồ' của Việt cộng. Vì thế chúng em biết trước được những gì mà Việt cộng định làm.

Tại trại Lều ở Guam

Sinh viên Luật tháo vác: Sinh viên Luật Khoa Sài Gòn đã giúp tôi rất nhiều, dù nay tôi không nhớ họ là những ại.

Sau 3 ngày ở Subic Bay, đại gia đình tôi được di chuyển đến Guam, trạm dừng chân cuối cùng trước khi vào lục địa Hoa Kỳ. Khi đến Guam, vào lúc tối, các viên chức tỵ nạn yêu cầu đại gia đình tôi chia ra từng tốp nhỏ cho tiện việc làm giấy tờ. Làm xong, tiểu gia đình tôi được đưa tới một phòng khách ngồi chờ và sẽ cho xe đưa chúng tôi đến một trại để tạm trú. Bà mẹ tôi, gia đình anh tôi và các em tôi đã được đưa tới một bàn giấy khác. Lâu không thấy, con gái tôi hỏi: Bố ơi, Bà nội đâu?. Tôi đi hỏi, mới được biết là cả nhóm đã bị đưa đến Khu Trại Lều (Tent City) ở một nơi gọi là Orote Point, Guam. Còn về phần tiểu gia đình tôi, tôi được báo cho biết rằng sẽ có xe đưa chúng tôi đến một trại tên là J&G Camp và trưa hôm sau sẽ có một viên chức di trú đến làm giấy tờ, xong sẽ chuyển gia đình tôi sang trại Anderson- khu phi trường quân sự, để vào Hoa Kỳ. Sau khi đã đến Anderson, lúc đó vào buổi chiều gần tối, tôi đi ra ngoài cư xá mà tôi cư trú. Có một người gọi, tôi quay đầu lại, nhận ra một sinh viên tên là Tiến ở Đại Học Vạn Hạnh. Anh này là Đại Uý Quân Đội, và là Chánh Văn Phòng cho Bộ Cựu Chiến Binh, VNCH. Anh hỏi thăm mẹ tôi và tôi có kể chuyện bà cụ lạc đến Orote Point. Anh ta cho biết rằng Orote Point ở mãi đầu kia của Guam và cách đây độ 30 dặm, rằng anh ấy đã di chuyển từ trại đó đến đây. Anh cho biết rằng trại này làm bằng lều cho người tỵ nạn tạm trú, rằng hiện con số tỵ nạn đã lên đến 30,000, dơ bẩn lắm v.v... Tôi tỏ ra ưu tư là chưa biết cách nào để liên lạc với bà Mẹ và phần còn lại của gia đình, để đoàn tụ. Anh Tiến nói rằng: "thôi để em lo. Em sẽ lên văn phòng tìm gặp ông trại trưởng để ông ta mời anh đến Command Post làm việc, nhờ đó tìm cách liên lạc sang bên Orote Point. Anh cứ ở cư xá, em sẽ có cách để ông trại trưởng xuống mời anh lên Văn Phòng làm việc". Quả thật, sau đó có một sĩ quan, mang cấp bậc Thiếu Tá (Không Quân), đến tìm tôi, tự giới thiệu là Levin, Trại trưởng Trại Anderson và mời tôi lên làm việc. Tôi có nói về vụ bà mẹ và anh em tôi bị lạc và nhấn mạnh rằng tôi nhận làm việc là cơ hội tìm kiếm thân nhân của tôi. Th.T Levin cho biết rằng ông ta đã được biết điều đó.

Ngày hôm sau tôi lên Command Post gặp Th.T. Levin, và ông ta đưa tôi sang ngồi một phòng bên để giúp ông ta điều hành công việc. Hôm sau nữa, tôi có hỏi về việc giúp đỡ tôi tìm kiếm thân nhân. Ông ta mời Đại Uý Chỉ Huy Phó (tôi không còn nhớ tên) vào và giao cho ông này trách nhiệm liên lạc với Trại Orote Point giúp tôi. Ông Đại Úy tuân lệnh. Ra khỏi phòng Chỉ huy trưởng, ông Đại úy này cho biết là không có cách gì giúp được vì " Trại Orote Point do Thủy Quân Lục Chiến coi mà chúng tôi là Không Quân không có liên lạc gì với họ". Mấy ngày sau đã quen địa thế trại, và biết rằng trong trại này có một Văn Phòng Hồng Thập Tự (HTT), nhân danh người làm việc ở Command

Post, tôi yêu cầu được đến thăm, và hỏi xem HTT có những gì để giúp người tỵ nạn. Tôi được tiếp đón và được giới thiệu với nhiều người. Tôi có nói là tôi sẽ trở lại nhờ một việc về gia đình tôi. Hôm sau tôi trở lại, gặp một bà, (là vợ một Thiếu tá Không Quân, làm tình nguyện), tôi có nói rằng tôi cần được giúp sang Orote Point để kiếm mẹ tôi và gia đình. Bà cho biết là bà sẵn lòng chở tôi đi, nhưng phải đi vào 4 giờ chiều, và sẽ ở đó đến 6 giờ phải trở về. Chiều đó tôi trở lại HTT và bà ta chở tôi sang Orote Point. Có lẽ xe đi vào khoảng 25 phút. Đến nơi, bà ta đậu xe vào một bãi đậu xe, ở xa, rồi đi bộ vào. Bà ta dặn là đến 6 giờ thì trở ra bãi đậu xe. Bà ta đi một đường và còn tôi tìm đường đi vào Command Post. Đến gần khu có văn phòng, tôi nghe tiếng một người gọi tôi bằng thầy và giới thiệu là sinh viên Luật. Anh ấy nói rằng Thầy Nguyễn huy Chiểu mới rời đây đi rồi. Thầy Chiểu có bảo chúng em rao trên máy micro, tìm Giáo Sư Nguyễn văn Canh... Tôi nói đến mục đích sang trại này là kiếm mẹ tôi, và gia đình. Anh sinh viên cho biết là sinh viên Luật chúng em làm ở trên Phòng thông tin đông lắm, để em nói với anh X (tôi không nhớ tên) nói trên máy là thân nhân của Thầy tới ngay. Trong khi tôi đứng chờ, anh sinh viên này chạy vội vào trong Văn phòng. Sau đó có tiếng trong máy, đại ý nói rằng GS Canh đến kiếm gia đình, hiện ông đang ở Phòng thông tin. Không đầy 5 phút, chú em tôi chạy đến. Thì ra căn lều gia đình tôi ở nằm không xa văn phòng Command Post.

Ít ngày sau đó tôi phải trở lại lần hai và đã đưa được gia đình tôi về Andersen và chuẩn bị vào lục địa. Nhờ cựu sinh viên giúp, nên điều ước mong của tôi được thực hiện mau lẹ. Tôi rất cám ơn họ.

Tại Trại Tỵ nạn: Camp Pendleton, Nam California

Sinh viên Luật bay bướm- Một đám cưới trong trại tỵ nạn. Tôi không nhớ rõ ngày, có lẽ vào khoảng đầu tháng 7, có một thanh niên trắng trẻo, đến thăm tôi. Anh tự giới thiệu tên anh là Đức, sinh viên Luật, rằng là Thiếu tá Không Quân, Quân Đội Việt nam Cộng Hòa. Anh chạy sang đây có một mình. Anh cho biết cách đây nhiều năm anh có quen biết với một cô con gái người Đức. Cô này là y tá tình nguyện đến Việt nam làm cho bệnh viện Hope trên tàu Helgoland ở Sài Gòn. Anh Đức kể rằng anh ấy hay chở cô bạn lên Đà Lạt chơi bằng máy bay. Sau khi cô này về Đức, anh ấy vẫn liên lạc với cô ta. Sau khi ra khỏi Việt nam, và đến trại Camp Pendleton, anh có nhờ Hồng Thập Tự đánh điện báo cho cô bạn biết. Cô ấy bay đến Camp Pendleton, tìm gặp. Hai người bàn tính làm đám cưới trong trại. Anh lên gặp tôi và yêu cầu tôi đứng ra làm chủ hôn cho cả hai bên. Anh cho biết là nếu tôi chấp thuận anh ấy sẽ dẫn cô ta lên "trình diện". Tôi hỏi là làm như thế nào? Anh cho biết là tổ chức đơn giản. Tôi giao hẹn là anh bảo tôi làm gì thì tôi làm như vậy. Rồi anh dẫn cô dâu Việt nam tương lai, lên thăm tôi. Anh Đức giới thiệu. Cô chào rất lễ phép. Cô nói đại ý là "khi anh Đức nói về ông và được ông nhận lời, tôi rất vui mừng. Chúng tôi đến để cảm ơn ông". Cô tiếp: "Tôi nghĩ là tôi sẽ diện kiến một giáo sư già tóc bạc như ở Đức hay Pháp, thực tế trái lại". Tôi nói rằng đó là truyền thống của nền giáo dục Âu Châu và Việt nam cũng vậy. Tuy nhiên, có lẽ tôi là một ngoại lệ.

Rồi buổi lễ cưới được tổ chức trong trại, cũng đưa, rước dâu. Tôi là người đi đầu đám cưới. Sau đó, cô bảo trợ cho anh Đức và cả 2 người đi Đức. Trước khi rời trại, họ có đến chào từ biệt. Thật là một mối tình đẹp và chung thủy.

Đêm lửa trại cảm động. Chừng 500 cựu sinh viên Luật tổ chức đêm lửa trại tiễn chân tôi đi định cư tại vùng Vịnh San Francisco.

Tôi rời trại tỵ nạn ở camp Pendleton ngày 4 tháng 8, 1975 để đi định cư tại một thành phố tên là Menlo Park, California do một nhà thờ ở đây bảo trợ. Một tuần trước khi rời trại, một số anh em cựu sinh viên Luật có gặp tôi, đề nghị là muốn tổ chức một đêm lửa trại tiễn chân tôi. Tôi đồng ý. Vào một buổi tối, 4 ngày trước khi lên đường, tôi đến dự buổi sinh hoạt với anh chị em. Anh đại diện mời cả Chuẩn tướng Paul, Chỉ Huy Trưởng căn cứ, Đại diện Bộ Ngoại Giao phụ trách vấn đề định cư tại trại đến dự. Anh đại diện cựu sinh viên ngỏ lời cảm ơn Chính Phủ Hoa Kỳ với hiện diện của Đại diện Bộ Ngoại Giao đã đưa người tỵ nạn đến đây, Thủy Quân Lục Chiến giúp đỡ người tỵ nạn. Hướng về tôi, anh đại diện chúc tôi và gia đình được nhiều may mắn trong công việc tái lập nghiệp ở xứ này. Anh cũng mời Chuẩn tướng Paul, Đại Diện Bộ Ngoại Giao phát biểu. Về phần tôi, tôi cầu mong cho các cựu sinh viên Luật mau chóng có được một đời sống tốt đẹp, và cũng đừng bao giờ quên nguồn gốc và xứ sở của mình.

Buổi lửa trại kéo dài đến khuya. Trong dịp này, tôi có gặp cụ Chánh Nhất Nguyễn văn Thư của Tòa Thượng Thẩm Huế đến dự. Và về sau, tôi hay thường liên lạc với cụ lúc cụ định cư ở San Francisco, rồi dời lên Portland, Oregon, và về sau dời về San Jose, California.

Buổi sáng ngày tôi lên xe rời trại, nhiều anh chị em còn đến tiễn chân. Thật là cảm động về mối thâm tình đại gia đình Luật Khoa, Sài Gòn.

Bài V. Trường luật Sài Gòn: Cựu sinh Viên Luật Khoa và vấn đề lập nghiệp ở Hoa Kỳ

1). Vấn đề hành nghề của Luật gia tỵ nạn (Cựu Luật sư và thẩm phán).

Vào tháng 6, 1975 khi tôi ở Camp Pendleton, anh em luật gia tụ họp bàn đến việc tìm cách hành nghề tại Mỹ. Tôi đề nghị GS Tạ văn Tài làm đại diện để lo vấn đề này vì GS Tài tốt nghiệp Ph.D. ở đây, nên biết nhiều hơn. GS Tài từ chối. Cuối cùng anh em đề cử tôi. Từ trước đến lúc này, tôi chưa bao giờ ra khỏi Việt nam, chỉ biết Mỹ qua sách vở. Hệ thống học hành ở Mỹ tôi không biết. Tôi tìm hiểu vấn đề và văn phòng tỵ nạn cho tên và địa chỉ hai tổ chức American Bar Association và Association of American Law Schools. Tôi viết thư kêu gọi họ giúp tái huấn luyện luật gia Việt nam. Association of American Law Schools không trả lời. Còn American Bar Association viết thư nói rằng sẽ cử hội viên của họ đến tiếp xúc. Sau đó có 2 luật sư đại diện LS Đoàn Hoa Kỳ có văn phòng ở Los Angeles vào trại gặp tôi. Họ nói rằng họ đến để nghiên cứu nhu cầu, tìm hiểu về học luật và hành nghề luật tại Việt nam. Trong nhiều tiếng đồng hồ, tôi cắt nghĩa việc học, tập sự và thi Bar. Họ kết luận rằng nếu họ ở Việt nam, có thể không bao giờ hành nghề được vì hệ thống sàng lọc khó quá. Cho dễ và thư từ không bị thất lạc, tôi yêu cầu họ liên lạc với LS Phạm nam Sách, lúc đó đã ra trại và ở San Diego. Rồi khi ra khỏi trại, tôi cũng không thấy có giúp đỡ gì.

Sau khi tôi định cư ở vùng Vịnh Cựu Kim Sơn, California, anh em sinh sống trong khu vực nêu lại vấn đề.

Muốn hành nghề, tôi phải tìm hiểu xem Luật Sư Đoàn California (LSĐ) quy định ra sao. Tôi đến LSĐ California ở San Francisco, xin một Bản quy chế. Chiếu theo bản văn thời đó, có một điều khoản (điều 43) đại ý nói rằng những ai không phải trong hệ thống common laws mà đã hành nghề 6 năm trong đó 4 năm sau cùng thực sự hành nghề sẽ không phải học, mà thi thẳng. Tôi xin gặp LSĐ để hỏi về áp dụng thể lệ này. Đại diện LSĐ trả lời không áp dụng, và lý do rất mơ hồ (tôi không nhớ chi tiết). Tôi yêu cầu viết văn thư chính thức trả lời rằng không áp dụng điều khoản ấy và tôi có bằng cớ sẽ đưa vụ này ra tòa, vì discrimination. Cuối cùng, họ thỏa hiệp là cho thi, nhưng đòi hỏi là phải học 450 giờ cho những ai hành nghề dưới 4 năm. Tôi khuyên anh em luật gia nên nộp đơn gấp để giữ "thời hạn 4 năm sau cùng thực sự hành nghề", vì lúc đó người tỵ nạn rời Việt nam đã được gần một năm, và để quá lâu, họ có thể họ sẽ nói khác đi. Vì vậy, mọi người có giấy trong tay về quy chế ấy.

Lúc đầu, tìm kiếm được một chương trình tái huấn luyện thật là khó khăn. Các trường Luật Mỹ họ không biết ở Việt nam việc học hành gồm những gì, hành nghề luật ra sao. Vì thế, việc xin học không dễ. Hầu hết những ai, kể cả những anh chị đã hành nghề ở Việt nam rồi, muốn học lại, trường luật ở đây ngần ngại, không thu nhận. Sau đây là hai trong số nhiều trường hợp làm thí dụ. Anh Nguyễn duy Tiếp là sinh viên tốt nghiệp trường Luật ở Sài Gòn. Xin vào học Luật ở Arizona, đơn bị bác. Anh ta có liên lạc với một viên chức cao cấp về giáo dục trong Chính Phủ Việt Nam Cộng Hòa để giới thiệu. Đơn xin nhập học vẫn bị bác. Sau, anh ta tìm đến tôi để xin giấy giới thiệu và cũng là để chứng minh anh ta tốt nghiệp ở trường Luật Sài Gòn. Vì đã được nghe sơ qua về việc huấn luyện ngành Luật ở đây, tôi viết một thư dài gửi cho Khoa Trưởng, nói về chương trình luật, cách học, và cách thi ở Sài Gòn, và chứng minh rằng trình độ ở Việt nam rất cao so với Mỹ, và khuyến cáo trường nên thu nhận. Anh ta đã được vào học.

Trường hợp khác là anh Lê tất Hào. Anh Hào là Luật sư ở Việt nam, xin học ở trường Luật Monterey, California. Đây là một trường non accredited. Khoa trưởng không muốn nhận. Về sau đòi phải có giấy giới thiệu chứng minh về việc học và khả năng sinh viên Luật Sài Gòn. Tôi gửi thư xuống cắt nghĩa việc học và hành nghề luật ở Việt nam cho Khoa Trưởng. Cuối cùng Khoa Trưởng đổi ý, nhưng còn đòi anh Hào viết một bài luận để xem khả năng. Bài đó hỏi về Thuyết Khách Quan trong Khế Ước, và cho mang về nhà để viết. Sau đó, anh Hào được nhận vào học.

Đây là những khó khăn chung cho cựu sinh viên luật Việt nam muốn đi học lại trong những năm đầu.

Phải đến 1976, khi tôi đứng đầu một chương trình giáo dục gọi là Migrant & Refugee Education Program thuộc San Mateo County Office of Education, tôi mới có cơ hội tìm cách giúp anh em luật gia một cách tích cực hơn và tìm phương tiện giúp họ cơ hội tái hành nghề. Công việc chính của tôi để được ăn lương là a) giúp trẻ em tỵ nạn ở County b) giúp cho mọi người kể cả Mỹ từ các nơi khác di chuyển đến County để có cơ hội học và kiếm được việc làm. Dĩ nhiên, luật gia Việt nam không phải là mục tiêu, vì họ sống ngoài County tôi phục vụ.

Vì tôi là người tỵ nạn, không biết gì về xứ này, Giám Đốc cơ quan của tôi tuyển cho tôi một phụ tá giúp tôi khi tôi bắt đầu đi làm. Cô này là Virginia Rebata, gốc Peru, sang Hoa Kỳ từ năm 6 tuổi, tốt nghiệp Khoa Chính Trị học, Đại Học Berkeley, rất giỏi. Tôi chỉ đưa ra ý kiến và cô tìm ra cách giải quyết. Tôi nói tới nhu cầu giúp giới luật gia Việt nam để cô lưu tâm.

Tôi có liên lạc với nhà thờ bảo trợ gia đình tôi về việc này. Họ có một hội viên là Luật sư của thành phố và giới thiệu với ông ta. Tôi được giới thiệu đến gặp Khoa Trưởng phụ trách Admissions của trường Luật thuộc Đại Học Luật Stanford. Khoa trưởng trường này cho hẹn, tôi đến gặp và sau cùng cho biết không có cách gì giúp vì giới hạn của trường, rồi giới thiệu tôi với một chánh án tên là Pliska làm việc ở Tòa Thượng Thẩm của County có trụ sở tại San Mateo, vì ông này có liên hệ với trường Luật San Mateo Law School. Virginia lấy hẹn. Tôi và cô ta đến gặp để dò xét xem có giúp gì được không. Trong một bữa ăn trưa, ông ta và Khoa Trưởng trường này cũng tìm hiểu về luật gia tỵ nạn, nhưng cuối cùng không giúp được gì, nhất là về vấn đề học phí.

Trong thời gian này, anh Lê tất Hào cho biết là có xin hẹn gặp với trường Luật ở San Francisco là Hastings College of the Laws hỏi tin tức, nhưng họ không cho. Anh Hào phàn nàn rằng họ rất kỳ thị, xin appointment để hỏi tin tức mà họ không cho. Sau, anh Hào cho tôi số điện thoại của một tổ chức là Asian Law Caucus, dán trên Board của trường. Tôi nhờ cô thư ký văn phòng tôi gọi và xin appointment cho tôi gặp để hỏi tin tức về học hành. Cô này cho biết là cô gọi mãi không ai trả lời. Rồi một hôm vào buổi sáng khi mới vào sở, cô báo cho tôi biết rằng tối hôm qua cô nói chuyện với họ rồi. "Đây là nhóm sinh viên gốc Á Châu của Đại Học Luật Hastings, không phải luật gia".

Cô Virginia bèn đổi chiến thuật. Vì là người nói tiếng Tây Ban Nha, cô có liên hệ với nhóm người này, trong đó có một người tên là Jose Velez, giám đốc chương trình huấn nghệ có tên là S.E.R.(Services, Employment & Redevelopment Project) của County. Virginia đặt vấn đề này với Velez. Ông này mới được bầu làm chủ tịch tổ chức có tên là League of Unified Latin American Citizens (LULAC), Tiểu Bang California. Ông ta còn là Phó Chủ Tịch LULAC Trung Ương Hoa Kỳ. Liên Đoàn này có các chương trình Huấn Nghệ và Lo Việc Làm trong tổng số 34 Tiểu Bang, ngân sách chia cho hệ thống SER trên toàn quốc năm 1976-1977 là 234 triệu MK. Trước đó, ông Velez đã mời tôi làm Board member, phụ trách về nhân lực của SER, và Virginia phụ trách về Nhân Viên. Ông Velez điện thoại cho tôi, yêu cầu họp để tìm hiểu nhu cầu Luật gia Việt nam. Lúc đầu, Virginia nêu ý kiến là đưa luật gia Việt nam về sống tại County- vì đó là điều kiện luật định để được hưởng huấn luyện và kiếm việc làm. Rồi S.E.R. sẽ huấn nghệ cho vợ các luật gia, có trợ cấp tiền đi học thêm vào tiền welfare, sau đó S.E.R giúp kiếm việc làm, để cho chồng là luật gia có cơ hội đi học. Chương trình này đang trong vòng chuẩn bị thì một hôm Jose Velez mời tôi đến họp, ông ta gợi ý: "năm nay là năm bầu cử 1 ghế Thượng Nghị Sĩ Liên Bang, đương kim Nghị sĩ Turner (Dân Chủ) chống Hayakawa (Cộng Hòa) và Tổng Thống: Jimmy Carter (Dân Chủ) tranh cử với Gerald Ford (Cộng Hòa), "Đảng Dân chủ đến với tôi và xin phiếu. Đây là lúc tôi có thể đánh đổi (trading). Nếu họ giúp tôi có được chương trình tái huấn luyện cho luật gia Việt nam, tôi sẽ ủng hộ họ". Đến giữa tháng 7, 76, Velez cho biết là campaign manager của Đảng Dân Chủ Tiểu Bang California là LS Joseph Cochett, có văn phòng ở San Mateo đã tiếp xúc, và đồng ý đề nghị nêu trên. Velez cũng cho biết là Cochett muốn có một buổi họp chính thức với tôi và một số anh em luật gia Việt nam và dự trù vào đầu tháng 8. Tôi đồng ý. Buổi họp được thực hiện tại Văn Phòng của LS Cochett, ở San Mateo. Phía Việt nam, hôm đó có 13 người hiện diện. LS Cochett hỏi về nhu cầu, rồi hỏi về quy chế Luật sư Đoàn California áp dụng cho LS tỵ nạn. Về điểm 1: Tôi hội ý ngay với anh em và không ai nắm vững con số, nên phải nói đại rằng 20 chục người muốn đi học lại. Về điểm 2, tôi cắt nghĩa về quyết định của LSĐ. Xong, ông ta nhờ Thư Ký Văn Phòng ông gọi điện thoại ngay cho Khoa Trưởng Anderson của Hastings College of the Law ở San Francisco, nói rằng ông ta hứa cho 6 Luật gia tỵ nạn vào học. Sau khi dứt điện thoại, ông ta bảo Virginia rằng cô lấy appointment với Khoa Trưởng Anderson để cô và GS Canh đưa 6 người lên ghi danh ngay vì trường đã khai giảng rồi. Ông ta còn khuyến cáo tôi nên chọn 6 người giỏi nhất. Còn lại số người khác, ông ta dặn Virginia là liên lạc với dân biểu McCloskey ở Palo Alto, nói với dân biểu đó là LS Cochett đã cho 6 người vào Hastings, và nhờ dân biểu ấy đưa số người còn lại vào Stanford và Boalt (Luật, Berkeley). LS Cochett cắt nghĩa với tôi là dân biểu này là cựu sinh viên Luật Stanford, và cung cấp rất nhiều tiền bạc cho 2 trường này. (Trong ít ngày về sau, tôi mới biết rằng LS Cochett là Chairman của Board of Trustees của trường Hastings).

Khi ở Việt nam tôi không hành nghề, nên không biết nhiều về anh em luật gia. Tôi nhờ LS Vũ ngọc Tuyền, lúc đó làm Phó cho tôi, đứng đầu Ủy Ban tuyển chọn. 6 anh có tên sau đây đến ghi tên vào Hastings: Vũ ngọc Tuyền, Nguyễn hữu Thống, Lương đức Hợp, Nguyễn duy Nguyên, Nguyễn văn Định và Trần đình Tấn.

Việc Hastings thu nhận luật gia tỵ nạn vào học mở đường cho một số trường khác: Magna Carta Law School, So. San Francisco mở một khóa cho 20 luật gia tỵ nạn. Khóa này tôi có xin County cho một ngân khoản nhỏ trả tiền giáo sư. Rồi một Khóa khác gồm 20 người được mở ra trong niên học kế ở Lincoln Law School (cả ở 2 campuses: San Francisco và San Jose).

2. Vấn đề Bằng Cử Nhân Luật Sài Gòn tại Mỹ.

Trước hết, tôi nói đến hệ thống tín chỉ. Trường Đại học Mỹ có hai loại tín chỉ: Semester (Bán niên) và Quarter (Tam Cá nguyệt). Để tốt nghiệp Cử Nhân, sinh viên phải học 4 năm với khoảng trên 140 tín chỉ Semester (tuỳ trường và tùy ngành, và có khi phải trên 150 hay 160). Nếu là hệ thống quarter, sinh viên phải có trên 210 tín chỉ. Ở đây tôi không nói tới các môn bắt buộc phải học là điều kiện để tốt nghiệp.

Về học Luật, trên nguyên tắc trường Luật Mỹ chỉ đòi hỏi phải có tối thiểu 2 năm đại học được xin vào học. Thực tế, thì ứng viên tối thiểu phải có bằng BA hay BS. Trường ưu tiên căn cứ vào điểm của kỳ thi Law School Admission Test (LSAT) và một số yếu tố khác để quyết định cho vào học. Có nhiều người đã có Cao Học, có người có Ph.D. xin học. Có khi quá nhiều sinh viên xin học và vì vậy, có trường (nổi tiếng) chỉ nhận một số sinh viên có hạn, vì số chỗ có ít. Nên ứng viên có BA/BS chưa chắc đã vào được.

Mọi trường đều có chương trình 3 năm. Trong 3 năm học, chỉ học các môn Luật mà thôi, không học các môn khác (liberal arts hay humanities) để tăng cường kiến thức tổng quát, vì lẽ các môn ấy đã được coi là học ở Ban Cử Nhân rồi. Tốt nghiệp xong, là đủ điều kiện thi lấy giấy phép hành nghề, không phải tập sự như tôi đã nói.

So sánh chương trình Luật Việt nam và Mỹ: Nói chung là sinh viên trường Mỹ phải học 13 môn để thi lấy giấy phép hành nghề. Tại Việt nam, môn Khế Ước Nghĩa Vụ (contrats et obligations) được dạy vào năm thứ hai. Môn này được chia ra làm nhiều môn bắt buộc trong trường Mỹ: như Khế Ước (Contracts), Dân Sự Phạm (Torts), lại còn gồm cả Trusts hơi hơi giống như gestion trong Contrats & Obligations của Việt nam. Môn học quan trọng gồm 6 tín chỉ và môn khác có 3 tín chỉ.

Số giờ đòi hỏi là 1200 classroom instructional hours để tốt nghiệp.

Việt nam theo hệ thống toàn niên. Môn toàn niên, giáo sư dạy 80 giờ. Môn bán niên, 40 giờ. Ở trường Mỹ, một semester unit gồm 15 classroom hours, 3 tín chỉ. Tuy nhiên so với Mỹ, số giờ và tín chỉ của chương trình 3 năm học của Việt nam, thì quá ít. Và ngay cả đến số giờ và tín chỉ của học trình 4 năm sau 1967 cũng không tương đương với BA/BS. Nhưng về thi cử ở Việt nam thì khó quá, vì lẽ sinh viên phải thi và đậu tất cả các môn trong một kỳ thi, và các điểm trung bình phải là 10/20. Ngay về điểm 10/20 cũng được quan niệm chặt chẽ, có thể tương với B theo lối cho điểm A, B, C, D của Mỹ. Tại trường Mỹ, mỗi môn học là một môn riêng biệt. Đậu một môn nào rồi thì được giữ môn ấy. Lối này đỡ khổ cho sinh viên rất nhiều.

Vấn đề thi lấy bằng hành nghề ở California cho luật gia Việt nam đã đòi được áp dụng nguyên tắc theo điều 43 tôi nói ở trên.

3). Vấn đề đánh giá văn bằng.

Cơ quan tuyển dụng nhân viên hay các Đại học luôn đòi Đánh Giá Văn Bằng Cử nhân Việt để cứu xét hồ sơ nếu điều kiện thu nhận của họ là bằng BA/BS. Bằng cấp của Việt nam vì vậy phải được đánh giá.

Khi người tỵ nạn Đông Dương vào Hoa Kỳ, Cơ Quan Tỵ nạn Trung Ương được thiết lập ở Hoa Thịnh Đốn. Vào 1977, Cơ quan này cấp một ngân khoản cho Đại Học Long Beach, California để đánh giá Văn Bằng, ngõ hầu giúp người tỵ nạn có thể đi xin việc hay học lại.

Dự án đánh giá ở Đại Học Long Beach do một người tên là George La Due đứng đầu. Có 2 điều đáng lưu ý về việc đánh giá bằng cấp Việt nam của cơ quan này:

1) Họ căn cứ vào một tài liệu viết vào giữa thập niên 1960 do một người Việt sang học Ph.D. ở đây về hệ thống giáo dục ở Việt nam, và so sánh với hệ thống Mỹ. Tài liệu này cho biết ở Việt nam trung học có 12 năm và Mỹ cũng 12 năm, như vậy bằng Tú Tài Việt nam tương đương với tốt nghiệp trung học Mỹ. Với đường lối đó, bằng Cử Nhân Việt nam có giá trị thấp hơn BA/BS ở đây vì học có 3 năm, số tín chỉ cũng ít hơn (ngay cả chương trình 4 năm cũng vậy). Với lập luận đó, BA/BS của Mỹ tương đương với Cao Học của Việt nam. Và bằng Cao Học (MA/MS) ở đây tương đương với Tiến Sĩ ở Việt nam và như thế Ph.D. tương đương với Thạc sĩ của Pháp.

2) Ngoài ra, một nhân viên người Việt làm trong dự án này, nguyên là nữ y tá ở Việtnam và chưa bao giờ học đến Tú tài và sang đây từ lâu, lấy được bằng Ed.D cũng là góp phần vào việc đánh giá theo cách đó.

Một cựu sinh viên gửi cho tôi bảng đánh giá của anh ta. Thí dụ môn Dân Luật của GS Vũ văn Mẫu (toàn niên, năm I) chỉ có 4 tín chỉ. Bằng Cử Nhân Luật VN như trên đã có ít tín chỉ, và số tín chỉ lại bị rút thêm nữa. Trong tinh thần đó, văn bằng Cử Nhân Luật không tương đương với BA/BS. Ngoài ra, một khóa sinh trường Cao Đẳng Quốc Phòng (nơi tôi có thuyết trình nhiều giờ) có biên cho tôi một thư cho biết rằng ông ta xin đánh giá học trình trường này bị từ chối. Khóa sinh quân đội trường Cao Đẳng Quốc Phòng của Quân Đội Việt Nam Cộng Hòa là Đại tá hay Tướng. Chương trình học một năm, gồm nhiều môn học khác nhau về lý thuyết liên quan đến an ninh, quốc phòng, lịch sử, triết học, chính trị, các vấn đề quốc tế v.v. do các chuyên viên đến thuyết trình. Chương trình này dập theo War College của Mỹ. Cuối Khóa họ phải làm một luận văn có chấm điểm để tốt nghiệp. So với trường Đại Học dân sự, chương trình đó tương đương hay cao hơn Cao

Học.

Sau khi học xong Phd, về Việt nam, tác giả của đánh giá 1 ở trên, giữ chức vụ cao cấp trong Bộ Giáo dục, thì có một nghị định được ban hành để đánh giá lại bằng cấp của Việt nam với bằng của Mỹ: Bằng Master của Mỹ được coi là Tiến sĩ Đệ Tam Cấp.

Như vậy, Ph.D của Mỹ "phải" bằng Thạc sĩ của Pháp.

Đối phó với tình trạng này.

Hai hành động được áp dụng:

1). Đòi duyệt lại việc đánh giá. Xem xong toàn bộ bảng đánh giá ấy, tôi liền gọi điện thoại cho Văn Phòng Tỵ nạn Hoa Thịnh Đốn của bà Taft, phản đối việc đánh giá này. Và yêu cầu xét lại khả năng, kinh nghiệm, hiểu biết của dự án Long Beach. Phản đối của tôi mạnh đến nỗi, họ cử Phó Giám Đốc là Sauvageot sang California gặp tôi. Dịp này, tôi chứng minh những sai lầm, thiếu đứng đắn, lương thiện và việc làm việc tắc trách của dự án Long Beach. Tôi có nói về vụ dự án từ chối đánh giá bằng của trường Cao Đẳng Quốc Phòng. Sauvageot cho biết là sẽ xem lại tất cả các vấn đề ấy, và yêu cầu tôi liên lạc với cựu sinh viên Cao Đẳng Quốc Phòng gửi hồ sơ trở lại cho dự án. Tôi từ chối, nói rằng không cần thiết. Về sau, tôi được biết Văn phòng tỵ nạn Hoa Thịnh Đốn đã chỉ thị cho dự án ấy duyệt lại công việc của họ.

Sau đó, họ tăng môn toàn niên của trường Luật lên 6 tín chỉ.

Ngay cả bằng Tú tài VN cũng phải được duyệt lại. Bằng Tú tài Việt nam lúc đầu không được dự án này cho một tín chỉ nào. Sau đó được cơ quan đánh giá ấy cho 15 semester Units của Đại học.

Nguyên bằng Tú Tài của Pháp cũng như Việt nam trước kia được coi tương đương với 2 năm College ở Mỹ. Dù chương trình cũng chỉ có 12 năm, nhưng học trình quá nặng, nhiều và cao: trình độ toán lớp 9 ở đây chỉ tương với lớp 6 ở Việt nam. Ngoài ra, nhiều môn học thi Tú Tài I và II ở Việt nam, có khi ở các Community College không dạy, và chỉ được dạy ở các lớp cao hơn (Đại học 4 năm) như nghị luận về Văn Chương, Triết học. Ngay cả đến nhiều lớp toán học, hay môn khoa học trong chương trình thi Tú Tài như Sinh vật Học (Human biology trong Môn Vạn Vật Học), Thiên văn học (Vật Lý học) không được dạy ở trung học Mỹ v.v.

Chỉ ít lâu sau, thì ngân khoản của dự án đó bị cắt, và họ lập một tổ chức đánh giá tư nhân, nhưng vẫn lấy tên có dính tới Long Beach.

2) Vấn đề giải quyết số giờ, năm học, tín chỉ.

Bằng Cử nhân Luật trong tình trạng này sẽ không được chấp nhận tương đương nếu không giải quyết được số tín chỉ tương đương với bằng Cử Nhân ở đây. Đơn xin việc sẽ bị bác, nếu cơ quan tuyển dụng đòi ứng viên phải có BA/BS. Cũng vì lẽ đó, Trường Đại Học Mỹ không nhận sinh viên có bằng cử nhân Luật Việt nam vào Ban Cao học.

Ngay từ 1975, tôi đã nhờ một số anh chị cựu luật sư, thẩm phán cung cấp cho tôi chương trình huấn luyện hành nghề (Luật sư), và tập sự (thẩm phán): liệt kê các môn học và số giờ dạy tại Luật sư Đoàn Sài Gòn, và thiết lập chương trình tập sự của thẩm phán. Nếu liệt kê số giờ học trong lớp với các môn học, cộng với số giờ phải đi nghiên cứu, ra tòa cãi, tiếp thân chủ, viết lý đoán dưới sự giám sát của LS bảo trợ thì tổng số giờ ấy sẽ vượt quá số giờ mà một BA/BS cần phải có và cũng quá cả số giờ của cấp bằng MA/MS. Tôi đánh giá bằng cách ghi các môn học, số giờ rồi đổi tổng số giờ học trường Luật trong 3 hay 4 năm học, cộng thêm số giờ học và tập sự ấy, rồi đổi thành tín chỉ Semester.

Vì thế các cơ quan tuyển dụng, cũng như các trường Đại học nhìn thấy vấn đề và thu nhận nhận dễ dãi.

Có lẽ tổng số hồ sơ đã giúp cho các sinh viên Luật Sài Gòn lên tới 3,000.

xxx

Tôi có tiếp xúc với hầu hết các vị Giáo sư trường Luật định cư ở Hải ngoại.

Hai vị tôi có dịp thăm nhiều lần là GS Lưu văn Bình, GS Nguyễn huy Chiểu, ở Montréal, Canada. Mỗi dịp sang bên ấy, tôi thường ghé thăm. GS Bình về sau bị Alzheimer, và mất ở đó. Mấy năm sau, GS Nguyễn huy Chiểu cũng qua đời. GS Tôn thất trung Nghĩa cùng với một con trai còn nhỏ lúc mới từ trại tỵ nạn sang Florida vào đầu thập niên 1980 và rồi theo tôi về San Jose. Tôi cử GS Nghĩa làm Giám Đốc một chương trình huấn nghệ và đồng thời anh học lại tại San Jose State University về ngành kỹ sư (double major), sau đó ít lâu qua đời vì ung thư máu. Tôi có gặp GS Hồ thới Sang nhiều lần ở Nam California. Mỗi lần sang Pháp, tôi thường thăm các GS Trần thị Hoài Trân, Lê quế Chi, Trịnh đình Khải; đặc biệt là có dịp thăm GS Vũ quốc Thúc nhiều lần riêng biệt kể cả lần gặp BS Trần văn Đỗ. Một lần vào tháng 3 năm 1988, trên đường từ Ý đến SOS, phía Nam Bordeaux, gần Tây Ban Nha, để thăm LS Nguyễn đắc Khê, tôi có ghé Nice, tìm gặp GS Nguyễn tấn Thành. Lúc đó GS Thành đã yếu nhiều, và đi đứng chậm chạp, thoạt đầu không nhận ra tôi. Cũng thời gian này, tôi có ghé thăm GS Tăng kim Đông ở Văn Phòng của ông. GS Trần thiện Vọng trong những lần tội gặp gỡ nhiều giờ có đề cập tới tình trạng xã hội ở Việt nam và giáo sư tỏ ra rất ưu tư về những vấn đề lớn của đất nước. Còn các giáo sư ở Hoa Kỳ, việc liên lạc tương đối dễ hơn.

xxx

Tôi viết loạt bài này về Đại Học Luật Khoa, Sài Gòn để

a) tưởng nhớ đến:

-Các vị giáo sư đã qua đời. Các vị ấy cùng với các vị khác còn sống đã đóng góp vào việc đào tạo nhiều thế hệ luật gia, trước tôi, cùng thời với tôi và sau tôi. Nhờ đó các luật gia Việt nam đã đóng góp một phần vô giá trong việc đặt nền tảng và xây dựng một dân chủ pháp trị cho Việt nam Cộng Hòa.

-Các sinh viên Luật đã hy sinh tính mạng chiến đấu trực diện với Cộng sản cùng với biết bao chiến sĩ anh dũng đã bỏ mình để bảo vệ tự do cho dân tộc, ở nhiều cương vị khác nhau trên khắp các chiến tuyến trong thời gian chiến tranh.

b) nói về cựu sinh viên luật, Sàigòn:

Cựu sinh viên Luật Việt nam đã có mặt khắp nơi trên lãnh thổ, tại các ngành hoạt động của quốc gia: từ ngân hàng, tài chánh, sản xuất kinh tế, đến hành chánh, lập pháp, tư pháp, ngoại giao; từ trung ương đến nông thôn; từ cao nguyên đế đồng bằng; từ thành thị đến nông thôn. Không nơi nào, không có bóng dáng cựu sinh viên Luật.

Được huấn luyện đầy đủ về mọi ngành luật pháp, cũng được trang bị kiến thức căn bản, vững vàng về luật học, kinh tế (bất cứ sinh viên tốt nghiệp nào cũng phải học ít nhất ba năm về kinh tế), và chính trị v.v, và với một trình độ trừu tượng cao do trường luật trang bị cho họ, cựu sinh viên Luật là một mẫu người đa năng, đã biết đóng trọn vai trò của mình trong việc xây dựng đất nước trong một giai đoạn lịch sử đầy biến động của dân tộc.

Họ là những chuyên viên cần thiết và hữu ích xây dựng nền dân chủ pháp trị cho một nước Việt nam thời hậu cộng sản. Vắng bóng lớp người có trình độ ấy, chế độ Xã Hội Chủ Nghĩa không có cách gì có thể chuyển đổi một cách hữu hiệu từ một cơ cấu chính trị theo đuổi chính sách toàn chế sang nền dân chủ thực sự với một nền kinh tế tự do được. Họ còn là những người bắt buộc phải có để giúp đất nước Hòa nhập vào thế giới đang từ từ mở rộng trong khi vẫn phải gìn giữ được bản sắc dân tộc, bảo vệ quyền lợi quốc gia. Điều này rất quan trọng vì họ nói cùng một thứ ngôn ngữ và ở cùng một tần số kiến thức với kẻ đối thoại .Tại sao lại cần thiết, hữu ích và bắt buộc phải có? Là vì họ được trang bị đầy đủ kiến thức về luật pháp, về kinh tế học, về chính trị học. Ngoài ra, ngay từ khi học thi Tú Tài, chương trình học cung cấp rất đầy đủ cho họ có kiến thức cao về về lịch sử, văn hóa, xã hội của họ. Tóm lại, họ đã được huấn luyện để đối phó với các thử thách trong tình thế đó.

Phải có kiến thức như thế Việt nam mới hy vọng thoát ra khỏi cảnh lạc hậu và đưa đất nước đi lên trong thiên niên kỷ mới. Vấn đề toàn cầu hóa là hướng đi bắt buộc, và không thể kháng cự được. Nếu không biết cách chuẩn bị sẵn sàng và hội nhập, thì dân tộc Việt sẽ vẫn chỉ trở thành những người nô lệ bị khai thác và bị bóc lột. Sự bóc lật này cũng tinh vi không khác gì với thời gian dân Việt sống trong chế độ xã hội chủ nghĩa do Liên sô thống trị, trong khi các kẻ lãnh đạo Việt Cộng luôn đinh ninh và tự hào khoe khoang trong hầu hết các cương lĩnh của Đảng Cộng sản rằng Cộng Hòa Xã Hội Chủ Nghĩa Việt nam là một nước độc lập và có chủ quyền.

Viết xong ngày 1 tháng 4 năm 2000

GS Nguyễn văn Canh và GS Vũ quốc Thúc

VI. BỔ TÚC: KỶ YẾU

TRƯỜNG LUẬT SÀI GÒN

Nguyễn văn Canh 1
tháng 4 năm 2014

Tiếp tục truyền thống TỰ TRỊ ĐẠI HỌC của Pháp, Phân Khoa Luật hay được gọi là Luật Khoa Đại Học Đường Sàigòn của Quốc Gia Việt Nam và sau này là Việt nam Cộng Hòa vẫn duy trì quy chế ấy.Hội Đồng Khoa của trường, gồm tất cả các giáo sư là cơ quan cao nhất quyết định về chính sách của trường: triết lý giáo dục, đường lối, chương trình giảng huấn, phương pháp giảng dạy, bổ nhiệm nhân sự như Khoa trưởng, Phó khoa trưởng, tuyển mộ, thăng thưởng các giáo sư; thi cử và cấp phát bằng cấp…

Trường không bị bất cứ cấp nào trong hệ thống hành chánh chi phối, nghĩa là không bị chính quyền các cấp như Viện trưởng Đại Học Sài Gòn, ngay cả đến Bộ trưởng Quốc Gia Giáo Dục, hay cấp cao hơn là Thủ Tướng hay Tổng Thống có thể gây một ảnh hưởng gì đối với trường.Nếu có ai muốn ra một mệnh lệnh nào đó cho Trường, họ cũng không thể làm được.

Về phương diện hành chánh, Trường nằm trong hệ thống thuộc Bộ Giáo Dục. Trên thực tế, Bộ trưởng bộ này chỉ là viên chức hợp thức hóa các quyết định của Trường như phê chuẩn các quyết định của Hội Đồng Khoa bằng cách ban hành một nghị định. Thí dụ bổ nhiệm Khoa trưởng, Giáo sư, hay kết quả về kỳ thi tốt nghiệp các văn bằng hàng năm của trường ….

Có một giới hạn của Tự Trị là ngân sách của trường do quốc gia tài trợ và ngân sách này nằm trong phạm vi Bộ Quốc Gia Giáo Dục. *(Hình trên: Ngôi Trường Mẫu Giáo, 17 Duy Tân Sài gòn)*

CÁC KHOA TRƯỞNG:

Điều khiển và quản trị công việc của trường là nhiệm vụ của Khoa trưởng.

Hội Đồng Khoa trong một phiên Khóang đại họp để bầu Khoa Trưởng với nhiệm kỳ 2 năm và chỉ phục vụ 2 nhiệm kỳ.

Các Giáo sư sau đây lần lượt đảm nhiệm chức vụ Khoa Trưởng từ 1956 cho đến 30 tháng 4 năm 1975:

-GS Vũ văn Mẫu (không rõ Phó Khoa Trưởng)

-GS Vũ quốc Thúc, như trên

-GS Nguyễn cao Hách, như trên

-GS Nguyễn Độ, GS Mai văn Lễ là Phó Khoa trưởng

-GS Bùi tường Chiểu, GS Phan tấn Chức, Phó Khoa Trưởng. GS Chiểu phục vụ một nhiệm kỳ thì thôi, vì đến tuổi về hưu.

-GS Vũ quốc Thông, có 2 Phó Khoa Trưởng là GS Phan tấn Chức và GS Hồ thới Sang.

Cước chú: Vì có nhu cầu chấn chỉnh và cải tổ lại, bắt nguồn từ bế tắc nghiêm trọng nhất là về thi cử vào cuối năm 1972, Hội Đồng Khoa trong một phiên họp bất thường bầu GS Nguyễn văn Canh vào chức vụ Phụ tá Khoa Trưởng để lo nhiệm vụ này.

Dưới thời GS Khoa Trưởng Vũ quốc Thông, hai Giáo sư Phó Khoa Trưởng tự ý rút lui dù mới chỉ được bầu vào chức vụ ấy cùng với tân Khoa trưởng ít tháng trước đó. Lý do là để tiếp sức cho chương trình chấn chỉnh mà các "anh già" đưa ra. Danh từ "các anh già" do GS Hồ thới Sang dùng để nói tới các Giáo sư hàng đầu của trường, khi lại thăm tôi tại nhà về vấn đề này.

Dịp này tôi có nhắc đến thi cử là một trong nhiều khó khăn phải đương đầu.

Và riêng về vấn đề thi cử, ngoài những tệ nạn lặt vặt đã công khai xẩy ra v.v.., việc cấp bách và ưu tiên hàng đầu phải giải quyết là việc chấm bài thi và trả bài đã chấm cho trường cộng điểm và ghi vào biên bản để công bố kết quả cho đúng hạn. Thí dụ như số sinh viên Năm I quá đông, mà một số giáo sư hàng đầu dạy Năm ấy. Đồng nghiệp lại nể các vị ấy và có ngại ngùng không nói ra. Nếu các giáo sư ấy không chấm điểm và trả bài thi đúng hạn kỳ trong một lịch trình khắt khe, thì không làm sao Hoàn tất mỗi Khóa thi đúng kỳ hạn để tránh việc "Khóa thi đặc biệt và duy nhất" xẩy ra như vào năm 1972. Năm đó, Kỳ thi khóa I mở ra vào tháng 6, đến tháng 12, chưa có kết quả, trong khi đó niên học kế đã phải bắt đầu từ 3 tháng trước rồi. Trước các khó khăn quá nhiều và quá lớn này, nhất là có vấn đề tế nhị trong cách đối xử với các bậc đàn anh khi phải giải quyết các khó khăn ấy, tôi tỏ ra e ngại khi được giao phó thi hành công tác này, GS Sang nói rõ và cũng bảo đảm rằng *"anh làm gì thì tất cả 'các anh già' sẽ yểm trợ. Các anh ấy cử tôi đến gặp anh về vấn đề này."*

BAN GIẢNG HUẤN, ĐẠI HỌC LUẬT SÀI GÒN

Đại Học Luật Sài gòn gồm 3 Ban: Công Pháp, Tư Pháp và Kinh Tế. Mỗi Ban được coi là một trường nằm trong Đại Học Luật Sài gòn. Các Giáo sư trong Ban Giảng Huấn vào thời kỳ trước năm 1975 gồm:

Ban Tư Pháp

GS Vũ văn Mẫu, Thạc sĩ (1), Trưởng Ban

GS Bùi tường Chiểu GS Nguyễn huy Chiểu GS Nguyễn tấn Thành GS Trần văn Liêm

GS Nguyễn quang Quýnh

GS Đặng thị Tám GS Vũ việt Hương GS Vũ tam Tư

GS Nghiêm xuân Việt GS Nguyễn văn Thành

Ban Công Pháp

GS Vũ quốc Thông, Hàm Thạc sĩ (2), Trưởng Ban

GS Nguyễn Độ

GS Nguyễn văn Bông, Thạc sĩ (3) GS Lê đình Chân

GS Lưu văn Bình GS Tăng kim Đông

GS Trần thị Hoài Trân GS Lê quế Chi

GS Nguyễn xuân Lại GS Phó bá Hải

GS Nguyễn văn Canh GS Trần như Tráng, GS Lê đình Chi

Ban Kinh Tế

GS Vũ quốc Thúc, Thạc sĩ, Trưởng Ban GS Nguyễn cao Hách, Thạc sĩ

GS Châu tiến Khương

GS Phan tấn Chức GS Mai văn Lễ GS Hồ thới Sang

GS Trịnh đình Khải

GS Trần thiên Vọng, Hàm Thạc sĩ

GS Phạm văn Thuyết GS Nguyễn hải Bình

GS Tôn thất Trung Nghĩa GS Vũ quốc Thùy

GS Bùi tường Huân GS Nguyễn văn Ngôn

Các giáo sư được chia làm 3 cấp: Giáo sư thực thụ, Giáo sư Diễn Giảng và Giảng Sư. Giáo sư được thăng cấp sau hai năm phục vụ.

Ngoài ra, vì thiếu nhân sự trong Ban Giảng Huấn có hiểu biết chuyên môn về một số vấn đề, nên trường có mời một ít vị có hiểu biết liên hệ đến giảng dạy giúp, gọi là "thỉnh giảng".

Các vị ấy là Chánh Nhất Tòa Thượng Thẩm Sài gòn Nguyễn huy Đẩu dạy môn Dân Sự Tố Tụng; sau khi Chánh Nhất Đẩu đi làm Đại sứ ở Ấn Độ, LS Bùi sơn Huy thay thế; Chánh án Phòng Tòa Thượng Thẩm Sài gòn Nguyễn văn Hảo dạy môn Hình sự Tố Tụng; Bộ trưởng Tư Pháp Nguyễn văn Lượng dạy môn Tội Phạm Học; Thẩm Phán Tối Cao Pháp Viện Mai văn An dạy môn Luật Hàng Hải; Bộ trưởng Thông Tin Trần chánh Thành dạy môn Thông Tin Báo Chí; Thẩm Phán Tối Cao Pháp Viện Tiến sĩ Trịnh xuân Ngạn, dạy về Hội Thảo/Thực Tập; Viện trưởng Học Viện Quốc Gia Hành Chánh (QGHC) Tiến sĩ Nguyễn quốc Trị dạy môn Hành Chánh Công Quyền; GS QGHC Tiến sĩ Tạ văn Tài dạy môn Phương Pháp Khoa Học Xã Hội; GS QGHC Tiến sĩ Nguyễn mạnh Hùng dạy môn Bang Giao của các Quốc Gia Đông Nam Á.

----

(1) Tại Pháp, Thạc sĩ là "cấp bằng" dành cho những ứng viên tốt nghiệp kỳ thi tuyển Giáo sư Đại học (concours). Các ứng viên phải có bằng Tiến sĩ, và cũng phải hội đủ một số điều kiện khác như đã giảng dạy tại Đại Học một thời gian là bao lâu v.v... Họ phải trải qua kỳ thi tuyển rất khó khăn qua 2 giai đoạn: viết và vấn đáp. Đậu cả 2 giai đoạn, thí sinh sẽ được bổ nhiệm vào làm Giáo Sư Đại Học Thực Thụ, trong khi đó các người có bằng Tiến sĩ phải đi từ dưới lên trong hệ thống. Kỳ thi tuyển ở đây có nghĩa là khi thấy có nhu cầu như cần có Giáo sư ở một số nơi nào đó trong nước (Pháp) hay ở các nước thuộc địa, người ta cho tổ chức kỳ thi ấy, lựa chọn số người đậu đáp ứng với số chỗ do nhu cầu đòi hỏi. Đây chỉ là kỳ thi tuyển nhân viên. Đậu kỳ thi này không phải là đậu một cấp bằng như Tiến Sĩ hay Cử Nhân (examen).

Trong hệ thống Đại học, chỉ có 2 ngành có thiết lập "Bằng" Thạc sĩ. Đó là Luật Khoa và Y Khoa.

Cũng nên nói tới một loại Thạc sĩ khác ở Pháp. Đó là một chế độ Thạc sĩ trong hệ thống Trung Học. Những ứng viên này là những người đã làm Giáo Sư Trung học, phải đã tốt nghiệp trường Sư Phạm.

Đó là trường hợp Thạc sĩ Trần đức Thảo.

(2) Tước vị Hàm Thạc sĩ tại Pháp dành cho những người đã dự kỳ thi Thạc sĩ và đã đậu kỳ thi Viết, nhưng rớt vấn đáp. Rớt vấn đáp rồi, ứng viên sẽ không còn được ghi danh thi nữa.

(3) Biệt phái sang làm Viện Trưởng Học Viện Quốc Gia Hành Chánh.

Phụ Khảo:

Một thành phần của Ban Giảng Huấn là Phụ Khảo. Đó là những người có vai trò quan trọng tiếp tay với các giáo sư trong việc giảng dạy, nghiên cứu, tìm kiếm tài liệu giúp Giáo sư, phụ giảng, hướng dẫn sinh viên dưới sự chỉ đạo của Giáo sư… Ngoài ra, các phụ khảo còn phụ trách các công tác được giao phó trong các kỳ thi của trường….

Muốn được làm Phụ Khảo, ứng viên phải có 2 bằng Cao Học và có thành tích xuất sắc trong thời gian theo học tại trường.

Xếp Loại các Môn học: Công và Tư Pháp

Công Pháp: Luật Hiến Pháp, Luật Hành Chánh và Tố Tụng; Luật Tài Chánh Công, Quốc Tế Công Pháp.

Tư Pháp: Dân Luật, Luật Thương Mại, Quốc tế Tư Pháp, Hình Luật và Tố Tụng Hình Sự, Tố Tụng Dân Sự, Luật Hàng Hải, Luật Hàng Không, Luật Lao Động, Bảo Hiểm.

CHƯƠNG TRÌNH

BAN CỬ NHÂN:

Chương trình học tại trường Luật Sài gòn được chia ra làm 2 thời kỳ: Thời kỳ I từ 1956 đến 1967: Học trình có 3 năm.

Chế độ 3 năm gồm có các môn:

-Năm thứ Nhất:

1) Dân Luật (một phần là Nhập Môn và phần chính còn lại là Luật Gia Đình);

2) Luật Hiến Pháp;

3) Quốc Tế Công Pháp;

4) Pháp Chế Sử;

5) Kinh Tế Học; và

6) Luật Pháp Đối Chiếu.

-Năm thứ Hai:

1) Dân Luật (Luật Khế ước & Nghĩa vụ và Dân Sự Phạm);

2) Luật Hành Chánh và Tố Tụng Hành Chánh;

3) Hình Luật và Hình Sự Tố Tụng;

4) Tài Chánh Công;

5) Kinh Tế Học;

6) Luật Pháp Đối Chiếu

-Năm thứ Ba: gồm 2 nhóm: Nhóm I.

1) Dân Luật (Hương Hỏa, Di Chúc, Thừa kế);

2) Luật Thương Mại,

3) Dân Sự Tố Tụng;

4) Luật Lao Động và An Sinh Xã Hội;

5) Kinh tế Việt nam;

6) Luật Pháp Đối Chiếu (Nhóm này gọi là Vấn Đáp I);

Nhóm II:

1) Quốc tế Tư Pháp (Quốc Tịch);

2) Hình Luật Đặc Biệt;

3) Luật Hàng Hải;

4) Lịch Trình Học Thuyết Chính Trị;

5) Luật Bảo Hiểm;

6) Kinh Tế Việt nam;

7) Hội Thảo /thuyết trình/ thực tập (Vấn Đáp II).

Cước chú:

Vào cuối thập niên 1950, Môn Kinh Tế được chia ra làm 2 phần

a) Nhập Môn; Các Học Thuyết Kinh Tế; Tiền Tệ và Ngân Hàng. Môn học này được dạy ở Năm I, Ban Cử Nhân;

b) Phân Phối Lợi Tức Quốc Gia, dạy ở năm II, Cử Nhân. Thời kỳ II từ 1968 trở về sau: Chế độ 4 năm

Học trình được tăng lên 4 năm. Trong 2 năm đầu, sinh viên học cùng một môn, nhưng lên năm thứ 3, sinh viên có thể chọn một trong 3 ngành: Tư Pháp, Công Pháp và Kinh Tế.

Chương trình gồm các môn:

Năm thứ I gồm:

1) Dân Luật;

2) Cổ Luật;

3) Quốc Tế Công Pháp;

4) Luật Hiến Pháp;

5) Kinh Tế Học;

6) Phát Triển Kinh Tế và Xã Hội;

7) Pháp Chế Sử;

8) Học Thuyết Chính Trị

9) Danh Từ Kinh Tế;

10) Luật Pháp Đối Chiếu (chọn tiếng Anh hay Pháp).

Năm thứ II gồm:

1) Dân Luật;

2) Luật Hành Chánh;

3) Kinh Tế Học;

4) Bang Giao Quốc Tế;

5) Tài Chánh Công;

6) Cổ Luật;

7) Hình Luật;

8) Tố Tụng Dân Sự

9) Danh từ Kinh tế;

10) Luật Đối Chiếu (tiếng Anh hay Pháp).

Năm thứ III. 3 Ban Ban Công Pháp, gồm:

1) Dân Luật;

2) Kinh tế Việt nam;

3) Tự Do Công Cộng;

4) Chính Trị Xã Hội Học;

5) Quy Chế Công Chức;

6) Phương Pháp Xã Hội Học;

7) Các Chính Đảng và các Đoàn Thể Áp Lực;

8) Tố Tụng Hành Chánh;

9) Giám Sát Hành Chánh;

10) Luật Lao Động và An Sinh Xã Hội;

11) Luật Pháp Đối Chiếu (tiếng Anh hay Pháp).

Ban Tư Pháp gồm:

1) Dân Luật;

2) Luật Thương Mại;

3) Luật Lao Động và An Sinh Xã Hội;

4) Dân Sự Tố Tụng;

5) Kinh Tế Việt nam;

6) Cổ Luật;

7) Quốc tế Tư Pháp;

8) Hình Luật Đặc Biệt;

9) Tố Tụng Hành Chánh;

10) Hệ Thống Pháp Luật Trên Thế Giới;

11) Luật Pháp Đối Chiếu (tiếng Anh hay Pháp).

Ban Kinh Tế, gồm:

1) Kinh tế Việt nam;

2) Thống Kê Học;

3) Dân Luật;

4) Luật Lao Động và An Sinh Xã Hội;

5) Kinh Toán Học;

6) Kinh Tế Học;

7) Luật Thương Mại;

8) Hoạt động Ngân Hàng;

9) Tố Tụng Hành Chánh;

10) Danh Từ Thương Mại. Năm tứ IV. 3 Ban

Ban Công Pháp, gồm:

1) Dân Luật;

2) Phương Pháp thực hiện chính sách ngoại giao: Chiến Tranh Chính Trị của Cộng Sản;

3) Truyền Thông và Báo Chí;

4) Lịch Trình Học Thuyết Chính Trị;

5) Chính Sách Đối Ngoại Trong Khối Tự Do;

6) Chính Sách Đối Ngoại của Các Quốc Gia Đông Nam Á;

7) Những Vấn Đề Chính Trị Quốc Tế Hiện Đại;

8) Chính Sách Kinh Tế và Tiền Tệ Quốc Tế;

9) Luật Pháp Đối Chiếu (Anh hay Pháp);

10) An Toàn Xã Hội;

11) Quốc tế Tư Pháp;

12) Luật Đồng Bào Thiểu Số;

13) Luật Thương Mại;

14) Chính Sách Tiền Tệ và Thuế Khóa.

Ban Tư Pháp, gồm:

1) Dân Luật;

2) Luật Giao Thông;

3) Luật Hàng Hải;

4) Luật Hàng Không;

5) Tội Phạm Học;

6) Thủ Tục Chấp Hành Các Án Lệnh;

7) Kinh Tế Xí Nghiệp;

8) Luật Thuế Vụ;

9) Luật Bảo Hiểm;

10) Những Vấn Đề Chính Trị Quốc Tế Hiện Đại;

11) Luật Đồng Bào Thiểu Số;

12) Quốc tế Tư Pháp;

13) Luật Thương Mại;

14) Luật Đối Chiếu.

Ban Kinh tế, gồm:

1) Dân Luật;

2) Kinh Tế Thế Giới;

3) Thống Kê Học;

4) Luật Lao Động và An Sinh Xã Hội;

5) Luật Thương Mại;

6) Kinh Tế Học;

7) Kinh Toán Học;

8) Toán Học;

9) Quản Trị Xí Nghiệp;

10) Nhân Khẩu Học.

Cước chú: Các môn học chính là môn học toàn niên. Các môn phụ là bán niên. Môn toàn niên là 80 giờ diễn giảng và bán niên: 40 giờ.

THƯ VIỆN

Nói đến một trường Đại Học, phải nói tới Thư Viện vì là công cụ cần thiết phải có để giúp cho Giáo Sư và sinh viên bồi bổ và cập nhật kiến thức của họ. Thư Viện trường Luật Sài gòn rất quan trọng cho Giáo sư hay sinh viên cập nhật kiến thức hay tra khảo các án lệ, các học thuyết để bồi bổ kiến thức chuyên môn…

Từ khi cơ sở mới được xây xong và sử dụng, Thư Viện được dọn lên ở tầng lầu thứ Hai của Trường, một phần của kiến trúc phía trong cùng. Thư viện này là một kho tàng "trí thức" đồ sộ quý báu. Sách vở, tài liệu Luật pháp của Pháp được tồn trữ từ thời các Giáo sư người Pháp còn điều hành trường và gồm cả các sưu tập kế tiếp sau khi nền Đại Học Việt nam được độc lập vào năm 1956.

Một phần của tầng lầu được sử dụng làm phòng đọc sách. Còn lại là sách được phân loại và xếp có ngăn nắp trên các kệ.

Quản thủ Thư Viện là bà Lương Mỹ Đức, một đốc sự Hành Chánh có 2 bằng Cao Học Tư Pháp.

Ngay ngày hôm sau, ngày 1 tháng 5 1975, khi Sài gòn bị lọt vào tay Việt Cộng, "sinh viên" của trường trong một buổi tập hợp "đông đảo" reo hò vang dội, mang tất cả các sách và tài liệu ấy xuống sân trường đốt cho bằng hết. Đảng cộng sản gọi các sách và tài liệu ấy là sản phẩm của nền văn hóa đồi truy, nên cần phải tiêu hủy hết, và ngay lập tức.

BAN HÀNH CHÁNH

Ban hành chánh phụ trách thực thi các công tác của trường dưới sự điều động của Khoa Trưởng. Đứng đầu là Tổng thư ký với sự phụ giúp của một số Chủ Sự các phòng như Học Vụ và Khảo thí, Nhân viên, Hành chánh, Ngân sách và kế toán v.v..

Ban Hành Chánh trường Đại Học Luật Sài gòn chỉ gồm có lẽ trên 20 nhân viên. Phần lớn họ là những công chức tận tụy với chức vụ của mình và phục vụ trường một cách xuất sắc. Ngày nay nếu có ai nghĩ đến con số ghi danh học khổng lồ mà tất cả chỉ bằng tay (thủ công), thì mới thấy họ Hoàn thành công việc một cách phi thường. Cũng phải kể đến việc họ thực hiện các công tác các kỳ thi mới thấy việc làm của họ đáng ca ngợi: từ việc mượn phòng học của có lẽ hơn 50 trường Trung và Tiểu học trong phạm vi Đô thành Sài gòn cho 15.000 thí sinh ghi danh dự thi năm 1974, họp với các giám thị để phân công với trách nhiệm mỗi người trước ngày thi, đến việc lập danh sách, ghi tên thí sinh mỗi đợt (viết, rồi vấn đáp) mỗi kỳ (tháng 6 và tháng 9), ghi danh các thí sinh trúng tuyển thi viết trong một Biên Bản để Văn Phòng cộng điểm ghi điểm của từng thí sinh. Sau đó để GS Khoa trưởng tuyên đọc kết quả …., Tất cả phải Hoàn tất trong hạn kỳ của một kế hoạch chi tiết, ngõ hầu công bố kết quả kỳ thi, và Hoàn tất mỗi kỳ thi trong một thời gian ngắn đã định trước. Riêng Ban hành chánh phải chạy đua với thời gian, không kể ngày đêm. Kết quả kỳ thi Khóa II niên học 1974 được chấm dứt vào cuối tháng 10 năm đó.

Để đối phó với sĩ số ghi danh quá "tải", GS Khoa trưởng đã liên lạc với trường Luật Bordeaux của Pháp nhờ họ viện trợ kỹ thuật "điện toán hóa" việc ghi danh, cũng như trợ giúp thực hiện danh sách và các hồ sơ thi cử. Bordeaux mới gửi một toán Giáo sư và chuyên viên sang nghiên cứu, và họp một lần vào cuối năm 1974 tại trường và chưa giúp được gì thì xảy ra vụ tháng 4 năm 1975

CƠ SỞ VẬT CHẤT CỦA TRƯỜNG

Trường Luật nguyên là một trường Mẫu giáo nhỏ bé, có 5 phòng dùng làm lớp học và một phòng làm Thư Viện. Ngoài vài phòng làm hành chánh, có một phòng cho Khoa Trưởng và một phòng dùng làm phòng hội của Hội Đồng Khoa.

Trường được xây lại và sử dụng từ 1973. Một tòa nhà chính với một tầng lầu đồ sộ, xi măng cốt sắt dựng ở mặt tiền trông ra đường Duy Tân. Tầng trệt dùng làm văn phòng hành chánh, ghi danh ở phía trong... Có một cầu thang rộng ở ngay cửa vào để lên lầu.

Tầng lầu là một Đại sảnh rộng lớn cho sinh viên sinh hoạt hay dùng cho Đại Lễ của trường.

Hình dưới: Mặt tiền Tòa Nhà chính của Trường Luật mới được xây. Liền kế về phía sau của tòa nhà chính, là kiến trúc có lầu xây xung quanh một khu đất trống hình vuông dùng làm sân trường. Có hành lang rộng ở mỗi tầng, sát về phía sân trường để đi lại; phía sau hành lang là các phòng học.

Ba mặt về phía ngoài của kiến trúc có một từng lầu này được nối liền với phía sau của tòa nhà chính. Trên tầng lầu, phía ngoài là các văn phòng Khoa Trưởng và Phụ Tá

Khoa Trưởng có hành lang dẫn vào Đại Sảnh.

Mặt thứ tư của kiến trúc nằm phía trong cùng, có 2 tầng lầu. Trên cùng là Thư Viện.

Đại Sảnh mới xây là một hội trường rất rộng, khang trang dùng làm trung tâm sinh hoạt chính của trường. Chính tại nơi đây, vào tháng 12 năm 1974, tôi đã tổ chức lễ phát văn bằng cho 1.400 sinh viên tốt nghiệp Cử Nhân, niên Khóa 1973-1974. Và vào tháng 11/1974 một buổi sinh hoạt văn nghệ mãn Khóa với khoảng 300 sinh viên hiện diện cũng được tổ chức tại đây.

Ngoài ra, cho đến tháng 4 năm 1975, phía tay phải của Tòa Nhà chính của trường, nhìn ra đường Duy Tân, sát tường với Viện Đại Học Sài gòn, có một đại giảng đường đang được xây, ở trên lầu, đã đổ xong sàn bằng xi măng cốt sắt.

Vì không có đủ cơ sở rộng làm lớp học cho các năm thuộc Ban Cử Nhân với sĩ số quá đông, Trường được sử dụng ráp hát ở đường Thống Nhất cho năm thứ II. Rạp hát này chỉ chứa được khoảng 800 chỗ ngồi. Và từ khi Mỹ rút khỏi Việt Nam, cơ sở PX của Mỹ ở đường Trần Hoàng Quân, trong Chợ Lớn trả lại cho chính phủ Việt nam, được Bộ Giáo Dục quản trị và Trường Luật được dùng một phần. Sau khi được sửa chữa lại, cơ sở này chứa được khoảng 2000 chỗ ngồi và Sinh Viên Năm I đã học tại đây từ niên khóa 1974-1975.

ĐẶC TÍNH GIÁO DỤC CỦA TRƯỜNG LUẬT SÀI GÒN:

Nhân dịp này, tôi muốn nói tới chính sách đại chúng hóa giáo dục luật khoa của Trường Luật Sài gòn. Chủ trương của trường là phổ biến hiểu biết về luật pháp rộng rãi trong quần chúng, dù là chuyên môn ở bậc hậu trung học. Một số lượng đông đảo sinh viên tốt nghiệp gia nhập sinh hoạt trong xã hội sẽ góp phần quan trọng vào việc phát huy nền dân chủ pháp trị một cách mau lẹ. Dân tộc Việt vừa thoát khỏi ách độ hộ của thực dân Pháp. Đa số dân chúng sống trong cảnh nghèo đói, lạc hậu với "trí tuệ" bị kìm hãm trong vòng gần 100 năm đô hộ với chính sách ngu dân để dễ cai trị và đồng thời còn phải đương đầu với cuộc chiến tranh phá hoại do Việt cộng gây nên, Việt nam cần có một đội ngũ đông đảo những người được trang bị các kiến thức về luật pháp, nhất là ở hạ tầng cơ sở giúp cho dân trí được nâng cao. Có như thế mới góp phần hữu hiệu vào việc củng cố nền dân chủ pháp trị sơ khai của Việt nam cho được bền vững.

Ngoài ra, tôi cũng muốn nói tới chính sách không phân biệt đối xử, công bằng xã hội. Trong khi hầu hết tại các quốc gia khác, giới luật học được mặc thị dành cho một giới trong xã hội. Người ta hạn chế một số người qua cơ chế thi cử nhập học. Quan trọng hơn là học phí quá cao, con nhà nghèo không có khả năng gánh nổi các chi phí ấy. Sinh viên học luật ở Việtnam được miễn phí nhờ đó giúp cho bất cứ sinh viên nghèo nào có quyết tâm theo đuổi ngành học này …

KẾT LUẬN: Trường Luật Việt Nam từ Hà nội rồi Sài gòn đã sản xuất được một đội ngũ chuyên viên ưu tú trong ngành luật cho Quốc Gia Việt nam và về sau là Việt nam Cộng Hòa. Nhiều cựu sinh viên có kiến thức luật pháp vững chãi là những người đóng vai trò cốt cán đặt nền tảng cho việc xây dựng và thực thi nền dân chủ pháp trị.

Cựu sinh viên luật như Luật sư Đinh thành Châu, Chủ Tịch Ủy Ban Thảo Hiến, Quốc Hội Lập Hiến, cùng với cựu sinh viên khác giúp hình thành và 'sản xuất" Hiến pháp 1967 (*), một Hiến pháp tiến bộ, đặt nền tảng một chế độ dân chủ pháp trị cho Việt nam Cộng Hòa. Hiến pháp ấy đã thiết lập các định chế căn bản của quốc gia dựa trên nguyên tắc 'phân quyền'. Ba cơ quan công quyền này là Lập, Hành, Tư Pháp, Hoàn toàn độc lập với nhau. Không để ba quyền ấy tập trung trong tay một người hay một cơ quan. Như thế là tiến tới độc tài. Cũng như các Hiến pháp dân chủ tiến bộ khác trên thế giới, Hiến pháp 1967 này còn trù liệu các biện pháp thăng bằng quyền lực và kiểm soát lẫn nhau giữa 3 cơ quan ấy. Các cơ quan có quyền ngang bằng nhau thực thi một phần nhiệm vụ riêng của mình mà Hiến Pháp giao phó và đồng thời kiểm soát hay chế ngự hành vi của các cơ quan kia nếu có triệu chứng vượt quá giới hạn quyền được ban cấp. Quốc Hội làm luật. Tổng Thống có quyền xem xét lại trước ban hành. Tư Pháp được giao phó quyền xét việc ứng dụng luật vào thực tế.

Mục đích tối hậu là kiểm soát hay hạn chế quyền hành của nhà cầm quyền và bảo vệ các quyền căn bản của công dân.

Có cựu sinh viên sau đây đã được cử vào chức vụ trong ngành Tư Pháp để thực hiện nhiệm vụ này. Đó là Thẩm phán Tối Cao Pháp Viện, nhiệm kỳ I GS Luật Khoa Trần văn Liêm.

Có người khác hoạt động trong cơ quan Lập pháp. Thí dụ như Chủ tịch Ủy Ban Định Chế Tư Pháp Thượng Viện, nhiệm kỳ I, thẩm phán Phạm Nam Sách; Chủ tịch Ủy Ban Kinh Tế Thượng Viện nhiệm kỳ I, ông Nguyễn văn Ngải v. v., Nghị sĩ, Thẩm phán Trương tiến Đạt…..; và ở Hạ Viện là Dân biểu Luật sư Trần minh Nhựt là Chủ tịch Ủy Ban Tư Pháp và Định Chế, và nhiều người khác như các dân biểu Nguyễn kim Phùng, Lê chí Hiếu, Trần cảnh Chung…….

Ngoài ra, phải kể đến một số đông đảo cựu sinh viên giữ các chức vụ trong ngành tư pháp ở cấp độ thấp hơn trên toàn quốc, như các thẩm phán xử án, thẩm phán công tố tại các tỉnh, thành phố. Họ là những người có nhiệm vụ áp dụng luật pháp vào thực tế.

Đặc biệt phải kể đến một số đông cựu sinh viên là thành viên Luật sư Đoàn Tòa Thượng Thẩm Sài gòn và Huế có nhiệm vụ bảo vệ các công dân, ngăn chặn lạm quyền của chính quyền sử dụng quyền hành để truy tố công dân trước tòa án, dù họ chỉ là các tư nhân có uy tín cao được xã hội quý trọng.

Tất cả các cựu sinh viên trên nỗ lực tham dự vào công tác thực thi công lý của một chế độ dân chủ pháp trị.

000

Cựu sinh viên luật Đại Học Luật Sài gòn là chuyên viên Ưu Tú về luật pháp. Họ phải trải qua một chế độ huấn luyện có nội dung chứa đựng các kiến thức rộng rãi cần phải có về một xã hội dân chủ, ngoài ngành chuyên môn chính là luật học

(a). Đây là điểm khác biệt với trường luật ở Hoa Kỳ, ở chỗ là sinh viên chỉ học các môn luật thuần túy mà thôi. Riêng về các môn trong ngành luật, sinh viên được huấn luyện về cách giải thích luật pháp

(b). hơn là học thuộc lòng. "Tiêu hóa" những gì thụ đắc được từ trong sách giáo khoa hay bài giảng cũng là trọng tâm của chương trình huấn luyện. Đây là khác biệt thứ 2 vì tại các trường luật ở Hoa Kỳ sinh viên phải nhồi sọ nhiều.

"Kiến thức đa dạng" và "học phương pháp giải thích luật pháp" này có mục đích giúp cho sinh viên đạt được một trình độ trừu tượng cao để từ đó có một cái nhìn tổng thể và biết ứng phó đúng mức trong mọi tình thế. Quan trọng là sinh viên luật một khi đạt tới mức đó thường không bị gò bó vào một thiên kiến chật hẹp như kiểu "người mù sờ voi". Để được tốt nghiệp, họ phải trải nghiệm những cuộc sàng lọc nghiêm khắc để bảo đảm có một kiến thức tốt, vững chãi ngõ hầu chu toàn nhiệm vụ của họ ở bất cứ một cương vị nào (Xem Phần II Phụ Chương: Chế độ Thanh Lọc).

Mục đích cuối cùng của chương trình huấn luyện này, tôi cần nhấn mạnh, là để cựu sinh viên áp dụng mọi biện pháp giúp công dân được hành sử đầy đủ quyền của mình và họ được quyền sinh sống an toàn dưới sự che chở của luật pháp (an toàn pháp lý)

(c). Việt nam Cộng Hòa trước năm 1975 đã thể hiện hầu như đầy đủ những gì trong một chế độ dân chủ pháp trị mà Trường Luật mong muốn, dù chế độ dân chủ này còn non yếu.

000

Tôi cần phải ca tụng các Giáo sư tiên khởi của trường kể từ khi Việtnam tự chủ được nền Đại Học đã có công lao rất lớn xây dựng và đặt nền tảng cho công tác đào tạo hàng ngũ trí thức ưu tú ngành luật học của Việt nam. Nguyên việc chuyển từ nền luật học của Pháp sang Việt nam với chương trình dạy bằng tiếng Việt đã là một cố gắng lớn. Còn phải kể đến cả công việc vun trồng ý thức dân tộc cho sinh viên, các Giáo sư tiên khởi này, dù có người được đào tạo theo hệ thống Pháp từ thời kỳ Đại Học Luật Hà nội được thành lập vào năm 1938 (hậu thân của trường Cao Đẳng Pháp Chánh Đông Dương), không bao giờ quên "yếu tố Việt"

(d) trong chương trình luật học, vì đó là nguồn gốc gây ý thức dân tộc cho các thế hệ luật gia kế tiếp nhau. GS Vũ văn Mẫu có công rất lớn về phương diện này. Để sinh viên luật thấm nhuần được giá trị cao đẹp, tiến bộ mà các bậc tiền bối đã đặt nền tảng cho một số luật pháp của Việt nam, môn cổ luật là một môn học với nội dung trên được đưa vào năm I và năm II, Ban Cử Nhân. Thí dụ như Bộ Luật Hồng Đức chẳng hạn dưới triều Lê được làm ra vào hậu bán thế kỷ 18, là một bộ luật có một số điểm đã có bước tiến xa hơn cả Luật của Napoléon (1802), được giảng dạy tại trường. Điều này đã được du nhập vào môn học ấy. Còn nhằm giúp cho sinh viên hay các học giả có cơ hội nghiên cứu hay tìm hiểu thêm về vấn đề này, Trường có được sự giúp đỡ tận tụy đáng kính phục trong nhiều năm của cụ Nguyễn sĩ Giác, Tiến sĩ cuối cùng thời kỳ Hán học (1917), hàng ngày đến dịch thuật các tài liệu liên hệ bằng chữ Nho sang tiếng Việt. Tài liệu ấy đóng thành các Bộ Sách được lưu trữ trong thư viện của Trường…

Ý thức dân tộc còn được GS Vũ quốc Thông lồng vào trong các Môn học về Pháp Chế Sử Việt nam, và Môn Lịch Trình Học Thuyết Chính Trị. Ngoài các môn chính là luật học, sinh viên Đại Học Luật Khoa Sài gòn được trang bị thêm kiến thức khoa học xã hội học hiện đại về kinh tế với GS Vũ quốc Thúc, GS Nguyễn cao Hách, về chính trị v.v. để đến khi ra đời, họ có một cái nhìn thông thoáng và hành động phù hợp với tình thế trong một xã hội đa nguyên tiến bộ. Hơn thế nữa, Việt nam Cộng Hòa phải đương đầu với cuộc chiến tranh ý thức hệ do Việt cộng dấy động nhằm tiêu diệt dân tộc. Vì vậy, trong 2 năm cuối cùng của Việt nam Cộng Hòa, môn Cộng Sản Học đã bắt đầu du nhập vào chương trình học vì lý do là sinh viên luật cần có hiểu biết về những gì Việt cộng tính toán và thực hiện trong các âm mưu xâm chiếm Việt nam Cộng Hòa, và như vậy, khi hiểu rõ được mọi nguy cơ ấy, họ sẽ biết cách ứng xử đúng mức và nhất là không thể như một quan sát viên hững hờ đứng ngoài cuộc chiến sinh tử của toàn thể nhân dân trong cuộc chiến bảo vệ tự do của họ hoặc trở thành một 'useful idiot' phục vụ mục tiêu của Việt cộng.

Các yếu tố (a), (b), (c), (d) phản ảnh sự áp dụng vào thực tế theo phương châm khai phóng, khoa học, nhân bản và dân tộc nằm trong triết lý giáo dục của Việt nam Cộng Hòa.

Đó là cách 'trồng người' của Đại Học Luật Khoa Sài gòn.

000

Tất cả mọi người, các Giáo sư và nhân viên hành chánh âm thầm, nhẫn nại góp phần mình vào công tác reo hạt giống (trồng người) cho nền dân chủ. Nếu thiếu vắng một đội ngũ đông đảo chuyên viên luật pháp có khả năng làm ra luật, kể cả thi hành luật pháp, thì nền dân chủ pháp trị không thể có nảy mầm và phát triển được. Vì thế, họ phải được tuyên dương là các chiến sĩ quan trọng trong mặt trận này, với ước vọng xây dựng một nền dân chủ đích thực cho dân Việt và đưa Việt nam lên một vị trí hàng đầu tại các quốc gia Đông Nam Á. Ngoài việc phải đương đầu với khủng bố, đe dọa thường xuyên mà Việt cộng thực hiện trong khung cảnh của cuộc chiến tranh khuynh đảo toàn diện chống lại toàn thể dân tộc, họ chấp nhận các thách thức của Việt cộng, vì Việt cộng không những chỉ đưa chiến tranh ấy vào trong lãnh vực Giáo Dục nói chung và ngay cả trong trường luật nói riêng. Các kẻ Việt cộng nằm vùng tại Sài gòn, nhân danh học sinh và sinh viên, phát động các cuộc gây rối loạn ngay trong các trường học, chống lại các Ban Đại diện sinh viên không ủng hộ đường lối Việt cộng. 'Học sinh' trường kỹ thuật Cao Thắng còn cầm cả gậy gộc 'trấn áp' học sinh theo khuynh hướng quốc gia tại trường. Đi xa hơn,

Việt cộng còn ám sát cả những người làm giáo dục như Bộ trưởng Giáo Dục, BS Lê minh Trí, GS trường Đại Học Y Khoa, bị Việt cộng ám sát bằng cách ném lựu đạn vào xe vào năm 1969; GS Nguyễn văn Bông, Giáo sư Trường Luật, Viện trưởng Học Viện Quốc Gia Hành Chánh bị 'sinh viên' phục kích ném chất nổ vào gầm xe trên đường Cao Thắng vào năm 1971. Chưa hết, còn ghê tởm, hèn nhát và man rợ với thú tính khát máu cố hữu, Việt cộng lẻn vào Trường Luật ám sát một sinh viên. Đây là trường hợp sinh viên Lê Khắc Sinh Nhật. Trong một kế hoạch chuẩn bị chu đáo của Việt cộng, vào ngày 28 tháng 6 năm 1971, Sinh Nhật trong khi đang họp hành với các sinh viên khác trong một phòng ở trường, được 'một sinh viên đồng bọn' dụ ra hành lang để gặp người nhà đến kiếm và bị bắn gục ngay tại chỗ. Thi hành xong thủ đoạn, Việt cộng lẩn trốn mất dạng. Máu của sinh viên Sinh Nhật đổ trên hành lang của Trường. Khởi điểm từ đây, sinh viên Luật Khoa chính thức là mục tiêu mà Việt cộng dùng sắt máu đe dọa. Ban Đại diện cùng với tuyệt đại đa số sinh viên Luật Khoa vẫn hiên ngang công khai đối đầu với bọn Việt cộng Huỳnh tấn Mẫm, Lê văn Nuôi, Lê hiếu Đằng v.v. với các toán ám sát đứng đằng sau chúng, có thể phục kích ám sát họ bất cứ lúc nào như chúng đã giết Sinh Nhật. Họ ngang nhiên thách đố với súng đạn của Việt cộng, ngăn chặn Việt cộng để không trở thành lực lượng lãnh đạo quần chúng tấn công chính quyền, làm sụp đổ chế độ Cộng Hòa của Miền Nam.. ...Có ai dám phủ nhận rằng sinh viên Luật thiếu can đảm chiến đấu chống bạo lực trước tình thế nguy hiểm đó trong khi họ không có một tấc sắt trong tay? Ngoài mặt trận, các chiến sĩ quân đội Việt nam Cộng Hòa đã được huấn luyện để chiến đấu, biết có mục tiêu, có võ khí để bảo vệ, trong khi đó sinh viên Luật không có các thứ ấy. Dưới ánh sáng của hồn thiêng sông núi, họ chỉ có một tấm lòng, một ý chí, một quyết tâm phụng sự tổ quốc. Nhân dịp này và vì thế, Tôi phải vinh danh Lê Khắc Sinh Nhật là một sinh viên anh hùng cũng giống như bao chiến sĩ trong quân đội đã xả thân cho tổ quốc. Tôi cũng không quên ca ngợi các sinh viên Luật là các chiến sĩ can trường trong một mặt trận không tên nhưng phức tạp này. Họ có một lý tưởng cao đẹp và ngoài việc trực diện đối đầu với hiểm nguy trước mắt, họ vẫn đang chuẩn bị có một hành trang với một trình độ kiến thức chuyên môn đầy đủ mà mục tiêu là đóng góp thực sự vào công cuộc bảo vệ và phát huy nền dân chủ pháp trị còn non trẻ của dân tộc.

Dù có các đe dọa nghiêm trọng đó, toàn bộ Trường luật, Giáo sư, nhân viên hành chánh, sinh viên vẫn vững vàng tiến bước theo đuổi mục tiêu của mình.

(*). Tổng thư Viện Đại Học Berkeley có lưu trữ Biên Bản Hiến Pháp 1967. Hồ sơ này gồm các trang đánh máy, in "ronéo", nếu dùng thước để đo có lẽ cao 1 thước tây. Trước khi có ý định chuyển giao Văn Khố Đông Dương (Indochina Archives) cho Thư Viện của Trung Tâm Việt Nam thuộc Đại Học Tech. Texas University, Lubbock, Texas, tôi khuyến cáo ông Douglas Pikes là giữ lại Hồ Sơ này và giao cho anh Steve Denney phụ trách. Steve nguyên là phụ tá của ông Pikes và khi Archives giải tán, anh này sang làm việc cho Tổng Thư Viện. Anh Ngô ngọc Trung, nhân vật điều hành Dự án Oral Life History thuộc Indochina Archives, Viện Nghiên Cứu Đông Á, Berkeley, phụ trách liên lạc với ông Pikes và Steve Denney về vấn đề này và cho tôi biết là Steve đang lưu trữ Biên Bản ấy.

VII. PHỤ CHƯƠNG: CHẾ ĐỘ THANH LỌC ĐỂ BẢO ĐẢM PHẨM CHẤT GIÁO DỤC

Đoạn này trích từ Bài "Thi Cử và Các Mẩu Chuyện Vui Vui." mà tôi viết cho Đặc San Xuân Quý Tỵ (2013) của Hội Luật Gia Việt Nam tại California. Đoạn này phản ảnh cách trắc nghiệm kiến thức "khắc nghiệt" của Trường Luật, nhằm đào tạo các chuyên viên Luật Pháp có khả năng cho nền Cộng Hòa Việt nam.

....

Cách Thi Cao Học Công Pháp I.

Thí sinh phải viết một bài về luật Hành Chánh (môn học chính). Giáo sư giám khảo cho một đề tài duy nhất, và sinh viên có 5 giờ để viết.....

Các Mẩu Chuyện Vui Vui về 2 kỳ thi Cao Học Công Pháp, niên học 1965-1966.

Tôi không biết số sinh viên ghi danh học là bao nhiêu. Tuy nhiên, tôi thấy chỉ có 6 người có tên sau đây là theo 'cours' nghĩa là có đến dự lớp học (dù có người đi học không đều). Đó là các anh Lê kim Ngân, Nguyễn huy Hân, Đỗ thiếu Liệt, Nguyễn hữu Đang (về sau tôi không biết tin), chị Nguyễn thị Ngọc Dung và tôi (1).

Về kỳ thi Viết Khóa I, chỉ có anh Đỗ thiếu Liệt vắng mặt. Tất cả đều được vào Vấn Đáp.

Các giám khảo thông cáo ngày giờ và địa điểm (phòng học), để thí sinh biết trước. Họ sẽ đến để được khảo hạch.

Kỳ thi Khóa I: Cả nhóm bị mắng vì học "dốt."

Lần lượt mỗi thí sinh vào thi vấn đáp với từng Giáo sư giám khảo. Riêng môn Luật Hiến Pháp, Giáo sư phụ trách có cách khảo hạch riêng: tất cả mọi sinh viên vào thi cùng một lúc tại một giảng đường. Giáo sư chỉ định 5 người chúng tôi, mỗi người một bàn, rồi được phát một mảnh giấy trắng. Đó là ¼ tờ giấy khổ lớn (1/4 tương đương với khổ 8.5 x 11.5 của Mỹ) mà Giáo sư xé ra từ tờ giấy của trường để phát cho thí sinh dùng trong kỳ thi viết. Sau khi thí sinh ngồi vào chỗ được chỉ định, Giáo sư nghiêm nghị nói to: "Ecrivez: Représentation proportionnelle". "20 minutes, seulement." Giáo sư rất tiết kiệm về lời nói.

Như vậy đề tài Giáo sư sát hạch chúng tôi là Đại Diện Tỷ Lệ và chúng tôi chỉ có 20 phút để viết, rồi nộp bài. Không có vấn đáp. Đề tài này thuộc Phần Luật Hiến Pháp Tổng Quát mà chúng tôi đã học ở cours Luật Hiến Pháp, thuộc Ban Cử Nhân I. Tất cả các sinh viên như chúng tôi đã học cours này từ lâu lắm rồi. Tôi chỉ nhớ mang máng là trong một quốc gia, có nhiều đảng phái hoạt động như Đảng A, Đảng B, Đảng C (chế độ đa đảng) v.v. thì kết quả phiếu bầu của toàn thể cuộc tổng tuyển cử sẽ được cộng lại và sử dụng chia ghế cho mỗi đảng. Theo quy tắc đó mỗi đảng có một số đại diện tương ứng trong quốc hội....Căn cứ vào đó tôi viết loạn lên hay gọi là 'lang bang'. Hết 20 phút, Giáo sư ra lệnh nộp bài.

Khi ra sân, chúng tôi hỏi nhau. Không ai trong số chúng tôi chắc là trả lời được tốt. Đang lúc bực bội vì "bí", Giáo sư đi ở trong phòng ra, đến gần chỗ chúng tôi đứng ở sân trường, mắng nhiều lời (lúc này Giáo sư lại không tiếc lời), đại ý là "Các anh chị học lên tới cấp Tiến Sĩ, và khi ra đường, người ta hỏi đại diện tỷ lệ là gì, mà không trả lời được....Trường Luật này không phải là viện phát hành giấy bạc.... Học tới mức này là để thêm hương và hoa, thì phải có hiểu biết đầy đủ.....Viết dài dòng, lôi thôi, lạc đề....." Nói xong, Giáo sư bỏ đi.

Cá nhân, tôi tưởng dù bị phê phán như vậy, cũng có hy vọng đậu, nghĩ rằng câu trả lời có chút ít đúng, và sẽ không bị điểm loại. Bài thi viết đã được biết là 13/20 (có niêm yết trên bảng). Còn các bài vấn đáp khác, thì tôi biết chắc là thông suốt. Tôi giả thử rằng dù nếu Giáo sư môn Hiến Pháp cấp cho hai quả trứng làm kỷ niệm, tôi chỉ cần 7 điểm dư của 4 môn còn lại, vẫn đủ trung bình điểm toàn thể là 10/20. Môn chính là Luật Hành Chánh Thâm Cứu, thi viết được 13/20 và vấn đáp rất tốt, thường thì ít ra cũng được số điểm tương đương là 13. Như thế, tôi chỉ cần 4 điểm dư nữa của 3 môn còn lại là đủ điểm đậu dù tôi không nghĩ là tôi bị cho ăn trứng của môn Hiến Pháp ấy. Tôi nghĩ rằng trả bài như vậy cũng có hy vọng không bị điểm loại.

Cuối cùng kết quả là gì? Tất cả mọi người trong chúng tôi bị zéro về môn này, vì 'dốt'

(2) như Giáo sư nói.

Khi xem điểm, tổng số trung bình điểm của tôi thực sự là cao hơn 10/20 nhiều dù môn Luật Hiến Pháp bị zéro.

'Le jury est souverain' mà!

Chuẩn bị cho Kỳ Thi Khóa II

Để đối phó với cảnh phải đồng ca bản " Tôi 'bí', Anh 'bí', Tất cả chúng ta đều 'bí' ", tôi yêu cầu các anh chị họp tại nhà tôi để chuẩn bị cho thi vấn đáp Khóa II vào tháng 9. Chúng tôi tiến tới học chung và chỉ chú tâm vào môn Luật Hiến pháp, còn các môn khác, mỗi người tự lo lấy, vì mọi người biết chắc không có trở ngại. Như trên đã trình bày, môn này có 2 phần. Phần Tổng quát và phần Thâm cứu.

Anh Lê kim Ngân rất hăng hái đề nghị nhận trình bày về Phần Tổng Quát, sử dụng cuốn Luật Hiến Pháp của GS Lê đình Chân, không sử dụng cuốn Les Régimes Politiques của Duverger. Các anh chị chỉ định tôi thuyết trình Phần Thâm Cứu của Giáo sư diễn giảng trong suốt niên học. Phần này được dạy bằng tiếng Pháp mà chủ đề là "Le régime parlementaire en Angleterre".

Mỗi tuần chúng tôi họp một lần vào cuối tuần.

Ngoài nhóm học này, tôi có thuyết phục anh Đỗ thiếu Liệt thi Khóa II, và tôi cung cấp tài liệu và học chung để anh ấy tham dự thi viết. Anh ấy họp với tôi thường xuyên để chuẩn bị cho kỳ thi này. Về Khóa II này, nếu tôi không lầm thì anh Liệt là thí sinh duy nhất dự kỳ thi viết mà thôi. Kết quả anh ấy đậu. Như vậy, nhóm của chúng tôi nay gồm 5 người vào Vấn Đáp Khóa II.

Đến ngày giờ chỉ định, chúng tôi có mặt tại phòng đã được loan báo. Lúc này, không có mặt chị Ngọc Dung, vì chị đang bị một Giáo sư khác 'quay' tại một phòng bên cạnh.

Cũng như lần trước, Giáo sư lại chỉ định cho mỗi người chúng tôi ngồi một chỗ trong phòng, cách xa nhau và Giáo sư cũng phát một mảnh giấy cho mỗi thí sinh như lần trước. Xong, Giáo sư tuyên bố "Ecrivez: [La] Procédure de Nomination du Premier Ministre En Angleterre". Question unique, 20 minutes, seulement! Như vậy, lần này Giáo sư rộng lượng hơn, nói thêm 2 chữ: Question unique. Chúng tôi hiểu là viết xong thì được về, không có gì thêm nữa, cũng sẽ không phải bị sát hạch bằng Vấn Đáp.

Đề thi này nằm trong phần diễn giảng của Giáo sư, nghĩa là Phần Thâm Cứu. Cả niên học chúng tôi học về Chế độ Đại Nghị tại Anh. Đây là môn mà tôi là thuyết trình viên cho các anh chị trong nhóm (ngoại trừ anh Đỗ thiếu Liệt.)

Sau khi Giáo sư tuyên bố đề thi, tôi chắc rằng tất cả mọi người trong chúng tôi không một ai có sai sót dù một chút nhỏ khi trả lời câu hỏi ấy. Với một đề tài như vậy, và rút kinh nghiệm từ Khóa thi I, khi Giáo sư phê phán chúng tôi lúc ở sân trường về trả lời câu hỏi Đại Diện Tỷ Lệ trên là phải ngắn gọn, chính xác về chi tiết, cấm chỉ tuyệt đối 'lang bang', viết nửa trang giấy là được, tôi thấy chỉ cần 5 phút là đủ để trả bài xong.

"A! Thi Vấn Đáp Nữa"

Viết xong, tôi nộp bài ngay, trong khi đó các thi sinh khác, còn ngồi tại chỗ. Tôi chuẩn bị sắp sách vở để đi ra ngoài, tôi thấy Giáo sư đọc bài của tôi. Giáo sư lật lại trang giấy lần 2, và tôi không thấy Giáo sư nói một tiếng nào, vào lúc này, tôi bắt đầu đi ra. Đến đây, Giáo sư nói bằng tiếng Việt: "À, anh ở lại đây. Vấn đáp nữa!". Tôi nghĩ trong bụng và tự nhủ: "Vấn đáp nữa cũng được. Có gì mà ngại, vì hành trang đã đầy đủ."

Cả nhóm lại bị "Bí" lần II

Tôi trở về chỗ cũ ngồi chờ. Đến khi mọi người nộp "quyển" xong, Giáo sư kêu mọi người ngồi quanh trước mặt, và cho mỗi người một câu hỏi. Tôi không còn nhớ rõ chi tiết liên hệ về các câu hỏi của các anh khác. Tôi chỉ nhớ rằng Giáo sư bảo tôi nhắc lại một câu nói của một tác giả là Pierre Cot, một tác giả nhỏ, phát biểu về chế độ đại nghị (thì phải). Nguy rồi, tôi đâu có học thuộc lòng cả quyển sách của Duverger, nên không nhớ tác giả này nói gì. Tôi nghĩ bụng: "Trời ơi! Cái ông Cot này nói gì mà Giáo sư bắt tôi phải nhắc lại." Tôi trả lời rằng "tôi có biết tác giả này, trong Duverger có nói, nhưng không nhớ ông ta nói gì." Phải chi Giáo sư tóm lược về ý câu nói của ông Cot hay diễn tả quan điểm của ông Cot về chế độ đại nghị, rồi bảo tôi phê bình, thì tôi đâu có ngán ông Cot. Thế là "Bí" rồi! lại "Tịt Ngòi!". Tôi ngồi im và tức giận! Đến anh Nguyễn huy Hân, câu hỏi về 'impeachment'. Anh Hân cũng bí. Rồi đến lượt anh Lê kim Ngân, tôi không nhớ về câu hỏi, nhưng biết là anh ấy cũng không trả lời được câu hỏi. Anh ấy rất khôn ngoan, nói với Giáo sư cho anh ấy được trả lời câu hỏi của anh Hân. Giáo sư trừng mắt nói rằng "tôi hỏi anh cái gì anh trả lời cái đó. Anh không được xin đổi." Đến anh Đỗ thiếu Liệt, Giáo sư chỉ 2 cuốn sách để trước mặt Giáo sư là cuốn cours Luật Hiến Pháp dày cộm của GS Lê đình Chân và cuốn sách của Duverger, hỏi "Anh chọn cuốn nào?" (ý nói là anh Liệt chọn cuốn nào, thì Giáo sư sẽ hỏi về cuốn đó). Anh Liệt trả lời: "Giáo sư hỏi cuốn nào, tôi trả lời cuốn đó." Giáo sư dằn dọng: "Anh phải chọn 1 trong 2 cuốn." Lúc đó, Anh Liệt chỉ cuốn cours của GS Chân. Dĩ nhiên là anh Liệt cũng bí.

Ra ngoài sân, chúng tôi tức ơi là tức! Vì không ai trả lời được câu hỏi "thêm", nhưng lại 'vụn vặt', quá chi tiết. Anh Lê kim Ngân trách tôi rằng "sau khi nộp bài cho 'ông ấy' xong, sao anh không 'chuồn' ngay, mà còn ở lại 'nghênh' ông ấy làm gì, hay ngồi yên cho đến hết giờ, mới đi ra, để rồi ông ấy đổi ý". Tôi trả lời là "Đâu có nghênh nghiếc gì. Chỉ dừng ở đó, rồi sẽ trở về nơi để tài liệu rồi đi ra ngoài, có để ý xem ông ấy có phê bình gì không."

Còn với anh Đỗ thiếu Liệt, về sau, tôi hỏi: " 'trong bụng anh', một chữ bẻ làm đôi Anh không có, và khi "ông ấy" hỏi anh về chọn cuốn sách nào, mà anh dám trả lời rất gân rằng Giáo sư hỏi cuốn nào tôi trả lời cuốn đó?" Anh Liệt nói rằng: "đằng nào tôi cũng 'bí', chọn cuốn nào cũng chết, thì chi bằng gân có sướng hơn không!" Anh ấy còn thêm: "Ông ấy có hành nghề Luật sư, và thỉnh thoảng vẫn gặp tôi về vấn đề biện hộ cho thân chủ của ông, nên tôi không sợ." Anh Liệt lúc đó là niên trưởng Dự thẩm quân sự, có văn phòng ở Nha Quân Pháp, Bộ Quốc Phòng.

Như vậy, về vấn đáp, Giáo sư 'truy' chúng tôi về Luật Hiến Pháp Tổng Quát. Riêng về phần tôi câu hỏi nằm trong cuốn Les Régimes Politiques của Duverger.

Kết quả Khóa II, năm đó, mỗi người chúng tôi chỉ được điểm 4/10 cho môn học này, nghĩa là, vừa đủ để không bị 'barrage', để bị loại…Như vậy, riêng với thước đo này của Giáo sư, kiến thức của tất cả chúng tôi còn kém xa mới đạt mức thang 10/20, để được điểm trung bình của môn này.

Kỳ thi này, anh Liệt bị rớt, vì tôi biết anh ấy không đủ thì giờ học tất cả các môn. Trong hơn 2 tháng hè, anh ấy chỉ chú tâm học Môn hành chánh thâm cứu để thi viết mà thôi. 4 người còn lại, chúng tôi không có gì khó khăn tiếp tục lên Cao Học II và tốt nghiệp năm kế đó.

Tôi cần nhắc lại châm ngôn: "Le Jury Est Souverain" để kết thúc câu chuyện vui vui này và kể lại về chặng đường tôi đã trải qua như một sinh viên trường luật Sài gòn ngõ hầu 'thụ đắc kiến thức' cần có để mong đóng góp phần tốt đẹp hơn trong nhiệm vụ phát huy nền dân chủ pháp trị của xã hội Việt nam mến yêu mà tôi sống trong đó.

Cá nhân tôi, tôi nghĩ rằng châm ngôn này đã giúp tôi có được nhiều hiểu biết rộng hơn vì đã phải phấn đấu nhiều hơn. Muốn thành công, phải quyết tâm vượt qua cái "rào cản" này, dù nó là gì. Tôi rất hãnh diện là sinh viên trường Luật, Sài gòn, ở nơi đây tôi đã được tôi luyện nhiều và cũng chỉ ở nơi đây mà thôi, (3) tôi được trang bị nhiều kiến thức trải rộng quý báu, nhưng cần thiết phải có làm hành trang sơ khởi để đối phó cả với các vấn đề có quy mô lớn hơn. Chính nhờ các kiến thức này làm căn bản, tôi hình thành được các suy tư đứng đắn khi tôi làm việc cùng với các đồng nghiệp 'sừng sỏ' tại viện Nghiên Cứu Hoover về Chiến Tranh Cách Mạng và Hòa Bình, Đại học Stanford. Và qua hơn một thập niên rưỡi sinh hoạt với 'học giới '(academics) xứ này, tôi thấy rằng trường Luật Sài gòn của tôi đâu có thua gì các trường danh tiếng của Hoa Kỳ. Vì vậy, mỗi khi được mời đi phát biểu ở tại một diễn đàn ở xứ này hay ở các nơi khác trên thế giới, tôi đều tìm cách xen vào một chi tiết "Tôi tốt nghiệp tại trường Đại Học Luật Sài Gòn, trước năm 1975" (4)

----

(1) Anh Lê kim Ngân, về sau làm Viện Trưởng, Đại Học Phương Nam, cư trú ở Toronto, Canada; Anh Nguyễn huy Hân, làm Tổng Giám Đốc, Tổng Nha Thuế Vụ, ở Pontiac, MI; Anh Đỗ thiếu Liệt,

Sứ Thần, Tòa Đại sứ VNCH, tại Londres, có kiêm nhiệm chức Đại Lý Sự Vụ (trưởng nhiệm sở ngoại giao) tại một quốc gia Phi Châu, và là Đại sứ…….. 'hụt', vì mất nước, ở Fremont, CA; Chị Nguyễn thị Ngọc Dung, Giáo sư Học Viện Quốc Gia Hành Chánh, cùng với phu quân, LS Trần thiện Hải, ở Fullerton, CA.

(2) Về sau tôi nghĩ lại rằng vào lúc đó, tôi thật là sai lầm, khi phân tích như trên, vì suy nghĩ theo lối có lợi cho mình (wishful thinking): dựa vào những gì không đúng trong bài viết, để biện luận có lợi cho mình. Rồi khi sự thực phơi bày, tôi lại đổ lỗi cho Giám khảo có quyền quá lớn, để dấu cái sai của mình. Quy luật (hay người bình thường nói là luật chơi) đã có sẵn: 1) trả bài (tốt) được, thì được điểm (tốt), gọi là điểm dương (điểm trên zéro, ký hiệu là +). 2) Không trả bài được, thì không được điểm (nghĩa là zéro). 3) Trả bài sai, thì bị điểm trừ hay là điểm âm (điểm dưới zero, ký hiệu là -). Trường hợp của tôi, giám khảo cho zéro thực ra là ân huệ rồi, thay vì phải bị điểm âm mới công bằng. Và cũng còn ân huệ khác là không công bố điểm 'xấu' ấy cho mọi người biết, vì bảng kết quả cuối cùng chỉ ghi là Rớt Vấn Đáp.

Về sau khi tôi phụ trách các Khóa thi ở trường luật Sài gòn, tôi cho áp dụng nghiêm ngặt 'luật chơi' này chỉ đối với những thí sinh gian lận bị bắt: zéros (đánh rớt) và cho công bố tên tuổi thí sinh ấy trên một Bảng riêng (có khung kính) mà tôi đã nhờ văn phòng hành chánh thiết lập sẵn và treo ở hành lang tầng dưới của trường. Trong một phiên họp Hội Đồng Khoa, GS Vũ văn Mẫu gọi đùa rằng đây là 'Bảng Hổ'. Tôi nhớ sinh viên gian lận thường bị cấm thi trong một thời hạn nào đó như quy định. Ngoài ra, sinh viên nào được 'hoãn dịch' để đi học, mà bị bắt gian lận, tôi cho thông báo cho Bộ Quốc Phòng biết, để kẻ gian lận sẽ được Quân Đội rèn luyện, với hy vọng trở thành công dân tốt của thể chế mà VNCH theo đuổi. *(Hình bên: GS Nguyễn văn Canh)*

Tóm lại, tôi được hai zéros là một ân huệ rồi (không bị điểm âm) mà tôi không biết và còn than phiền, đổ lỗi cho Giám khảo có quyền quá lớn (le jury est souverain) để 'chạy tội.'

Nước loạn là vì vậy!

Như tôi đã nói ở trên, tôi được phép 'lang bang', nên tôi nói thêm dù vẫn chỉ trong phạm vi đề mục Trường Luật Sài gòn, nhưng ở trong phần chú thích này: Tinh thần mà tôi trình bày ở trên là một trong nhiều thành tố quan trọng trong kế hoạch của tôi để thực hiện chương trình chấn chỉnh lại trường Luật Sài gòn. Vào thời gian từ 1970 trở đi, trường luật đã dần dần để lộ rõ nhiều khó khăn đến mức gần khủng hoảng, bắt buộc phải giải quyết, như cố Khoa Trưởng Nguyễn cao Hách vào một buổi chiều tháng 10, 1972 ghé vào văn phòng tôi ở trường, trong lúc tôi đang giữ chùa "thi cử", nói với tôi: ".... 'ou bien' trường 'collapse', 'ou bien' phải giữ lấy. Cần phải giữ lấy. Anh là thế hệ trẻ có khả năng phải lo việc này. Chúng tôi già rồi. Không làm được.... ". Như trên tôi đã nói, mỗi niên học có 2 Khóa thi. Niên học 1971-1972, Trường không có khả năng tổ chức Khóa 2. Khóa I được tổ chức từ tháng 6 và đến mãi hết năm 1972, vẫn chưa Hoàn tất hẳn. Vì vậy, trường đành tuyên bố là "Khóa đặc biệt và duy nhất" dù không có biến cố trọng đại nào ngăn cản. Đó là chưa kể biết bao khó khăn nghiêm trọng khác. Có nhiều vấn đề phải giải quyết: nào là sĩ số tăng vượt mức (về sau, niên học 1974-1975, sĩ số là 58.000), nào là những vấn đề phức tạp quá lớn về hành chánh và thi cử, nào là cần cập nhật hóa chương trình học giúp sinh viên, thực dụng hơn, theo kịp với đà tiến bộ của thế giới ... Trong chương trình cải tổ này, có dự án thành lập Một Viện Nghiên Cứu mà mục đích là tạo dựng cơ hội cho học giới (academics) khai triển trí tuệ của họ trong các lãnh vực Khoa Học Xã Hội làm căn bản thiết lập chính sách tốt nhất cho đất nước. Về mặt cán bộ, tôi ước tính với các cải tổ một khi được Hoàn tất, một thập niên sau đó, Miền nam sẽ có cả chục ngàn trí thức trẻ tuổi tài ba, với kiến thức rộng rãi, đa năng thực dụng được tung ra xã hội để đáp ứng với nhu cầu phát triển trong nhiều lãnh vực của dân tộc trong chế độ dân chủ pháp trị...

Đã có một ít kết quả tích cực trước mắt: Chấm dứt được tình trạng thi cử kéo dài kinh niên. Thí dụ, mỗi kỳ thi phải được thực hiện trong hạn kỳ nhất định, như Khóa II phải được thanh toán, dứt điểm chậm nhất là cuối tháng 10 vì niên học mới bắt đầu từ cuối tháng 9. Cảnh xáo trộn về quản trị hành chánh, và chấm dứt một số lôi thôi về thi cử ..., kể cả việc nhỏ như thí sinh xem điểm về các bài thi của họ cũng là những vấn đề phải được giải quyết....

Niên học 1974, việc thi cử đã được tổ chức và thực thi trong vòng trật tự, nghiêm chỉnh, đúng hạn kỳ dù tổng số thí sinh tất cả các cấp ghi danh dự thi Khóa I là gần 15.000 trên tổng số sinh viên là khoảng 25.000. Tôi rất ngưỡng mộ các giáo sư dậy Năm I đã trả bài thi đúng lịch trình. Vì vậy, đã có tổ chức công bố kết quả thi của mỗi nhóm, mỗi ban theo đúng ngày giờ được loan báo trước và sinh viên mỗi nhóm đã tề tựu tại sân trường vào đúng giờ để nghe Khoa Trưởng tuyên đọc từ micro đặt trong một phòng ở trên lầu, qua loa phóng thanh cho mọi người nghe. Đến đúng giờ quy định, trước khi Khoa trưởng công bố kết quả, Tổng thư Ký lên micro loan báo Giáo sư Khoa trưởng sẽ công bố kết quả thi ngày... tháng... năm...; nhóm..., Ban... Ngay sau khi công bố kết quả, danh sách thí sinh dự thi, gồm cả đậu lẫn rớt, với đầy đủ từng môn, và điểm của mỗi môn, cũng như tổng số điểm được dán vào một bảng treo ở hành lang tầng trệt của trường để cho mọi thí sinh biết. Như vậy tránh được cảnh đông đảo thí sinh làm thủ tục, xếp hàng, nộp đơn xin xem điểm của mình và phải chờ đợi nhiều ngày. Đây là điều phát sinh ra tệ nạn lặt vặt cần phải chấm dứt... Mặt khác, nếu thí sinh thấy có điều gì thắc mắc về bài thi, có thể xin gặp tôi để giải quyết ngay, thay vì cả tháng sau mới được giải quyết. Đặc biệt là vào năm đó Trường Luật còn có thì giờ tổ chức buổi lễ long trọng cấp phát Văn Bằng Cử Nhân trong Đại Sảnh Đường. Các tân khoa, mặc áo cHoàng đen theo truyền thống ngành luật (áo 'toge'), xếp hàng 1, lần lượt từ các phòng học đi ra trên hành lang lầu I, theo hướng mũi tên, vòng qua trước mặt văn phòng Phụ Tá Khoa Trưởng (coi mũi tên đỏ dán trên cửa Văn Phòng Phụ Tá Khoa Trưởng trong Hình 5), rồi văn phòng Khoa Trưởng, rẽ vào Đại Sảnh, từng người được xướng danh, với vẻ mặt rạng rỡ, hãnh diện tiến đến khán đài để được GS Khoa Trưởng đích thân trao Văn Bằng trước sự chứng kiến của các Giáo sư ngồi (*) trên 4 hàng ghế trước mặt. Đây là một buổi lễ đầu tiên duy nhất, và cũng là cuối cùng trong lịch sử của trường kể từ khi Trường Đại Học Luật Sài gòn trở thành độc lập từ trong tay người Pháp theo một Hiệp Ước ký vào năm 1956, và đóng cửa sau khi Việt Cộng chiếm chính quyền vào năm 1975.

Kết quả trên có được là do các nỗ lực đóng góp của rất nhiều người làm việc rất đắc lực từ tháng 6 đến cuối tháng 10. Trước hết, tôi phải ghi nhận và ca ngợi các Giáo sư giám khảo, nhất là Giáo sư giảng dạy năm I đã chấm các bài thi, và trả lại các bài ấy cho văn phòng tôi rất đúng hẹn. Ban Hành Chánh làm việc xuất sắc dù trường chỉ có trên dưới 20 nhân viên và đứng đầu là Tổng Thư Ký. Riêng về phần vụ ráp phách, ghi điểm của các thí sinh vào biên bản và cộng điểm được giao cho các anh em phụ khảo phụ trách, với ít vị Giáo sư như GS Nguyễn huy Chiều thỉnh thoảng đến giúp. Việc làm của họ thật là tuyệt vời. Đặc biệt phải kể là đóng góp lớn lao, quý báu không mệt mỏi, tận tụy của GS Trần như Tráng, một người mà tôi rất ngưỡng mộ, tin cậy, dù lúc đó Giáo sư Tráng còn đang lo công việc khác với tư cách là Phó Khoa Trưởng Phân Khoa Khoa Học Xã Hội, Đại Học Vạn Hạnh. Tất cả mọi việc được thực hiện một cách nghiêm minh (**), chính xác, trong vòng trật tự trong một quy trình khép kín, cấp tốc, có kế hoạch để chấm dứt các tệ trạng thi cử ....

(*) Trong phiên họp Hội Đồng Khoa về tổng kết hai kỳ thi năm 1974, tôi loan báo sẽ cho tổ chức buổi lễ Phát Văn Bằng Cử Nhân. Có một đồng nghiệp phát biểu rằng nên mời Bộ trưởng Giáo Dục đến dự buổi lễ. Tôi có hỏi lại Bộ trưởng Giáo Dục có chấm bài cho sinh viên đậu không, và mời tới để làm gì? Tôi muốn nói là Trường Luật Sài gòn là một cơ quan tự trị. Để Bộ trưởng Giáo Dục đến dự là trường tự đánh mất quyền ấy của mình.

(**) Nhân dịp này, tôi nghĩ cũng nên nói lên một chi tiết liên quan đến sự nghiêm minh trong trường luật. Trong niên học tôi có nghe nói là có thân nhân của 2 hai giáo sư hàng đầu của trường là sinh viên năm cuối. Trong kỳ thi năm này, tôi đã không thấy có can thiệp nào về thi cử để được chấm đậu. Ngoài môn của tôi dạy, tôi nhờ GS Trần như Tráng cho lấy các bài thi liên hệ mà giám khảo đã gửi đến và lặng lẽ xem lại bài của các giáo sư chấm, tôi thấy bài vở được chấm đậu rất xứng đáng. Tôi rất ngưỡng mộ và kính trọng hai vị này về cách hành xử như vậy.

(2) 'Produit local', mà tại Cộng Hòa Xã Hội Chủ Nghĩa Việt nam, người ta dùng những chữ rất lạ tai, chẳng giống ai: 'hàng nội'. Tuy nhiên, tôi cũng có thụ huấn một Giáo Sư Pháp sang dạy môn Quốc Tế Công Pháp Thâm Cứu. Tôi không còn nhớ tên ông Giáo sư. Đề tài môn học là "Les Organizations Internationales" và được giảng dạy liên tục trong 8 tuần lễ. Xong, ông ấy về Pháp. Dù có Giáo sư ngoại quốc duy nhất này dạy Ban Cao Học, tôi là 'hàng nội' 100%, vì được sản xuất trên đất nước tôi.

(4) Vào tháng 7 năm 1975, khi tôi còn ở trong trại tỵ nạn "Camp Pendleton" ở Nam California, tôi có

gặp 2 luật sư Hoa Kỳ, đại diện American Bar Association, đến để tìm hiểu nhu cầu và xem có giúp gì cho luật gia VN tỵ nạn. Họ đến trại theo lời kêu gọi của tôi gửi cho Am. Bar Assoc. trước đó về việc tái huấn luyện luật gia tỵ nạn. Họ hỏi về nội dung chương trình học, thời gian học, phương pháp giảng dạy, thư viện… của trường Luật. Tôi cũng đề cập đến quy trình tập sự luật sư, nội dung huấn luyện về lý thuyết và thực hành, thi 'Final Bar Exam'…Họ hỏi tôi về một số thống kê. Tôi cho họ biết số sinh viên ghi danh năm I vào 1970, là 10.000 và sau 4 năm học, có 1415 tốt nghiệp. Hệ thống ghi danh học theo chế độ "mở", nghĩa là sau khi có Tú Tài ai cũng có quyền ghi danh học, mà không phải thi tuyển trong chủ trương 'phổ thông hóa' ngành luật học trên bậc đại học. Điều này rất quan trọng để xây dựng nền dân chủ pháp trị, và đó là giá trị cao đẹp mà VNCH theo đuổi. Nhưng chế độ thanh lọc rất chặt chẽ để duy trì 'phẩm chất' từ dưới đi lên đến năm cuối cùng. Đến năm thứ 4 (niên học 1973-1974), còn khoảng 1.400 sinh viên thuộc các Ban Công Pháp, Tư Pháp và Kinh Tế tốt nghiệp. Trước khi ra về, một trong 2 người nói rằng: "nếu chúng tôi ở Việt nam, chúng tôi chắc không bao giờ có cơ hội hành nghề luật sư, vì…. khó quá.

BUỔI LỄ CẤP PHÁT VĂN BẰNG ĐẦU TIÊN (1974)
VÀ CŨNG LÀ CUỐI CÙNG KỂ TỪ KHI ĐẠI HỌC LUẬT KHOA THU HỒI ĐỘC LẬP ĐẠI HỌC (1956)

Suốt niên Khóa 1972-1973, sau khi "bị" bổ nhiệm làm Phụ tá Khoa Trưởng, tôi thường xuyên ở trường luật theo dõi mọi sinh hoạt, nhất là hai Khóa Thi năm 1973, quan sát xem các khó khăn nằm ở đâu để chấn chỉnh lại. Sang niên Khóa kế tiếp, mọi công việc được trôi chảy trong vòng trật tự, và kỳ thi Khóa II, chấp dứt vào đầu tháng 10. và buổi lễ cấp phát văn bằng được tổ chức vào tháng 11 năm 1974.

Các Giáo sư mặc lễ phục trong buổi Lễ cấp phát Văn Bằng Cử Nhân 1973-1974

Hình: Từ phải qua trái; Hàng đầu: GS Nguyễn huy Chiểu, GS Vũ quốc Thúc, GS Nguyễn cao Hách - Hàng 2: GS Lưu văn Bình, GS Nguyễn văn Canh - Hàng 3: Thẩm phán,Tiến sĩ Hà như Vinh - Hàng cuối: GS Tôn thất Trung Nghĩa; GS Nguyễn xuân Lại; GS Vũ quốc Thùy

Hình trên: Từ phải sang trái: - Hàng 1: GS Nguyễn cao Hách, GS Bùi tường Chiểu - Hàng 2: GS Nguyễn văn Canh, S Thẩm phán TCPV Trịnh xuân Ngạn - Hàng 3: Thẩm phán, Tiến sĩ Hà như Vinh - Hàng cuối: GS Vũ quốc Thùy, GS Vũ việt Hương.

Sinh viên mặc áo 'toge' truyền thống trong buổi lễ phát văn bằng.

Hình trên: Từ phải sang trái: GS Bùi tường Chiểu, Tân Khoa Nguyễn thị Minh Nguyệt, GS Nguyễn văn Canh

Cước chú: Hình chụp trước của văn phòng Phụ Tá Khoa Trưởng.

Mũi tên đỏ dán trên cửa ra vào Văn Phòng Phụ tá Khoa Trưởng (nếu đóng lại) chỉ hướng di chuyển của các tân khoa đến khán đài trong Đại Sảnh.

Hình trên: chụp trong khuôn viên, trước Tòa Nhà chính: từ phải - GS Nguyễn văn Canh, Tân Khoa Vũ Chương, GS Vũ quốc Thông, Khoa Trưởng

Buổi sinh hoạt văn nghệ mãn Khóa học vào tháng 11, 1974 do sinh viên tổ chức trong Đại Sảnh mới xây. Hình 7: GS Vũ quốc Thông, GS Nguyễn văn Canh và sinh viên

VIII. PHỤ LỤC

I. DANH SÁCH TIẾN SĨ

Danh Sách Các Luận Án Tiến Sĩ và Người Đệ Trình Tại Đại Học Luật Khoa Sàigòn, cho đến 1973 (Hồ Sơ của Ngô Ngọc Trung, Center for Vietnam Studies).

Ngày Đệ Trình Người và đề tài đệ trình.

BAN CÔNG PHÁP

29-10-1962   **Nguyễn Sĩ Hải**, Tổ Chức Chính Quyền Trung Ương Thời Nguyễn Sơ (1802- 1847).

23-01-1965   **Nguyễn Văn Tương**, La Démocratie en Asia.

13-03-1965   **Bùi Phan Quế**, Phân tích và phê bình quyền hành của Tổng Thống theo Hiến Pháp 26-10-1956.

25-02-1966   **Lê Quế Chi**, Le Contrôle de l'exécution des dépenses du Budget de l'État au Việt Nam.

12-10-1967   **Nguyễn Hữu Lành**, Sự tăng cường quyền hành pháp trong chế độ dân chủ ngày nay.

18-12-1969   **Huỳnh Hữu Ban**, L'Exécutif dans la Constitution du Vietnam du 1er Avril 1967.

22-12-1969   **Lê Kim Ngân**, Lưỡng đầu chế tại Việt Nam dưới thời Lê Trung Hưng (1599-1786).

10-12-1970   **Trần Ngọc Xuân**, Tổng Nha Bưu Điện.

08-04-1971   **Nguyễn Bá Lương**, Vấn đề đặc quyền tài phán trong công pháp quốc tế và Việt Nam.

09-11-1971   **Lê Đình Chi**, Vấn đề đồng bào Sơn Cước tại Việt Nam Cộng Hòa. 10-01-1972 **Nguyễn Văn Canh**, Chiến tranh chính trị của Cộng Sản.

17-01-1972   **Nguyễn Xuân Lại,** Tương quan giữa lập pháp và hành pháp theo Hiến Pháp Việt Nam.

16-06-1972   **Hoàng Xuân Hào**, Phật Giáo và Chính Trị tại Việt Nam ngày nay.

10-05-1973   **Lê Công Truyền**, Nền hành chánh Đô Thành Sàigòn.

BAN KINH TẾ

21-05-1955   **Lê Đình Chân**, L'Emprise …

12-11-1955   **Trịnh Xuân Ngạn**, Đồng Bạc Đông Dương từ trận Đại Chiến thứ Hai đến ngày giải tán Liên Hiệp Tiền Tệ Việt - Cao – Ai.

04-11-1960   **Phan Thiện Giới**, Chính sách quan thuế và công cuộc khuếch trương kinh tế ở Việt Nam.

06-04-1967   **Nguyễn Văn Ngôn**, Vai trò tín dụng trong công cuộc phát triển kinh tế.

06-06-1967   **Nguyễn Ngọc Văn**, Viễn tượng mở mang nông thôn ở Việt Nam.

08-09-1967   **Nguyễn Trường**, Vấn đề hội nhập kinh tế tại Việt Nam.

19-10-1973   **Tôn Thất Trung Nghĩa**, Sự xung đột. ý thức hệ và tương lai kinh tế Việt Nam.

BAN TƯ PHÁP

22-04-1960   **Nguyễn Xuân Chánh**, L'Influence de la faute de la victim sur la responsabilité Civile (Étude compare de droit française et de droit anglo-Américaine).

20-08-1963   **Trần Văn Liêm**, La technique juridique du credit mobilier en droit Vietnamien.

02-12-1963   **Đào Quang Huy,** Quyền tiên mãi trong hợp đồng thuê mướn ruộng đất (góp

phần vào công trình khảo cứu khế ước tá điền).

29-04-1966   **Hà Như Vinh**, Chế độ hôn sản pháp định trong Luật Việt Nam.

28-11-1967   **Vũ Tam Tư**, La responsabilité du transporteur aérien en cas d'accidents survenus aux passagers.

19-01-1968   **Nguyễn Mạnh Bách**, La responsibilité civile du médecin dans les rapports avec le malade.

31-07-1969   **Vũ Thị Việt Hương**, La Dépréciation monétaire et l'Instabilité contractuelle: Étude de droit compare sur le revalorisme des obligations civiles.

16-09-1970   **Nguyễn Văn Thành**, La famille material dans les hauts plateaux du Vietnam (Contribution de sociologie juridique à l'étude du matriarcat).

27-01-1973   **Trương Thị Nga**, Pacte sur succession future ….

Hạ Nghị Viện, Việt nam Cộng Hòa

II. TÀI LIỆU

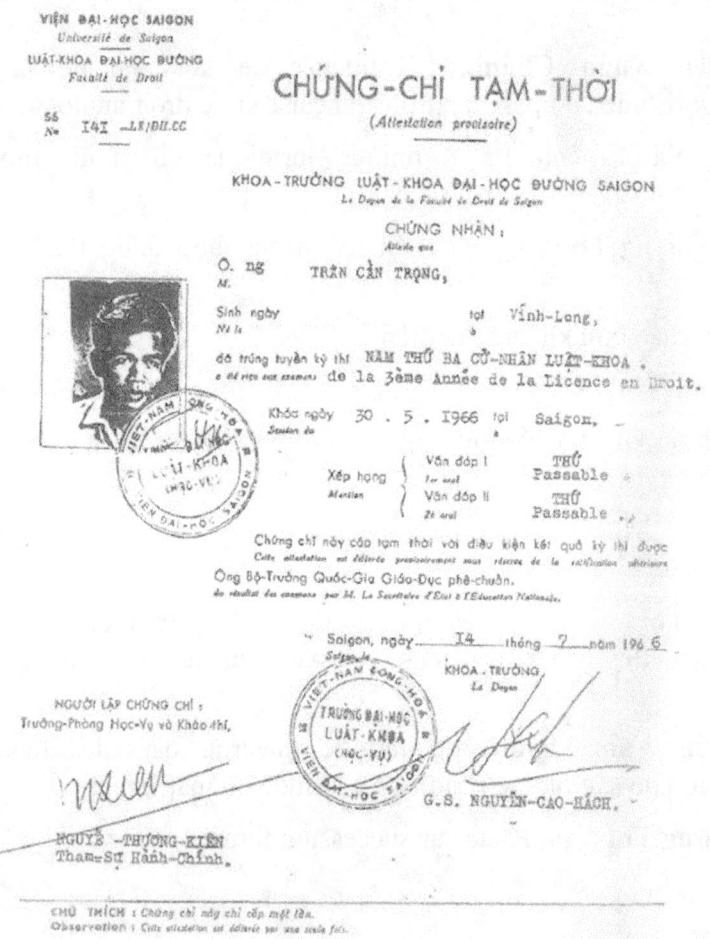

Chứng Chỉ Tạm Thời: (Chế độ 3 năm) Của Sinh Viên Trần cản Trọng

III. Giấy Xác Nhận Tương đương với tín chỉ

Cấp cho Cựu sinh viên Tô vĩnh Phúc, đậu Cử Nhân năm 1970, Chế độ 4 năm, với đầy đủ môn học, số giờ diễn giảng và đổi sang Semester Units để tiếp tục học thêm tại Hoa Kỳ hay xin việc làm.

HOOVER INSTITUTION
ON WAR, REVOLUTION AND PEACE

Stanford, California 94305-6010

VERIFICATION

This is to verify that

        Phuc vinh To
        born on
        at Thu dau mot

was graduated from the Saigon Faculty of law in August 1970 with a Bachelor Degree of Law. The curriculum of the Saigon Faculty of Law included:

	Subject matters	Instructional hours	Semester Units
First year:	- Civil Laws	80	6
	-Constitutional laws	80	6
	-History of laws	80	6
	-International Public laws	80	6
	-Economics	80	6
	-Economics Terminologies	40	3
	-Comparative laws	40	3
	-Vietnamese ancient laws	40	3
	- Socio-economic Evolution	40	3
	Total	560 hours	42
Second year:	-Civil laws	80	6
	-Economics	80	6
	-International Relations	80	6
	-Administrative laws	80	6
	-Criminal Laws	80	6
	--Public finances legislation	80	6
	-Economics terminologies	40	3
	-Comparative laws	40	3
	-Vietnamese ancient laws	40	3
	Total	600 hours	45
Third year:	- Civil Laws	80	6
	- Civil procedure	80	6
	- International private laws	40	3
	- Labor laws	40	3
	-Insurance laws	40	3
	- Enforcement procedures	40	3
	-Economy of Vietnam	40	3
	- Seminar	40	3
	Total	400	30

Fourth year:

	Hours	Units
Civil laws	80	6
Criminal procedure	80	6
Corporation laws	80	6
Special criminal laws	40	3
Maritime laws	40	3
World contemporary political Problems	40	3
Administrative procedure	40	3
History of political doctrines	40	3
Social Security laws	40	3
Seminar	40	3
Total	520	39

A total of 2080 instructional hours or 156 semester units was completed after four years of training.

As a former Deputy Dean of the Faculty of law, I certify that this is true to my knowledge.

Oct. 14, 95

Dr Nguyen van Canh
Visiting Scholar

IV: THỐNG KÊ (Hồ sơ Ngô ngọc Trung, Center For Vietnam Studies)
THỐNG KÊ VỀ ĐẠI HỌC LUẬT KHOA SÀIGÒN: 1954-1972

NIÊN KHÓA	TỔNG SỐ SINH VIÊN VIỆN ĐẠI HỌC SÀIGÒN	SỐ SINH VIÊN TRƯỜNG LUẬT SG	TỐT NGHIỆP LUẬT
1954-55	2,154	763 *	
1955-56	3,000		
1957-58	4,315	1,010	52
1958-59	6,288	1,330	69
1959-60	8,400	1,884	68
1960-61	10,143	2,180	89
1961-62	12,616	2,556	87
1962-63	14,761	2,866	108
1963-64	16,964	4,192	186
1964-65	19,032	4,108	207
1965-66	22,619	5,581	273
1966-67	26,556	7,955	258
1967-68	26,730	8,355	531
1968-69	30,476	10,117	178
1969-70	34,552	11,201**	417
1970-71	40,351	14,106	501
1971-72	50,380	17,838	590 [?]

* Nghiêm Đằng, Vietnam: Politics and Public Administration, East-West Center Press, Honolulu, trang 337. Các số thống kê chính thức khác là của Viện Đại Học Sàigòn.

** Số sinh viên ghi danh năm thứ nhất của niên khóa 1969-70 là 8,711, số sinh viên dự thi cuối năm là 5,299, số sinh viên trúng tuyển là 1,249.

THỐNG KÊ SỐ GHI DANH VÀ TRÚNG TUYỂN KỲ THI CUỐI NIÊN KHÓA 1970-71, ĐẠI HỌC LUẬT KHOA SÀIGÒN

Năm	Số Ghi Danh	Số dự thi cuối năm	Tỷ lệ/ số ghi danh	Số Trúng Tuyển	Tỷ lệ/ Số ghi danh	Tỷ lệ/ Số dự thi
1	10,268	3,666	35%	898	8%	24%
2	2,082	1688	81%	497	24%	29%
3	1,059	921	87%	192	18%	21%
4	697	612	88%	263	38%	43%
Cao Học	698	110	16%	17	2%	15%
Cộng	14,804	6,777	47%	1,867	13%	17%

* Lệ phí ghi danh mỗi năm tại Trường Luật là 730 đồng VN, niên khóa 1970-71.

Nguồn: Đại Học Luật Khoa Sàigon, Bộ Giáo Dục Việt Nam Cộng Hòa

IX. TÀI LIỆU ĐỌC THÊM:

TIN TRONG LÀNG LUẬT

Ls Nguyễn văn Định

PHẦN I. CUỘC HÀNH TRÌNH BẮT ĐẦU:

Xin cám ơn Cựu L.S. Nam Thị Hồng Vân, cựu hội trưởng Hội Luật gia Vietnam California. Trước khi hết nhiệm kỳ Luật sư đã gọi điện thoại chia sẻ niềm vui và chuyển lời cám ơn của một đồng nghiệp tới tôi về bản tin thăm TP/TCPV/VNCH Mai Văn An. Để trả lời câu hỏi tôi nói là không chắc đã thực hiện cuộc "viễn chinh" về phương Nam vì bận việc thuế má và sức khỏe không tốt.

Vì có thư của LS Trần thanh Hải, con trai GS Trần văn Liêm báo cho GS Liêm biết rằng GS Canh sẽ xuống thăm vào ngày 8 thang 3. E-mail của LS Hải viết như sau:

"Kinh thua bac Canh,

Chau co cho bo chau hay rang ngay 8 thang 3 bac se den tham bo chau. Bo chau co viet trong to giay treo o trong phong bo chau la bo chau nho den bac va mong gap lai bac. Cam on bac da gui email tai lieu cho bo chau va cam on bac se den tham bo chau. Chau luon nho on bac da viet thu gioi thieu cho chau vo law school. Kinh chuc bac va bac gai nhieu suc khoe. Chau Hai."

Đáp câu hỏi về LS Hải học ở trường Luật nào - UCLA Law School và gần cuối thập niên 1980. Sau đó đến con gái LS Lê tất Hào, rồi đến cả con rể (lúc đó là con rể to-be) nữa.

Trở về việc tôi tháp tùng GS Nguyễn văn Canh đi Nam California để thăm viếng vài đồng nghiệp và bạn hữu của ông, nhất là thăm mộ cố giáo sư Trần như Tráng, mà tôi biết Ông rất quý mến GS Tráng, đã qua đời và được an táng hôm 28 tháng chạp, trước Tết.

Trên đường đi, tôi nghĩ trước hết cũng nên đặt vài câu hỏi bổ túc về cố Thẩm phán Tối Cao Pháp Viện VNCH Mai văn An, vừa mới qua đời ngày 25 tháng 2 và được hỏa thiêu ngày 4 tháng 3 vừa qua, để cho báo cáo trước đây đầy đủ hơn. *(Hình bên: Cố Thẩm Phán TCPV Mai văn An-trái- và GS Nguyễn văn Canh)*

Giáo sư Canh cho biết vào sáng ngày 4 tháng 3, ông và phu nhân có đến nhà quàn ở San Francisco trên đường Geary để chia buồn cùng gia đình và làm lễ tiễn biệt Cố TP An, một người bạn đã giúp ông dạy môn Luật Hàng Hải tại trường Luật Sàigòn.

Trả lời câu hỏi về 3 con gái của Ông An mà tôi có nói trong bản tin trước, GS Canh cho biết rằng cháu lớn là Mỹ Hạnh. Cháu này lập gia đình có lẽ cách đây 10 năm và ông bà GS có đi dự đám cưới ở San Francisco. Vào hôm 24 tháng 2, khi đến thăm Ông An, Ông cho biết cháu Mỹ Hạnh có con trai lên 8 tuổi và ngày hôm đó *"Cha của cháu đưa cháu đi tập đánh banh ngày hôm nay."* Còn 3 đứa trẻ tuổi độ 3 hay 4, là con của hai cháu Mỹ Linh và Mỹ Dung đang nô đùa ở "phòng khách". *(Hình phải: Bàn thờ bà An ở trong Chùa)*

Hai cháu Mỹ Linh và Mỹ Dung học rất giỏi, trước đây cùng được nhận vào Đại Học Stanford và sau đó tốt nghiệp. Điều hay là cả hai cháu sau khi tốt nghiệp cùng được tuyển dụng vào làm một công ty, hình như ở Palo Alto. Hai cháu này thuê nhà tạm ở Foster City, bên cạnh thành phố GS Canh ở. Vào lúc đó bà An bảo 2 cháu liên lạc với 'Bác Canh' về vấn đề nhà ở để được an toàn. Các cháu có lại thăm vào một buổi tối…

Ngày 24 tháng 2, khi đến thăm ông An vì chỉ có độ hơn ½ tiếng đồng hồ, GS Canh nói là vội phải đi đến chùa dự lễ cầu siêu cho bà An được tổ chức vào lúc 2 giờ chiều ở chùa. Giáo sư Canh nói trước khi đến chùa:*"Sức khoẻ của Anh rất tốt, trí óc minh mẫn. Anh cố gắng sinh hoạt bình thường dù không xuống đường phố để đi bộ như trước."* Tuy nhiên, Ông An mất ngay ngày hôm sau, 25 tháng 2 vào lúc 2 giờ chiều.

Về bà An, thân mẫu Giáo sư có nhận định gì không mà Ông An khi nói chuyện có nói một chi tiết là *"nhà tôi khóc, lúc thăm Bà Cụ Thân sinh..."*, dù vào lúc đó Ông An còn đang giam tại Miền Bắc.

"Bà An có hẹn xuống thăm và tôi ra bến xe buýt đón bà ấy và 3 cháu về nhà. Bà Cụ nói chuyện với bà ấy, tôi chỉ ngồi nghe. Tôi được biết rằng bà An trước đây du học ở Canada, khi về nước lấy Ông An. Vào lúc này ông An đã 50 tuổi. Bà An là người ăn nói, nhỏ nhẹ, rất mực từ tốn, hiền lành, có một nhân cách đáng nể trọng. Bà Cụ rất cảm động về sự can đảm, chịu đựng và cách chống trả với các khó khăn của người đàn bà tỵ nạn đơn độc, vừa phải đi làm để nuôi 3 con còn nhỏ, dù phải tự đứng trên đôi chân của mình." Bà An kể với Cụ về những nỗi cơ cực sau khi đến San Francisco: *"Sau những buổi đi học đầu tiên, các cháu còn nhỏ quá về nhà không có ai trông nom, 3 chị em sau khi vào nhà Khóa cửa lại, ôm nhau khóc, chờ mẹ đi làm về."* Bà An cho biết không có thân nhân ruột thịt ở San Francisco, ngoại trừ có người em là cựu Thẩm phán Hồ đắc Cần cũng ở thành phố này. Thẩm phán Cần cũng gặp rất nhiều khó khăn trong cuộc sống mới. Bà An rất mực ca tụng "mợ Cần", tuy nhiên sự giúp đỡ cũng có giới hạn vì "mợ ấy" phải đi làm, hình như cho Sở Xã Hội San Francisco , vì vậy thỉnh thoảng đến vào ngày nghỉ. Có lẽ vì Bà Cụ cảm thông được những nỗi chịu đựng ấy mà Bà An khóc.

Bà An cung cấp tin tức về tình trạng ông An cho tôi.

"Về sau, mỗi khi có tin tức gì mới về ông An, Bà ấy và 3 cháu trên đường đi xe buýt xuống thăm người cháu ở Santa Clara, dừng lại ghé lại thăm nhà tôi ở tiệm ăn và đưa tài liệu hay tin tức để cập nhật hồ sơ cho Ân Xá Quốc Tế".

Về tình hình sức khỏe của bà An, Ông ấy cho biết rằng trong 3 tháng cuối cùng bà An nằm liệt giường, không còn hay biết gì vì bệnh loãng xương.

Về ông An, GS Canh cho biết Ông rất rất quý mến Ông An về cách cư xử của Ông. *"Chừng 2 tháng sau khi ông đến Hoa Kỳ theo chương trình HO, Bà Ginetta Sagan trong một buổi họp, có hỏi tôi về tình trạng Gia đình và nhất là sự thích ứng với đời sống, cũng như sinh hoạt của ông An. Bà Sagan nói vì lợi tức của Bà An, không có nhiều, chắc là đời sống vật chất không đầy đủ. Hội của Bà ấy có một ngân khoản để biếu ông ấy".* Bà Sagan nói *"đây là một vấn đề tế nhị, chúng tôi không dám đưa ra đề nghị và yêu cầu GS Canh cho ý kiến."* Tôi trả lời rằng tôi cũng không biết. Tuy nhiên, có một điều tôi có thể làm được là tôi sẽ hỏi thẳng ông ấy, và xem câu trả là gì. Tôi gọi cho Ông An : *"Bà Sagan có đề nghị Aurora Foundation có ý nghĩ biếu Anh một số tiền để góp thêm cho chị An bớt phần lo lắng. Anh nghĩ như thế nào?"*

Ông An cho biết ông ấy rất đội ơn sự lo lắng của Bà Sagan, Ân Xá Quốc Tế và tổ chức của Bà Sagan, nhưng *" Tôi không dám nhận sự giúp đỡ này. Tôi bắt đầu được hưởng sự trợ giúp của chính phủ và mỗi tháng được $200, vì nhà tôi còn đi làm."*

Chi Hội Ân Xá Quốc Tế và Aurora Foundation mà Bà Sagan làm Giám Đốc có tổ chức một buổi tiếp tân long trọng để chào mừng Thẩm Phán Tối Cao Pháp Viện VNCH Mai văn An đến đoàn tụ với gia đình, tại tư gia một hội viên ở Atherton. Nhân dịp này Ông bà LS Vũ ngọc Tuyền, LS Trần thiện Hải được mời tham dự. Hai gia đình ông bà Luật sư này là những người liên tục đã đóng góp tích cực, không ngưng nghỉ, không mệt mỏi vào các công tác của Ân Xá Quốc Tế về nhân quyền ở Việt nam, trong đó có hồ sơ của Thẩm Phán Tối Cao Pháp viện Mai văn An, kể cả có buổi họp rất muộn vào giờ tối: *"Có một lần, Hoa thịnh Đốn cử một cô Luật sư sang gặp tôi. Luật sư ấy bận họp ở một nơi khác ở San Francisco, và xin hẹn gặp gấp và sớm ngày hôm sau phải ra phi trường. Hai ông bà Tuyền và Hải cũng có mặt như trong buổi họp này."*

PHẦN II: CHƯƠNG TRÌNH THĂM VIẾNG

Trở về chuyến đi xuống Nam California, GS Canh điện thoại muốn tôi đi cùng và chương trình thăm viếng có thể mất một tuần, không những thăm TP Trân Văn Liêm, LS Trần Thiện Hải, thăm T/S Trần Huy Bích, , Thẩm Phán Tòa Án Hành Chánh Trần trọng Khuê, mà còn chia buồn với Bà Trần Như Tráng nữa.

Tôi không thể từ chối vì những vị này đối với tôi đã quen thuộc, nhất là Giáo sư và cũng là TP/TCPV Trần văn Liêm. Tôi đã có dịp nhiều lần cùng GS Canh đến tư gia thăm Ông bà và hân hạnh có dịp dự tiệc do ông bà khoản đãi khi ái nữ của GS Canh lúc vừa đậu Tiến Sĩ Hóa Học ở UCLA College of Chemistry và được mướn dạy tại trường này từ thập niên 1990.

Ngày 6 tháng 3, chúng tôi cùng phu nhân của GS Canh đi xuống nhà con gái GS Canh ở San Diego. Chúng tôi lái xe mất khoảng 10 giờ, thật là vất vả vì hôm đó trời mưa và bầu trời âm u, ảm đạm như mọi người muốn khóc.

THĂM ÔB. LS TRẦN THIỆN HẢI

Ngày hôm sau, 7 tháng 3, chúng tôi lên thăm ông bà LS Trầm Thiên Hải ở Fullerton. Đường đi, mất gần 2 giờ lái xe. Trong cuộc hội ngộ này chúng tôi rất vui. Khi trò chuyện, phu nhân của LS Hải, bà Nguyễn thị Ngọc Dung, Gíao sư Học Viện Quốc Gia Hành Chánh, cho biết là đã tập sự tại VP/LS Nguyễn Lâm Sanh được gần 3 năm rồi bỏ vì đã bị LS Trần Thiện Hải "vồ" mất. Bà toan vào nghề "thày cãi" vì chiều theo ý muốn của 'ông già' muốn trong gia đình có Luật sư. Sau đó bà chuyển sang phục vụ tại Học Viện Quốc Gia Hành Chánh vì đã có LS Hải thay thế. Nói về thành hôn với phu nhân, Ls Hải vừa cười vừa nói rằng trước hết Ông "bắt" bà phải học lớp "Phong Tục Học Đối Chiếu" (đặc biệt là con gái "Nam Kỳ", lại chỉ học trường đầm (Marie Curie), không biết rành tiếng Việt nữa). Khi đỗ rồi mới được cưới để tránh va chạm văn hóa. Bà kể rằng khi về nhà chồng, Bà Cụ thân sinh LS Hải bảo cô con dâu đi lấy giúp "cái môi." Cô con dâu mới này quýnh quáng hỏi chồng cái môi là cái gì, vì không lý lại là cái môi trên miệng. *Hình trái: Ông Bà LS Hải với Ông Bà GS Canh (đứng); Hình phải Ông Bà LS Hải chụp với Ô. B. GS Canh (ngồi)*

Nói tới câu chuyện vui này tôi thấy hai vợ chồng LS Hải có tinh thần trào phúng và trí nhớ rất minh mẫn. Tôi bèn hỏi thêm về tuổi tác và sức khỏe. Bà Hải nói là đàn bà kỵ nói tuổi, cho biết là *"tuổi của tôi còn nhỏ hơn Anh, một tuổi mà."* Còn Ông thì nói tuổi đã 83 rồi, sức khỏe cũng có vài rắc rối như gân cốt không còn dẻo dai. Ông tập vận động theo TV ngày hai lần. Bà Hải cho biết thêm khi nói chuyện với anh Hải là phải nói lớn vì một bên tai "lười làm việc". Sau đó Ông Bà mời chúng tôi ăn phở do bà nấu:

Xin Tặng Ông Bà LS Hải mấy câu thơ:

Luật Sư Hải trông chưa thấy già;

Dù rằng tuổi mới…tám mươi ba (83); Súng bắn sau lưng nghe văng vẳng (1); Đối thoại oang oang vỡ cả nhà !

Bà Hải trông vẫn hãy còn trẻ; Thế mà lại có lắm tài ba;

Người Nam biết nấu cả phở Bắc;

Thưởng thức ngon hơn phở Bolsa!

(1) Xin phép LS cho tôi trào phúng cho vui, tai của LS còn tốt lắm.

Sau hơn hai giờ thăm Ông Bà Hải chúng tôi cáo lỗi đến thăm GS.Trần huy Bích. Trên đường đi GS Canh cho biết là *"Anh Bích là bạn học cũ. Khi dạy trường Võ Bị Đà Lạt, anh ấy đã được học bổng đi du học ở Mỹ, sau đó đỗ Ph. D. ở Đại Học Texas, Austin, viết luận án về Trung Hoa và rồi về làm việc tại Đại Học UCLA. Sau khi về hưu, GS Bích còn tiếp tục giúp USC một thời gian nữa. Anh Bích đã sắp xếp việc đến thăm với chị Trần Như Tráng."* *(Hình bên: Ô. B. LS Hải chụp với bà Canh và LS Đỉnh)*

PHẦN III. THĂM VÀ CHIA BUỒN VỚI BÀ TRẦN NHƯ TRÁNG:

GS Trần như Tráng là bạn học thời Trung Học và về sau là đồng nghiệp tại Đại Học Luật Sài gòn. Khi GS Tráng mất, và tang lễ được tổ chức vào ngày 28 tháng Chạp, trước Tết Quý Tỵ vừa qua, GS Canh không xuống được. Khi GS Tráng bị "stroke", GS Canh điện thoại cho GS Trần huy Bích, trước đây thuộc Đại Học University of Southern California, một bạn học từ trước để xem các bạn hữu giúp đỡ Bà Trần như Tráng và hai cháu như thế nào. GS Bích cho biết đã có phân công cho 3 người: GS Bích, Đại Tá Trần minh Công và GS Phạm Lệ Hương, dạy Thư Viện học, Đại Học Vạn

Hạnh trước đây. 3 người thường xuyên thay nhau túc trực ở ICU, Irvine, và rồi ICU, UCLA, và rồi khi GS Tráng mất, tiếp sức Bà Tráng trong công việc tang lễ.

GS Canh nhờ GS Bích sắp xếp để GS Canh và phu nhân xuống thăm. *Hình: GS Phạm văn Quảng, GS Đặng bá Huy, LS Trần thanh Hiệp, Bà Trần như Tráng, Bà Thân trọng Nhân, Phu nhân GS Nguyễn văn Canh, Ông Thân trọng Nhân, GS Nguyễn ngọc Kỳ, GS Trần huy Bích.*

Nhân dịp này, có một số vị biết và tham dự khi thăm mộ GS Tráng: LS Trần thanh Hiệp đang lúc viếng thăm Nam California, GS Nguyễn ngọc Kỳ, Chủ tịch Hội Bắc Ninh, GS Phạm văn Quảng, dạy ở Đại Học Sư Phạm, GS Đặng bá Huy, đặc biệt là có cả ông bà Thân Trọng Nhân, cả hai đều là môn sinh của GS Canh. Ông Nhân là cựu Chủ tịch Hội Ái Hữu Sinh Viên Vạn Hạnh.

Đại tá Trần minh Công vì có hẹn với Bác sĩ nên đến muộn.

Ngỏ lời tiễn biệt muộn màng trong dịp này, GS Canh hết lời ca ngợi người bạn học cũ và cũng là đồng nghiệp, đã đóng góp công lao "to lớn" và công tác chấn chỉnh lại trường Đại Học Luật Khoa Sài gòn từ năm 1973 trở về sau, nhờ đó mang lại một luồng sinh khí mới, chuẩn bị nền tảng cho một chương trình cải tổ sâu rộng, giúp gia tăng đóng góp hữu hiệu hơn cho công tác xây dựng một nền dân chủ pháp trị vững mạnh tại Miền Nam, trong khi phải đối phó với cuộc chiến tranh khuynh đảo của Việt cộng.

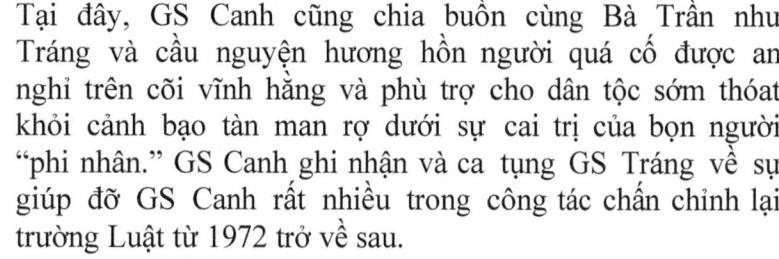

Tại đây, GS Canh cũng chia buồn cùng Bà Trần như Tráng và cầu nguyện hương hồn người quá cố được an nghỉ trên cõi vĩnh hằng và phù trợ cho dân tộc sớm thoát khỏi cảnh bạo tàn man rợ dưới sự cai trị của bọn người "phi nhân." GS Canh ghi nhận và ca tụng GS Tráng về sự giúp đỡ GS Canh rất nhiều trong công tác chấn chỉnh lại trường Luật từ 1972 trở về sau.

GS Nguyễn ngọc Kỳ cũng có phát biểu đôi lời, có nhắn đến và đang thực các khuyến cáo của GS Tráng về đường hướng hoạt động của hội Bắc ninh với giới trẻ.

Sau đó, GS Canh cùng quý vị quan khách viếng thăm mộ phần của phu nhân GS Trần huy Bích, đặt ngay kế cận, trên cùng một khu đồi nhỏ.

Hình trên: GS Đặng bá Huy, LS Nguyễn văn Định, LS Trần thanh Hiệp, Bà Trần như Tráng, Bà Nguyễn văn Canh, Bà Thân trọng Nhân, GS Nguyễn văn Canh, GS Nguyễn ngọc Kỳ, GS Trần huy Bích, Ông Thân trọng Nhân (không có trong Hình: Đại tá Cảnh Sát Trần minh Công, đến muộn, vì đi khám Bác sĩ)

Trong dịp này tôi có dịp gặp LS Trần Thanh Hiệp, ông cho biết từ Pháp sang thăm Hoa Kỳ trong 3 tháng, ở bên miền Đông được hơn một tháng rồi. Trông LS Hiệp già nhưng Sức khỏe còn tốt. Khi tôi hỏi thêm LS Trần Nguyên Bổng, em LS Trần Thanh Hiệp. Ông nói ông Bổng bây giờ ở Canada. Gặp ông ở nghĩa trang nên nói chuyện không được lâu. Tôi chỉ biết LS Hiệp sang Pháp từ lâu, văn phòng của ông để cho LS Trần Nguyên Bổng điều hành. Ông thường tham gia sinh hoạt chính trị ở Pháp, nếu tôi không lầm ông có lần đã làm chủ tịch hội đầu tiên Văn Bút Quốc Tế Việt nam và cũng đã lên tiếng về chủ quyền Hoàng Sa và Trường Sa của VN…Được hỏi là Luật Sư có liên lạc với GS Thúc không. Ông nói là thỉnh thoảng.

Tôi nhớ là GS Vũ Quốc Thúc rất trăn trở về hiện tình đất nước. Tôi đã có dịp dùng cơm với GS Thúc và GS Canh năm 2006 tại Quận 13 Paris, GS Thúc đã thảo luận với GS Canh nhiều về vấn đề Trung Lập hóa VN...

PHẦN IV. THĂM GS TRẦN VĂN LIÊM

Ngày 8 tháng 3, chúng tôi từ San Diego lên Sunset Manor trên đường Nevada, El Monte City. Ông đã chuyển từ Viên Dưỡng lão ở Temple City sang viện dưỡng lão này cách đây hơn 1 năm. Cơ sở này sạch sẽ hơn trước và có lẽ rộng hơn. Sau khi ghi tên thăm viếng, cô manager trong văn phòng chạy ra đích thân đưa chúng tôi đến tận phòng của GS Liêm. Trong khi đi, cô giới thiệu cơ sở này có hai khu vực. Một khu ngoài dành cho những người khỏe mạnh, còn khu kia dành cho những người cần điều trị. Khi đi qua cửa lớn để sang chỗ GS Liêm nằm, tôi thấy bảng ở trên khung cửa là ACUTE AREA.

Bước chân vào trong phòng số 31 chúng tôi thấy có 2 người nằm. GS Liêm ở phần 31A. Chúng tôi ra phòng Nurse nhờ liên lạc với bệnh nhân tên là Bình, đã ở đây 18 năm. Anh không nói được nên biết cách nói chuyện với GS Liêm. Người Nurse giới thiệu anh Bình với chúng tôi. Anh Bình (lái xe lăn chạy bằng máy) tới chỉ chỗ lấy giấy bút và clipboard để giúp nói chuyện bằng cách viết.

Tôi thấy GS Liêm có khó khăn về cổ họng. Sau đó cô cháu của GS Liêm, chị Điệp đến và cho biết là ông thiếu dưỡng khí nên Bác sĩ cho ống dưỡng khí qua cổ để thở và ăn bằng ống Nutrition vào bụng. Vì thế GS Liêm không nói được. Khi nói chuyện với GS Canh, ông muốn nói, nhưng lại bị ho. Khi vào thăm, GS Liêm đang ngủ. Theo lời chỉ dẫn của LS Hải, GS Canh nắm tay GS Liêm lắc nhẹ, đánh thức ông dậy và được chị Điệp đưa 'bản đàm thoại viết' do LS Hải soạn làm mẫu, để nói chuyện với GS Liêm:

- Write down what you see?

@ I see all the pictures.

- Pictures of what?

@ Pictures of me and my friends.

- What kind of pictures?

@ Pictures of my friends..

A.   Sau đây là vài lời đàm thoại của GS Canh với GS Liêm bằng cách viết để trắc nghiệm trí óc xem GS Liêm còn minh mẫn không?:

Xin xem hình chụp các cuộc đàm thoại bằng cách viết đính kèm

- Thí dụ : Anh có HAPPY ở đây không?

@ Ông Liêm viết : Có.

- LS Đinh chụp hình Anh cho cựu Sinh Viên biết:

@ Cám ơn Luật sư

-Năm nay anh bao nhiêu tuổi?

   @ 100 tuổi. *(GS Canh cho biết GS Liêm sinh năm 1925)*

-Rất Mừng anh khỏe mạnh.

@ Ông gật đầu.

-Có nhớ tên Giáo Sư nào ở trường Luật không?

@ Nhớ tên GS Vũ Quốc Thúc.

- GS. Canh viết: GS Thúc ở Pháp, vẫn khỏe mạnh.

- GS Canh viết: Anh Mai Văn An mới mất. Anh biết không?

@ Không.

- Lúc thăm anh An, Anh An nói với tôi là anh còn người em nữa là BS Thống?

@ Không có.

- Có phải BS Tôn là em của Anh? *(Chị Điệp nhắc là BS Tôn)*

@ . Có

- GS Canh : Còn người anh nữa là Trần Hữu Thế?

@ Anh thứ Bảy, Mất ở Pháp.

- GS Canh viết Hồi nào?

@ Lâu rồi.

(Ghi Chú: GS Trần hữu Thế là Tổng Trưởng Giáo Dục thời Tổng Thống Diệm)

- GS Canh : Tôi và LS Định xuống thăm, anh có vui không?

@ Cám ơn

Tôi nói nhỏ :" Giáo Sư tra tấn Ông Liêm quá nhiều? (Xin lỗi trào phúng)

-GS Canh viết : Anh mệt chưa?

@ Mệt.

- GS Canh: Hôm nay GS Canh có hành hạ GS Liêm không?

@ Không.

- GS Canh: Anh còn muốn nói gì với đồng nghiệp và cựu sinh viên không?

@ Không.

GS Canh : Có biết GS Canh là ai không?

@ Có.

Nói chung GS Liêm vẫn khỏe mạnh, tỉnh táo, da mặt đầy đặn và hồng hào. Chúng tôi cầu chúc ông được mau bình phục và nhiều sức khỏe.

Để cho Ông được vui, GS Canh và tôi chụp tấm hình bên cạnh giường ông nằm.

3 năm trước chúng tôi xuống thăm GS Liêm ở một nursing home khác. Lúc đó Ông không nhận ra GS Canh

----

Khi ra về tôi không khỏi bùi ngùi nghĩ tới cuộc đời còn lại trong nhà dưỡng lão: Khi rời nhà già lúc ra về;

Thấy cảnh tượng này mà ớn ghê; Người ngồi xe lăn, lăn lui tới; Người nằm, nằm thở đến

hôn mê

B. Kèm theo đây hình chụp cuộc đàm thoại giữa GS Canh và GS Liêm.

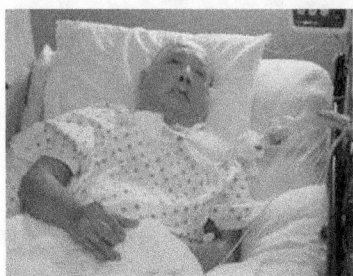
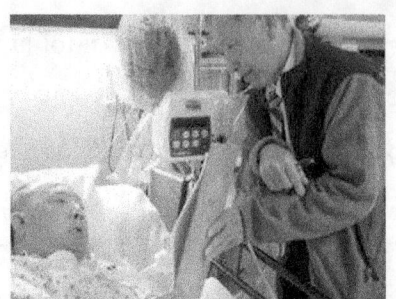

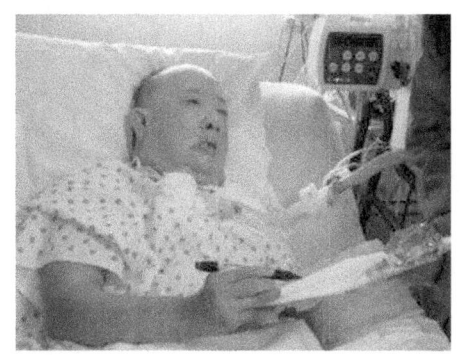

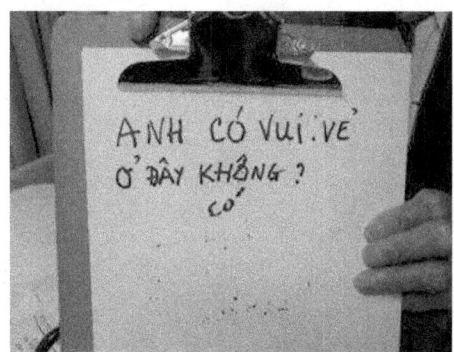
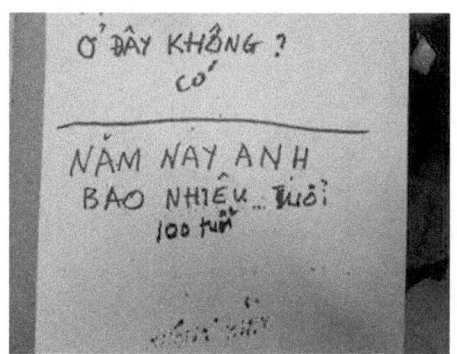
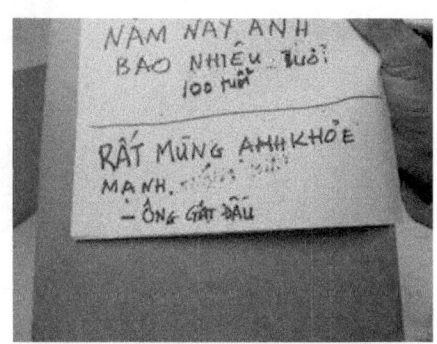
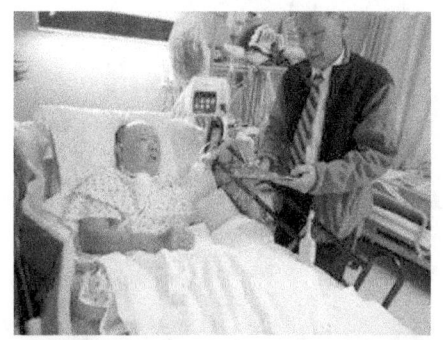
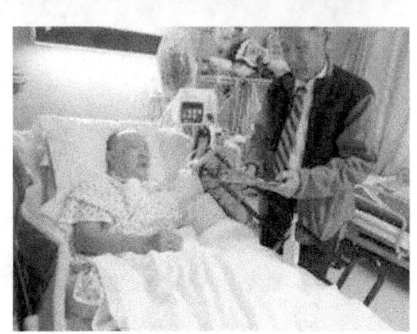
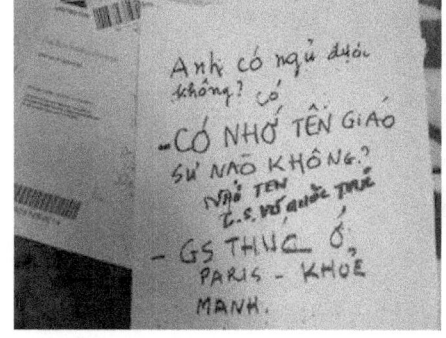

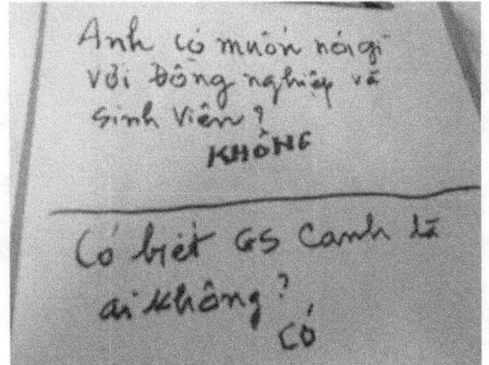
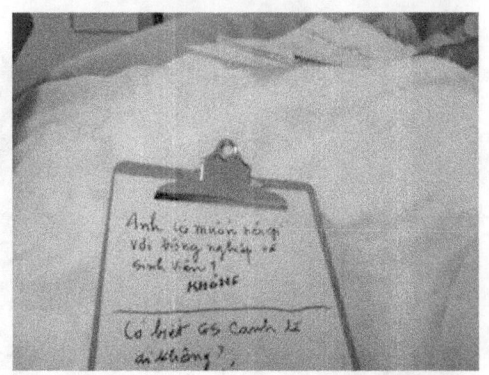
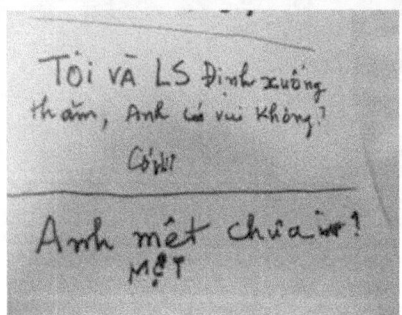
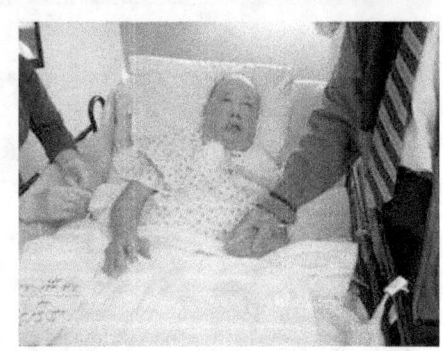
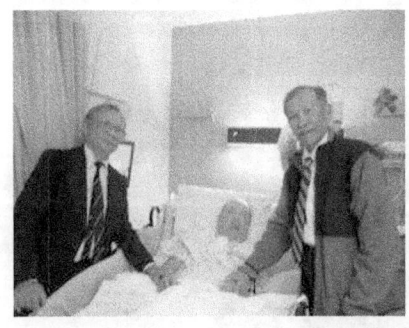
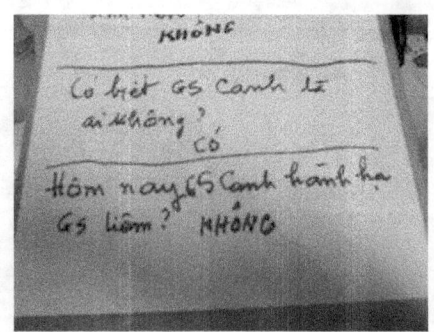

PHẦN V. THĂM THẨM PHÁN HÀNH CHÁNH TRẦN TRỌNG KHUÊ

Ngày 9 tháng 13 chúng tôi đi thăm T/P Trân trọng Khuê:

GS Canh điện thoại nhiều lần, để lời nhắn, nhưng không có trả lời. E rằng có gì 'trục trặc', GS Canh quyết định tới nhà. Nghe tiếng gõ cửa, có tiếng trả lời. Chờ một lúc khá lâu, T/P Khuê ra mở cửa. Hỏi về tại sao không nghe điện thoại. Ông nói khi tôi đi tới nơi để điện thoại, thì đã bị 'cúp'. Ông di chuyển rất chậm chạp.

Chúng tôi, gồm GS Canh, phu nhân GS Canh, tôi và con gái GS Canh đến thăm.

Về gia cảnh, Ông Khuê ở San Diego trong căn nhà yên tĩnh. Ông có người con gái là Luật sư đã lập gia đình với một người chồng cũng là luật sư và đang hành nghề tại Los Angeles.

Bà Khuê đã qua đời cách đây hơn 3 năm. Ông sống một mình. Có một người sinh viên y khoa 'share' phòng của nhà ông. Như vậy, cũng có người giúp đỡ. Cụ thân sinh ra ông là cụ Trần trọng Dư, Chưởng lý Tòa Thượng thẩm, Sài gòn.

Tôi nhìn thấy bảng dát vàng treo trên tường để nói về năm mà thân phụ của ông, mất là

năm 1999, hưởng thọ 100 tuổi.

Hỏi về tình trạng sức khoẻ và lý do di chuyển quá chậm, Ông cho biết rằng ông bị Gout nặng, nhất là ở đầu gối. Chúng tôi nói chuyện về thời gian còn ở Sài gòn, về một số bạn bè...

Ngay khi vào trong nhà ông còn nhớ tên tôi, vì ông thường đến thăm GS Canh. Ông nói ông hơn tôi 1 tuổi. Ông bị đau khớp xương nên đi lại có phần khó khăn mặc dù phải chống gậy. Ngoại trừ bệnh Gout ra, sức khỏe của ông tốt. Chúng tôi có chụp chung với ông những tấm hình để kỷ niệm.

Hình chụp rất mờ vì thiếu ánh sáng, nên không kèm theo ở đây.

Sau đó Thẩm phán Khuê ngỏ ý đến thăm chúng tôi vào ngày hôm sau Chủ Nhật 10 tháng 3,13. Chúng tôi ái ngại về sự di chuyển khó khăn của Ông và phải về lại Bắc Cali sớm, nên phải hủy bỏ cuộc gặp gỡ này.

Cầu chúc TP Khuê nhiều sức khỏe và bình an.

Trên đường về mất gần 10 giờ lái xe, Tôi cảm thấy mệt mỏi vì ngồi lâu trên chặng đường dài nhưng cũng cảm thấy vui vì đã thăm viếng được những người mà tôi rất quý mến.

Kính thông báo Nguyễn Văn Định

Ngày 14 tháng 3 năm 2013

HỒ SƠ VII. VÀI HOẠT ĐỘNG KHÁC

1. Ứng cử vào Thượng Viện VNCH, Pháp Nhiệm II, bầu cử ngày 30 tháng 8 năm 1970 (tờ quảng cáo này được tìm thấy ở Văn Khố của Hoover.)

Tác giả là Thụ Ủy Liên Danh Bông Lúa, của Đại Việt Cách Mạng, được hơn 625,000 phiếu, đứng thứ 4, trong khi Luật qui định chỉ lấy 3 liên danh (30 người thay thế cho 30 TNS mãn nhiệm kỳ I)

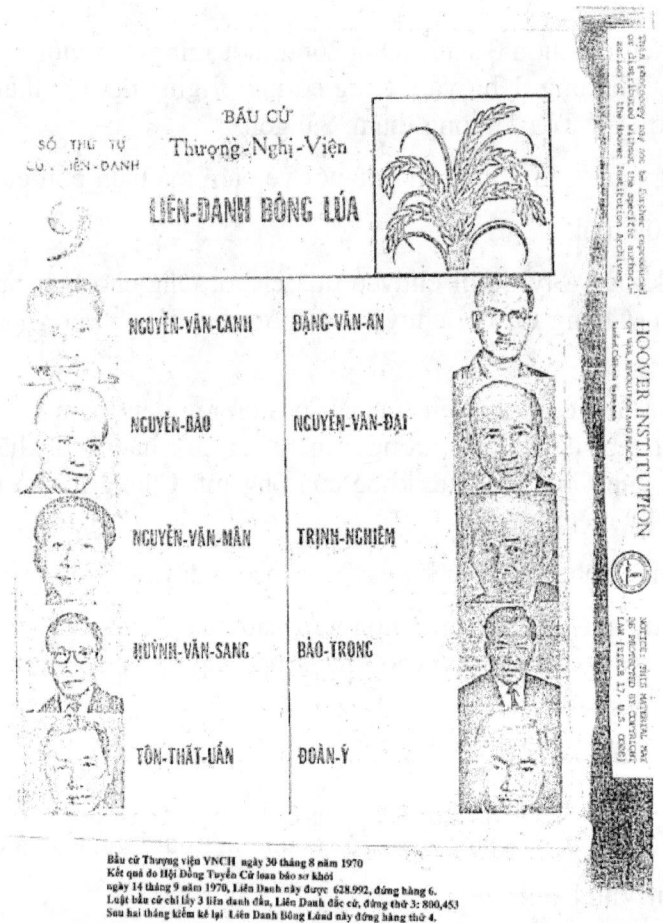

10 người trong Liên Danh của tôi: Tr.Tá Đặng văn An; GS Nguyễn Bào, dạy tại Đại Học Đà Lạt; Luật Sư Nguyễn Đại; Cựu Thượng Nghị Sĩ Nguyễn văn Mân (Pháp nhiệm I); Ông Trịnh Nghiêm, lãnh tụ Nghiệp Đoàn; Ông Huỳnh văn Sang, Giáo sư; Ông Bảo Trọng, Giám Đốc Công An Trung Phần; Cựu Thượng Nghị Sĩ Tôn Thất Uẩn (Pháp Nhiệm I) và Luật sư Đoàn Ý.

Truyền đơn Chiêu hồi.

Tác giả làm Phụ Tá Tổng Trưởng Chiêu Hồi (1969)

(Có một người cho tác giả truyền đơn này)

Tiền Rúp của Liên Bang Sô Viết – 10 đồng
(nhân dịp đi dự Hội Nghị QT Nhân Quyền II, Leningrad, 1990)

3) Bản chụp trang nói về tác giả trong cuốn "Mặt Thật của Tướng Ngụy" của Việt Cộng, Chương XIX viết về Trường Cao Đẳng Quốc Phòng mà chúng gọi là "Lò Bát Quái", sau khi chúng chiếm Sài gòn.

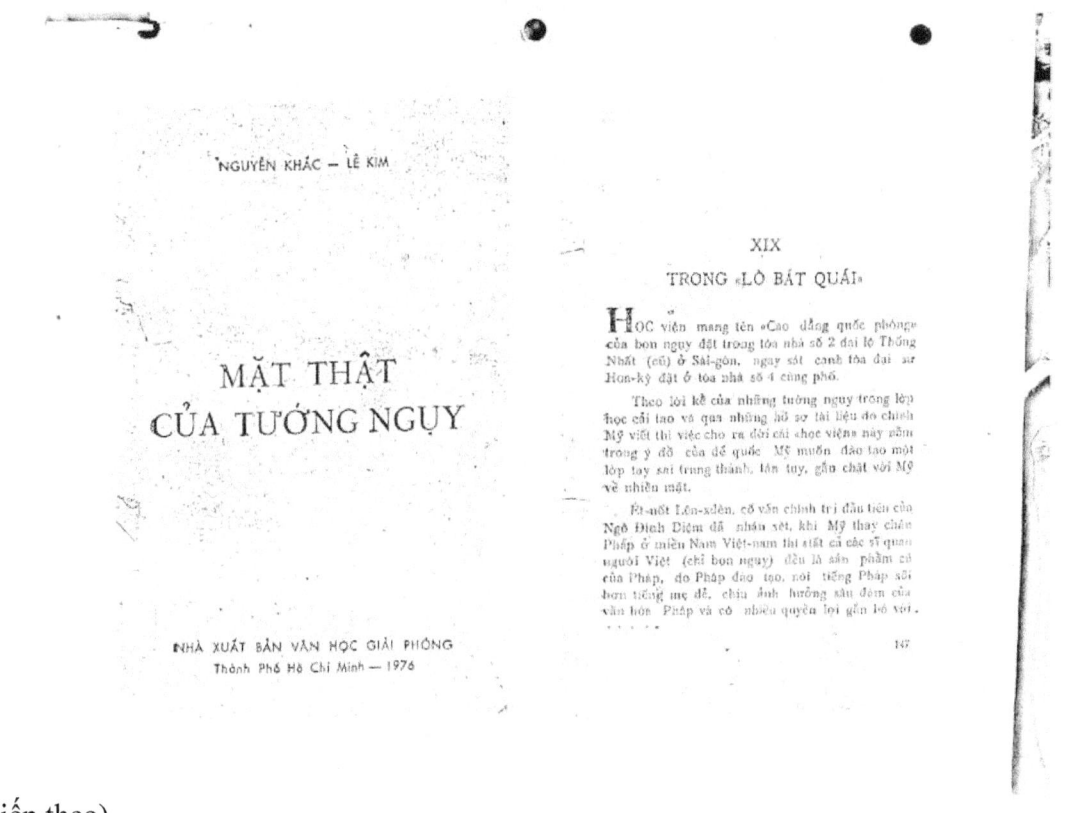

(tiếp theo)

Điểm mặt một số các "thầy dạy" quen thuộc của trường "Cao Đẳng Quốc Phòng" ngụy, người ta thấy ghi trong danh sách có:

………

" Giáo sư" Nguyễn văn Canh, được giới thiệu là "tiến sĩ luật, giảng viên quen thuộc của trường đại học Phật Giáo" nhưng trên thực tế ai cũng rõ là mật vụ, đã từng là " chuyên viên phủ tổng thống, phó tổng thư ký Ủy ban phối hợp tình báo quốc gia" phụ trách thuyết pháp vấn đề chính trị và cộng sản"

………

Từ năm 1968 đến 1975 trường "Cao đẳng quốc phòng" ngụy đã tiến hành được 6 Khóa, cho ra lò được gần 250 "tướng lãnh" và "chính khách" được trang bị đủ loại lý luận phản động và đủ mọi mánh khoé thâm hiểm để làm tay sai cho Mỹ. Thế nhưng quan thầy Mỹ vẫn không tìm ra được một tên tai sai nào ra hồn trong đám Khóa sinh tốt nghiệp từ cái trường "cao đẳng" này mà nhiều tướng ngụy " Khóa viên" thường mỉa mai là cái "lò bát quái", một thứ "mê hồn trận" vì bị nhồi nhét đủ thứ lý thuyết và các danh từ hỗn độn làm họ " nhức đầu", "chẳng hiểu gì cả"…

5. GS Nguyễn khắc Kham và vấn đề Hoàng Sa & Trường Sa.

Một hôm vào 1994, GS Kham gọi tôi nói rằng *"tôi có bài báo tiếng Tàu tường thuật 2 học giả TC sang Đài Loan họp với cả trăm người và họ ra một tuyên bố rằng Hoàng Sa và Trường Sa là của Trung Hoa, rằng họ kêu gọi Hoa Kiều khắp nơi trên thế giới tiếp sức với họ tìm kiếm và đưa ra bằng cớ Trung Hoa có chủ quyền trên 2 quần đảo này"* và còn nói: *"Giáo sư xuống gặp tôi về vấn đề này."*

Tôi xuống nhà Thày ở San Jose, và Thày nói: "Ở trong nước trí thức bị bịt miệng, Đảng Cộng sản im lặng. Vậy ở Hải Ngoại phải lên tiếng. Giáo sư làm việc này." Tôi trả lời: "Thày đứng đầu. Con đi theo và bất cứ việc gì Thày giao cho, con xin nhận lãnh." Thày nói "Tôi không làm được. Giáo sư là người có đủ tư cách phải đứng ra. Không thể im lặng được..." Tôi có cắt nghĩa là cần phải có tài liệu và Hoover không có gì cả... Thày có nói sơ qua về tài liệu và vấn đề ngưng ở đó. Tôi có điện thoại cho GS Nguyễn cao Hách, ở San Diego, CA, rồi GS Vũ quốc Thúc ở Paris về việc này. Các Giáo sư Thúc và Hách đồng ý với GS Kham là tôi phải có nghĩa vụ trên....

Tôi phải thay đổi ưu tiên công việc của tôi.

Tôi bắt đầu phải đi kiếm địa chỉ nhà phát hành để cuốn sách "La Souveraineté sur les Archipels Paracels et Spratleys" của GS Monique Chemillier-Gendreau, dạy ở Đại Học Luật Paris. Trong khi chờ đợi nhà Phát hành L'Harmattan gửi sách, thì Thầy gọi cho biết rằng Thầy đã tìm thấy sách ở Đại Học Berkeley và chụp cả cuốn đó và ra bưu điện gửi cho tôi. Tôi có hỏi làm sao Thầy tìm thấy và chụp. Thầy nói: "Tôi đi Berkeley, vào Thư viện của Trường tìm ở Catalogue. Tôi được Đại học này cấp cho tôi một card với tư cách là Associate Researcher. Tôi check out, rồi đi ra phố, chụp dần, mỗi ngày một phần rồi mang lại trả cho Thư viện, và cuối cùng gửi cho Giáo sư."

Còn nữa, Thầy tìm kiếm và chụp luôn cả Tuyển Tập P.B. Lafont về Biên Giới gồm nhiều bài khảo cứu của các tác giả là Sử Gia, Trí Thức biên khảo về Biên Giới Việt Hoa, gồm cả Hiệp Ước Thiên Tân… để tôi có tài liệu...

Một ông già, yếu, hơn 80 tuổi, đeo một túi bằng vải, quai của túi quàng vào cổ, lững thững đi bộ, từ nhà đến bến xe buýt đến thành phố Fremont, lên xe BART, đi bộ vào Thư Viện của trường, mượn tài liệu mang ra phố chụp, rồi mang trả lại…

Một hôm, tôi ghé thăm Thầy, thấy một bên tay phải mặt tím bầm, hỏi thì Thầy nói tôi "rời nhà đi Berkeley, trông thấy xe buýt đã đậu ở trạm cạnh đường. Tôi chạy vội thì vấp ngã…"

Thật là tội nghiệp. Đó là Thầy tôi.

6. GS Vũ quốc Thúc và Bạch Thư về vận động thi hành Hiệp Ước Chấm dứt Chiến Tranh và Vãn Hồi Hòa Bình, Paris, 1973

Vào năm 1984, tôi sang Âu Châu. Trước khi đi, tôi phone cho GS Thúc, hẹn gặp ông. Khi đặt chân tới Paris, tôi phone cho ông biết. Ông hẹn tôi khi nào trở lại Paris, dành một buổi cho ông vì có việc phải bàn. Đến ngày hẹn, ông dẫn tôi đến một nhà hàng khá sang. Ông trình bày công tác ông đang làm là vận động triệu tập lại và thi hành Hiệp Định Paris, 1973. Ông đưa cho tôi một cuốn tài liệu đánh máy, tiếng Pháp, gọi là Bạch Thư kêu gọi triệu tập Hội Nghị Paris 1973, và thi hành Hiệp Định ấy. Trong khi ông trình bày, một mặt tôi lắng nghe, mặt khác tôi nhìn qua dàn bài của hồ sơ dày 147 trang này. Cuối cùng, ông đưa cho tôi coi 2 văn thư: 1 của Giám Đốc Đối Ngoại Bộ Ngoại Giao Pháp trả lời về Bách Thư mà ông gửi cho Bộ này; thư thứ 2 là thư của một người là thư ký tên là Barbara… của Bộ Ngoại Giao Mỹ trả lời, nói rằng đã nhận được tài liệu mà ông gửi cho Bộ. Đó là phép lịch sự của họ.

GS Thúc nhấn mạnh rằng *"nếu có thành công, thì chỉ khi nào Hoa Kỳ có hành động. Và anh làm việc ở Viện Nghiên Cứu Hoover, Viện này đang đóng vai trò quan trọng trong chính trường hiện nay và nên xét xem có làm gì được không? Và đặt vấn đề này với Bộ trưởng Ngoại Giao George Shultz."*

Trước khi trả lời về yêu cầu của GS Thúc, tôi có nhiều nhận xét về cuốn tài liệu công phu này dù có một số vấn đề khó được nhiều người đồng ý, nói về thực trạng về chính trị của giới lãnh đạo Hoa Kỳ trong đó tôi nhấn mạnh đến ảnh hưởng của "đám tả" rất mạnh, đến nỗi nhiều người có chức phận trong chính quyền né tránh những gì có liên hệ đến Việt nam, vì sợ mất chức.

Về việc yêu cầu Bộ Trưởng Shultz có hành động, thì không có gì trở ngại. Tuy nhiên, về công tác này thì Bộ Ngoại Giao Mỹ có thể e ngại cánh tả trong quốc hội chống đối, không chắc dám hành động, vì vấn đề Việt nam vẫn còn nóng hổi, và nhất là không có gì là ưu tiên đối với Mỹ.

Tôi khuyến cáo GS Thúc rằng *"Sau khi tôi về Hoa Kỳ, Giáo sư gửi đến Hoover, cho tôi một copy Bạch Thư, gói vào hộp cho đẹp, viết cho tôi một thư bằng tiếng Pháp cũng được, yêu cầu tôi đặt vấn đề với Bộ Trưởng Ngoại Giao Shultz, một đồng nghiệp của tôi ở Hoover, lưu tâm đặc biệt với vấn đề này. Như vậy, coi như tôi không hay biết gì trước. Nhận được thư, tôi cũng bóc thư ra, tôi cầm tay, đưa cho ông Richard Burress, nguyên phụ tá cho Nixon, rồi Ford, trước khi về làm Phó Giám Đốc của Hoover. Tôi sẽ trao toàn bộ cho Ông Burress, cắt nghĩa rằng Giáo sư Thúc, hiện dạy Kinh Tế ở Đại Học Paris, yêu cầu tôi làm việc này, GS Thúc vào thập niên 1950 là thày tôi, rồi tôi trở thành đồng nghiệp, giao cho tôi làm công việc này, tôi không thể từ chối được. Tôi sẽ nhờ ông Burress mang tay sang Hoa Thịnh Đốn bàn với Ông Shultz, và yêu cầu ông Shultz trả lời GS Thúc, như vậy không có sự hiểu lầm rằng tôi nói dối. Còn phản ứng của ông Shultz, thì tôi nghĩ rằng trong Hoàn cảnh hiện nay, ông Shultz không làm gì hơn được."*

Chừng 10 ngày sau khi về, tôi nhận được tập hồ sơ, tôi bóc ra, rồi mang tay lên lầu 14 của Tháp Hoover vào văn phòng của ông Burress, nói với ông ta những gì tôi đã hứa với GS Thúc.

Ít ngày sau khi đi Hoa Thịnh Đốn về, Ông Burress cho biết tôi đã nói với George (Shultz) về việc của GS Thúc ở Paris. "Có sự hiện diện của tôi, George cho mời Gaston Sigur, phụ tá Bộ trưởng, giao trách nhiệm cho Gaston nghiên cứu đề nghị của GS Thúc, rồi báo cáo......, còn lưu ý rằng phải trả lời thư của GS Thúc"

GS Thúc trong cuốn II Hồi Ký "Thời Đại Của Tôi" có tường thuật vụ này. Tôi đã đọc. Nay tìm không thấy cuốn II này, tôi phải nhờ GS Trần huy Bích tìm và in những trang có liên hệ trong cuốn II, "scan" rồi gửi cho tôi:

Các trang 627-629

Trước Khi Khối Cộng Sản Âu Châu Tan Rã

Mặt khác, chính ông Thiệu qua đại diện của mình là Ngoại Trưởng Trần Văn Lắm, đã ký tên trong các bản thỏa hiệp. Theo pháp lý, ông có danh nghĩa hơn ai hết để xin trở lại hiệp định. Như tôi đã nói, chính điểm này khiến cho những kẻ thù ghét ông Thiệu đã vội vàng nhao nhao chống lại, thay vì ý thức rằng vãn hồi hiệp định Paris tức vãn hồi Cộng Hòa Việt Nam dưới vĩ tuyến 17, họ chỉ nghĩ một chuyện là ông Tổng Thống Thiệu, một người họ ghét có thể được phục chức. Óc bè phái đã khiến họ quên quyền lợi tối thượng của dân tộc.

Trên đây tôi nói về nội dung cuốn bạch thư mang tựa "Chiến tranh và hòa bình trên Đông Dương". Tài liệu thứ hai có tính cách hồi ký là của ông Nguyễn Thạch Vân, Bộ trưởng phủ Tổng Thống lúc ông Trần Văn Hương, quyền Tổng Thống. Ông Vân là cộng sự viên thân tín của ông Trần Văn Hương. Vì thế, ông biết rõ tâm tư của ông Trần Văn Hương trong những ngày cuối cùng của chế độ như thế nào. Cuốn hồi ký có một giá trị như một chứng cớ lịch sử. Còn tài liệu liên can tới cuộc Hội thảo ngày 7.12.1986 về vấn đề thuyền nhân cũng được công bố kèm theo bạch thư với mục đích soi sáng vấn đề vãn hồi Hiệp Định Paris, vì ta đã biết sở dĩ Ủy Ban Luật Gia Việt Nam Vận Động Vãn Hồi Hiệp Định Paris được thành lập chính là do quyết định của cuộc hội thảo này. Cuốn bạch thư đã được gởi tới những cơ quan mà tôi coi rằng có thẩm quyền như Văn Phòng Tổng Thư Ký Liên Hiệp Quốc, chính phủ Pháp, chính phủ Hoa Kỳ. Ngoài ra còn gởi cho một vài người bạn, đặc biệt GS Nguyễn Văn Canh lúc đó đang cộng tác với Viện Hoover tức "Viện Nghiên cứu chiến tranh hòa bình và cách mạng ở Đại học Stanford" tại California. Đây là một người bạn thân, một đồng sự cũ ở Trường Luật Sài Gòn. Tôi nhờ GS

627

Cạnh chuyển đạt đến Ngoại trưởng Hoa Kỳ George Shultz, vì Ông George Shultz trước kia là thành viên Đại học Stanford. Do đó ông Burress, Giám Đốc Liên kết (Associate Director) viện Hoover, sau khi đọc cuốn Bạch Thư đã gởi lên ông Ngoại trưởng Schultz với nhận định của ông. Đây là một tài liệu bằng tiếng Pháp nên cần có sự nhận định tóm tắt của một người thân với ông Ngoại trưởng Shultz, có như thế mới hy vọng cuốn bạch thư đến tay ông George Shultz và được ông quan tâm nghiên cứu. Tôi cũng gởi tài liệu này tới một số nhân vật Pháp. Để tham dự hội thảo, tất nhiên phải mời cho được một số nhân vật có danh nghĩa. Người đầu tiên, phải là ông Tổng Thống Thiệu. Như tôi đã nói, tôi đã có dịp hội kiến và thảo luận một cách sâu rộng với ông Thiệu cùng cựu Ngoại trưởng Trần Văn Đỗ, luật sư Nguyễn Đắc Khê, đại tá Mai Viết Triết ở nhà ông Nguyễn Đắc Khê tại làng Sos vào tháng 9.1986. Hồi đó, ý định tổ chức hội thảo, soạn và thảo bạch thư chưa rõ ràng, nhưng sau buổi họp này ông Thiệu nhiều lần sang Paris. Mỗi lần ghé qua Paris như vậy, ông đều gặp BS Trần Văn Đỗ, ĐT Mai Viết Triết và tôi. Ông Thiệu tỏ ý sẵn sàng tham dự hội nghị này. Ông ấy phải là đại diện chính thức tham dự hội nghị quốc tế do chúng tôi đề nghị trong cuốn bạch thư. Nếu ông Thiệu từ chối, cuốn bạch thư mất hết ý nghĩa của nó. Khỏi cần nói, ông Thiệu đã hoàn toàn đồng ý với tôi, và điều này chỉ có lợi cho ông ấy mà thôi.

Nhưng một việc bất ngờ đã xảy ra: Buổi trưa ngày 24.5.1987, tức là trước buổi hội thảo một ngày, chúng tôi họp với nhau ở nhà BS Trần Văn Đỗ, một luật sư người Hoa Kỳ, tên David Steinman xin gặp tôi và BS Đỗ nói rằng ông là cộng sự viên của ông Moynihan, Thượng Nghị sĩ (thuộc Đảng Dân Chủ - Tiểu Bang New York), đại diện không chính thức của

TRƯỚC KHI KHỐI CỘNG SẢN ÂU CHÂU TAN RÃ

Kissinger. Kissinger đã yêu cầu ông ấy tham dự hội nghị Paris để quan sát và báo cáo sự việc. Khỏi cần nói, chúng tôi không mời ông này, nhưng khi người ta ngỏ ý tham dự và lại là phái viên của một nhân vật cao cấp Hoa Kỳ, chúng tôi không có lý do gì để từ chối sự tham dự. Việc tham dự của ông ta đã đem lại cho cuộc hội thảo một tầm quan trọng ngoại giao bất ngờ. Trước kia chúng tôi chỉ nghĩ đến các nhân vật trong chính quyền Pháp mà thôi. Nếu có một tham dự viên – gần như quan sát viên do một số nhân vật quan trọng trong chính phủ Hoa Kỳ gởi tới thì càng tốt. Tất nhiên chỉ bán chính thức thôi, vì nếu chính thức chúng tôi phải đạt giấy mời đến tòa đại sứ Hoa Kỳ ở Paris. Có lẽ vì chúng tôi không mời nên đã được chú ý như thế. Luật sư Steinman cho biết rằng Hoa Kỳ không muốn ông Thiệu tham dự công khai cuộc hội thảo, vì nó có thể gây nên nhiều ngờ vực, thắc mắc, rồi sẽ có những bình luận không lợi lắm cho Hoa Kỳ. Ông ta đề nghị chúng tôi để ông Thiệu tham dự ở hậu trường thôi, đừng ra mặt, thí dụ ông ấy ở nhà riêng theo dõi cuộc hội thảo qua những người thân cận như thế tốt hơn!

Trước yêu cầu này, chúng tôi không biết làm gì hơn. Nếu ông Thiệu ra mặt sẽ có những hậu quả không lường trước được, bất lợi trước tiên cho diễn tiến của khóa hội thảo. Mặt khác, tôi không thể yêu cầu ông Thiệu đừng ra mặt khi ông ấy đã tới Paris rồi.

Sau khi hội kiến với ông Thiệu và cho ông biết đề nghị của luật sư, đặc phái viên của Kissinger như thế, ông Thiệu đồng ý sẽ đứng ở hậu trường thôi, không công khai tham dự ở hội trường nữa. BS Đỗ cũng như tôi đã tán thành quyết định của Ông Thiệu vì trong vụ này quyền quyết định thuộc về ông ta. Chúng tôi trong Ban Tổ Chức không thể xử sự vì danh tiếng riêng của mình. Bây giờ tôi nghĩ lại chuyện cũ:

629

SAU KHI KHỐI CỘNG SẢN ÂU CHÂU GIẢI THỂ

mất tích, vấn đề trẻ mồ côi Việt Mỹ và vấn đề viện trợ nhân đạo cho Việt Nam. Đây là một biến cố rất quan trọng. Nó cho tôi thấy Hà Nội đã không ngần ngại nhún mình để nịnh bợ Hoa Kỳ trong cuộc điều đình. Hà Nội đã cử Nguyễn Cơ Thạch, phó thủ tướng kiêm ngoại trưởng đồng thời là ủy viên bộ chính trị để điều đình với Tướng Vessey mặc dù ông này chỉ là một tướng lãnh hồi hưu. Trong phái đoàn Hoa Kỳ, tôi thấy có David Lamberson là một công chức cao cấp Bộ Ngoại Giao phụ trách Á châu và Thái Bình Dương. Tất nhiên hai bên thảo luận về nhiều vấn đề quan trọng khác ngoài các vấn đề được công bố.

Tôi tin rằng đây là một bước đầu để tiến tới bình thường hoá quan hệ ngoại giao giữa Hoa Kỳ và Hà Nội. Từ mấy năm nay, tôi vẫn lo ngại về sự tiếp xúc giữa Hà Nội và Hoa Kỳ. Tôi đã đoán trước thế nào cũng có một lúc cả Liên Xô, Trung Cộng, Hoa Kỳ và tất nhiên Hà Nội đều muốn đạt được một sự thỏa hiệp về Đông Dương. Chính vì vậy, tôi đã tích cực nghiên cứu để viết một cuốn bạch thư nói lên quan điểm của Việt Nam tự do khi nào họ điều đình với nhau kẻo lại bị hy sinh một lần nữa.

Tôi rất hài lòng đã đoán trúng và đã hành động đúng lúc. Kèm đây, tôi xin gởi anh một hồ sơ gồm phóng ảnh:

– *bức thư đề ngày 15.4.1987 tôi gởi cho Ngoại trưởng Hoa Kỳ George Shultz cùng với cuốn bạch thư của Ủy Ban Luật Gia Việt Nam.*

– *bức thư đề ngày 5.5.1987 của GS Nguyễn Văn Canh, cộng sự viên của Hoover Institution on War, Revolution and Peace ở Stanford, California, chuyển thư cùng bạch thư của tôi cho ông Shultz.*

– *bức thư của ông Burress, phó Viện trưởng Hoover Institution giới thiệu ông Canh và tôi với ông Gaston Sigur, phụ tá Ngoại trưởng Shultz phụ trách Á Châu và Thái Bình Dương, bức thư đề ngày 12.5.1987.*

657

– bức thư đề ngày 21.5.1987 của ông Gaston Sigur gởi cho ông Burress về vụ bạch thư của Ủy Ban Luật Gia Việt Nam.

Đọc mấy bức thư trên, anh sẽ thấy rõ chúng tôi đã âm thầm làm việc ngay từ trước khi có cuộc hội thảo ở Paris. Mục tiêu chính đâu có phải kêu gọi chính phủ và dư luận Pháp. Tôi biết trước Pháp sẽ không làm được chi hết ngoài sự tỏ thiện cảm với Việt Nam tự do. Mục tiêu của tôi là Hoa Kỳ, vì Hoa Kỳ là nước duy nhất còn chống lại Hà Nội, chưa chịu mở quan hệ ngoại giao với Hà Nội. Chỉ có Hoa Kỳ mới có phương tiện để bắt bí Hà Nội.

Sở dĩ tôi nhờ anh Canh ở Hoover Institution vì anh Canh báo tin riêng cho tôi biết là Hoa Kỳ đã bắt đầu tiếp xúc với Hà Nội, và Hoover Institution là cố vấn cho chính phủ Hoa Kỳ trong vụ này. Anh Canh đã tận tình giúp và chúng tôi đã đạt được kết quả mong muốn: Bộ Ngoại Giao Hoa Kỳ đã tán đồng quan điểm tôi trình bày trong cuốn bạch thư. Như Ông Sigur đã viết: "My staff has reviewed the paper and commended positively the historical overview presented."

Sự tán đồng nhãn quan lịch sử này hết sức quan trọng, vì có như vậy, những điều ta yêu sách và đề nghị sẽ được Hoa Kỳ yểm trợ trong cuộc điều đình với Hà Nội.

Về mặt pháp lý, ông Sigur chuyển bạch thư của tôi cho văn phòng Cố vấn pháp lý Bộ Ngoại Giao để cứu xét và khai thác. Như vậy, trong kỳ thương thuyết vừa rồi giữa phái đoàn Vessey và Nguyễn Cơ Thạch ở Honolulu, rồi ở Hà Nội, những điểm pháp lý tôi nói trong cuốn bạch thư chẳng nhiều thì ít cũng đã được ông David Lamberson đề cập.

Kết quả cụ thể rồi đây sẽ ra sao? Ta chưa thể biết, nhưng bổn phận mọi người Việt trong lúc này là phải tích cực tranh đấu. Những văn thư nói trên tôi gởi riêng cho anh để anh được am tường thời cuộc. Xin anh đừng tiết lộ kẻo hỏng đại cuộc. Tôi mong

HỒ SƠ VIII. MỘT ĐÁNH GIÁ VỀ HOẠT ĐỘNG CỦA
GS NGUYỄN VĂN CANH

Col. Gene Castagnetti, Ret., a US Vietnam Veteran

May 10, 2023

Retired Colonel Gene Castagnetti's statement on Prof. Canh's activities in the USA.

I am very proud to say something about activities that Prof. Nguyen van Canh has performed since he came to this country as a refugee.

A. The first thing is about two of his books:

1). **"Vietnam Under Communism"** published by Hoover Press, Stanford University in 1983.

There are some interesting things about this book.

a) Amazon Global ratings: 4.5 stars (or 90-95%)

b) Stanford University Professor of sociology William Hermanns dedicated to him a poem:

The language in the poem showed that the thought that Prof. Canh expressed in his book has clearly had a huge impact on the sociologist's thinking on life.

Analysis of the poem:

If we study the origin of the evil and the good from ancient times, no sin is found.

Now, what Prof. Canh describes in Chapters on Reeducation, Repression, Measures against Religions…shows people who live under communism in Vietnam suffer immensely and horribly. No action from any one all over the world is taken to prevent such an evil from happening. Moreover, in other chapters re.foreign policy, the new order uses its oppressed people such as detainees as a tool to blackmail the US government, demanding the US to lift up trade embargo, grant it the "Most Favored Nation Clause" or normalization of relations in exchange for promises to release thousands of them still being detained from concentration camps… Prof. Canh uses strong words, demanding the US Government to rescue the victims, even to take strong measures to do so. He also advises the US Government not to give away any leverage it has or it would get nothing….

The sociologist after having listened to Prof. Canh's talk about the book with Stanford faculty at the Hoover conference room, and following the talk, having had a long conversation with the author, especially about measures to be taken to get the prisoners out of prisons, he felt strongly in good terms with him, expressed a very close relationship with him, calling him **"symbol of Justice and Spiritual Protection"**, **"molding"** his thinking, and considering him as a **"God- untouchable and real."**

c) **The Free Press Association**'s nomination of his book for the Menken Award. Prof. Canh was the second fellow of the Hoover Institution who had a book nominated for theprestigious award. Before him, Thomas Sowell with his book, "Ethnic America: A History" was the only scholar of the agency who received the title.

There were more than **30 reviews and articles** on the book. In 1990, it was translated into Korean by Dr. Kim Ki Tae, Dean of the Graduate School of Vietnam Studies, Hankuk University, Seoul.

2). **Dossiers on Paracels & Spratlys and National Sovereignty**", Center for Vietnam Studies, 2020.

    a) **Amazon Global ratings**: 5 stars (or 100%).

The book was sent to all members of US Congress, and all G-20 leaders by a large number of Vietnamese organizations. The purpose is to officially declare to the world that those two archipelagoes are Vietnam's properties and also to give a serious warning with indisputable evidence to all the world leaders that Chinese communist ambitions are to conquer the whole world and the danger is imminent.

b) Prof. Canh **received a feedback** from Mr. Tim England of Canada, a retired Canadian Veteran diplomat, now living in Ottawa, Canada, sought out Prof. Canh's email address and wrote him:

"August 12, 21. Good Morning Distinguished Professor, ... I think your book is more powerful than any other documents…….At least, it was a major factor that rallied the world opinion against the communists"....

"July, 17, 22: Good Morning Distinguished Professor,... I owe you a debt of thanks for your outstanding keen mind, your book is a living testament to your keen mind, you are simply a National Treasure, not just in the US, but also a gift to the world.

I have read briefly your book, and you are simply the absolute best….."

Briefly, It is no doubt in my mind that with the two documents I have on hand, Prof. Canh has excelled in his work at the Hoover Institution, the most prestigious Think Tank in the world. He attained such a status due to his intellect.

    B. The second thing is his standout accomplishments in international activities.

Prof. Canh also gained admiration from participants and also members of the Soviet elite when he was at the International Conference On Human rights in Leningrad in September 1990. Upon having addressed the general assembly of the Conference, he was asked to be interviewed by different groups of reporters as a result of this statement; and then through a Russian newsman, Mr. Nicolay Preobrazhenski, he was asked to hold several talks with members of the Russian elite the following days. They were a Professor of Economics, a member of the Supreme Soviet, ranking member of the government.

At the site of the Conference, the two Co-Chairs spared the time to pay a visit to him and welcome him to the Conference. They were Senator Zbigniew Romaszewski, chairman of the Human Rights Commission of the Polish Senate with his staff coming from

Poland to organize the Conference and President of the Republic of Lithuania, Vytautas Landsbergis.

While on stage, after having exposed the totalitarian regime's systematic and barbarous violations of human rights, he called upon President Mikhail Gorbachev of the Soviet Union to cut off the remaining Soviet aids for the Socialist Republic of Vietnam which were about 2 US $ billion, out of 14.5 billion for the 4th five- year social and economic plan, ending in 1991, and also cut off the remaining US $700 million of military aids that fiscal year to support Hanoi in maintaining an army of 135,000 men in Cambodia. Prof. Canh also called upon the USSR Federation of Labor Unions to put pressure on the Soviet Government, and leaders of Eastern Europe countries to cut off their aids to Hanoi.

The response to his calls was positive:

a) At the end of the meeting, a few groups of reporters waited and asked for interviews. Through the press, his calls for protection of freedom and human rights for the Vietnamese people were heard at many places. Even some members of the Russian elite came to have individual talks with him at the site of the Conference.

b) Few months after the Conference, the Federation of Labor Unions of the Soviet Union in their meetings of Feb. and March,1991 voiced their demands to suspend all the aids. Their resolutions were published in Bulletins # 54 and # 56 of the organization.

c) Senator Romaszewski of Poland in his March 20, 90 letter to Prof. Canh replied to his earlier demands: *"the whole so-called "help" for Vietnam will certainly be stopped...... Hungary's and Czechoslovakia's position on the above issue is similar...."*

*****

In 2004, myself, as a leader of the Vietnam Veteran Group in Hawaii, I convinced Professor Canh to come to Hawaii to help block a resolution to establish a sister-ship relationship between the State of Hawaii and ThuaThien-Hue. The resolution was supported by the Hawaii University, Governor of Hawaii Linda Lingle, US Ambassador to Hanoi Raymond Burghardt, though our 120,000 member strong US Veterans Association was not able to defeat it at Hawaii Lower House. It was passed by the Assembly and sent to the Senate awaiting to be placed on the Senate Agenda for vote. I made an arrangement with two powerful senators to meet him. After an hour of talk, the two senators promised with him that they were going to block it. And they did it.

In conclusion, there are two men in Prof. Canh combined: a) on one hand, he is a professor, a scholar of theory; b) on the other, he is also a political activist, a man of action.

Prof. Canh has an ability to change the American thinking process.

BẢN DỊCH CỦA LS NGUYỄN NGỌC BÍCH

CỰU ĐẠI TÁ GENE CASTAGNETTI NÓI VỀ HOẠT ĐỘNG CỦA GS NGUYỄN VĂN CANH TẠI HOA KỲ.

Tôi rất hãnh diện được nói ít lời về những gì GS Canh đã làm trong vòng mấy chục năm kể từ khi ông đến tị nạn Cộng sản tại Hoa Kỳ.

A. Thứ Nhất là nói về 2 cuốn sách của ông:

1).Cuốn " Vietnam Under Communism", Hoover Press, Viện Nghiên Cứu Hoover về Chiến Tranh Cách Mạng và Hòa Bình, Đại Học Stanford, 1983.

Có ít điều thú vị về cuốn sách này.

a).Đánh Giá toàn cầu của Amazon: 4.5 sao (hay 4.5 = 90-95%)

b). GS William Hermanns, Giáo sư Xã Hội Học của Đại học Stanford tặng tác giả Bài Thơ.

Sau đây là Bản dịch:

Stanford, ngày 2 tháng 5,1984.Thân Gửi (bạn) Canh, biểu tượng cho Công Lý và Bảo Trợ về tâm linh.

> *Hãy Vui Lên*
>
> *Qua 7 năm đầu,*
>
> *hãy vui lên, cùng với tôi*
>
> *Bạn với tôi thâm tình hơn ruột thịt*
>
> *Bạn nuôi dưỡng lòng tự hào của tôi*
>
> *Từ nguồn cội xa xăm*
>
> *của điều thiện và điều ác: tâm hồn trong sáng*
>
> *Hãy đến với tôi, vuốt ve, trìu mến và vui chơi*
>
> *Bạn đã uốn nắn những suy tư, cảm xúc của tôi*
>
> *mãi cho tới cuối đời.*
>
> *Bạn là Thần Tượng của tôi—*
>
> *không ai có thể đụng tới và có thật trên cõi đời này.*
>
> *Ký tên: William Hermanns.*

Ngôn ngữ chứa đựng trong bài thơ cho thấy tư tưởng của GS Canh diễn tả trong cuốn sách này có ảnh hưởng sâu đậm đến những suy nghĩ về đời sống của nhà xã hội học này.

Phân tích bài thơ:

Nếu ta nghiên cứu về nguồn cội của điều thiện và điều ác từ cổ thời, thì không thấy có tội lỗi nơi con người. Ngày nay, những gì Giáo Sư mô tả trong các Chương trong cuốn sách về Cải Tạo, Đàn Áp, các Biện Pháp đối với Tôn Giáo,…cho thấy người dân Việt sống dưới chế độ mới này phải chịu cảnh đọa đày cùng cực. Không một ai có hành động gì tích cực bảo vệ họ chống lại các ác trên. Ngoài ra, trong các Chương khác về Đối Ngoại, Chính Quyền Mới còn dùng các người "bị trị" như tù cải tạo như một công cụ để khống chế chính phủ Hoa Kỳ, ngõ hầu thỏa mãn các đòi hỏi của chúng như bãi bỏ cấm vận, ban cấp điều khoản tối huệ quốc, thiết lập bang giao…, để đổi lại chúng thả tù nhân ra khỏi trại Tập Trung Cưỡng Bách Lao Động.

GS Canh dùng các lời lẽ cứng rắn đòi hỏi Chính Phủ Hoa Kỳ phải có nghĩa vụ cứu vớt các nạn nhân ấy, và còn đòi hỏi phải áp dụng biện pháp mạnh làm việc này. Ông cũng khuyên Hoa Kỳ đừng để bỏ mất "đòn bảy" mà Hoa Kỳ có, nếu không Hoa Kỳ sẽ trắng tay.

Nhà xã hội học này sau khi nghe GS Canh Nói Chuyện cho Đoàn Giáo Sư của Đại học, và nán lại nhiều giờ tìm hiểu thêm được các điều trên, nhất là về biện pháp ngăn chặn các ác do Cộng Sản gây ra, và tỏ ra đồng điệu với GS Canh. Ông đã gọi GS Canh là **"Biểu tượng của Công Lý, Bảo trợ về Tâm linh."** Ngoài ra, ông còn thêm " *Bạn đã uốn nắn các suy tư của tôi và các cảm xúc của tôi", "Cho tới khi tôi lìa đời, Bạn là "Thần Tượng" của tôi—một thần tượng có không ai có thể đụng tới được, một thần tượng có thật trên cõi đời này.*

c) Hiệp Hội Báo Chí Tự Do Hoa Kỳ đề nghị cuốn sách này nhận giải thưởng Menken. GS Canh là người thứ hai của Viện Nghiên cứu Hoover có sách được đề nghị nhận lãnh giải thưởng cao quý này. Người đầu tiên là Thomas Sowell với cuốn "Ethnic America: A History"

d) Có hơn 30 bài viết như điểm sách, bài báo viết về cuốn sách này. Và đến năm 1990, Tiến sĩ Kim Ki Tae, Khoa Trưởng Phân Khoa, Cao Học về Việt học, Đại Học Hankuk, ở Hán Thành dịch ra tiếng Đại Hàn.

2) Cuốn thứ hai là "Dossiers on Paracels & Spratlys and National Sovereignty", Center For Vietnam Studies, 2020.

   a) **Đánh giá** toàn cầu của Amazon: 5 stars (or 100%)

Cuốn sách được một số tổ chức Người Việt gửi cho 535 thành viên Quốc Hội Hoa Kỳ, và lãnh đạo G-2. Mục đích là để chính thức loan báo cho thế giới biết rằng 2 quần đảo Hoàng Sa và Trường Sa là của Việt Nam, và cũng còn là để cảnh giác nghiêm trọng với bằng cớ rõ rệt về âm mưu của Trung cộng là chiếm đoạt cả thế giới và nguy cơ đã gần kề;

b) GS Canh nhận được hồi âm của ông Tom England, một nhà Ngoại Giao Gia Nã Đại lão thành, hồi hưu, cư ngụ tại thủ đô Ottawa. Ông ta tìm địa chỉ và tiếp xúc với GS Canh trong năm 2021- 2022:

Sau đây là trích, dịch 2 đoạn trong một chuỗi emails của ông ta

" Ngày 12 tháng 8, 21. Chào, Giáo sư kính mến:…... Tôi nghĩ rằng cuốn sách của Giáo sư có một sức mạnh hơn bất cứ tài liệu nào khác…..... Ít nhất nó là nguyên tố quan trọng giúp tập hợp dư luận thế giới chống lại cộng sản…...

"Ngày 17 tháng 7, 22. Chào Giáo sư kính mến: Tôi có món nợ với Giáo sư về những lời cám ơn vì Giáo sư có một khối óc sắc bén tuyệt vời, cuốn sách của Giáo sư là bằng chứng cho óc sắc bén đó, Giáo sư quả là một kho báu của quốc gia, không chỉ ở Hoa Kỳ mà thôi, mà còn là phần thưởng cho thế giới.

Tôi đã đọc sơ lược qua cuốn sách của Giáo sư và Giáo sư quả thật là người giỏi nhất...

Tóm lại, tôi không có nghi ngờ gì với 2 cuốn sách tôi có trong tay, Giáo sư Canh đã chứng tỏ vượt trội so với đồng nghiệp tại Viện Nghiên Cứu của ông.

B. Thứ hai là Thành công vượt bực trong hoạt động quốc tế.

GS Canh được các tham dự viên kính nể, nhất là thành viên giới tinh hoa Soviet, khi ông tham dự Hội Nghị Quốc Tế Nhân Quyền kỳ II tại Leningrad vào tháng 9, 1990. Ngay sau khi phát biểu xong tại phiên Khóang Đại của Hội Nghị, ông được nhiều nhóm báo chí yêu cầu cho phỏng vấn; và qua nhà báo, Nikolay Preobrazhensky, một số người trong giới lãnh đạo Nga đến yêu cầu được gặp, nói chuyện. Họ là GS kinh tế học, thành viên Sô Viết Tối Cao, và viên chức cao cấp trong chính quyền.

Ngay tại địa điểm của Hội Nghị, hai Đồng Chủ Tọa Hội Nghị cử phái viên Rosycka đến gặp để sắp xếp chương trình cho mỗi Chủ Tịch đến chào mừng GS Canh. Đó là Thượng Nghị Sĩ Zbigniew Romaszewsky, Chủ Tịch Ủy Ban Nhân Quyền Thượng Viện Ba Lan và toàn ban Tham Mưu và Tổng Thống Cộng Hòa Lithuania, Vytautas Landsbergis.

Trước phiên Khóang đại gồm toàn thể 4000 người tham dự, sau khi phơi bày những vi phạm nhân quyền có hệ thống và có tính cách man rợ của chế độ toàn trị Việt nam, GS Canh kêu gọi Tổng Thống Mikhail Gorbachev của Liên Sô hãy cắt bỏ số viện trợ còn lại là 2 tỷ MK trong tổng số 14.5 tỉ cho Cộng Hòa Xã Hội Chủ Nghĩa Việt nam trong kế hoạch ngũ niên IV chấm dứt vào năm 1991, và $700 triệu quân viện còn lại của tài Khóa này để Việt cộng duy trì đạo quân 135,000 người đang chiếm đóng Miên.

GS Canh cũng kêu gọi Tổng Công Đoàn Lao động làm áp lực buộc chính quyền cắt viện trợ trên, và các lãnh đạo các quốc gia Đông Âu cắt hết viện trợ cho Hà nội.

Sự đáp ứng lời kêu gọi đó rất tích cực:

a) Khi phiên Khóang đại Hội nghị kết thúc, một số nhóm phóng viên đứng chờ ở cửa ra, yêu cầu GS Canh họp báo. Qua báo chí, lời kêu gọi của GS Canh về tự do và nhân quyền cho Việtnam có một tiếng vang ở nhiều nơi. Cũng vì thế, một số thành viên giới tinh hoa Nga đến gặp và nói chuyện với ông ngay tại Hội Nghị.

b) Vài tháng sau Hội Nghị, Tổng Công Đoàn Lao Động của Liên Bang Sô Viết trong các phiên họp tháng 2 và tháng 3, 1991 lên tiếng đòi ngưng tất cả viện trợ cho Hà nội. Các Quyết nghị của Tổng Công Đoàn được đăng trên Các Bản Tin số 54 và 56 của họ.

c) Và, Thượng Nghị Sĩ Romaszweski của Ba Lan trong thư đề ngày 20 tháng 3, 1990 đáp ứng lời yêu cầu trước đó của GS Canh:" Toàn thể cái mà được gọi là "trợ giúp" (cho Hà Nội) chắc chắn sẽ bị chấm dứt..... Hung Gia Lợi, Tiệp Khắc cũng có cùng lập trường tương tự...."

******

Năm 2004, chính tôi, với tư cách một người lãnh đạo đoàn thể cựu chiến binh Hoa Kỳ ở Tiểu Bang Hawaii, đã thuyết phục GS Canh sang Hawaii giúp ngăn chặn một nghị quyết đề nghị thiết lập mối liên hệ chị em giữa TB Hawaii với thị xã Thừa Thiên-Huế. Nghị quyết này được Viện Đại Học Hawaii vận động, có sự hỗ trợ của Thống Đốc Linda Lingle, cả Đại Sứ Mỹ Raymond Burghardt tại Hà nội, dù Hội Cựu Chiến Binh Hoa Kỳ ở

TB Hawaii chống lại ở Hạ Viện nhưng không thành công. Nghị Quyết ấy đã được đưa lên Thượng viện và chờ ghi vào Chương trình Nghị Sự để đưa ra họp và biểu quyết. Tôi đã sắp xếp với 2 Thượng Nghị sĩ có thế lực để gặp GS Canh. Sau một giờ nói chuyện về Nghị Quyết ấy với GS Canh, 2 Thượng Nghị sĩ đã chặn Nghị quyết ấy.

Tóm lại, tôi thấy có 2 con người ở GS Canh: 1 là một giáo sư, một người thiên về lý thuyết; 2 cũng còn là con người hành động,.

GS Canh có khả năng thay đổi được tiến trình suy tư của người Mỹ.

TNS. Rom và Ban Tham Mưu (Ba Lan) và Tổng Thống Cộng Hòa Lithuania Landsbergis, chào mừng Phái đoàn. BS Nguyễn tôn Hoàn đứng giữa.

HỒ SƠ CUỐI
ĐÀN CHIM LẠC VIỆT
TUYÊN XƯNG LẬP TRƯỜNG NGÀY 16 THÁNG 7, 2023

Ý thức được rằng Dân Tộc Việt có một truyền thống hào hùng, bất khuất, đã đánh bại Bắc quân trong suốt một ngàn năm đô hộ, nên không bị đồng hóa như một số dân tộc khác, và

Cũng ý thức được Bá Quyền Bành Trướng Bắc Kinh được tôi luyện trong lò Mác –Lê với kỹ thuật Leninist đã chinh phục các dân tộc khác và với Việt nam, chúng đã tạo dựng được một nhóm tay sai là Đảng Cộng Sản Việt nam và biến chúng thành Thái Thú với mưu đồ xâm chiếm Việt nam. Đó mối nguy cơ lớn cho sự tồn vong của Dân Tộc Việt:

Đàn Chim Lạc Việt gồm các anh chị yêu quê hương, yêu dân tộc ra đời để tiếp nối truyền thống đấu tranh anh dũng của các bậc tiền nhân truyền qua các thế hệ cho đến nay, để duy trì nòi giống Lạc Việt.

Để đánh dấu ngày xuất hiện trước quốc dân Việt, chương trình Trình Diễn của Đàn Chim Lạc Việt gồm có các nhạc phẩm phản ảnh lập trường, quyết tâm của các thế hệ trẻ, phấn đấu nhằm mục đích là Dân Tộc Việt được trường tồn.

ỦY BAN BẢO VỆ SỰ VẸN TOÀN LÃNH THỔ
(thành lập năm 1995)

Hội Đồng Thống Đốc chỉ đạo gồm:

- ➢ **GS Vũ quốc Thúc**, Thạc sĩ Kinh tế, Paris, Khoa Trưởng và GS Kinh tế Luật Khoa Sài gòn; sau 1975 Giáo sư Môn Phát Triển Kinh tế, Đại Học Paris.

- ➢ **GS Nguyễn cao Hách**, Thạc sĩ Kinh tế, Paris, Khoa Trưởng và Giáo sư Kinh tế Luật Khoa, Sài gòn.

- ➢ **GS Nguyễn văn Canh**, Tiến sĩ Công Pháp, Sài gòn; Phụ tá Khoa Trưởng và Giáo sư Công Pháp và Chính trị, Luật Khoa Sài gòn.

- ➢ **LS Vũ ngọc Tuyền**.

- ➢ **LS Võ văn Quan**.

Các Đơn Vị trực thuộc

1. UBBVSVTLT / Âu - Châu:

- **Ông Đặng vũ Lợi:** Thiếu tá Hải Quân, Quân lực Việt Nam Cộng Hòa, sau năm 1975 Thuyền Trưởng Thương Thuyền Pháp. Hội Trưởng hội Hải quân và Hàng Hải VNCH tại Pháp, đại diện Ủy Ban, khu vực Âu Châu.

- **Ông Nguyễn đình Vương:** tốt nghiệp Đại học Vạn Hạnh, Sài gòn, Tổng thư ký, Paris.

2. UBBVSVTLT / Úc Châu:

- **TS Nguyễn ngọc Tấn:** Tiến sĩ Sử Học, Đại Học Monash, Melbourne, Úc, Giáo sư Sử Hiện Đại, Monash, Úc Châu, Chủ Tịch.

- **LS Nguyễn Mạnh Thăng**, Victoria, Phó Chủ Tịch. PO Box 2082, Footscray, Victoria, 3011, Úc Châu, Đt: (03) 9689 - 0399 hay 0403 306 882 (Cell)

- **Ông Thái văn A**, Thiếu tá Hải Quân, Quân Lực Việt Nam Cộng Hòa, Victoria.

- **Ông Nguyễn văn Quang**, Luật Khoa, Sài Gòn, Adelaode, Nam Úc.

3. CENTER FOR VIETNAM STUDIES

- **Ông Ngô ngọc Trung**, Đốc sự Hành Chánh, tốt nghiệp Luật Khoa và Văn Khoa, Sài Gòn. Cựu Giám Đốc Điều Hành Dự Án Oral Life History, Viện Nghiên Cứu Đông Á, Đại Học Berkeley, Giám Đốc Tài Liệu và Dữ Kiện.

4. ỦY BAN HOÀNG SA

Ủy Ban Hoàng Sa gồm: Ban Chỉ Đạo:

- *GS QGHC Nguyễn thị Ngọc Dung*, Chủ Tịch,
- *BS Nguyễn huy Trụ,*
- *BS Hoàng Cầm,*
- *LS Trần thiện Hải,*
- *LS Đoàn doãn Quế,*
- *LS Trần minh Nhựt,*
- *LS Đỗ ngọc Phú,*
- *GS Tiến Sĩ Trần huy Bích,* luận án Tiến sĩ ở Austin, Texas.
- *Ông Nguyễn ngọc Liên,* cựu Đốc Sự Hành Chánh,
- *Ông Nguyễn kim Dần,* cựu Đốc sự Hành Chánh,
- *Ông Trần nhật Kim,* Nhà văn,
- *LS Vũ ngọc Anh.*

Ban Chấp Hành:

- *LS Nguyễn ngọc Bích,* tốt nghiệp UC Berkeley; Juris Doctor, UC Hastings College of The Law, San Francisco, Cựu Chủ Tịch Hội Luật Sư Trẻ Bắc CA, Chủ Tịch.
- *Nhà đấu tranh Nhân Quyền Trương quế Hương,* Texas.
- *Nhà báo Nguyễn Trung Cao.*
- *GS Kim Loan,* Tiến sĩ Hóa Học, UCLA, Giáo sư, Đại Học San Jose.

CÁM ƠN

Tập tài liệu Dân Tộc Tôi được Hoàn tất một cách tốt đẹp là nhờ các sự góp sức quý báu vô vị lợi của:

Quý anh chị thuộc:

- ✓ Tổng hội Cảnh Sát Quốc Gia Việt Nam Cộng Hòa.
- ✓ Hội Ái Hữu Lực Lượng Cảnh Sát Quốc Gia Bắc CA
- ✓ Hội Cựu Sinh Viên Sĩ Quan Học Viện Cảnh Sát Quốc Gia Bắc CA
- ✓ Ông Nguyễn trung Châu – Chủ Tịch và Tổng Hội Cựu Tù Nhân Chính Trị
- ✓ Quý anh chị thuộc Đàn Chim Lạc Việt
- ✓ Bà Mary & Michael Nguyễn – Spokane, Washington
- ✓ Ông Trần Mỹ Lợi – Việt Vùng Vịnh – San Francisco
- ✓ Ông Lê quê Việt – Alameda, California
- ✓ Bà Nguyễn ngọc Nhung – Honolulu, Hawaii
- ✓ Bà Đặng kim Dung – Cupertino, California
- ✓ KS Nguyễn hùng Biên – Georgia
- ✓ KS Nguyễn thanh Hà, San Jose, California

Tác giả gửi lời cám ơn đến tất cả quý anh chị đã làm việc không mệt mỏi để Bộ Tài Liệu này kịp thời ấn hành đúng kỳ hạn.

Nguyễn văn Canh
30 tháng 4, năm 2023

TRÌNH BÀY:

Ông Trần Mỹ Lợi – Việt Vùng Vịnh – SF – California
KS Nguyễn thanh Hà, Graphic Design và Editing
Nhà Báo Lê quê Việt, Editing Tập III

Tiểu sử Giáo Sư NGUYỄN VĂN CANH

Tôi sinh ra ở một làng quê thuộc tỉnh Bắc Ninh, là con thứ hai của một gia đình điền chủ. Cha mẹ tôi được hưởng gia tài là nhiều ruộng đất của cha ông để lại. Tôi đi học ở trường tiểu học nằm sát ngay văn phòng của huyện, cách nhà chừng 1 cây số. Sau khi đậu tiểu học, tôi được gửi đi Hà nội học trung học. Khi quân Pháp đổ bộ Hải phòng, vào tháng 12, năm 1946, tôi chạy về làng và học chữ Nho do ông chú dạy. Vài năm

sau, tôi đi Hà nội tiếp tục học. Đến năm 1954, Hiệp Định Genève, chia đôi đất nước. Anh tôi và tôi quyết định trở về quê, vì nếu di cư vào Nam thì không có gì để sinh sống, vì tài sản có nhiều, nhưng là ruộng đất. Nhất là suốt trong 9 năm chiến tranh chống Pháp, những nhà giàu ở nông thôn phải đóng đủ các thứ thuế cho Việt minh, nên không còn gì.

Bố tôi đã mất, khoảng 7 tháng trước khi chiến tranh chấm dứt.

Trên đường trở về nhà, Tôi thấy có những gì rất khác lạ. Các người trong làng gặp chúng tôi ở ngoài đường có vẻ thờ ơ, không tỏ ra thân thiện như trước. Tôi thấy ít người lui tới thăm mẹ tôi. Rồi một hôm, có một thanh niên, trước đây có giúp việc đồng áng cho Bố Mẹ tôi, ghé thăm Mẹ tôi, có vẻ lén lút. Sau khi anh ta ra về, Mẹ tôi gọi anh tôi và tôi lại gần, nói rằng "cậu thanh niên ấy đến khuyên Mẹ là bảo chúng tôi phải rời khỏi làng, không thể ở lại được." Thế là, chúng tôi lập kế hoạch ra đi.

Tôi và em trai tôi đi trước, tung tin rằng chúng tôi đi Hà nội tiếp tục học.

Tối ngày cuối cùng ở lại nhà là ngày 15 tháng 8 âm lịch, năm 1954, chỉ sau ngày ký Hiệp

Định Genève, mấy tháng.

Ngày hôm sau khi tới Hà nội, tôi ra tòa Thị Chính, lúc đó một Thày dạy tôi học vào thời kỳ này, làm Thị trưởng là GS Nguyễn văn Mùi. Thầy Mùi dạy tôi môn Văn Chương Việt nam, cùng thời với Thầy Kham, dạy môn Văn Chương Pháp, và cũng là Hiệu trưởng Trường Trung Học Minh Tân, Hà nội, năm tôi thi Tú Tài I (1953). Tôi xin Thầy cho tên anh em tôi vào danh sách di cư vào Nam. Chỉ trong ít ngày, chúng tôi được chở đến Phi Trường Gia Lâm để vào Sài gòn bằng máy bay, cùng với nhiều người khác.

Vào Sài gòn, tôi xin vào học Trường Chu văn An.

Đến cuối năm 1955, lúc còn đang đi học, tôi thấy có 2 thông cáo của Bộ Quốc Phòng: 1) mở kỳ thi tuyển Thông Dịch Viên tiếng Anh và tiếng Pháp; 2) mở kỳ thi tuyển lục sự cho Tòa Án Quân Đội. Tôi đậu cả 2 và chọn làm Thông Dịch Viên, vì lương gần như gấp 3 lần lương của một Lục sự của Nha Quân Pháp. Đầu năm 1956, tôi đi làm, thì biết rằng Bộ Quốc Phòng tuyển nhân viên cho Mỹ. Khi đó, còn có cả sỹ quan Pháp làm việc cùng với Sĩ Quan Mỹ (cơ quan có tên là CATO, tiền thân của MAAG-V), cho tới cuối năm đó sỹ quan Pháp rút hết về nước. Công việc chính của tôi là dịch các Technical Manuals ra tiếng Việt cho quân đội quốc gia sử dụng.

Tôi ghi danh vào học Luật ở Đại học Luật Sài gòn, năm 1958.

Đến cuối năm 1961, anh rể của người bạn học- về sau là BS Trần công Luyện, từ hồi thi Tú Tài I, ở Hà nội,- là Đại Uý Nguyễn văn Hiếu, Khóa I Nam Định, làm ở Phủ Tổng Thống, gọi cho tôi, khuyên tôi vào làm Chuyên Viên ở Phủ Tổng Thống. Tôi bỏ việc Thông Dịch. Ở chỗ làm mới, Tôi chọn ngành đi dạy. Tôi phụ trách dạy về "Nghiên Cứu và Ước Tính." Cũng vì chỉ lo việc dạy học, thượng cấp ra lệnh cho tôi đi dạy một số lớp của sỹ quan Cảnh Sát Quốc Gia. Tôi được nghe, biết là Tổng Thống Diệm không có cảm tình với lề lối làm việc của các sỹ quan chỉ huy Cảnh Sát do Pháp huấn luyện và họ cần phải "tái huấn luyện." Tuỳ theo lớp học và thời Khóa biểu tôi đến dạy. Cứ như thế cho đến khi TT Diệm cho tuyển các sinh viên có bằng Tú Tài vào huấn luyện để sau này làm chỉ huy thay thế lớp chỉ huy cũ của ngành cảnh sát. Và cũng tiếp tục công việc khi Cảnh Sát mở Học Viện Cảnh Sát Quốc Gia. Đến khoảng 1972, tôi phải ngưng vì Trường Luật lúc đó có nhiều khó khăn, tôi được giao phó công việc chấn chỉnh lại.

Năm 1965, tôi học Cao Học Ban Công Pháp đệ I Cấp; năm kế, 1966, học lên đệ II cấp. Luận Văn Cao Học đệ Nhất Cấp của tôi là "Concessions du Service Public". Còn 2 Luận văn của tôi thuộc Ban Cao Học đệ Nhị Cấp là: a) về Công Pháp Quốc tế: "Status of Neutrality in Switzerland"; b) về Học Thuyết Chính Trị: "On John Locke's Two Treaties of Government."

Tôi tốt nghiệp bằng Cao Học Công Pháp II, Khóa I năm 1967, đủ điều kiện để xin một Giáo sư bảo trợ viết Luận án Tiến sĩ.

Tôi suy nghĩ đến Luận án Tiến sĩ. Câu hỏi là viết về lãnh vực nào? Luật Hiến Pháp, Luật Hành Chính... Đây là hai lãnh vực "cổ điển" của trường Luật từ trước đến nay mà các sinh viên đã viết. Có một lãnh vực khác chưa thấy ai đề cập, đó là Học Thuyết Chính Trị, vì lẽ có trong chương trình học ở Ban Cử Nhân và Cao Học. Tuy nhiên, tôi nghĩ là cuộc chiến đấu Chống Cộng là vấn đề sống còn của dân tộc mà không ai lưu tâm đến vấn đề này một cách nghiêm túc, và từ đó đưa vào chương trình giáo dục. Điều mà tôi suy nghĩ không phải là học thuyết, mà là những gì đã xảy ra tại Việt nam từ khi Hồ và Đảng Cộng Sản Việt nam mang Cộng sản vào và thực hiện trên giang sơn này. Phải có một công trình khảo cứu đứng đắn và tìm ra giải pháp, một cách khoa học. Không nên chấp nhận một thực tại là nhiều người vỗ ngực biết rõ cộng sản, dù có người chỉ nhìn thấy chân 1 con voi, và người khác nói rằng tôi đã sờ được đuôi con voi, rồi kết luận đó là con voi.

Tôi xin gặp GS Vũ quốc Thông, Trưởng Ban Công Pháp, để xin bảo trợ Luận án của tôi. Tôi trình Giáo sư đề tài trong 2 lãnh vực để Giáo sư nếu có nhận bảo trợ thì quyết định và tôi cắt nghĩa lý do.

Ưu tiên 1: Chiến Tranh Chính Trị của Cộng Sản: Bành trướng Thế lực và Củng Cố Quyền hành.

Ưu tiên 2 (nếu không được chấp thuận đề tài trên): Quyền Tự Do Dân Sự (Libertés Civiles) GS Vũ quốc Thông là Trưởng Ban Công Pháp, sau khi nghe tôi biện luận, chấp thuận bảo trợ và chấp thuận Đề tài trong lãnh vực I. Tôi phải làm ngay 1 Dàn Bài và kèm theo Danh Mục Tài liệu mà tôi có, kế hoạch sưu tầm và hạn kỳ Hoàn tất công trình nghiên cứu vào năm 1969…

Từ năm này trở đi, tôi dạy cho Đại Học Luật Huế, rồi cho Phân Khoa Khoa Học Xã Hội,

Vạn Hạnh, thuyết trình tại trưởng Chỉ Huy và Tham Mưu, rồi Trường Cao Đẳng Quốc Phòng, Quân Lực Việt nam Cộng Hòa.

Năm 1969, tôi đi làm Phụ tá Tổng Trưởng Bộ Chiêu Hồi.

Sang 1970 tôi đi ứng cử Thượng Viện, Pháp nhiệm II. Thất cử.

Tôi dự trù "Đề xuất" Luận án Tiến Sĩ" năm đó, nhưng xin hoãn, sang niên Khóa kế để đi ứng cử vào Thượng viện được tổ chức vào 30 tháng 8, 1970.

Cuối cùng là quyết định tổ chức vào niên khóa 1970-1971 và ngày giờ sắp xếp lại là 6 tháng Giêng 1972, và được gia nhập Ban Giảng Huấn trường Luật Sài gòn ngay sau đó.

Rồi tôi được đề cử làm Phụ tá Khoa trưởng để kiện toàn hoạt động của trường vì có quá nhiều khó khăn, ngoài sĩ số gia tăng vượt quá khả năng chịu đựng của trường.

Việc đầu tiên là giải quyết được nhiều khó khăn về thi cử. Nhờ thế, trường mới tổ chức được lễ mãn khóa cho sinh viên tốt nghiệp niên khóa 1973-1974, một lễ tốt nghiệp đầu tiên và cũng là cuối cùng suốt 19 năm Trường Luật thu hồi được độc lập từ 1956.

Việc thứ hai là tạm thời tăng lương cho gần hai chục nhân viên hành chánh. Lương bổng của họ theo quy chế công chức, có luật lệ quy định. Tôi đưa vấn đề thu lệ phí thi cử (mà từ trước đến lúc này thí sinh không phải đóng) ra Hội Đồng Khoa quyết định. Có vị chống đối. Tôi biện giải rằng Đại học Luật Khoa được hưởng quy chế tự trị. Về vấn đề này, Hội Đồng Khoa có thẩm quyền quyết định thu lệ phí thi cử, cũng như lệ phí ghi danh đã áp dụng từ hồi Pháp thuộc. Mặt khác, lương bổng của họ thấp quá, nên tìm cách nâng đỡ họ.

Vấn đề trợ cấp này không vi phạm quy chế lương bổng công chức, vì không lấy từ ngân sách quốc gia. Cuối cùng, tôi thường làm việc đến 10 giờ đêm mới về. Đi qua hành lang tầng trệt, thường thấy có nhân viên làm việc ở trong phòng, để đối phó với số lượng sinh viên quá lớn, (niên học 1974-1975: 58,000 sinh viên ghi danh), số nhân viên hành chánh dưới 20 người. Họ không làm thêm giờ, thì công việc không chạy. Họ được đền bù xứng đáng. Không một Giáo sư nào đến giúp họ.

Mọi người im, tôi tuyên bố, như vậy, quý vị đã thông qua…

Niên Khóa 1973-1974, số sinh viên ghi danh thi khóa I là 25,000 cho tất cả 3 ban: Kinh Tế, Công Pháp và Tư Pháp. GS Khoa Trưởng đề nghị tôi hưởng $20,000. Tôi từ chối và nói nhân viên đáng được hưởng. Còn tôi, đã có công xa và tài xế là đủ.

Đến Hoa Kỳ, Tôi nhờ Mục sự Smith của nhà thờ bảo trợ gia đình tôi xin hẹn và chở tôi đi Đại Học Berkeley tìm GS Robert Scalapino, Giám Đốc Viện Nghiên Cứu Đông Á, để xem có giúp kiếm được việc gì làm. Cơ quan này không có tiền, và phải chờ xin một Foundation nào đó tài trợ. Tuy nhiên, ông này khuyến cáo tôi lại thăm và làm quen với vài người bạn làm việc ở Viện Nghiên Cứu Hoover, về Chiến Tranh Cách Mạng và Hòa Bình của Đại Học Stanford. Ông ta cho tên và số điện thoại và yêu cầu Mục Sư Smith lấy hẹn giúp. Tôi đến gặp 2 người đều là Phó Giám Đốc Hoover. Đó là Richard Staar và Richard Burress. Tôi có lưu ý là nếu có ngân khoản, thì tôi xin làm ở đây.

Tôi gửi đơn và Resume xin việc ở nhiều nơi. Không được việc gì. Nhà thờ phải vận động với một người mà họ quen để xin ngân khoản làm lương cho tôi. Đó là ông Tony Gonzales, Giám Đốc Bilingual, Bicultural Department, của Văn Phòng Giáo Dục của County tôi ở (Board of San Mateo County Office of Education.) Tôi bắt đầu làm việc ở County từ tháng 2, 1976. Chức vụ của tôi là Coordinator của một Project về huấn luyện và việc làm cho người nghèo kể cả tị nạn, và trẻ em từ K1-K12 tỵ nạn sinh sống trong county tôi ở.

Đến tháng 11, 1979, Ông Burress gọi cho tôi báo cho biết Hoover có tiền trả lương cho tôi, nếu tôi muốn làm việc với Hoover.

Tôi bỏ việc ở County đến làm researcher cho Hoover, cho đến khi về hưu năm 1992.

Tác phẩm in tại Hoa Kỳ:

-**Nông Dân Bắc Việt, 1945-1979,** *Center for Vietnam Studies, 1987*

-**Vietnam Under Communism**, *1975-1982, Hoover Press, 1983*

-**Cộng Sản Trên Đất Việt, Kiến Quốc,** *2002*

-**Hồ Sơ Hoàng Sa & Trường Sa Và Chủ Quyền Dân Tộc**, *Center For Vietnam Studies, 2017*

-**Dossiers On Paracels & Spratlys and National Sovereignty**, *Center For Vietnam Studies, 2020*

-**Nhiều bài khảo cứu trên Tập San tiếng Anh, trên báo tiếng Việt.**